அஜ்னபி

அஜ்னபி

மீரான் மைதீன் (பி. 1968)

குமரி மாவட்டம், பெருவிளை இவரது சொந்த ஊர். 1998இல் எழுதத் தொடங்கினார். இவரது சிறுகதைத் தொகுதிகள் : 'கவர்னர் பெத்தா', 'ரோசம்மா பீவி', 'சித்திரம் காட்டி நகர்கிறது'. நாவல் 'ஓதி எறியப்படாத முட்டைகள்'. குறுநாவல் 'மஜ்னூன்'.

இஸ்லாமிய சமூகத்தின் மைய ஓட்டத்திற்குள் நம் பார்வைப் புலன்களுக்கு அறிமுகப்படாத முஸ்லிம்களின் வாழ்க்கைத் தளத்தில் இவரின் கதை உலகம் இயங்குகிறது.

தொடர்புக்கு : 9443450044

மீரான் மைதீன்

அஜ்னபி

காலச்சுவடு பதிப்பகம்

அஜ்னபி ♦ நாவல் ♦ ஆசிரியர்: மீரான் மைதீன் ♦ © மீரான் மைதீன் ♦ முதல் பதிப்பு: டிசம்பர் 2013, திருத்தப்பட்ட மூன்றாம் பதிப்பு: நவம்பர் 2014, ஏழாம் (குறும்) பதிப்பு: ஜனவரி 2022 ♦ வெளியீடு: காலச்சுவடு பப்ளிகேஷன்ஸ் (பி) லிட்., 669, கே. பி. சாலை, நாகர்கோவில் 629001

ajnabi ♦ Novel ♦ Author: Meeran Mitheen ♦ © Meeran Mitheen ♦ Language: Tamil ♦ First Edition: December 2013, Revised Third Edition: November 2014, Seventh (Short) Edition: January 2022 ♦ Size:Demy 1 x 8 ♦ Paper: 18.6 kg maplitho ♦ Pages: 336

Published by Kalachuvadu Publications Pvt.Ltd., 669, K.P. Road, Nagercoil 629001, India ♦ Phone: 91-4652-278525 ♦ e-mail: publications@kalachuvadu.com ♦ Printed at Clicto Print, Jaleel Towers, 42 KB Dasan Road, Teynampet Chennai 600018

ISBN: 978-93-82033-02-8

01/2022/S.No. 537, kcp 3370, 18.6 (7) rss

களந்தை பீர்முகம்மதுவுக்கு

நன்றி

நாவலை எழுதத் துவங்கியபோது எனக்குக் கொஞ்சம் தயக்கம் இருந்துகொண்டே இருந்தது. எழுதித்தானே வைக்கப்போகிறோமென்று நான்கு வருடங்களுக்கு முன்னமே நிறைய எழுதினேன். இரண்டாம் முறையாகத் திரும்ப எழுதியபோது ஓரளவுக்கு நான் தயக்கத்தைக் கடந்து போயிருந்தேன். பிறகு கவனமுடனும் எச்சரிக்கையுடனும் சில திருத்தங்களைச் செய்துகொண்டேன். நான் இங்கு கதை பற்றி எதுவும் எழுத விரும்பவில்லை. பலவற்றையும் நம் பார்வைவெளிக்கு அப்பாலோ, முன்பாகவோகூடக் காட்டாமலேயே இந்த உலகம் கடந்து போய்விடுகிறது. இதில் எழுதியதை விடவும் எழுதாமல் விட்டுவிட்ட பலவற்றையும் பார்த்த, கேட்ட அதிர்ஷ்டம் அல்லது துரதிர்ஷ்டம் எனக்கு வாய்த்திருக்கிறது. அதிகார மையத்தில் குடியேறிக்கொண்டவர்களின் அடையாளங்களினூடேதான் ஒவ்வொரு நாட்டு மக்களும் உலக வெளியில் பார்க்கப்படுகிறார்கள். ஆனால் மக்கள் நிஜத்தில் அப்படியில்லையென்பதைக் கண்டிருக்கிறேன். முகத்தின் வடுக்களுக்காய் நாம் பிரதிபலிக்கும் கண்ணாடி மீது ஆத்திரங்களைக் கொட்டிவிட முடியாது. மாறாக நாம் வடுக்களைச் சரிசெய்துகொள்ள வேண்டும். நான் இங்கு எதை எழுதினாலும் அது நாவலோடு தொடர்புபடுத்தப்பட்டுவிடும் என்பதால் பிரியமானவர்களுக்கு அன்பைச் சொல்லிவிட்டு விடைபெறுகிறேன். என்னில் நிகழும் மௌனம்தான் எனக்கு எல்லா வகையிலும் சிறப்பானது.

இந்நாவலை வெளிக்கொண்டுவரும் காலச்சுவடு பதிப்பகத்தின் அன்பிற்குரிய கண்ணன் அவர்களிலிருந்து துவங்கி நாவலை வாசித்துக் கருத்தைப் பகிர்ந்துகொண்ட அண்ணன் சி. சொக்கலிங்கம், சிவராமன், ஹாமிம் முஸ்தபா, முஜிப் ரஹ்மான் மற்றும் *காலச்சுவடு* இணை ஆசிரியர் கூத்தலிங்கம்; உகாண்டாவிலிருந்து என்னோடு தொடர்ந்து பேசிக்கொண்டிருந்த அண்ணன் ஷாகுல்ஹமீது, முன்னுரை எழுதித் தந்த ஒளிப்பதிவாளர் செழியன், சூஃபிய சிந்தனையில் என் முன்னோடியாக இருக்கிற கவிஞர் ஹெச்.ஜி. ரசூல், ஓய்வுபெற்ற தலைமையாசிரியர் தக்கலை A. ஷாகுல் ஹமீது, நாகூர் ரூமி முதலானவர்களுக்கும்; சென்னையிலுள்ள என் அன்பு மாமா சந்திரசேகர், ஆன்ட்ரோ, பாண்டியராசு மற்றும் மெல்பா, ஆண்டனி ராஜா சிங், எஸ்.வி. ஷாலினி, சுபா, மகேந்திரன், கிருஷ்ணபிரபு, செய்யதலி பாத்திமா, நாஃபியா, முப்ஃஷிரா பர்வின், தமிழ்நாடு கலை இலக்கியப் பெருமன்றம், காலச்சுவடு பதிப்பகம் அனைவருக்கும் என்னுடைய நன்றியும் அன்பும்.

அன்புடன்
மீரான் மைதீன்

அன்பகம்
பெருவிளை
நாகர்கோவில் 629 003
28.10.2013

முன்னுரை

வெளிநாட்டுப் பயணத்தின் முடிவில் வழியனுப்ப நண்பர்கள் வருவார்கள். விமான நிலையத்தினுள் வரமுடிகிற தூரம் வரைக்கும் நமது பயணப்பொதிகளை வண்டியில் வைத்துத் தள்ளி வந்து அருகில் நின்று பேசிக்கொண்டிருப்பார்கள். ஒரு நிலையில் பேசுவதற்கு ஒன்றும் இருக்காது.

கனத்த மௌனத்தில் விமான நிலையத்தின் அறிவிப்புகள் கேட்டுக்கொண்டிருக்கும். பிறகு அவர்களே கடிகாரம் பார்த்துப் புன்னகைத்து, திரும்பவும் கைகொடுத்துக் கட்டி அணைத்து வழியனுப்புவார்கள். பிரிந்து தனித்து நடக்கிற தருணம் நண்பர்களின் கண்களில் ஒரு மினுக்கம் இருக்கும். நம் கண்களும் பனித்து மனதில் ஒருவிதமான வெறுமையுடன் சில அடிகள் நடந்து திரும்பிப் பார்த்தால் கண்ணாடிக்குப் பின்னிருந்து கையை உயர்த்தி, நண்பர்கள் அசைகிற உருவங்களாகத் தெரிவார்கள். கடல் கடந்து, திரும்பவும் சந்திப்போம் என்கிற நம்பிக்கையும், சந்திப்போமா என்கிற நிலையாமையும் மென்மையாகக் கலக்கிற இடம். இதுபோல விமான நிலையத்தின் நீண்ட விறாந்தைகளில் கையைப் பற்றிக்கொண்டு வெகு நேரம் அழுகிறவர்கள், முதியவர்களைக் கட்டியணைத்துப் பிரியாமல் நிற்கிறவர்கள் என மனித உணர்வின் மிக மேன்மையான கணங்கள் சுற்றிலும் நிகழ்ந்துகொண்டிருக்கும் அன்பின் உன்னதமான இந்தத் தன்மையை உவமானமாகச் சொன்னால் ‘அஜ்னபி’ தருகிற உணர்வு மிகச்சரியாக இதுதான்.

தெரியாத தேசத்தில் தாய்மொழியைப் பேசுகிற மனிதர் களைச் சந்திக்கிறபோது மனதில் எழுகிற உணர்வு எழுத்தில் எப்படி சாத்தியம்? ஒருமுறை ஜெர்மனி செல்லும் வழியில் துபாயில் இரண்டரை மணி நேரம் தங்கி விமானம் மாற வேண்டும். துபாய் என்ற சொல்லைக் கேட்டதும் மனதில் விரியும் சித்திரங்கள் எத்தனை? சர்வதேச விமான நிலையத்திற்கே உரிய பரபரப்பு. வண்ணவண்ன விளக்குகள். கறுப்பு, வெள்ளை, மங்கோலியம் என மனித இனத்தின் விதவிதமான முகங்கள். விமான நிலையத்திற்குள்ளேயே இருக்கும் தொழுகை செய்யும் இடத்தைக் கடந்து விதவிதமான அறிவிப்புகள், சத்தங்கள், கடந்து கழிப்பறைக்குள் நுழைகையில் அந்த இரைச்சல் நடுவே தமிழ் கேட்டது. ஆச்சரியத்துடன் யாரென்று திரும்பிப் பார்த்தால் தூரத்தில் சீருடை அணிந்த துப்புரவுப் பணியாளர்கள் சுத்தம் செய்ய வேண்டிய அடுத்த கழிப்பறைகள் குறித்துப் பேசிக் கொண்டிருந்தார்கள். அவர்கள் முகம் தெரியவில்லை. ஒரு சில சொற்கள்தான். அந்த இரைச்சலில் உடனே தமிழ் மறைந்தது. பிறகு காத்திருந்த இரண்டரை மணி நேரமும் கழிப்பறையில் கேட்ட தமிழையே நினைத்துக்கொண்டிருந்தேன். விமான நிலையத்தின் கண்ணாடிச் சுவர்களின் வெளியே உயர்ந்த கட்டிடங்கள் அரபு தேசத்தின் வனப்பைச் சொல்லின. பணம் கொழிக்கும் இந்த அழகின் பின்னால் எத்தனை மனிதர்களின் அறியப்படாத கதைகள் இருக்கின்றன. ‘அஜ்னபி’ இந்தக் கேள்வியிலிருந்துதான் துவங்குகிறது. நாவலில் வரும் ஃபைசல் தமிழ் நாளிதழின் துண்டுக் காகிதத்தை ஒரு நாள் முழுக்க வைத்திருப்பது இதனால்தான்.

எந்தச் சுவடும் இல்லாமல் பாலைவனத்தில் காற்று இடம் மாற்றி வைக்கும் மணற்குன்றுகள் போல அயல் தேசத்துக்குப் பிழைக்க வரும் இந்த மனிதர்கள் மாறிக்கொண்டே இருக்கிறார் கள். அப்பாவின் இடத்தில் மகன் வருகிறான். அண்ணன் இடத்தில் தம்பி வருகிறான். மணல் பக்கங்கள் புரண்டு கொண்டே இருக்கின்றன. பாலை வெளியில் காற்று எழுதிய மணல் வரிகளில் அஜ்னபிக்களின் தீராத கதைகள். அந்தக் கதைகளையெல்லாம் அருகிலிருந்து மைதீன் எழுதியிருக்கிறார். இந்த நாவலில் இஸ்லாமிய சமூகத்தைச் சேர்ந்த பலவிதமான மனிதர்களின் கதைகளும் அனுபவங்களும் ஒரு சிறந்த திரைப் படத்தின் காட்சிகள் போல அடுக்கடுக்காக நம் கண்முன் நிகழ் கின்றன. மம்மனிபாவின் மேசையில் கலைத்துப் போடப்பட்ட சீட்டுக்கள் போல் கதையினை முன்பின்னாகக் கலைத்துப் போட்டுச் சேர்க்கிற உத்தி அற்புதமான வாசிப்பு அனுபவத்தைத் தருகிறது. ‘பாலைவனப் புயலுக்குப்பின் பூட்டிய வீடுகளின்

உள்ளிருக்கும் குளிர்சாதனப் பெட்டியின் கதவிடுக்கில் படிகிற மணல்துகள்கள்' போல மைதீனின் எழுத்தில் பாலைவனத்தின் மிகச் சிறிய மணல்துகளும் பதிவாகிவிடுகின்றன. சில இடங்களில் ஒரு நாவல் வாசிக்கும் அனுபவத்தைக் கடந்து ஒரு திரைப்பட அனுபவத்தையும் இந்த நாவல் தருகிறது. 'அறையின் இருட்டின் அளவை டிவியின் வெளிச்சம் வேறுவேறு அளவுகளில் மாற்றிக்கொண்டே இருந்தது' என்கிற ஒளி குறித்த அவதானிப்பு நாவல் முழுக்க இருக்கிறது. அதுபோலவே "குரான் வசனங்களால் ஏற்பட்டிருந்த ஒலிகள் ஆகாய வெளி முழுவதும் ஒன்றன்பின் ஒன்றாகப் பறவைகளைப் போல பறந்து கொண்டிருந்தன" என்று எழுதுகையில் ஒலி குறித்த காட்சிப் படிமங்களாக மாறுகின்றன.

"பிலிப்பைனியும் ஃபைசலும் சந்திக்கிறபோது இருவரும் பேசிக்கொள்ள எதுவுமில்லாமல் ரொம்ப நேரம் அமர்ந்திருந்தனர். பெப்சி டின் கால்களில் உதைக்கப்பட்டு உருளும் சத்தமும் அரபிப் பையன்களின் கூக்குரலும் மீண்டும் மீண்டும் கேட்டுக்கொண்டிருந்தன" என்று எழுதுகையில் ஒரு திரைக் கதையின் காட்சியைப் படிப்பதுபோல் இருக்கிறது.

நாவலின் மையப்பாத்திரமாக இருக்கிற ஃபைசல் மொத்தக் கதைப்பரப்பையும் இணைக்கிற கண்ணியாக மட்டுமே இருக்கிறான். கதை அவனைச் சுற்றிலும் நிகழ்கிறது. நாவலுக்கான இந்தச் சிதறிய தன்மை, சூழலை விவரிக்கும்போது துல்லியமான காட்சியாக மாறி ஒரு திரைப்படத்துக்கான தன்மையையும் பெறுகிறது. மீரான் மைதீனின் திரைமொழி சார்ந்த பரிச்சயமும் இலக்கிய அனுபவமும் சேர்ந்து இந்த அற்புதமான சேர்க்கையை நிகழ்த்தியிருக்கிறது. விதவிதமான கதாபாத்திரங்கள், குணாதிசயங்கள் என நாவல் முழுவதும் பதிவாகி இருக்கும் யதார்த்தம், மனித வாழ்க்கையின் அவலத்தை, அநித்யத்தை ஒரு தரிசனமாக மாற்றுகிறது. வேலையும் பணமும் மட்டுமே குறியாக இருக்கிற, இருக்க முடிகிற சூழலில் நாசர் வாப்பாவின் மரணச்செய்தி வருகிறது. அதற்குப் பிறகான நிகழ்வுகள், மிஷிரி கிழவன் நாசரிடம் வந்து இறந்துபோன அவனது வாப்பா பற்றிப் பேசுகிற இடம் அரபு தேச வாழ்க்கையின் துல்லியமான சித்திரம். சந்நதம் வந்ததுபோல எழுத்தில் நிகழும் ஒரு உணர்வு எழுச்சியை நாவலின் இந்த இடத்தில் உணர முடியும்.

ஐயாயிரம் மைல்களுக்கு அப்பால் இருந்தாலும் எல்லோரது நினைவும் சொந்த ஊரிலேயே இருக்கிறது. இங்கிருப்பதும் அவர்களின் நிழல்கள்தான். எனவே உடனிருக்கிற நிஜ மனிதர்களை விடவும் பிம்பங்களே அவர்களுக்கு இணக்கமாக

இருக்கின்றன. நிழற்படங்கள், வீடியோ கேசட்டுகள், நீலப்படங்கள், கடிதங்கள் என அவர்களின் அழுகையும் சிரிப்பும் நிழல்களின் வழியாகவே நிகழ்கின்றன.

ஃபைசல் முதலில் தனது குடும்பப் படத்தைத் தொலைக்கிறான். பிறகு நாவல் முழுக்க ஜாஸ்மீனின் நிழற்படத்துடன் இருக்கிறான். பணியடிமை நிழற்படத்தில் இருக்கும் தனது குழந்தைகளைக் கொஞ்சுகிறான். பெண் பொம்மைகள், தொலைக்காட்சியில் வரும் மிஷ்ரி நடிகையின் அடிவயிறு நடனம், ரகசிய தொலைபேசி உரையாடலுக்குப் பிறகு நிகழும் மம்மக்கண்ணின் முயக்கம். இவ்வாறு சோகம், மகிழ்வு, பகிர்தல், புணர்வு எல்லாம் நிழலுடன் மட்டுமே நிகழ்கின்றன.

இக்பால் ஊரிலிருந்து கட்டை கொண்டுவந்து அரபு தேசத்தில் முருங்கை மரம் வளர்க்கிறான். எனவே அவனால் தான் கதையும் எழுத முடிகிறது. பால் பாக்கெட்டைப் பிய்த்து, தான் வேலை பார்க்கிற கடை வாசல் பூனைகளுக்கு ஊட்டுகிற மம்மலி ஊரில் இருக்கிற தங்கைக்கு அந்தப் பூனைகளைப் படம் எடுத்து அனுப்புகிறான். இவ்வாறு கதாபாத்திரங்களின் குணாதிசயமும் தொடர்ச்சியும் ஒரு திரைக்கதையின் பிரதியை வாசிக்கிற உணர்வையும் தருகின்றன.

காலி பெப்சி டின் சேகரிக்கிற தக்ரோனி சிறுவர்கள் – நண்பர்கள் சேர்ந்தால் பேசிக்கொள்கிற பாலியல் கதைகள் – எந்த நேரமும் போலீஸில் பிடிபட வேண்டும் என்று ரியால் நோட்டுக்களை உள்ளாடையில் வைத்து அலைகிற ஃபைசல் – மைனியாக சக நண்பர்கள் நினைக்கிற தொலைக்காட்சியில் ஆடுகிற மிஷ்ரி நடிகை – லெபனான் ரொட்டிகள் – காடாய்கோஸ் கறித்துண்டுகள் – காற்றில் அலையும் லுகர் தொழுகைக்கான பாங்கு அழைப்பு – குமரி இக்பாலின் 'செவ்வானத்தில் ஒரு மஞ்சள் புறா' – முஸ்லிம்களின் அறையில் பெட்டியில் இருந்து சுவருக்கு வந்த அம்மன் படம் – துருக்கித் தரைவிரிப்பின் முடை நாற்றம் – 'தனியாத்தானே இருக்கேன் சும்மா போட்டுப் பாக்காலாமேன்னு' என்று தனிமையின் அழுத்தத்தில் தூக்குப் போட்டுக்கொள்ள முயலும் ஹபீப் முகமது – மக்ரிபுக்கு பள்ளி வாசலில் இருந்து பாங்கு சொல்லும் சத்தம் – வாகனத்தில் சன்னலைத் திறந்து கைதிக்கு ஏ.ஸியின் குளிரை அனுப்பும் காவலர் – பிலிப்பைனியின் பையனுக்குக் கடிகாரம் பரிசளிக்கும் ஃபைசல் – அடித்தவர்களை மன்னிக்கிறாயா, தண்டிக்கவா என்று கேட்கையில் மன்னிக்கிற மம்மலி – தாய்லாந்து லாட்டரியின் கடைசி எண்கள் – தெருவில் நடக்கும் கல் சண்டை –

அரூஷா – ‘ஊரில் இருக்கிற வீட்டுக்கு கான்கிரீட் போட வேண்டும். தங்கச்சிக்குக் கல்யாணம் செய்ய வேண்டும்’ என்கிற பொதுவான அரபிக் கனவுகள் – என இயல்பான மனிதர்களும் இயல்புகளும் பரஸ்பரம் அவர்களுக்குள் நிகழ்கிற அன்பும் – கதையை வழிநடத்துகின்றன.

‘ஒருவீட்ல புகைப்படம் இருந்தா அந்த வீட்ட மலாய்கத்மாருவோ சபிப்பாங்கன்னு . . . ஆனா இவனுவகளுக்கு அரசாங்க அலுவலகத்தில எல்லாம் மன்னரோட படம் இருக்கு.. இவனுவளுக்கு ரூவா நோட்லயும் மன்னர் படம் இருக்கு . . .’ என்கிற அங்கதம்.

‘இஸ்லாமியர்கள் தொடர்பான பிரச்சனைகளில் மட்டுமே ஊடகங்கள் இஸ்லாமிய தீவிரவாதம் என்ற சொல்லைப் பிரபலபடுத்தியுள்ளன. கலை இசை ஊடகம் போன்றவைகளை மத காரணங்களைக் முன்வைத்து இஸ்லாம் வசப்படுத்திக் கொள்ளவில்லை. கல்வியில் பின்தங்கி இருப்பதும் முக்கிய காரணம்” என தீவிரவாதத்தோடு சேர்த்து எப்போதும் அறியப் படுகிற இஸ்லாம் குறித்த ஆதங்கம். இடையிடையே சுய விமர்சனமும், இஸ்லாமின் நுண்ணரசியல் குறித்த நேர்மை யான அரசியல் பார்வையும் கொண்ட இந்த நாவல் அயலகத் தில் நாம் அறியாத இஸ்லாமிய சமூகத்தின் ஆவணம் என்றும் சொல்லலாம். இழையோடும் அங்கதமும், கேலியும் உருவாக் கும் நகைச்சுவையினால் இது சுவாரஸ்யமான நாவலாகவும் இருக்கிறது.

ஜெர்மனிப் பயணம் முடிந்து திரும்பவும் துபாய் வருகை யில் விமான நிலையத்தில் திரும்பவும் இரண்டரை மணி நேரம் காத்திருந்தேன். கழிப்பறையில் தேடினேன். சீருடை அணிந்த துப்புரவுப்பணியாளர் யாரையும் காணவில்லை. அவர்கள் வேலை நேரம் முடிந்து மம்மனிபாவின் அறையில் சீட்டு விளையாடிக் கொண்டிருக்கலாம். அல்லது ஊரிலிருந்து வந்த கடிதம் படித்துத் தனியறையைச் சாத்திக்கொண்டு அழுதுகொண்டிருக்கலாம். அல்லது ஜாஸ்மீனுக்குச் சேலை வாங்க கடைவீதிக்குப் போயிருக்கலாம்.

கதவுகள் பூட்டப்பட்ட தேசம். உள்ளிருக்கும் ஃபைசல் கதவில் இருக்கும் லென்ஸின் வழியே பயத்துடன் பார்த்துக் கொண்டிருக்கிறான். பெண்களின் கண்களை மட்டுமே பார்க்க முடிந்த அரபு வாழ்க்கையில் அரூஷா மட்டுமே பெண்ணாக நிற்கிறாள். அவள் ஈச்சமரம் வளர்ந்த வீட்டில் ஃபைசலின் நினைவுகளோடு வீட்டுவேலை செய்கிறாள். குமரி இக்பால்

எப்போதும் அரங்கேற்றம் ஆகாத நாடகத்தை எழுதிக்கொண் டிருக்கிறான். பூனைகள் மம்மலியின் கால்களை உரசிக் கத்து கின்றன. காலி பெப்ஸி டின்கள் உதைபடும் சத்தம், பாங்கு ஓதும் சத்தம், புறாக்களாகப் பறந்து தணிந்ததும் கவிகிறது இரவு.

முப்பத்தியேழாவது மாடியில் நிலா காய்கிறது. அந்த நிலாவைக் கவனித்துக்கொண்டே இருந்தால் அறை மெல்ல நகரத் துவங்குகிறது.

கதவை மூடி
வீட்டின் உள்ளிருந்து
கண்களை மூடினாலும்
ஒரு துகள்.
பரந்த அரபியப் பாலைவனத்தின் ஒரே ஒரு மணல் துகள்.
உறுத்துகிற கண் கலங்கலாம்
ஏன் இன்னொரு கண்ணும் கலங்குகிறது?
'எனக்கு மறக்க நிறைய இருக்கு' என்கிறான் ஃபைசல்.
எனக்கு இந்த நாவலில் நினைக்க நிறைய இருக்கிறது.

சென்னை
16.10.2013

அன்புடன்
செழியன்

1

ஃபைசலின் வாப்பா இந்தியாவிலிருந்து மம்மனிபா விலாசத்துக்கு அனுப்பியிருந்த மணப் பெண்ணின் புகைப்படம் அடங்கிய தபால் கவர் அவன் கைகளுக்கு வந்துசேர்ந்திருந்தது. வியாழன் இரவு உ.பி.க்காரன் கடிதத்தைக் கொண்டுவந்து கொடுத்துவிட்டு இரண்டாவது இரும்புக் கதவைக் கடந்துபோய்விட்டான். பெரிய கவரில் அடைக்கப் பட்ட இரண்டு கடிதங்களிலொன்று மம்மனிபா வுக்கு மற்றொன்று ஃபைசலுக்கு. மம்மனிபாவுக்குள் நிகழ்ந்துகொண்டிருந்த விவரிக்க முடியாத உணர் வோடு மனம் தபால் கவரைப் பிரித்துப் புகைப் படத்தைப் பார்த்துவிடும் ஆவல் கொண்டிருந்த போதிலும் ஃபைசலின் வாப்பா மம்மனிபாவுக்குத் தனியாக எழுதிய கடிதத்தின் உருக வைக்கும் உருக்கமான வரி அவனை அதைச் செய்வதிலிருந்து தடுத்திருந்தது. இறைவனுக்குப் பிறகு என் பிள்ளைக்கு எல்லாம் நீதான். அவனைப் பொன்னுபோலப் பார்த்துக்கொள்; இறைவன் உனக்கு நற்கூலி தருவான் என்ற அவரின் கடித வரியை மறுபடியும் வாசித்துக் கொண்டவனின் மனம் பொறுக்கவில்லை. அப்போதே ஜித்தாவிலுள்ள மம்மலி பூஃபியா[1]வுக்குப் போன்பண்ணி ஃபைசலிடம் தகவல் சொல்லச் சொல்லிவிட்டான். இன்னும் இரண்டொரு நாளில் டெய்லர் அஹமது உம்ரா செய்ய மக்கா வரும் போது ஜித்தாவில் உங்களைச் சந்திப்பான். அவனிடம் கடிதத்தைக் கொடுத்துவிடுகிறேன். அதில் ஃபைசலின் வருங்கால மனைவிக்கான புகைப்படம் இருக்கும் என்று எண்ணுகிறேன்.

1. டீக்கடை.

கடிதத்தைப் பெற்று அவனிடம் ஒப்படைக்க வேண்டும் என உரையாடலை முடித்துக்கொண்டு வசிப்பிடத்தில் தனித்திருந்த போது தபால் கவரில் இருக்கும் அழகிய இந்திய இளம் பெண் புகைப்படத்தில் எப்படி இருப்பாள் என்ற ஆர்வம் அவனை விடவில்லை. பிரித்துப் பார்த்துவிடலாமா எனத் தகித்துக் கொண்டிருந்த மனம் முஹ்யித்தீன் அப்துல்காதர் ஜீலானியால் கூசிலடைக்கப்பட்ட மலைத்தேவு சக்கிக் கடலில் அழிச்சாட்டியம் செய்ததுபோல உருண்டு புரண்டுகொண்டு கிடந்தது. அறைக்கு இன்னும் யாரும் வரவில்லை. பிரித்துவிடலாமா . . . இபுலீஸ்[2] விடாமல் தொடர்ந்து நச்சரித்துக்கொண்டிருந்தான். அவன் நச்சரிப்பினூடே அலை பாய்ந்துகொண்டிருந்த மனமின்னும் அடங்க மறுத்து அவனுக்குள் ஊழியிட்டு ஓடிக்கொண்டிருந்தது. மற்றவர்களின் கடிதங்களைப் பிரித்துப்படிப்பது அவனுக்குப் புதிதொன்றுமில்லை. அவன் பல கடிதங்களைப் பசையகற்றிப் படித்தவன். கடிதங்களின் சாராம்சங்களைப் பொறுத்துச் சில வற்றைக் கிழித்து எறிவான். முன்பு சில காலம் தொடர்ந்து அவனால் வாசிக்கப்பட்ட மோக லயிப்பின் ஆர்த்தி கூடிய ஜமாலின் மனைவியால் எழுதப்பட்டக் கடிதங்கள் அவனுக்குள் புகுந்து பாடாய்ப்படுத்தியிருக்கிறது. லட்சணம் கெட்டவளின் எழுத்து இப்படியெல்லாமாகவா இருக்கும். வகைதொகையில்லாத எழுத்து. என்னவெல்லாமோ எழுதித் தள்ளிவிடுகிறாள். உடம்பின் அவையங்களை அதிர்வடையச் செய்கிற எழுத்து. மனம் கிடந்து இங்கு தவியாய்த் தவித்துவிடுகிறது. எழுத்துக்களைக் காட்சி யாக்கி விடும் சுவை நிரம்பிய அவளின் கடித வரிகள் உறங்காத இரவுகளில் இபுலீஸாக மாறி அவனுள் ஒரு உருவமாய்க் கலந்துகொள்ளும்போது அவனுக்கும் அவளுக்குமான உறவு முறையின் அர்த்தம் அறுந்து விழும். குற்ற உணர்வில் கூனிக் குறுகிக் குற்றுயிராய்க் கிடக்கும்போது தவறில் தங்கிவிடக் கூடாது என அவனின் தீர்மானித்தல் அவளின் அடுத்த கடிதம் கைகளில் வரும்போது முந்தைய தீர்மானத்தைப் பொசுக்கிப் போட்டுவிட்டு சைத்தான் குருதியில் புகுந்து கடிதத்தின் பசை யகற்ற மனதுக்குள் குற்ற உணர்வற்ற தர்மத்தை நிரப்பிவிடுவான்.

ஏர்மெயில் கவர்களைப் பிரித்து ஒட்டுவது ஒன்றும் பெரிய சிரமமில்லை. பழத்தொலிபோல உலித்து எடுத்துவிடலாம். கடிதங்களைப் பிரித்த சுவடு தெரியாமல் ஒட்டிவிடும் சாமார்த்தியக்காரனாகத் தனது நீண்ட அனுபவங்களின் வழியாக அறுந்து விழுதலிலிருந்து மீண்டும் மீண்டும் வளர்ந்து விடும் பல்லி வால்போல நேர்த்தி பெற்றிருந்தான்.

போஸ்ட்மேன் வீடு வீடாக வந்து கதவைத் தட்டிக் கடிதம் பட்டுவாடா செய்வது போன்ற நடைமுறையெல்லாம் இங்கு

2. சைத்தான்.

கிடையாது. போஸ்ட் பாக்ஸ் எண் வேண்டும். 11416 என்கிற இந்த எண் உ.பி.க்காரன் இஷாமினுடையது. இந்த எண்ணின் ஒரு பங்குதாரராக உள்ள மம்மனிபா அதன் பயன்பாட்டு வகைக்காக வருசத்துக்கு இருநூறு ரியால் இஷாமுக்குக் கொடுக்க வேண்டும். மம்மனிபாவின் வகையில் பதினேழுபேர் இந்த எண்ணைப் பயன்படுத்துகிறார்கள் இதில் இரண்டு பங்களா தேஷிகளும் ஒரு யமனியும் உண்டு. இந்தப் பதினேழு பேருக்கும் வரும் கடிதங்களில் விலாசத்தில் மேல் விலாசமாக முகமது ஹானிபா என்று மம்மனிபாவின் பெயர் தெளிவாக எழுதப் பட்டிருக்கும். பதினேழுபேரிடமும் மம்மனிபா இதற்காகத் தனியாகக் கட்டணம் எதுவும் பெற்றுக்கொள்ளவில்லை. தன்னுடைய மேல்விலாசத்தின் கீழுள்ளவர்கள் என்கிற அவனின் சந்தோசம் கட்டணத்தால் பிசகி விடுவதை அவன் விரும்பவில்லை. தன்னை சுற்றிலும் விலக முடியாத மனிதர் களை உருவாக்கும் முயற்சியில் அவன் வெற்றிபெற்றிருந்தான்.

உ.பி.க்காரன் இஷாம் எல்லா வியாழன் இரவும் பத்து மணிக்குப் பிறகே அஞ்சல் நிலையம் போய் வரும் வழக்கம் கொண்டிருந்ததால் வியாழன் நடு இரவோ அல்லது அதற்கு சற்று முன்னாலோ மம்மனிபாவின் மேல்விலாசத்திலுள்ள கடிதங்கள் எல்லாம் அவனிடம் வந்துவிடும். வியாழன் நடு இரவுக்குப் பின்னால் துவங்கி வெள்ளிக்கிழமை இரவுவரை மம்மனிபாவின் அறைக்குப் பலரும் வந்து போவார்கள். கடிதப் பட்டுவாடாவைத் தாண்டி அரசியல், சினிமா, ஊரின் நிஜ, கள்ளக் கதைகள் என நீண்டு போகும் சுவாரசியமான பேச்சு, கதையாடல்களைத் தாண்டிச் சீட்டு விளையாட்டு, அறையின் பிரதானமான நிகழ்வு. மற்றபடி ஒன்றிரண்டு பேர் சாராயம் குடிக்க ஊர் பாடுகள் பேசவென அல்ஹாஸா, அனக், தெஹ்ரான் நகரத்திலிருந்தும் இந்தியாவின் அவன் ஊரின் சுற்று வட்டாரப் பகுதியிலுள்ள ஊர்க்காரர்கள் மாவட்டத்துக்காரர்கள், தமிழ் நாட்டுக்காரர்கள், மலையாளிகள் என மாறிமாறி சவுரியத்துக்குத் தக்கவாறு வரும் சுற்றுகளில் உற்சாகமான வருகைகள் நிகழும்.

நல்லதும் கெட்டதும் கலந்து கிடக்கும் ஒரு மடம் போன்ற அவனின் வசிப்பிடம், ஆள் விழுங்கிக் குகைபோல யாரையும் நிமிடத்தில் விழுங்கிக்கொள்ளுமளவுக்குப் பல ரூபங்களைக் கொண்டிருந்தது. ரூபம் என்றால் ஒற்றை ரூபமல்ல. பல ரூபங்கள். தேவதையின் உடம்பில் முளைத்த இபுலீஸின் முகம். இபுலீஸின் உடம்பில் முளைத்த தேவதையின் முகம். பழக்கப்பட்டவர் களை மம்மனிபாவின் வசிப்பிடம் வாய்க்கும் ரூபங்களில் சுருட்டிப் பிடித்துக்கொள்ளும். எல்லோருக்கும் அவன் வியாழன் நடுஇரவுக்குப் பிறகு கடிதங்களைக் கொடுத்துவிடுவதில்லை.

வெள்ளிக்கிழமை மதியத்துக்குப் பிறகும் தரம் பார்த்தும் முகம் பார்த்தும் கடிதங்களைப் பிரித்துக்கொடுப்பான். வியாழன் இரவு அவன் சிலரிடம் கடிதங்களைப் பற்றிப் பேசுவதில்லை. கடிதங்கள் எல்லோருக்கும் சந்தோசமானவையாக இருப்பதில்லை. அவை பல நேரங்களில் விஷ ஜந்துவை வீட்டிற்குள் இழுத்து வந்துவிடும் செல்லப்பிராணியைப் போல நுழைந்து விடுகிறது. பணப் பிரச்சினை, கடன் பிரச்சினை, உம்மாவுக்கும் மனைவிக்குமான தீராதச் சண்டையின் போட்டிக் கடிதங்கள் என எல்லாம் மனசைக் கீறிவிடும்போது மனசலிப்பு உண்டானால் சூதாட்டம் சூடு குறைந்துபோகும் என்பதால் வெள்ளிக்கிழமை போகிறபோக்கில் கொடுத்து விடுவான். கடிதங்களிலிருந்து உண்டாகும் அழுகையோ சிரிப்போ அது எதுவானாலும் வசிப்பிடத்தின் இயல்பைத் தொலைத்து விடாமல் கடந்துபோய்விட வேண்டும் அவ்வளவுதான்.

அல்ஹாசா பெரிய பாலத்தை ஒட்டி வலப்பக்கம் திரும்பும் கிளைச்சாலையில் கொஞ்ச தூரம் பயணித்து கூரா (புட்பால்) மைதானத்தைக் கடந்துபோனால் பெரிய மார்கெட்டின் பின்புறம் கருப்பு, வெள்ளைச் சிறுவர்கள் அடிக்கடி கல்லடிச் சண்டை நிகழ்த்தும் பிரதான இடம் தாண்டி மூணாவது சந்தில் மம்மனிபாவின் வசிப்பிடம் இருந்தது. மம்மனிபாவுடைய அரபியின் நெருங்கிய உறவினரான அரபிக்குச் சொந்தமான வசிப்பிடம். ஆண்டு வாடகை அடிப்படையில் இப்போது நான்கு வருடமாக மம்மனிபாவின் கட்டுப்பாட்டில் உள்ளது. அவனின் பல வகை பயன்பாட்டுக்கும் உகந்த இடமாக உள்ளதால் அவன் வாடகை விசயத்தில் எந்த எதிர்வாதமும் வைத்துக்கொள்ளாமல் அப்போதே எடுத்துக்கொண்டான். முன்பக்கம் பெரிய கதவைத் திறந்து போனால் இருபதடி நீளத்துக்கு ஐந்தடி அகலத்தில் பாதை. அந்தப் பாதை சகல சௌபாக்கியங்களும் நிறைந்த ஒரு கப்பலின் அறைப் பகுதிகளுக்குள் நுழைவதைப் போலத் தோற்றமளிக்கும். பாதை முடிவில் இன்னொரு இரும்புக் கதவு. அதன் உள்ளேதான் ஐந்தாறு அறைகள். சமயலறை, சீட்டு விளையாடுவதற்கான இடம், மம்மனிபாவின் ரெடிமேட் சரக்குகள் நிறைந்து கிடக்கும் குடோன், இரண்டு படுக்கை அறைகள் எல்லாம் அதற்குள் உண்டு. சீட்டு விளையாடுவதற்கான அறை எல்லா அறைகளையும்விடக் கொஞ்சம் விசாலமானதும் சிறப்பான துருக்கி கார்பெட் விரிக்கப்பட்டதுமாகும். கொஞ்சம் திண்டுத் தலையணைகளுமுண்டு. வசிப்பிடம் வெளித்தோற்றத்தில் எந்த ஒப்பனையும் செய்துகொள்ளவில்லை. ஜன்னலற்ற அழுக்கடைந்த அந்தக் கட்டிடம் உள்ளே சில அற்புதங்களைக் கொண்டிருந்தது. சுவரின் அழுக்குத் தெரியாத அளவுக்குத் திரைச்சீலைகள் அழகோடு தொங்கவிடப்பட்டிருந்தன. வினோத

மான காகித பூக்கள் திரைச்சீலையினூடே பச்சை நிறத்திலான தோட்டமாய் அமைக்கப்பட்டிருந்தது. மேற்கூரையின் அடிப் பாகத்தில் ஒட்டப்பட்டிருந்த காகிதம் ஏராளமான நட்சத்திரங் களோடு பொய்யான ஆகாயத்தைக் காட்டியது. பல வீடுகளும் இருப்பிடங்களும் இப்படித்தான். வெளியே மினுக்கடி உள்ளே புழுக்கடி என்பது இங்கு மாறிக்கிடக்கிறது.

வெள்ளியும் சனியும் அரசு விடுமுறை நாட்கள் என்றாலும் வியாபார நிறுவனங்கள் சிறிய பெரிய கடைகள் இவற்றிற்கு வெள்ளிக்கிழமை மாலை வரைதான் விடுமுறை. எனவே இங்கு மற்றெல்லா இரவுகளைக் காட்டிலும் வியாழன் இரவுக்கு பிரத்யேகத் தன்மை உண்டு. அரபிக் கணக்கில் மகிரி[3]பிலிருந்து இரவு தொடங்குகிறது என்றாலும் வேலை செய்யும் இடத்தைப் பொறுத்து இரவின் தொடக்கம் நடு இரவு ஒரு மணிக்குக்கூட துவங்குவதாக இருக்கும். மம்மனிபாவின் அறைக்கு வியாழன் இரவின் தொடக்கத்திலிருந்தே வருகிற ஒவ்வொருவரிடமும் ஒவ்வொரு செய்திகள் இருக்கும். தகவல்களின் ரசனையைப் பொறுத்து வெள்ளைக் குதிரையிலேறி கனவுகளில் சுற்றும் இந்தியாவின் தெருக்கள் காட்சிகளாய் மணக்கண் முன்னால் தூரங்களைக் கடந்துபோய்கொண்டே இருக்கும். மம்மனிபா வின் அறையில் கடந்த வாரம் கடிதங்கள் பட்டுவாடா செய்யப் படவில்லை. போன வியாழன் இரவு யாரும் வரமுடியாத அளவுக்கு அன்றுதான் மணல்காற்று அல்லது பாலைவனப் புழுதிகாற்று வீசத்துவங்கியிருந்தது. மணல்காற்று வீசும்போது மனிதர்கள் வசிப்பிடங்களில் அடைபட்டுக்கொள்வார்கள். இந்த முறை மணல்காற்று கற்பனை செய்ய முடியாத அளவுக்கு ரொம்பவும் உக்கிரமாக இருந்தது. வழக்கமாக இரண்டு மூன்று நாட்களில் நின்றுவிடும் மணல்காற்று நான்கைந்து நாட்கள் வரை தனது இருப்பை வலுவாக்கியிருந்தது. உலகம் புரண்டு விட்டதைப் போல ஆகாய வெளி முழுவதும் மஞ்சள் மணல் துகள்கள் மூடிக்கிடந்தன. எங்கும் மௌனம். இயற்கையின் அந்த மௌனம் பயங்கரமாக அச்சப்படுத்தக் கூடியது. வீதிகளில் அபூர்வமாக நடமாடும் மனிதர்களின் நடமாட்டமும் இருக்காது. முற்றிலுமாக அடைக்கப்பட்ட அறைகளுக்குள்ளேயும் மணல் புகுந்துகொள்ளும்போது இமை விரிக்க முடியாத கண்களுக்கு முன்னால் மஞ்சள் நிறத்தில் மணல் துகள்கள் படர்ந்து பரவி நிற்பதைத் தவிர பார்வைக்கு எதுவும் தெரியாமல் போய்விடுகிறது. பாலைவனத்தில் காற்றின் சுழற்சியில் மணல்மலைகள் இடம் மாறி, தடம் மாறி வெவ்வேறு சாயல்களில் வான்மேகங்களைப் போல வடிவம் கொண்டிருக்கும். எப்போதாவது நகருக்கு

3. சூரியன் மறைந்த நேரத்திலுள்ள தொழுகை.

வரும் பதுக்கள்[4] அதன் ரசனையைப் பற்றிப் பேசிக்கொள்வார்கள். மணல் காற்று முடிந்த பத்துப் பதினைந்து தினங்களில் பெரும் வெப்பம் அல்லது குளிர் தோன்றும். காலமாற்றத்தின் அடையாளமாக ஏற்படப்போவது கடும் குளிரா அல்லது வெப்பமா என்பதை அரபிகள் மணல்காற்றை வைத்து அடையாளப்படுத்துவார்கள். கடும் வெப்பக் காலத்தில்தான் ஈச்சமரத்தின் காய்கள் பழுக்கத் துவங்கும் என்பதால் வெப்பத்துக்காகப் பதுக்கள் பிரார்த்திப்பதுமுண்டு. குளிர் காலத்தில் அரபிகள் பாலைவனத்தில் கூடாரமிட்டுக் குடும்பம் குடும்பமாகக் கூடி பாட்டு, மேளம், குதிரைப்பந்தயம், கால்பந்தாட்டம், கார்களை மணல்மேடுகளின் மீது வேகமாக ஏற்றித் தலைகீழாக மறிப்பது போன்ற வேடிக்கை விளையாட்டுகள் எந்த குறைவும் கொண்டிருப்பதில்லை.

மணல்காற்று வீசி இரண்டாவது நாளிலேயே மம்மனிபாவின் அறையில் மணல்துகள்கள் குவிந்து கிடந்தன. இத்தனைக்கும் அவன் கதவைத் திறக்கவேயில்லை. அவன் வசிப்பிடத்திற்கு ஜன்னல் கிடையாது. ஆனாலும் மணல்துகள்கள் எப்படி நுழைந்தன. குளிர்சாதன இயந்திரத்தின் இடைவெளிகளிலெல்லாம் மாவுபோல மணல்கள் நிரம்பிக் கிடந்தன. யோசித்துக் கொண்டே "எல்லாம் படைச்சவனுக்க வேலை" என்பான். இந்த வியாழன் இரவுக்குக் கடந்த வாரம் வராத நண்பர்கள் பலரும் ஆவல் கொண்டு வசிப்பிடத்திற்கு வர காத்திருப்பார்கள் என்பதால் வசிப்பிடத்தைச் சுத்தமாகத் துடைத்து எடுத்துவிட வேண்டுமென சமையல் பணிக்காரன் அனிபாவோடு மம்மனிபாவும் நின்று வேக வேகமாகச் சுத்தப்படுத்தத் துவங்கினான். சுத்தப்படுத்தும் வேலை புதன்கிழமை முழுவதையும் சுத்தப்படுத்துதலிலேயே மூழ்கடித்துவிட்ட போதிலும் வசிப்பிடம் நன்றாகவே அழகுபடுத்தப்பட்டு விட்டது.

"குட்டியாப்பா . . . ரூமு . . . ஷேவடிச்ச மூஞ்சிப்போல ஆயிட்டுப் பாத்தியளா."

அவன் ஆமோதித்துக்கொண்டு வசிப்பிடத்தின் உள்ளே சுற்றி வந்துகொண்டிருந்தவன் திடீரெனக் கூர்ந்து சூதாட்ட அறையை நோட்டமிட்டபடி

"லே . . . மக்கா . . . சீட்டு கழி ரூம்ல ஒரு அருவி செட் பண்ணணும்."

அருவியும் மயிருந்தான் என மனக்குரலில் பேசியவன் பிறகு சத்தமாக

4. பழங்குடியினர்.

“அருவி செட் பண்ணது ரெண்டாவது. முதல்ல கார்பெட்டை மாத்தணும், நல்ல நாத்தம் சகிக்க முடியலே.”

“இப்போ ரூம் ஸ்ப்ரேய நல்ல அடிச்சு வுடு. தாயிலாந்து லாட்டரியில ஒரு கோளடிச்சின்னா எல்லா கார்பெட்டையும் தூக்கி குப்பத்தொட்டியில போட்டுட்டு இன்ஷா அல்லா . . . புல் தர மாதிரி புசுபுசுன்னு துருக்கி கார்பெட்டு புதுசு வாங்கலாம்.”

கொஞ்ச நேரம் தள்ளி நின்று மம்மனிபா அறையை ரசித்தபோது இந்த வசிப்பிடத்தைப் பெயர்த்து இந்தியாவுக்குக் கொண்டுபோய்விட்டால் என்ன என்று நினைத்துச் சிரித்துக் கொண்டான். திருப்தி அவன் முகத்தில் படர்ந்து கிடந்தது. மணப்பெண்ணின் அலங்காரம்போலத் துடைக்கப்பட்ட அறை உண்மையிலேயே ஈர்த்து விடுகிற அளவுக்கு அழகாக இருந்தது. ஒன்பது மாதங்களுக்கு முன்னால் இதற்கு முந்திய மணல் காற்றில் மொத்தமாகச் சுத்தப்படுத்தப்பட்ட அறை இப்போது தான் அப்படியான துடைப்பில் மினுக்கப்பட்டிருக்கிறது. வசிப்பிடத்தின் எல்லாப் பக்கங்களிலும் நின்று தொடர்ந்து ரசித்துக்கொண்டிருந்த மம்மனிபாவுக்கு இந்த வியாழன் இரவு வழக்கத்தைவிடக் களைகட்டிவிடும் என்றே தோன்றியது.

வியாழன் இரவு இஷா தொழுகைக்குப் பிறகு மெல்ல மெல்லத் துவங்கி அதிகாலை நான்கு மணிவரையிலும் பிறகு வெள்ளிக்கிழமை தொழுகைக்குப் பிறகு இரண்டு மணியிலிருந்து ஐந்து மணிவரையிலும் வலுவான சூதாட்டத்திற்கு இசைவான மனிதர்கள் இணைந்துகொண்டால் வெள்ளி இரவும்கூட சூதாட்ட அறை தன் இயல்பின் உச்சத்திலேயே இருந்து கொள்ளும். நான்கு அல்லது ஐந்து ஆட்டங்களுக்கு ஒருமுறை புதிய சீட்டுக்கட்டுகளைப் பணியடிமை ஆட்டத்தில் போட்டுக் கொண்டே இருப்பான். பழைய கட்டுகள் ஒதுக்கப்பட்டுவிடும். எல்லாம் பிளாஸ்டிக் கட்டுகள். கையிலிருந்து வழுக்கி விழும் அளவுக்கு உருவி எறியும்போது வாளிப்பாய் சறுக்கிப் போகும். இந்த சறுக்குதலில் சமநிலை தெற்றும்போது புதிய கட்டைத் தூக்கிப் போட பணியடிமை கட்டுகளோடு சுற்றி வருவான். அவன் நீலப்படக் காட்சியில் ஈர்க்கப்பட்டு இருக்கும் தருணங்களில் மட்டும் எதையாவது ஒன்றை அவன்மீது எறிய வேண்டும். ஒவ்வொரு ஆட்டத்தின் முடிவிலும் மம்மனிபாவுக்கு சூதாட்ட அறையின் வாடகையாகவும் சீட்டுக் கட்டுகளுக்குமான செலவுக்குமாகத் தனியாகப் பத்து ரியால் தந்துவிட வேண்டும். இந்த தொகைக்கு “மேசை” என்று பெயர். ஜெயித்தவன் பணத்தில் கை வைக்கும் முன்னால் எந்தச் சலனமும் இல்லாமல் சொல்லு வான்.

“மொதல்ல மேசை.”

ஒரு செட்டில் ஐந்து அல்லது ஆறு கைகள் சில இரவுகளில் மூன்று செட்டுகள் நடைபெறும். மூன்று செட்டுகள் விளையாட்டு நடைபெறும்போது கண்கொத்திப் பாம்பாகப் பணியடிமை ஊர்ந்தும் பறந்தும் திரிந்து மேசை தொகையைக் காவல்காரனின் மனோபாவத்தோடு கைப்பற்றிக்கொள்ள வேண்டும். ஒரு செட் ஆட்டத்தில் உன்னிப்பாக இருக்கும் மம்மனிபா பிடரியிலுள்ள தனது மூன்றாம் கண் வழியாகக் கண்காணித்துக் கொண்டிருப்பான். அவனின் மூன்றாம் கண் வசிப்பிடத்தில் பிரபல்யமானது. அது குறித்து வேடிக்கையும் சீண்டலும் வசிப்பிடத்தின் கூடவே பயணித்துக் கொண்டிருக்கும். பிளாஸ் என்றால் எண்ணிக்கை கிடையாது. எல்லோரும் பிளாஸ் விளையாடுவதில்லை. கொஞ்ச நேரத்திலேயே பெருந்தொகை புரண்டுவிடும். காயங்குளம் கத்தியைக் கையில் வைத்துக் கொண்டு சுற்றுவதுபோல. குத்துவது அங்கா இங்கா என்பதைக் கணப்பொழுது தீர்மானித்துவிடும். பிளாஸ் என்றால் அறை முழுவதும் புகை மண்டலமாக இருக்கும். ஏசி அறையில் புகைபிடிக்கக் கூடாது என்கிற சுயக்கட்டுப்பாடுகள் போதையிலும் சூதின் உச்சத்திலும் கட்டவிழ்த்துக்கொள்ளும்போது அடிக்கடி ஏசியைப் பொலித்து கதவைத்திறந்து பெரிய அட்டைப் பெட்டியை வாக்காக மடித்து விசிறி சுத்தப்படுத்த வேண்டியது அறையின் சமையல்காரனான அனிபா என்கிற பணியடிமையின் வேலையாக இருந்தது.

“லே . . . மூச்சு முட்டுவு. வீசுலே.”

“சரி குட்டியாப்பா” என்றபடி வீசுவான். வீசினாலும் புகைமண்டலம் வெளியேறி விடாது. சொன்னப் பேச்சுக்காக ஐந்தாறு முறை வீசிவிட்டு ‘நாசமா போங்கோ தாயழியளே’ என்பது போல ரூம் ஸ்பிரேயை அடித்துவிட்டுப் போய்விடுவான். மம்மனிபாவைவிட அனிபா பிராயம் கூடியவன். மம்மக்கண் அனிபாவுக்கு வைத்திருக்கும் பெயர் பணியடிமை. மம்மனிபா ஒரு போன் பண்ணினால் போதும் எத்தனை பாட்டில் சாராயம் வேண்டுமானாலும் வந்துவிடும். குக்கரில் பழவகைகள், ஈஸ்ட் போன்றவைகளைப் பயன்படுத்தி காப்பர் குழாய் மூலமாக வடிசாராயம் காய்ச்சும் சில மலையாளிகள், தமிழர்கள் டோர் டெலிவரி செய்யக் கூடியவர்களாக இருந்தனர். யார் கதவைத் தட்டினாலும் லென்ஸ் வழியாகப் பார்த்து அஜ்னபியா அரபியா என உறுதி செய்துவிட்டுத்தான் பணியடிமை கதவைத் திறக்க வேண்டும்.

ஒரு லிட்டர், இரண்டு லிட்டர் பிளாஸ்டிக் பாட்டல்களில் தண்ணீர் சாயலுடன் கூடிய சாராயம் வந்துவிட்டால் பிறகு

குடியோடு சூதாட்ட அறையின் தொலைக்காட்சியில் நீலப் படம் ஓடத் துவங்கிவிடும். மம்மனிபாவின் அறையில் நானூறுக்கு மேற்பட்ட நீலப்பட ஒளி நாடாக்கள் இருந்தன. பல மாறுபட்ட ஒளி நாடாக்கள் அமெரிக்க ராணுவக் கேம்பில் டிரைவராக வேலை பார்க்கும் ஜமால் அங்கிருந்து கொண்டுவந்ததுதான். அவன் வரும்போதெல்லாம் புதிது புதிதாகக் கொண்டுவருவான். விமான நிலையத்திலிருந்து அமெரிக்க முகாமுக்கு வருகிற பெட்டிகளைப் பரிசோதனை செய்யக் கூடிய ஆற்றலை அவர்கள் பெற்றிருக்கவில்லை. மது குப்பிகள், நீலப்படம், பன்றி இறச்சி முதலியன இப்படித்தான் நாட்டுக்குள் வருவதாக ஜமால் சொல்லிக்கொண்டே இதை விட்டுவிட்டு, இவனுவோ இந்தியாவி லிருந்து வருகிற தமிழ்ப் புத்தகங்களில் நடிகைகளின் படங்களில் தெரியும் மார்பு விளிம்புகள், தொப்புள், இடை, தொடை போன்ற பகுதிகளில் தணிக்கை செய்யும் விதமாகக் கறுப்பு மை பூசுவதையும் விமான நிலையத்தில் இதற்கென முத்தவ்வாக் கள் இருப்பதையும் அவர்கள்தான் இந்த மை பூச்சு வேலையைச் செய்து நாட்டின் கண்ணியத்தைக் காப்பாற்றுகிறார்கள் எனக் கேலியாகச் சிரித்துக்கொண்டே நீளத்துக்குப் பேசுவான். சிரிக்கச் சிரிக்கப் பாடுபேசுபவர்களில் ஜமாலும் ஒருவன். எப்போதாவது தான் வருவான். மாதத்துக்கு ஒருமுறை அல்லது ரம்சான் பக்ரீத் போன்ற விடுமுறை நாட்களில் வரும்போது அவனிடம் கதை கேட்க ஒரு கூட்டம் வந்துவிடும். அமெரிக்க டிபன்ஸில் வேலை பார்க்கிற கௌரவத்திமிர் ஜமாலின் பேச்சிலுண்டு.

“எங்கிட்ட மட்டும் மூஷாக்க அஷா கோல் இருந்துன்னா . . . ஃபிர்அவுனுக்க மந்திரவாதியிட்ட இருந்த கம்பு பாம்பா மாறுன தும் மூஷாக்க அஷா கோல் பெரிய பாம்பா மாறி தூக்கி முழுங்கிச்சில்லா. அது மாதிரி இவனுவள முழுங்கிருவேன். இவனுவள மாதிரி வெவஸ்த கெட்டவனுவள. (இவனுவள மாதிரி வெவஸ்த கெட்டவனுவள எனச் சொல்லும்போது பார்வையைக் கூர்மையாக மம்மனிபாமீது வைத்திருந்தான்.) துனியாவுல பார்க்க முடியாது. ரொம்ப நல்லவனுவோ, வேல மண்ணாங்கட்டி இல்லாம இங்க கெடந்து நொட்டுரோம்.”

நொட்டுரோம் என வலது கையின் ஆட்காட்டி விரலை நீட்டியபடி இடதுகையில் வினோதமாகத் தட்டி நீட்டிய விரல் மம்மனிபாவின் முகத்துக்கு நேராய் நின்றபோது அந்த அசிங்க மான விரல் நீட்டலில் மம்மனிபாவின் பதட்டம் கூடிப்போனது. ஜமாலின் நக்கலானப் பேச்சும் விரல் நீட்டலும் மம்மனிபாவுக் குள் வெப்பிராளத்தை உண்டாக்கியபோது தாமதிக்காமல் அது மாதிரியே போட்டிக்கு விரல் நீட்டி,

“அந்த மண்ணாங்கட்டிய சொல்லாதே. விரலு மயிற நீட்டுறே அரபு நாடு இல்லண்ணா நம்மாளு நிறைய பேரு ஊர்ல தெண்டிதான் நடக்கணும். இந்தியாவுலே எவண்டே வேலை தருவான். உனக்க வாப்பா மில்லு தொறந்து வச்சிருக்காரா. பண்ணி மேய்க்க லாயக்கில்லாதவன்கூட ஊர்ல தோப்பும் வயலும் வாண்டிபோட்டிருக்கான்.”

“காக்கா . . . ஒங்களயா சொல்லியோ.”

“பரியாச மயிரு வேண்டாம்.” வெப்ராளத்தில் நிலை குலைந்து ஆத்திரமாய் மம்மனிபா கைசீட்டிலிருந்து இஸ்பேடு குலானை இறக்கிவிட்டபோது காத்திருந்தவன் போல மம்மக்கண்,

“மம்மனிபா நீ வாழ்க . . . உன் குலம் வாழ்க . . . கடைசியில் நாசமாக போக . . .” என இஸ்பேடு குலானை எடுத்து முத்தமிட்டுக் கொண்டே அவன் கைச் சீட்டில் சொறுகிச் சேர்த்துக்கொண்டு ஆட்டின் எட்டை கமுத்தி வைத்துக்கொண்டு கைச்சீட்டை மலத்தியபடி டிக் என சப்தம் செய்து சிரித்தான். சிரிப்பினூடே ஆட்டையில் கிடந்த ரியால்களை தன்பக்கம் இழுத்துக்கொண்ட போது மம்மனிபா அதே உக்கிரத்தில் “மேசை” என்றான்.

மம்மகண்ணின் டிக் என்ற குரலும் மம்மனிபாவின் மேசை என்ற குரலும் தாமதமின்றி ஒன்றோடொன்று கலந்திருந்தது.

“உனக்க மேசை எனக்கு மயிரு.”

“லே . . . குடிச்சா கொடல்ல கெடக்கணும். உம்மாக்கும் பொண்டாட்டிக்கும் வித்தியாசம் தெரியணும். கூடுதல் பேசப்புடாது.”

அறையில் ஒன்றிரெண்டு பேர்தான் மம்மனிபாவைப் பெயர் சொல்லிக் கூப்பிடக் கூடியவர்கள். மற்றபடி சிலர் மாமா, குட்டியாப்பா, மச்சான் என்று உறவு முறை சொல்லியே அழைப்பார்கள். மம்மக்கண் “லே . . . மேசை” என்பான். பணியடிமை நேரில் குட்டியாப்பா என்றும் மம்மனிபா இல்லாத நேரங்களில் பிண்டாச்சிமவன் என்றும் யமனியும் ஒன்றிரெண்டு சூடான்காரர்களும் முதலாளி என்றும் அழைப்பார்கள். மாதம் ஒரு தொகையை சம்பளமாகப் பெற்றுக்கொள்ள தமாமில் இருந்து வந்துபோகும் மம்மனிபாவின் அரபி மட்டும் அவனை சதிக்[5] என்று அழைக்கிறான்.

வசிப்பிடத்திலுள்ள சூதாட்ட அறையில் ஜமால் கொண்டு வந்த புதிய நீலப்படம் ஓடிக்கொண்டிருந்தது. அது ஒரு கூட்டுப் புணர்ச்சிக் காட்சியாக ஓடிக்கொண்டிருந்ததைப் பணியடிமை இமைக்காமல் பார்த்துக்கொண்டிருந்தான். குளிர்சாதன

5. நண்பன்.

இயந்திரத்தின் இதமான குளிரும் துருக்கிக் கார்பெட்டின் மிதமான உஷ்ணமும் கலந்த கலவையில் வழக்கம்போல எல்லோரும் உண்டு. இளங்கடை மிட்டாய் பாயை முதன்மை யாகக் கொண்டு ஒரு குழு ரெம்மி விளையாடிக்கொண்டிருந்தது. ஜெயிப்பவன் இன்று மற்றவர்களிடமிருந்து கார்டுக்கு ஐந்து ரியால் பெற்றுக்கொள்ளும் முறையில் சூதாட்டம் அமைக்கப் பட்டிருந்தது. முதல் ரெம்மி, இரண்டாம் ரெம்மி கண்டிப்பாக இருக்க வேண்டும். இல்லையென்றால் பதிமூன்று கார்டுகளுக்கும் ரியால் கொடுக்க வேண்டும். சூதாட்ட ஞானமுள்ள மிட்டாய் ரியாலை இழுத்து இழுத்துத் தனது கால்மாட்டில் குவித்துக் கொண்டிருந்தான். சீட்டு வசப்படாமல் மம்மக்கண் தொடர்ந்து தோற்றுக்கொண்டிருந்த தோல்வியின் எரிச்சலில் தனது பின்பக்க மிருந்த சாராயப் பாட்டிலை எடுத்து அன்னாந்து குடித்தவனின் கூர்மை கொஞ்சம் கொஞ்சமாகக் குறைந்து ஞானம் பிசகிய போது கடைசி ஆட்டத்திலும் தோற்றுச் சுருண்ட அவன் அப்படியே துருக்கிக் கார்பெட்டில் சாய்ந்து விழுந்தான். இப்போது தொலைக்காட்சிப் பெட்டியில் இராணுவ உடையில் சிலர் கூடிப் புணர்ந்துகொண்டிருந்தனர். பணியடிமை பொறுக்க முடியாமல் எழுந்து இராணுவ உடையை வேகமாக அணிந்து கொண்டு கம்பீரமாகப் பாத்ரூமை நோக்கி மெல்ல நடந்தான்.

"பாத்ரூம்ல நிறைய தண்ணி உடணும்."

மம்மனிபா சத்தமாகச் சொல்லும்போது அறையின் தொலை பேசி மணி அடித்தது.

"காக்கா . . . நான் . . . ஃபைசல் . . . மம்மலி சொன்னாரு . . . டெய்லர் அஹமது ஞாயிற்றுகிழமை வந்தாம்னா, நான் திங்கக் கிழமை போலீஸ்ல மாட்டலாம்னு இருக்கேன். போட்டோ பார்த்தியளா. பொண்ணு எப்படி இருக்கு?"

"நான் கவர பிரிக்கல. அஹமது நாளைக்கு நைட்ல கிளம்புறான். காலையில மம்மலிய பலது[6]க்கு அனுப்பி வை."

"சரி காக்கா . . . பலது கண்ணாடி பில்டிங் . . . பக்கம் . . . புரோஸ்ட் கடைக்கிட்ட வந்து நிப்பாரு."

"ம்."

"இந்தியாவுல வேற என்ன விசேசம்?"

"பெரிய விசேசமா ஒன்னும் இல்ல. ஊருல்ல இரண்டு பேருக்கு கல்யாணமாயிருக்கு. மூணு பேரு மரிச்சுருக்காவோ. அப்புறம் முக்குவூட்டு சலாமுக்கு ரெட்ட பிள்ள பிறந்திருக்கு. போறாத குறைக்கு தேவகவுடா பிரதமராயிருக்காரு."

---

6. இடத்தின் பெயர்.

“யாரு அவரு . . ?”

“எவனுக்குத் தெரியும்? கர்நாடகாவுல முதலமைச்சரா இருந்தாராம் நம்ம அன்புக்க அண்ணன் கவுதமன் தினமணி வச்சிருந்தான். போட்டாவ பார்த்தேன். வேட்டியும் சட்டையும் போட்டுக்கிட்டு நம்ம பலசரக்கு கடை பாண்டிக்கார அண்ணாச்சி மாதிரி இருக்காரு.”

சிரித்துக்கொண்டான்.

“ம் . . . நீ ஊருக்கு போனதும் கூப்பிடு.”

ஃபைசல் இப்போது ஆறுமாதமாக ஜித்தாவின் ஷரஃபியாவில் இருக்கிறான். ரியாத்துக்கும் ஜித்தாவுக்குமிடையே நீண்ட தொலைவு உண்டு. ஃபைசல் முதலில் ஐந்து மாதமாக ரியாத்தில் துவைஜி வீட்டில் வேலை பார்த்தான் என்று சொல்ல முடியாது. அங்கு துவைஜியிடம் கொத்தடிமையாகச் சிக்கியிருந்தான். அங்கிருந்து தப்பியபோது தாயிபில் கொஞ்ச நாட்கள் இருந்துவிட்டு மம்மனிபாவின் ஆலோசனையில் பேரில் தெஹ்ரான் வந்து அல்–ஹாஸாவில் மம்மனிபாவின் வசிப்பிடத்துக்குள் வந்து விழுந்திருந்தான். கிட்டத்தட்ட நாலு வருடங்கள். பூமி அவனைக் கொண்டு அப்படித்தான் சுற்றியது.

அடையாளமற்று வசிப்பவர்கள் போலிஸில் பிடிபடும் போதோ அல்லது திட்டமிட்டுப் போலிஸில் பிடிபட்டோதான் சொந்த நாட்டுக்குப் போக முடியும். அப்படிப்பட்டவர்களுக்குத் தமாமைவிட, ரியாத்தைவிட, ஜித்தாவே சிறப்பானது. இந்தத் திட்டத்தோடு ஃபைசலின் விருப்பத்தினடிப்படையில் மம்மனிபாவின் ஏற்பாட்டில் ஜித்தாவுக்கு அவன் ரகசியமாகப் புறப்பட்டுப் போயிருந்தான். கிட்டத்தட்ட ஏழு மாதங்களுக்கு முந்திய ஒரு இரவில் மம்மனிபாவின் அரபி பேரத்தின் முடிவில் ஆயிரம் ரியால் கைக்கூலி வாங்கிக்கொண்டு ரகசியப் பயணத்துக்கு ஏற்பாடு செய்து கொடுத்திருந்தான். டெய்லர் அஹமதிடமும் ஷியா அரபி அலியிடமும் விடைபெற்றுக்கொண்ட அந்த இரவில் இது தனது வாழ்வின் கடைசி ரகசியப் பயணமாக இருக்க வேண்டுமென்று பிரார்த்தித்துக்கொண்டான். மம்மனிபாவின் அரபி காரின் பின் இருக்கைக்குக் கீழே அவன் பதுங்கிக் கிடந்துகொள்ள ஒரு வடிவமைப்பை ஏற்பாடு செய்து மக்காவுக்குப் பயணிப்பவன்போலத் தந்திரமாக அரபி தமாமிலிருந்து தன்னுடைய காரில் ரியாத் செக்போஸ்ட் தாண்டிக் கொண்டு போய் ஃபைசலைப் பாதுகாப்பாக ஜித்தாவுக்கு அனுப்பி வைத்திருந்தான்.

இப்போது ஃபைசலின் ஓர்மையிலிருந்து நகர்ந்து மம்மனிபா அறையைச் சுற்றிலும் பார்த்தான். வசிப்பிடம் நிசப்தமாக

இருந்தது. குளிர்சாதன இயந்திரத்தின் மெல்லிய இரைச்சல் மட்டும் வசிப்பிடத்தை நிறைத்துக்கொண்டிருந்தது. மம்மக்கண் சூதாட்டத் தோல்வியின் மன வலியாலும் ஆத்திரத்தில் அன்னாந்து குடித்த குடியாலும் எழும்பவில்லை. உடம்பை உலுக்கிப் பார்த்தபோது அசைவற்று அவன் நல்ல போதையில் மிருகத்தைப் போலக் கிடந்தான். மிட்டாயும் ஏகதேசம் அப்படித் தான் கிடந்தார். மிட்டாய்க்கும் மம்மக்கண்ணும் ஜெயித்தவன் தோற்றவன் என்ற வேறுபாட்டைத் தவிர அவர்களின் கிடப்பில் வித்தியாசம் தோன்றவில்லை. நான்கைந்து முறை உசுப்பிப் பார்த்த மம்மனிபா உசுப்புதலை விட்டுவிட்டு மிதமான போதையி லிருந்த தன்னுடைய சரீரத்தைச் சரித்துகொள்ள முயன்றபோது தான் மிட்டாயின் கால் பக்கத்தில் சூதாட்டத்தில் ஜெயித்த ரியால்கள் குவிந்து கிடந்தன. மம்மனிபா கண்களை அகல விரித்துக் கூர்ந்து பார்த்தான். குவிந்து கிடந்த ரியால் நோட்டு களின் வட்டத்தில் சிக்கிக் கிடந்த கிங்ஃபகதின் புகைப்படம் அசைவோடு மெல்லப் பேசத் துவங்கியது.

'என்னா ... மம்மனிபா எனக்க நாடு கொள்ளாமா ... உனக்கு மனசுக்குப் புடிச்சிருக்கா ...'

'ரொம்ப பிடிச்சிருக்குத் தங்கம். உனக்க ஒரு ரூபாய் எங்களுக்கு பனிரெண்டு ரூபாய். பிடிக்காதா என்ன ...'

மன்னர் சிரித்துக்கொண்டார்.

குவிந்து கிடந்த ரியாலைப் பார்த்துக்கொண்டே மம்மனிபா தயங்கினான்.

'தயக்கம் காரியங்களைத் தடை செய்துவிடும். ஏதாவது எடுத்துக்கொள்.'

யாரும் கவனிக்கவில்லையென்றாலும் சுற்றிலும் பார்த்துக் கொண்டே நூறு ரியால் நோட்டைக் கையில் எடுத்தான்.

'அட ஷுசுப் பயலே ... கொளுத்த ஆடுகள்தான் முதலில் அறுபட வேண்டும். இருப்பதிலேயே பெரிதை எடுத்துக்கொள்' என்றபடி மம்மனியாவைப் பார்த்து மெல்லக் கண்ணடித்து மன்னர் சிரிக்கத் தொடங்கினார். சிரிப்பு நிஜமானதா அல்லது பிரமையா என்பதை குறித்த ஐயப்பாடு தோன்றியபோது சிரிப்பை உறுதி செய்துகொண்டு ஐநூறு ரியால் ஒன்றைக் கையில் எடுத்துக்கொண்டு உற்றுப் பார்த்தான். கொளுத்த ஆடாக அந்த ரியால் நோட்டு கனத்தபோதும் வசிப்பிடம் நிசப்தமாக இருந்தது.

2

ஃபைசல் ஜித்தாவுக்கு வந்த புதிதில் பார்த்ததைவிட செங்கடல் இன்று உக்கிரமாக இருக்கிறது. இதற்கு முன்னால் சிலமுறை இரவு களில்தான் அவன் செங்கடலைப் பார்த்திருக் கிறான். ஒன்றிரெண்டு வியாழன் இரவுகளில் பிரபு வின் லிமோசினில் ரகசிய பயணமாகப் பயந்து பயந்து வந்துபோனது. ரசனையும் பயமும் சம அளவில் கலந்து கிடந்த வெளியுலகத்தின் பல இரவுகளோடு தொடர்புடைய இரவாக அது இருந்தது. அலையின் பேரொலியும் காற்றில் மெல்லிய சாரலைப் போலத் தெறித்து விழும் உப்பு நீரின் கச்சமும்தான் அவனுக்குச் செங்கடலின் ஞாபகமாக இருந்தது. கரையோரத்தில் செம்மண் பகுதியில் மழை பெய்து ஓடும் புது வெள்ளம் போலவும் தூரம் போகப் போகக் கருமை கொஞ்சம் கொஞ்சமாகக் கூடிக்கொண்டேபோய் ஆகாயத்தை ஒட்டித் தொடுவானத்தின் கீழே செங்கடல் கருநீலம் பாவித்துக் கிடக்கும். இது பகல் பொழுது என்பதால் கடலின் பெருவெளியெங்கும் கானல்நீர் வியாபித்துக் கிடந்தது. கடலின் பரப்பில் பகல்பொழுதில் பரவிக் கிடந்த நிறங்களின் அதிசயம் இப்போதுதான் அவனால் பார்க்கப்படுகிறதென்பதால் அவன் பார்வையை நீண்ட நேரம் செங்கடலிலிருந்து மாற்றிக்கொள்ளவில்லை. செங்கடலுக்கப்பால் எகிப்தும், சூடானும், எத்தோப்பியா, எரித்திரியா நாடுகளும் செங்கடலுக்குக் கீழே சோமாலியாவை ஒட்டி இந்தியப் பெருங்கடல் பரந்துவிரிந்து கிடப்பதை அவனால் துல்லியமாக அடையாளமிட இயலவில்லையென்றாலும் உக்கிரமாக இருக்கும்

செங்கடலை நீண்ட நேரமாக வெறித்துப் பார்த்துக்கொண் டிருந்தான். அவன் மனம் இங்கிருந்து ஓடத் தயாராகிக் கொண்டிருந்தது.

ஜூலை மாதத்தில் சின்னவிளைக் கடல் கறுத்து அதன் முகம் ரொம்பவும் கொடூரமானதாகத் தோன்றும். டிசம்பர் மாதத்தில் அது குழந்தையாக மாறிக் கிடக்கும். ஐ.ஆர்.இ.யின் மணல் மலையிலோ குருசுப்பாறையிலோ அமர்ந்து கடலின் இந்த விளையாட்டை ரசித்து மகிழ்ந்த நினைவு வழியாக முதன்முதலாக பகல்பொழுதில் செங்கடலை தரிசித்தபோது அது ஜூலை மாத சின்னவிளை கடலைவிடவும் கொடூர மானதாகத் தெரிந்தது. மணல் மேடுகள் இல்லாத இந்த பிரதேசத் தில் அவன் பார்வைக்குரிய கடலாகச் செங்கடல் மட்டுமே இருந்தது. கடல் போலவே பரந்து கிடக்கும் ஊரின் பெரிய குளத்தில் உள் நீச்சல் வெளி நீச்சல் எல்லாம் அவனுக்கு அத்துபடி. அது அவனுக்குப் பயம் தெரியாத காலம். அலைகள் மட்டும் இல்லையென்றால் இந்தக் கடலிலும்கூட அப்படியே நீந்திவிடலாம். கோடை காலங்களில் நீர் வற்றி வறண்டு கிடக்கும் பெரிய குளத்தின் நிலப்பகுதி பரிச்சயப்பட்டதால் நீர் நிரம்பித் ததும்பும் காலங்களிலும் பயம் தோன்றுவதில்லை. ஆனால் அடுத்தப்பக்கம் தெரியாத கடல் அப்படி இல்லை. இங்கிருந்து அவனின் நேர்பார்வைக்கு எதிரே சூடானோ எரித்திரியாவோ பார்வைக்குப் புலப்படாமல் எங்கோ தூரத்துக் கரையில் ஒட்டிக்கிடக்கிறது. ஊரின் திசைகள் போல அனிச்சையாக இங்கு கிழக்கும் மேற்கும் வடக்கும் தெற்குமான திசைகள் அவனுக்கு வசப்படவில்லை. இந்தக் கடலுக்குள் என்னவெல்லாம் கிடக்கிறதோ யாருக்குத் தெரியும். பாறைகள், பெரும் மீன்கள் விதவிதமான கடல் விலங்குகள். படச்ச ரப்பே . . . பெரிய குளம்போல இந்தக் கடல் வற்றி வறண்டு இதன் நிலப்பகுதி தெரிந்தால் விசா, அரபி மயிரு மண்ணாங்கட்டி எல்லாம் தூக்கி எறிந்துவிட்டு ஓரே ஓட்டம். தடம் பார்த்து ஓடி ஓடி சின்னவிளை கடற்கரையிலேறி ஜாஸ்மீனுக்கு அவளின் காது மடலின் கீழே கூந்தலை விலக்கி ஒரு முத்தம் வைத்துக் கொடுக்கலாம்.

அவன் முத்தமிட்ட கணப்பொழுதிலேயே அவள் தேவ லோகத்துப் பெண்ணாக மாறிப் போனாள். இதயத்தின் ஏதோ ஒரு மூலையிலிருந்து காட்சி உருப்பெற்றுக் கண்களுக்கு முன்னால் திரை கட்டிக்கொள்கிறபோது கருவிழி நிலைகுத்திக் கொள்கிறது. காட்சியின் இன்பத்தில் அவன் லயிப்பை விட்டுவிடவில்லை. இமை தட்டிய கணப்பொழுதில் அவள் விலகி ஓடுகிறாள். சட்டென எட்டிப்பிடித்து மார்போடு அணைத்துக்கொண்டான்.

புகைப்படம் கசங்கிவிடுமோ என்ற அச்சத்தில் அவளை விட்டு விட்டுச் சட்டைக்குள் கிடந்த அவளின் புகைப்படத்தை மெல்ல எடுத்துக்கொண்டான். தான் இருக்கும் நிலையும், துயரம் துரத்தும் இந்த நேரத்திலும் தன்னால் எப்படி சிறகடிக்க முடிகிறது. ஏகப்பெருவெளியில் கம்பமற்ற கடலின்மீது காகமதுவானேன் கண்ணே ரஹ்மானே என குணங்குடியாரின் வரிகளுக்குள் உறவாடிய அவன் தனது நீண்ட தாடியைத் தடவி மெல்லச் சிரித்துக்கொண்டே புகைப்படத்திலிருந்த ஜாஸ்மீனோடு பேசத் துவங்கினான்.

ஐந்து தினங்களுக்கு முன்னால் காலையிலேயே மம்மலியைப் படாத பாடுபடுத்தித் துரத்திவிட்டதும் இரண்டு ரியால் பஸ்ஸில் போக இருந்த மம்மலியைக் கள்ள டாக்சியில் போகச் சொல்லிவிட்டு அவன் போன பிறகு இருபதடி சுற்றளவை இருநூறு முறை நடந்தும், இரும்புக் கதவின் லென்ஸில் கண்களைக் குவித்துவைத்திருந்த காத்திருப்பும் அவனுக்குப் பெரும் அவஸ்தையை உண்டு பண்ணியிருந்தது. துவைஜி வீட்டிலிருந்து தப்பியோடிய அந்த நடு இரவில்கூட அவன் இவ்வளவு பதட்டமடைந்திருப்பானாத் தெரியவில்லை. கழற்றிப் போடப்பட்ட உடைபோல குழைந்திருந்தான். எப்படி இருப்பாள். இனி என்னோடு எல்லாமுமாக இருக்கப்போகிற அவள். வசிப்பிடத்தில் ஃபைசலின் நிலைகுத்திய வினோத இருப்பைப் புரிந்துகொண்டே காசர்கோடு மலையாளி சவுக்கத்,

“எடா மம்மலி போட்டோவ கொண்டுட்டு நாட்லேக்கு போவுல்லா. இவிட தன்னே கொண்டு வரும். ஆத்தியம் நீ கக்கூசுலேக்கு போய் நல்லது போல தூறுடா” எனப் பரிகாசமடித்துச் சிரிக்கத் துவங்கி இருந்தான். பரிகாசத்தைக் கண்டுகொள்ளாமலேயே ‘போ புல்லே’ என்பது போலத் தனது வினோத இருப்பிலிருந்த அவன் கொஞ்சமும் அசங்கவில்லை. நாசர், நாசரைத் தொடர்ந்து மிஷிரி அஷரபு எனக் கேலிப் பேச்சுகள் அறையைச் சுற்றிக்கொண்டிருந்தன. அஷரபு குரல் ஃபைசலுக்கும் முகம் நாசருக்குமாக வைத்துக்கொண்டு அரபியில் சொன்னான்.

“அவள் மாலையில் பூக்கும் மலரைப்போல இருப்பாள். நைல் நதியின் மேல் பறக்கும் பறவைபோலச் சிறகடிப்பாள். கூருலீன்கள்[1] போல குலையாத கனத்த மார்பகங்களைக் கொண்டிருப்பாள்.”

நாசர் ரசனையோடு கண்களை மூடிக்கொண்டிருந்தான்.

---

1. சொர்க்கத்து தேவதை.

செய்தூண் எண்ணெயில் குழைக்கப்பட்ட பாலைவனத்தின் மணல்போல எழில் மேனி கொண்டிருப்பாள்.

அரபுக் கவிஞனே பேச்சை நிறுத்து இதற்கு மேல் பேசினால் அவன் வருங்கால மனைவி குறித்து நாம் விபரீதக் கற்பனைக்குப் போய்விடுவோம். புகைப்படம் வரட்டும் பார்த்துவிட்டு பேசலாம்.

முக்கால் மணி நேரத்துக்குள் மம்மலியின் மறு வருகை நிகழ்ந்துவிட்டது. அவன் அறைக்குள் நுழைந்தவுடனேயே கவரை வாங்கி வேகமாகச் சமையலறைக்குள் ஃபைசல் ஓடினான். சமையலறை வாசலைக் கடந்து சவுக்கத்தும் அஷரபும் நாசரும் "ஃபைசலே" என அவனைச் சுற்றி வட்டமிட்டுக் கொண்டனர்.

அஷரபு நைல் நதியின் சுற்றுலாப் படகில் சுழன்றாடும் சுழல் நடனக்காரனான அவன் தம்பி போல ஆடினான். அஷரபின் உற்சாகமான நடனத்தை நாசரும் சவுக்கத்தும் கைத்தட்டி உற்சாகப்படுத்திக் கொண்டிருக்கும்போதே ஃபைசல் மெல்ல நகர்ந்து கதவுக்குப் பின்னால் மறைந்துகொண்டு புகைப்படத்தைப் பார்த்துக்கொண்டே படத்துக்குப் பின்னால் எழுதப்பட்டிருந்த ஜாஸ்மீன் என்ற அவள் பெயரை வாசித்தபோது அவனுக்கு அந்த பெயர் ரொம்பவும் பிடித்தமானதாகத் தோன்றியது. புகைப்படத்திலிருந்து பார்வையை இன்னும் அவன் மாற்றவில்லை.

சமையலறையில் அஷரபின் அற்புத நடனத்தை விட்டு விலகாமல் நண்பர்கள் லயித்துக்கொண்டே கூடி ஆடிக்கொண்டிருந்ததால் ஃபைசலைக் கண்டுகொள்ளாமல் சுழன்றாடும் அஷரபின் நடனத்தைச் சுற்றி நின்று சுதியேற்றிக்கொண்டிருந்தனர். ஜாஸ்மீன் புகைப்படத்தில் கண் சிமிட்டாமல் பார்த்துக் கொண்டிருந்தாள். இந்த புகைப்படங்கள் எவ்வளவு பெரிய உறுதுணையாகி விடுகின்றன. குடும்பப் புகைப்படத்தை வைத்துக் கொண்டு துவைஜி வீட்டில் எத்தனை இரவுகள் புகைப்படங்களோடு அவன் பேசியிருக்கிறான். யாருமற்ற தனிமையில் அந்த பேச்சும் பதிலும் பைத்தியகாரத்தனங்களைக் கடந்துபோய் விடும். மம்மனிபா அறையில் பணியடிமை புகைப்படங்கள் வழியாகத்தான் அவன் குழந்தைகளைக் கொஞ்சிக்கொண்டிருப்பான். காட்சிகள் பதியப்பட்ட வீடியோ கேசட்டும், புகைப் படங்களும் இந்தியாவிலிருந்து வருகிறபோது பேரானந்தங்களை உண்டுபண்ணிவிடும். யோசித்துப் பார்த்தால் சிலது ரொம்பவும் அற்பமானதுதான். தாயிபு சூப்புக் கடையில் பாலஸ்தீனி டிரைவர் பொதிந்து கொண்டுவந்த பொதியின் துண்டுக் காகிதம் கிழிக்கப்பட்ட ஒரு தமிழ் நாளிதழின் பகுதி என்பதை ஃபைசல் அப்போது கண்டுகொண்டு எடுத்துப் பார்த்தபோது அவன்

முகம் பிரகாசமாகி ஆனந்தப்பட்டுப் போனான். கால வெளியில் ஞாபகங்கள் நீண்ட தொலைவில் கிடந்தாலும் இப்போதும் எப்போதும் நெருக்கத்தில்தான் கிடக்கிறது.

தாயிபுவின் சூப்பு கடையிலிருந்து வெளியேறி அல்ஹாசா புறப்பட்டுப் போகும்வரை அந்த பத்திரிகை துண்டுக் காகிதம் அவன் வசம் பொக்கிஷமாக இருந்தது. இத்தனைக்கும் அந்த துண்டுக் காகிதத்தில் பெரிய செய்திகள் இல்லை. ஒரு பக்கம் வரி விளம்பரம் அதுவும் கொடுமையான வரி விளம்பரம். வசியப்படுத்தும் சண்டாள மைபற்றிய வரி விளம்பரமும். முழு எழுச்சிக்கு மூன்று மண்டல மாத்திரை. எ.பி.சி. என மூன்று பிரிவுகளில். ஆண் உறுப்பைப் பெரிதாக்கும் சிகிச்சை விளம்பரமும் மூலமா கவலை வேண்டாம் என தலைப்பிட்டு அது தொடர்பான ஆறுவரி சிகிச்சை விபரமும். பின்னால் அன்றைய தேதியில் பனிரெண்டு ராசிகளுக்குமான பலனும் இருந்தது.

பத்துப் பனிரெண்டு முறை படித்துப் படித்து அதை வீசி விடாமல் வைத்திருப்பதைத் தொடர்ந்து பார்த்துக்கொண்டிருந்த சூப்பு கடை முதலாளியான பாகிஸ்தானி "என்ன நண்பா அதில் என்ன செய்தி . . . புனித நூலைப் போல தினமும் படிக்கிறாய்."

அவனிடம் என்ன சொல்ல. ஆணுறுப்பைப் பெரிதாக்கும் சிகிச்சை பற்றிச் சொன்னால் சிரிப்பான். ஆனாலும் பதில் சொல்ல வேண்டும். இவனுக்கு என்ன பதில் சொல்லலாம் என யோசித்துக்கொண்டே இவனுக்கு ஒரு சிறப்பான செய்தியைச் சொல்ல வேண்டும் என மனதுக்குள் சிறப்பானவைகளைத் தேடிக்கொண்டிருந்தபோதும் விடாமல் நச்சரித்துக்கொண்டிருந்த பாகிஸ்தானி சட்டெனக் கேட்டுவிட்டான்.

"உண்மையிலேயே இது உன் மொழியிலுள்ள பத்திரிக்கை தானா?"

ஃபைசல் பதில் பேசாமல் மௌனமாக இருந்தான். மௌனம் அவனை நகர்த்திவிடும் என்ற நம்பிக்கை தோற்றுப்போனது. அவன் ஏதோ தீர்மானித்துக்கொண்டு நிற்கிறான் போலும். மீண்டும் மீண்டும் கேட்டான். எரிச்சலோடு ஃபைசல் "என் மொழியின் பத்திரிகைதான். ஆனால் எங்கள் பத்திரிகை எதுவும் எங்களுக்கானதல்ல."

"இது என்ன அதிசயமா . . . உலகம் முழுவதும் அப்படித் தான். இருக்கட்டும் அதிலுள்ள செய்தியைச் சொல்."

"இது உனக்கு சொன்னாலும் புரியாது. விவரித்து சொல்லக்கூடிய அளவுக்கு உன்னுடைய உருது மொழியில்

எனக்கு ஞானம் இல்லை. எல்லாம் மருத்துவக் குறிப்புகள். எங்கள் நாடு பெரிய வல்லரசு என்பதை நீ அறிவாய்." வேண்டு மென்றே அவனை உசுப்பினான். பதிலுக்கு வழக்கம் போல பாகிஸ்தானி மிகக் கேலியாகச் சிரித்தான்.

"எதற்காக நீ இப்படி சிரிக்கிறாய்? உன்னுடைய இப்படி யான சிரிப்பு எனக்குப் பிடிக்கவில்லை. உன் நாட்டைவிட எங்கள் நாடு வலிமையானது என்பதை நீ ஒத்துக்கொள்ளத் தான் வேண்டும்."

"உனக்கு திருப்தி ஏற்படுமென்றால் ஒத்துக்கொள்கிறேன்."

"அப்படியெல்லாம் நீ விட்டுத் தரவேண்டிய அவசிய மில்லை. என் மொழியிலுள்ள காகிதம் நான் படிக்கிறேன். நீ ஏன் நோண்டி நோண்டி கேட்கிறாய்?"

"நண்பா அதில் என்ன என்றுதான் கேட்டேன்."

"அதான் சொல்லிவிட்டேனே. மருத்துவக் குறிப்புகள் என்று."

"அப்படியா எனது ஆசனவாய்க்கும் விதைபைக்கும் மத்தியில் அடிக்கடி ஒரு கட்டி வருகிறது. அதற்கான மருந்து அந்த குறிப்பில் உண்டுமா இருந்தால் தெரிவியுங்கள். எனக்கு உதவியாக இருக்கும்."

"உன் கேலி மண்ணாங்கட்டியை நிறுத்திக்கொள்ள வேண்டும்."

"நண்பனே எரிச்சல் பட வேண்டாம். நீயும், நானும் இஸ்லாமியர்கள்."

"அப்படியெல்லாம் இல்லை. நான் இந்தியாவிலுள்ள இஸ்லாமியன்."

"சரி இருக்கட்டும். உன் இப்போதைய இந்தியாவும் எங்கள் பாகிஸ்தானும் தொட்டடுத்த ஆப்கானிஸ்தானும் சேர்ந்ததுதான் உன் பழைய இந்தியா."

"என் பிறப்புக்கு முந்தைய கதைகளைப் பற்றிய கவலை எனக்கில்லை. இந்த பேச்சை இத்தோடு நாம் நிறுத்திக்கொள்வோம்."

"பிறப்புக்கு முந்தைய கதைகளைப் பற்றிக் கவலை இல்லையா. என்ன பேசுகிறாய் நண்பா. நம்முடைய கவலை அல்லது சந்தோஷத்துக்கான காரணமே நம் பிறப்புக்கு முந்தைய கதைகளால்தான். பாவம் நீ எரிச்சல் படுகிறாய். ஆனால் என்னிடம் பேசுவதற்கு இன்னும் நிறைய இருக்கிறது. நான் ஆடுகளின் கால்களோடு மட்டும் புழங்குபவன் என்ற உன் எண்ணத்தை விட்டுவிட வேண்டும். வரலாறு எனக்கும் தெரியும்.

நம்மோடு விசயம் தெரிந்த ஒரு ஆப்கானிஸ்தான் இருந்தால் நன்றாக இருக்கும். ஓராண்டுக்கு முன்னால் என்னோடு இங்கே ஒரு ஆப்கானிஸ்தானி இருந்தான். ஈரான் வழியாக இரகசிய மாக வந்தவன். நல்ல விசயமுள்ளவன். நீ வருவதற்கு நான்கு மாதங்களுக்கு முன்னால் காணாமல் போய்விட்டான். சரி. நாம் பேச்சை விட்டுவிடுவோம். நீ உன் காகிதத்தில் மூழ்கிக் கொள். நினைவிருக்கட்டும் காலையில் நாலு மணிக்கு உன் பணியைத் துவங்க வேண்டும்" என அப்போதே கடந்துபோய் விட்ட போதிலும் ஃபைசல் எரிச்சலிலிருந்து விடுபட நீண்ட நேரமாகி விட்டது.

செங்கடலின் ஒரு பெரும் அலை அடித்து எழும்பியது. கடலைப் பார்த்திருந்தவன் மீண்டும் புகைப்படத்துக்கு வந்து விட்டான். இப்போது புகைப்படத்தில் ஜாஸ்மீனின் கண்கள் ஊடுருவிப் பார்க்கும் அசைவற்றப் பார்வை அசையத் துவங்கியது.

'என்ன ஃபைசல் மனதில் கிடக்கும் எல்லாவற்றையும் இழுத்து வெளியே போட்டுவிட்டு என்னை மட்டும் வைத்துக் கொள்.'

"அப்படித்தான் செய்ய போகிறேன்" என்றான் மெல்லிய குரலில். யாராவது தன்னைக் கவனிக்கிறாளா என்று சுற்றிலும் பார்த்தான். காலி பெப்சி டின் சேகரித்துக்கொண்டிருந்த தக்ரோனி[2] சிறுவர்கள்

"இன்ந்த மஜ்னூன் ..."[3] என ஃபைசலைப் பார்த்து சிரிப்போடு சேகரிப்பை செய்துகொண்டிருந்தனர். ஆனாலும் லயிப்பில் அவன் மனம் பலவற்றையும் அசைபோட்டுக்கொண்டே ஜாஸ்மீனோடு ஊரின் தெருக்களில் ஓடத் துவங்கின.

அறையில் புகைப்படம் வந்த மூன்றாவது நாளோ நாலாவது நாளோ தலையணைக்குக் கீழே மறைத்து வைத்திருந்த ஜாஸ்மீனின் புகைப்படத்தைப் பார்க்கத் துடித்துக்கொண்டிருந்த நாசரும் சவுக்கத்தும் அஷரபும் வேலை முடிந்து வந்த வேகத்திலேயே பளிச்சென எடுத்துப் பார்த்துவிட்டு முதலில் நாசர் சொன்னான்.

"சரக்கு கொள்ளாம்டே."

சரக்கு என்கிற வார்த்தை ஃபைசலை எரிச்சல் படுத்தியது. எரிச்சலை வெளிக்காட்டினால் இன்னும் பரிகாசமடிப்பார்கள். நாமும்கூட சேர்த்து சிரித்துவிட்டால் போதும் சுருதி குறைந்து

2. நைஜீரிய.

3. நீ பைத்தியமா.

விடும். மனங்களில் விகல்பமற்றவர்கள் என்றாலும் கேலிப் பேச்சில் பெரும் விருப்பம் கொண்டிருந்தனர். உம்ரா விசாவில் வந்து மூன்று மாதத்துக்குள் மம்மலி பூஃபியாவுக்கு சாவி கொடுக்கப்போன அப்துர்ரஹிம் பூஃபியா முன்னாலேயே போலீஸில் மாட்டிக்கொண்டான். அவன் ஊரிலிருந்து வந்த பத்து தினங்களுக்குப் பிறகான ஒரு இரவில் நாசரும் சவுக்கத்தும் அவனிடம் கேலியாகச் பேச ஆரம்பித்தபோது ஃபைசல் மௌனமாகவே கவனிக்கத் தொடங்கினான். கேள்வி இப்படித்தான் துவங்கியது.

“எடா கல்யாணமாயாடா . . ?”

சவுக்கத்தின் கேள்விக்கு அப்தூர்ரஹிம் ம் . . . என மோங்கினான்.

“குட்டியள்.”

“இல்லா.”

“எடா குட்டியள் உண்டெங்கில் அவளு குட்டியள கெட்டிப் பிடிச்சி கெடக்குமாயிருந்து தொட்டடுத்து நல்ல சிருக்கன்மார் உண்டோ ?”

அவ்வளவுதான் அப்துரஹிமின் பே . . . முழியைப் பார்த்து இருவரும் குலுங்கிக் குலுங்கிச் சிரித்தனர். பல நேரங்களில் சவுக்கத்தும் நாசரும் அவர்களின் மனைவிமார்களைக் குறித்துப் பரஸ்பரம் நிகழ்த்தும் உரையாடல் ஃபைசலை திக்குமுக்காட வைத்துவிடும். இப்போது சவுக்கத் ஜாஸ்மீனின் புகைப்படத்தைப் பார்த்து எதுவும் பெரிதாகப் பரிகாசமடிக்காமல் இருக்க வேண்டும். யா . . . ரப்பே . . . என ஃபைசல் பிரார்த்தித்துக் கொண்டான். அவனின் பரிகாசம் ரொம்பவும் விகாரமானது. பார்க்கும் எல்லாவற்றிலும் எல்லா நேரமும் பார்க்கப்படுபவைகளிலிருந்து பெண் உயிர் பொருளைத்தான் சித்திரப்படுத்துவான். சித்திரப்படுத்துவதோடு நிற்காது. கேட்கச் சகிக்காது. பின்தொடரும் ஒய்யார வார்த்தைகள். படச்சவனே . . . யா . . . ரப்பே . . . இருவரும் இணைந்துகொண்டால் மெல்லப் பாடு பொருளைப் பாலியல் கதை பக்கம் திருப்புவார்கள். இந்தத் திருப்புதல் எதிலிருந்து துவங்கும் என்று முன்னமே தீர்மானிக்க இயலாது. ஆனாலும் உரையின் சுழற்சியில் கதைகள் சிறகை மெல்ல விரிக்கத் துவங்கினால் போதும். பிறகு சுற்றிலும் கதைகள் பறந்து திரியும். செருப்பைத் தலையில் வைத்துக் கொண்டு அம்மணமாக ஆற்றில் இறங்கிய மனிதனின் ஆணுறுப்புக்கும் செருப்புக்குமான உரையாடல். லண்டனில் நடைபெற்ற ஆணுறுப்பு மாநாடு, எம்ஜியாரின் தொப்பி,

பண்ணையார் சாய்வு நாற்காலியில் படுத்துக்கொண்டே தேனில் நனைத்த பலாச்சுளையைப் பண்ணையாரின் மனைவி எடுத்துக் கொடுக்கப் பண்ணையார் தின்ற கதை, தேரோட்டத்துக்கு வந்த யானை தலையாட்டிய கதை. பிரபு இந்தக் கதையின் தீவிர ரசிகனாக இருந்ததால் நாசரைத் திரும்பத் திரும்பத் தொல்லைப்படுத்திக் கேட்டுக்கொண்டிருப்பான். கதைகளை நாசர் சொல்லுவதோடு அபிநயத்துக் காட்டிவிடுவான். அபிநயத்துக் காட்டும்போது சவுக்கத் இன்னொரு கதாபாத்திர மாக மாறிக்கொண்டால் அது நாடகமாகவும் மாறிவிடும். பண்ணையார் சாய்வு நாற்காலியில் படுத்துக்கொண்டே பக்கத் தில் பண்ணையாரின் மனைவி தேனில் நனைத்து பலாச்சுளைத் தின்ற கதையில் நாசரே பண்ணையாராகப் படுக்கையில் சாய்ந்து கிடப்பான். படுக்கையின் கீழே சவுக்கத் பண்ணையா ரின் மனைவியாக ஒரு துணியை மேலே போட்டுக்கொண்டு காலை மடக்கிப் பெண்போல அமர்ந்திருப்பான் மடியில் கிண்ணத்தை வைத்துக்கொண்டு. அபிநயம் துவங்கியதிலிருந்தே வசிப்பிடம் குலுங்கத் துவங்கிவிடும். எல்லோரும் கும்பலாகச் சிரிக்கும்போது அஷரபு ஆவல் கூடிப்போய் லேஷ்[4]... லேஷ்... என மொழிபெயர்ப்புகாகப் பேராவல் கொண்டு காத்திருப் பான். நாசர் சவுக்கத்தின் கூட்டுக் கதைகளில் மறக்க முடியாத பல கதைகள் உண்டு. சமீபத்தில் இன்னும் அடங்காமல் சுற்றித் திரியும் பிரதான கதை இது.

நாசர் அவன் அரபிக்கு வைத்திருக்கும் வட்டப் பெயர் டோக்கன். ஒரு முறை காலையில் கடைக்கு வந்த அரபி நாசரை வீட்டிலுள்ள கோபத்தில் அடித்துவிட்டான். நாசரின் அரபிக்கு மூன்று மனைவிகள் உண்டு. நாசர் அரபியிடம் அடிவாங்கிய நாளின் இரவில் வசிப்பிடத்தில் அவன் டோக்கன் கதையைச் சொல்லிய விதமும் அவனின் அப்போதைய முக பாவனையும் இடையிடையே அவன் வாயால் வெளிப்படுத்திய இசையும் இன்னொரு முறை சொல்ல முடியாதவைகளாகிப் போயிருந்தது.

ஓர் அடர்ந்த கானகம். நல்ல குளிர்காலம். டொய்ங்... ஒய்ங்... என இசையையும் பின்புலமாகச் சொல்லி வருவான். கானகத்தில் மிருகங்கள் தொடர்ந்து உடலுறவில் ஈடுபடுகின்றன. பெண் மிருகங்களுக்கு ஒரு நிலைக்குமேலே சலிப்பூட்டுகிறது. ஆனாலும் சலிக்காமல் ஆண் மிருகங்கள் தொடர்ந்து பெண் மிருகங்களைத் தொந்தரவு செய்கின்றன. ஒரு கட்டத்தில் பொறுக்க முடியாமல் பெண் குரங்கு, பெண் மயில், பெண் புலி, பெண் சிங்கம், பெண் நாய், பெண் நரி, பெண் மான்,

---
4. என்ன?

பெண் யானை என எல்லா பெண் மிருகங்களும் பெண் பறவைகளும் ரகசியக் கூட்டம் போடுகின்றன. இதற்கொரு முடிவு கட்ட வேண்டும். இவனுகளின் கொட்டத்தை அடக்க வேண்டும். நாம் என்ன இரும்பிலானவர்களா ... விடக்கூடாது இவர்களை என ரகசியக் கூட்டத்தில் ஆளாளுக்கு ஒவ்வொரு குரல். குரலின் வலிமையில் கானகம் அதிர்ந்து போகிறது.

பலவிதமானக் கருத்துப் பரிமாற்றங்களும், விவாதங்களுமாய் நீண்ட ஆலோசனைக்குப் பிறகு ரகசியக் கூட்டத்தில் எடுக்கப் பட்ட தீர்மானங்கள்.

மூன்று மாதம் உடலுறவு கூடாது.

ஆண் மிருகங்கள் உடல் ரீதியாக மூன்று மாதங்களுக்குத் தொல்லை தரக்கூடாது.

சிங்கம் மகாராஜாவிடம் இந்த கோரிக்கையை முன்வைத்து உடனடியாக அமல்படுத்த வேண்டும்.

கோரிக்கை நிறைவேறவில்லையென்றால் போராட வேண்டும்.

தீர்மான நகலை எடுத்துக்கொண்டு பெண் மிருகங்கள் எல்லாம் சிங்க மகாராஜாவிடம் போனார்கள். ஏற்கனவே பாதிப்புக்குள்ளாகியிருந்த சிங்க மகாராணியும் பெண் மிருகங்க ளோடு இணைந்துகொள்ள சிங்க மகாராஜா வேறு வழி இல்லாமல் உத்தரவு போட்டார்.

இந்த அடர்ந்த கானகத்தில் எந்த ஆண் மிருகங்களும் இன்றிலிருந்து மூன்று மாதங்களுக்குத் தங்களுடைய பெண் இணைகளோடு உடலுறவு கொள்ளக்கூடாது. மீறினால் கடுமை யாகத் தண்டிக்கப்படுவீர்கள்.

உத்தரவு போட்டுவிட்டு என்னா ... திருப்திதானா என்றார் சிங்க மகாராஜா.

கூட்டத்திலிருந்து பெண் குரங்கு, மகாராஜா மன்னிக்க வேண்டும் உங்கள் உத்தரவை உங்கள் ஆண்கள் காற்றில் பறக்க விட்டுவிடுவார்கள்.

நான் வேண்டுமானால் இதை சட்டமாக்குகிறேன்.

சட்டத்தால் ஒரு பிரயோஜனமும் கிடையாது. ஆண் மிருகங்களிடம் ஆண் உறுப்பு இருக்கும்வரை பிரச்சனைதான். எனவே தாங்கள் ஆண்மிருகங்களின் ஆண் உறுப்பை குறைந்த பட்சம் மூன்று மாதங்களுக்குப் பறிமுதல் செய்ய வேண்டும்.

ஆர்ப்பரிக்கும் சப்தத்துடன் பெண் குரங்கின் கோரிக்கை நியாயமானது, சிறப்பானது இதைத் தவிர வேறு வழியேயில்லை யென அனைத்துப் பெண் மிருகங்களும் கூக்குரலிட்டன.

எனக்குச் சற்று ஆலோசிக்க நேரம் வேண்டும்.

இதில் ஆலோசிக்க என்ன இருக்கிறது. நமது காட்டு வைத்தியரை அழைத்து பறிமுதல் செய்வதற்கான வழிமுறை களைக் கண்டுபிடித்தால் போதுமானது எனக் கனத்த குரலில் சிங்க மகாராணி அருகிலிருந்து சொன்னாள்.

விசயம் கேள்விப்பட்ட ஆண் மிருகங்கள் பதட்டமாய் சுற்றி வந்தன. ஆண் உறுப்பைப் பறிமுதல் செய்யும் கோரிக்கையை முன்வைத்த பெண் குரங்கின் கணவனான ஆண் குரங்கு பெண் குரங்கை ரகசியமாகச் சந்தித்து. சிங்கமகாராஜா மட்டும் என் ஆண் உறுப்பை பறிமுதல் செய்தால் உன்னை பழிவாங் காமல் விடமாட்டேன் என எச்சரிக்க, பெண் குரங்கு மிரட்டலை சபைக்குக் கொண்டுபோனது பார்த்தீர்களா... மகாராஜா மிரட்டுகிறார்கள். வேறு வழியே இல்லை. சிங்க மகாராணியின் கோரிக்கையை அமல்படுத்த வேண்டும்.

அமல்படுத்து அமல்படுத்து... ஆண் உறுப்பை அப்புறப் படுத்து... பெண் மிருகங்களின் கோஷம் கானகத்தை சூழ்ந்து கொண்டபோது வேறு வழியில்லாமல் பணிந்த சிங்கமகாராஜா தன் சபையிலிருந்த அமைச்சர் ஆண் புலியிடம் சொல்லித் தண்டோரா போடச் சொன்னார். மறுபரிசீலனை செய்யச் சொன்ன ஆண் புலியின் விளக்கம் எதுவும் எடுபடவில்லை.

தண்டோரா முழங்கியது.

'இதனால் நம் கானகத்திலுள்ள அனைத்து ஆண் மிருகங் களுக்கும் அறிவிப்பது என்னவென்றால் நாளை காலை நமது கானகத்திலுள்ள அனைத்து ஆண் மிருகங்களுக்கும் ஆண் உறுப்பு அகற்றப்பட்டு டோக்கன் வழங்கப்படும். மூன்று மாதங் களுக்குப் பிறகு டோக்கனைக் கொடுத்து ஆண் உறுப்பைப் பெற்றுக்கொள்ளலாம். இதற்கு ஒத்துக்கொள்ளாமல் தலைமறை வானால் அவர்கள் தலை துண்டிக்கப்படும். இது சிங்க மகாராஜா உத்தரவு.' அறிவிப்பு கானகம் முழுவதும் பலவாறாக அறிவிக்கப் பட்டது. ஆண் மிருகங்கள் தப்பிக் கானகத்தைவிட்டு வெளியேறும் திட்டங்கள் முறியடிக்கப்பட்டன. உறுப்பு அகற்றும் பணி காலை ஏழு மணிமுதல் மாலை ஐந்து மணிவரை இடைவெளியின்றி நடைபெறுமென அறிவிக்கப்பட்டது. குறிப்பிட்ட நாளின் அதிகாலையிலேயே திட்டமிட்டபடி உறுப்பு அகற்றும் பணி ஏழு மணிக்குத் துவங்கியது. காட்டு வைத்தியரான கிழம்

கரடி பச்சிலையைத் தயார் செய்து வைத்திருந்தது. வெட்டப் பட்ட உறுப்பிலும் வெட்டுக்காயத்திலும் பச்சிலை சாறு தெழிக்கப்பட்டு வலி அறியாமல் செய்யப்பட்டது. ஒரு பெரிய மரக்கட்டையில் உறுப்பை நீட்டி வைத்து ஒரே வெட்டு. துண்டான உறுப்பில் டோக்கனைச் சுற்றிக் கட்டிவிட்டு சம்பந்தப் பட்ட மிருகத்திடம் இன்னொரு டோக்கன் வழங்கப்பட்டது. டோக்கன்கள் முறையே ஆண் யானைக்கு யா டோக்கனும் புலிக்கு பு டோக்கனும் பூனைக்கு பூ டோக்கனும் மானுக்கு மா டோக்கனும் எருமைக்கு எ டோக்கனும் குரங்குக்கு கு டோக்கனும் நாய்க்கு நா டோக்கனும் கரடிக்கு க டோக்கனும் பன்றிக்கு ப டோக்கனும் பாம்புக்கு பா டோக்கனும் முதலைக்கு மு டோக்கனும் முயலுக்கு முய டோக்கனும் ஒநாய்க்கு ஓ டோக்கனும் குதிரைக்கு குதி டோக்கனும் கழுதைக்கு கழு டோக்கனும், சிங்கத்துக்கு சி டோக்கனும் வழங்கப்பட்டது. வெட்டும் பணி காலையில் துவங்கி மாலையில் நிறைவு பெற்றது.

பெண் மிருகங்களுக்கெல்லாம் ஏக நிம்மதி. அவர்கள் கூடிப்பாடுவதும் கும்மியடிப்பதும் ஆடுவதுமாகப் பொழுதைக் கழித்துக் கொண்டிருந்தனர்.

பெண் குரங்கு ஆண் குரங்கைச் சீண்டிக்கொண்டும் கேலி செய்துகொண்டும் இருந்தது. பொறுமையிழந்த ஆண் குரங்கு சரி சரி பார்த்துக்கொள்கிறேன். மூன்று மாதம் போகட்டும். உனக்குப் பாடம் படித்துத் தருகிறேன் எனக் கருவிக்கொண்டு நடந்தது. எல்லா ஆண் மிருகங்களும் கையில் டோக்கனோடு அலைந்துகொண்டிருந்தன. டோக்கனைக் கொடுத்து உறுப்பைப் பெற்றுக்கொள்ளலாம். வர இயலாதவர் கள் யாரிடமாவது டோக்கனைக் கொடுத்தும் பெற்றுக் கொள்ளலாம் என சிங்கமகாராஜாவின் உத்தரவை சபித்துக் கொண்டே டோக்கனைப் பார்த்துப் பார்த்து நடந்தன.

பெண் குரங்கு திட்டமிட்டு ஆண் குரங்கை அவமதித்துக் கொண்டே இருந்தது. ஆடிய ஆட்டமென்ன பாடிய பாட்ட மென்ன எனக் கேலியாகப் பாடவும் செய்தது. அவமானத்தால் வேதனைப்பட்ட குரங்கு ஒரு நள்ளிரவில் ரகசியமாகத் தனது மரக் கிளையைவிட்டு வெளியேறிப் போய்ப் பிறகு அதி காலையில் திரும்ப வந்தது. திரும்ப வரும்போது அதன் முகத்தில் முன்னெப்போதுமில்லாத மகிழ்ச்சி.

இரவெல்லாம் காணாமல் போயிருந்த ஆண் குரங்கைப் பார்த்துப் பெண் குரங்கு நீ எங்கே போனாய் என்று கேள்வி கேட்டது.

அதை உன்னிடம் சொல்ல வேண்டிய அவசியமில்லை. மூன்று மாதங்களுக்குப் பிறகு நான் யார் என்பதை நீ புரிந்து கொள்வாய். இனி நான் நானாக இல்லை. எனக்குள்ளிருக்கும் இன்னொன்றை நீ பார்ப்பாய்.

பார்க்கலாம் பார்க்கலாம் எனப் பெண் குரங்கு கேலியாகச் சிரித்தது.

எரிச்சலுற்ற ஆண் குரங்கு கேலி வேண்டாம். என் கையிலிருக்கும் டோக்கனைப் பார்த்தாயா எனக் குரங்கு தனது கையிலிருந்த டோக்கனைக் காட்டியது. டோக்கனைப் பார்த்த உடனே பெண் குரங்கு மரத்திலிருந்து மயங்கி விழுந்தது.

நாசர் கதையை இந்த இடத்தில் நிறுத்திவிடுவான். பிறகு எல்லோரும் ஆவல் கொண்டு கேட்பார்கள். அவன் நிதானமாக மால்பரோ புகைக்கத் துவங்குவான். யாரிடமாவது டீ போட்டுக் கேட்பான். எல்லோரும் அவனுக்கு டீ தயார் செய்ய முந்துவார்கள். பிறகு நிதானமாகப் போக்குக் காட்டி கதையைத் தொடருவான்.

“குரங்கு கையில இருந்தது யா டோக்கன் மாப்ளே. ஆண் குரங்கு பிளான் போட்டு நைட்லபோய் யா டோக்கனை திருடிட்டு வந்துட்டு.”

படுக்கை இடமாறிக்கொள்ளும் அளவுக்குச் சிரிப்புச் சத்தம் அறையின் வெளியெங்கும் அடைபட்டுக் கிடக்கும்.

“அப்போ கு டோக்கன் என்னாச்சி மாப்ளே . . .” சவுக்கத் ரொம்பவும் ஆவலாகச் சிரிப்பினிடையே கேட்கும்போது . . .

“எனக்க முதாளிட்ட இருக்கு. உனக்கு வேணும்னா சொல்லு ஒரு டூப்ளிக்கேட் போட்டு வாங்கித்தாறேன்.”

சிரிப்பு அவ்வளவு சீக்கிரமாக வசிப்பிடத்தைவிட்டுப் போய் விடுவதில்லை. விளக்கு அணைக்கப்படும் வரை டோக்கன் கதை பல கிளைகளுக்குப் பயணித்துக்கொண்டிருக்கும். நாசரும் சவுக்கத்தும் அஷரபைக் கூட்டுச் சேர்த்துக்கொண்டு பேசினார்கள் என்றால் அவ்வளவுதான்.

புகைப்படம் கிடைத்த அந்த இரவில் தலையணையின் அடியிலிருந்து வேகமாகத் தட்டிப்பறித்து எடுத்துக்கொண்டு சமையலறைக்குப் போய்விட்ட மூன்று பேரும் மாறி மாறிப் பார்த்துச் சிரித்துக் கும்மாளமிட்டப் பிறகு ஜாஸ்மீனின் புகைப்படத்தை சவுக்கத் கிட்டே வைத்துப் பிறகு சற்று தூரமாய் இடப்பக்கம் வலபக்கம் எனத் தலையைச் சரித்து எல்லா நிலைகளிலும் ரொம்பவும் நுட்பமாகப் பார்த்தான்.

பிறகு நாசரைப் பார்த்துப் பல அர்த்தம் பொதிந்த புளிச்ச சிரிப்பு சிரித்தபோது ஃபைசலுக்குத் தாங்க முடியவில்லை. நல்லவேளை புகைப்படத்தில் ஜாஸ்மீனின் முகம் மட்டுமே பதிவாகியிருந்து. வலுக்கட்டாயமாக ஃபோட்டோவை சவுக்கத்திடமிருந்து வாங்கியபோது ஜாஸ்மீன் என்ன இது என்பது போல வெட்கப்பட்டுச் சிரித்தாள். அந்த பரபரப்பிலும் ஃபைசலால் ஜாஸ்மீனின் சிரிப்பை ரசிக்க முடிந்தது. ஜாஸ்மீன் போட்டோ வந்த செய்தியை பிரபுவும் மொய்தீனும் பின்னர் பாகிஸ்தானி ஷமியிடமும் இம்ரானிடமும் சொல்லிவிட ஏ.சி. கடையிலும் ஜாஸ்மீன் பாடுபொருளாக இருந்தாள். புகைப்படத்திலுள்ள ஜாஸ்மீனுக்கு நாசர் மோனோலிஷா என்று பெயர் வைத்திருந்தான். ஜாஸ்மீனின் புகைப்படத்தோடு ஐக்கியமாகிக் கிடந்த ஃபைசல் ஊர் செல்லும் மனநிலைக்குத் தயராகிவிட்டதைப் புரிந்துகொண்டு மம்மலிதான் சொன்னான்.

“போய் புதிய பாஸ்போடு எடு. நல்ல விசா பார்க்கலாம்.”

“வேண்டாங்காக்கா. எனக்கு இந்த நாடே வேண்டாம்.”

நாசரும் சவுக்கத்தும் மோனோலிஷா பரிகாசத்தை விட்டுவிட்டிருந்தனர். அவர்களுக்கு ஃபைசல் மேல் பாவம் தோன்றியது. ஏழு மாதங்களுக்கு முன்னால் ஜித்தாவின் முக்கிய நகரமான பலதிலிருந்து ரெண்டு ரியால் பஸ்ஸில் ஷரஃபியா பாலத்தில் வந்திறங்கியவனை மம்மலியின் ஏற்பாட்டில் சவுக்கத்துதான் அழைத்து வந்தான். முதன் முதலாக ஃபைசலைப் பார்த்தபோது சவுக்கத்துக்கு அச்சம் ஏற்பட்டது. மார்புவரை வளர்ந்து தொங்கிய நீண்டதாடியில் ஒரு முத்தவ்வா[5]வைப் போல இருந்தான். ஒரு ஐம்பது வயதுக்கு மேல் மதிக்கத் தோன்றிய உருவம். அந்த பெருந்தாடிக்குப் பின்னால் ஒரு இருபத்து ஏழு வயது இளைஞன் மறைந்து கிடக்கிறான் என்பதை வசிப்பிடத்துக்கு வந்தபின்பு மம்மலியின் பேச்சிலிருந்தே சவுக்கத்தால் புரிந்து கொள்ள முடிந்தபோது அவன் பரிதாபப்பட்டுக் கொண்டான். ஃபைசலின் இருப்பு ஜித்தாவில் ஏழுமாதம்தான் என்றாலும் ஃபைசலின் சுபாவத்தின் வழி உண்டான நெருக்கம் அறையில் நீண்ட காலம் பழகிய நெருக்கமாக மாறி இருந்தது.

சின்னச் சின்னதாக அவன் சொன்ன மம்மனிபாவின் அறை பற்றிய விசயங்கள் எல்லாம் மம்மலிக்கும் மற்ற நண்பர்களுக்கும் ஆச்சரியங்களேயே ஏற்படுத்தின.

“அது அவனுவளுக்க குணம்டே. மம்மனிபாக்க வாப்பா ஹம்சா சாகிபுக்கு பண்டு சீட்டு விளையாட்டுத்தானே. எல்லா

5. மதகுரு.

காரம் பொறப்பும் கையில உண்டு. பைசான்ன பண்ணிக் கறியையே திம்பானுவோ ... துக்கயளுவோ ... ஊர்ல நாலஞ்சி தோப்பு வயலும் வாங்கிப்போட்டுட்டு அவனுவளுக்க கெமை. அவனுவளால எரணம் இழந்தவனுவோ நெறைய உண்டு. அவனுவளுக்க பெருமையை கொஞ்சம் கௌறிப்பாத்தா செத்த நாய்க்க நாத்தம் உண்டுடே."

ஃபைசலுக்கும் அது வாஸ்தவமாகவே பட்டது. மம்மனிபா வைக் கிட்டே இருந்து பார்த்த நாலரையாண்டு கால அனுபவம் அவனுக்கு அதை உறுதி செய்தது. உடல் அலையாமல் பணம் சம்பாதிக்கும் வித்தை மம்மனிபாவுக்கு உண்டு. வினோதமான அவனின் தோற்றத்தையும் கோளாம்பித்தனமான அவனின் பேச்சையும் மீறிய ஒரு வஞ்சகனாக மம்மனிபாவை அவன் பல நேரங்களில் பார்த்திருக்கிறான். மாஹினை நினைக்கும் போதெல்லாம் அவனுக்கு அது ஊர்ஜிதமாகும். கத்தாரில் வெள்ளைக்காரன் கம்பெனியில் கைநிறையச் சம்பளம் வாங்கிய வன். காசு கைகளில் புரண்டபோது கண்மண் தெரியாமல் சவடலாடித்து நடந்ததைத் தவிர வேறு பலகீனம் மாஹீனிடம் இல்லாமலிருந்தது. மாஹினை அங்கிருந்து வரவழைத்து அவனைக் கிட்டத்தட்ட நிர்மூலமாக்கியிருந்தான். சொந்த வியாபாரம், முதலாளி, பசப்பு வார்த்தைகளில் நம்பி வந்து நடைபாதையில் ஐந்தாறு ரெடிமேட் துணிகளைப் பரப்பி வைத்து விற்கும் நடைபாதை வியாபாரியாக மாறிப் போனான். சாராயத்திலும் சீட்டு விளையாட்டிலும் மாஹீன் கிட்டத் தட்ட மக்கிப்போய் மம்மனிபாவின் அறையில் சோறு வடிக்க வும் எச்சிப்பாத்திரம் கழுவவும் துணி அலக்கவுமான சிப்பந்தி யாகிப் போனான். எப்படியோ வந்திருக்க வேண்டியவன் அடிமையாக அகப்பட்டுக் கொண்டதைக்கூட உணர முடியாத நொம்பலம் அவனுள் உறைந்து கிடந்தது. உறைதல் உருகி மாஹீன் மெல்ல மெல்ல உணரத் தொடங்கியபோதுதான். மம்மனிபா பணியடிமையை அணைத்துப் பிடித்துக்கொண் டான். பணியடிமை மம்மனிபாவை விட்டு விலகிப்போகத் திராணியற்றவன் என்பதை அவன் நன்றாகவே தெரிந்து கொண்டிருந்தான்.

அதிர்ஷட தேவதை அனுப்பொழுதும் விலகாமல் ஆலிங்கனம் செய்து கிடந்த மாஹினின் கத்தார் வாழ்க்கை ஃபைசலுக்கு மலைப்பை உண்டு பண்ணியவைகளாக இருந்தன. ஷரஃபியாவில் மம்மலியின் அறைக்கு வந்தபிறகு பல இரவுகளில் மம்மனிபாவோடு உள்ள நாலரையாண்டு நினைவுகளின் அலைக்கழிப்பிலிருந்து விலகிவிடவே ஃபைசல் விரும்பினான். எல்லாம் மறக்க வேண்டும். துவைஜியை ... அரூஷாவை ...

தாயிஃப்பின் சூப் கடை பாகிஸ்தானியை பிலிப்பைனியை . . . மம்மனிபாவின் அறையை . . . ஷியா அரபியை எல்லாவற்றையும் துடைத்துக் கழுவி மனதை சுத்தப்படுத்திக்கொள்ள வேண்டும். நீண்ட தூக்கத்தில் தோன்றிய கனவுகளாக போ . . . இபுலிஸே . . . எனக் கால வெளியில் கழுவி கவிழ்த்துக் கொட்டிவிட்டுத் திரும்பிப் பார்க்கக் கூடாது. எப்படி கழுவிக் கொட்டினாலும் சாத்தான் விடாமல் காளானைப்போல முளைத்துக் கொள்கிறான். அருஷா எங்கே எப்படி இருப்பாள். அது கனவு. அவ்வளவுதான் விட்டுவிட வேண்டும். மறப்பதும் நினைப்பதும் பின்னர் இரண்டிற்கும் இடையில் சற்றும் நினைத்திராத தருணங்களில் மின்னலைப்போல மனதுக்குள் புகுந்து எல்லாவற்றையும் இழுத்து இழுத்துக் குவித்து முன்னுறுத்திவிட்டுத் தவியாய் தவிக்கிறது மனம். நினைவுகளையும் சைத்தானையும் இரத்த ஓட்டத்திலிருந்து அப்புறப்படுத்த முடியவில்லை.

இந்த ஆறு மாதங்களில் முந்தைய வாழ்விலிருந்து ஷரஃபியா முற்றிலும் மாறுபட்ட வாழ்க்கையைத் தந்திருந்தது. ஜித்தா வந்த உடன் அப்படியே போலீஸில் மாட்டிக்கொண்டு ஊர் போய்விட வேண்டும் என்பதுதான் ஃபைசலின் திட்டமாக இருந்தது. அந்த திட்டப்படிதான் அல்ஹாசாவிலிருந்து நடு இரவில் இரகசியப் பயணம் புறப்பட்டு வந்தான். காசு பணம் ஏதுமற்று இருந்த ஃபைசலின் நிலையைப் புரிந்துகொண்ட மம்மலிதான் சிலமாதம் வேலை செய்து கொஞ்சம் பணத்தோடு போகலாம் எனவும், எதைப் பற்றியும் கவலைப்பட வேண்டாம். தங்குமிடம், உணவு எல்லாம் பார்த்துக்கொள்ளலாம் என்றபடி பக்கத்தில் ஏ.சி. கடையில் பாகிஸ்தான் ஷமியிடம் பேசி அபுஹுசைன் சம்மதத்தோடு வேலைக்கும் ஏற்பாடு செய்து கொடுத்தான். அறைக்கும் உணவுக்கும் ஃபைசலிடமிருந்து காசும் வாங்கிக்கொள்ள அறையில் மற்ற கூட்டாளிகள் யாரும் இஷ்டப்படவில்லை என்பதால் ஃபைசலை வசிப்பிடத்தின் விருந்தினராக வைத்துக்கொண்டனர். சவுக்கத்தும் நாசரும் அஷரபும் ஃபைசலோடு நிறையவே அன்பு காட்டினார்கள். அல்ஹாஸாவில் அறைக்குள்ளே அடைப்பட்டுக் கிடந்த ஃபைசல் ஷரஃபியாவில் சுதந்திரப் பறவையாகச் சிறகை விரித்திருந்தான். ஏ.சி. கடை பணிக்காக வெளியே போய் வருவதால் எப்போது வேண்டுமானாலும் அவன் போலிஸில் மாட்டிக்கொள்வதற் கான சாத்தியமிருப்பதைப் புரிந்துகொண்ட மம்மலி

“ஃபைசலே ஜட்டிக்குள்ள சில்லறை நோட்டா ஒரு ஆயிர ரியாலே எப்பவும் பதுக்கி வச்சிக்கோ. போலீஸ் எந்த நிமிசம் வேணும்னாலும் பிடிக்கலாம். பம்பாயில இருந்து ஊருக்குப் போணும்லா . . ?”

மம்மலியின் ஆலோசனைக்குப் பிறகே ஃபைசல் தனது ஜட்டிக்குள் ஆயிரம் ரியாலைப் பாதுகாப்பாக வைத்துக் கொள்ள அமைப்புகளை ஏற்படுத்திக் கொண்டான். அப்போ தெல்லாம் நாசருக்கும் சவுக்கத்துக்கும் ஃபைசலின் ஆயிர ரியால் ஜட்டிதான் பரிகாசப் பொருளாகிருந்தன. ஜட்டியைக் குறிவைத்துப் பேசுவார்கள்.

"எடா, எந்தங்கில்லும் பழைய ஜட்டி கிட்டுமோ?"

"ஃபைசலோடு ஒண்ணு உண்டு. சோதிச்சி நோக்கு... கிட்டியா கோளு உண்டு."

ஒவ்வொரு விடியலிலும் ஏ.சி. கடைக்குப் போகும்போது யாத்திரை சொல்லிவிட்டுதான் போவான். சம்பாத்தியங்கள் மம்மலி வசம் சேமிப்பாக மாறியது. வாப்பாவின் உருக்கமான கடிதம், உம்மாவின் முகம் காணும் ஆசை, புதிதாகப் பிறந்துள்ள சகோதரியின் குழந்தைகள், ஊரின் காற்று, குருசுப்பாறையில் உட்கார்ந்து சின்னவிளை கடற்கரைக் காற்றின் சுவாசம், அம்மாண்டி வினை முக்கில் முருகேசன் கடையின் ராஜா சர்பத்து, எல்லாவற்றுக்கும் மேலாகப் புகைப்படத்தில் பார்த்த ஜாஸ்மீன் என்கிற மோனோலிஷா குறித்து மனதுக்குள் நிறைந்து கிடக்கும் நினைப்பு. அவளின் வீடு குளச்சலில் இருப்பதாக வாப்பா கடிதத்தில் எழுதியிருந்தார். எல்லாம் பேசி முடிவாகி விட்டது. ஊர் போனதும் திருமண நாளை உடனடியாகத் தீர்மானித்துக் கொண்டால் கல்யாணம்தான். பனிரெண்டாவது வரை படித்திருக்கிறாள். இப்போதே ஒரு பறவையைப் போலப் பறந்துபோய்விட வேண்டும். செங்கடல் வற்றுமானால் ஓடிப் போய்விடலாம். மால்பரோ சிகரெட்டின் புகை அவன் தலைக்கு மேலே உயரும் முன்னால் செங்கடல்காற்று புகையைச் சிதறடித் தது. செங்கடலின் கரையில் வீசும் காற்று சுற்றிலும் வான் உயர்ந்த கட்டிடங்களால் ஷரஃபியாவுக்கு வருவதில்லை. ஆனால் ஷரஃபியா பாலத்துக்குக் கீழே அற்புதமாய்க் காற்று வீசும். ஷரஃபியா கிளை சிறைச்சாலைக்குப் பக்கத்திலிருந்து பாலம் துவங்குகிறது. எட்டு ஒன்பது கிலோ மீட்டர் நீளத்துக்கான பாலம் அங்கும் இங்குமாக ஒரே நேரத்தில் எட்டு வாகனம் போய் வரக்கூடிய அமைப்பு கொண்டது. எட்டாவதோ ஒன்பதாவதோ கிலோ மீட்டரில் பாலம் தரையிரங்கும் இடத்துக்கு நேரே செங்கடல். மக்கா பாலத்தில் போய் ஷரஃபியா பாலம் இணைந்துகொள்ளும். மக்கா பாலம் ஒரு நீளத்துக்கு நீண்டு கிடக்கிறது. அந்த பாலத்திலிருந்து மக்கா நூற்று முப்பது அல்லது நாற்பது மைல் தொலைவிலிருந்தது. நேர் ரோடு மக்காவின் இருபது, இருப்பதி ஐந்து மைல் சுற்றளவுக்கு இஸ்லாமியர்கள் அல்லதவர்கள் நுழைய முடியாது.

அந்த கட்டுப்பாட்டுப் பகுதிக்கு முன்னமே அல்–தாயிபு சாலை பிரிந்து போகும். துவைஜியிடமிருந்து தப்பியபோது இடம் அறிந்திருந்தால் நேரடியாக மம்மலியிடம் போயிருக்கலாம். ஆனால் பாலஸ்தீனின் டிரக் வண்டியில் அப்போது எதிர்ப் பக்கமாக அல்–தாயிபுவை வந்தடையும்படியாக ஆகிவிட்டது.

பாகிஸ்தானியின் சூப்புக் கடையிலிருந்து வெளியேறிய தருணத்தில் நான்கு மணி நேர யாத்திரையில் ஜித்தா வந்திருக்கலாம். அப்போது மம்மனிபாவின் இடத்தை அடைவதற்காகத் தாயிபிலிருந்து நீண்ட யாத்திரை செய்து ரியாத்துக்கும் தெஹ்ரானுக்கும் இடையே அல்ஹாசா போய்ச் சேரும்படியாகிப்போனது. எல்லாம் ரகசியப் பயணம். உலகின் நீண்ட நீண்ட பெரும் பாலங்கள் இங்கு இருக்கிறது. ஷரஃபியா பாலத்தின் கீழே நிழலும் குளுமையும் காற்றும் நம்ப முடியாத அளவுக்கு சுகானுபவத்தைத் தந்துவிடும். பாலத்தின் மேலேயும் பாலத்தின் வெளிப்பக்கமும் கானல்நீர் படர்ந்து விரிந்து கிடக்கப் பாலத்தின் கீழே விவரிக்க முடியாத இன்னொரு கால நிலை. அது குளிர்சாதன இயந்திரம் பொருத்தப்பட்ட வசிப்பிடத்தில் உள்ளேயும் வெளியேயுமான நிலை.

ஃபைசலின் பார்வை ஒரு போலீஸ் வாகனத்தின் வருகைக் காகக் காத்திருந்தது. மக்கா பாலத்தின் மேல் நிறைய வாகனங் கள் போய்வந்து கொண்டிருந்தன. ஜித்தா துறைமுகத்தை ஒட்டி கடல் நீர் சுத்திகரிப்பு நிலையத்திலிருந்து சில மைல் தொலைவில் கடலுக்குள் நீர் ஆகாயத்தை நோக்கிப் பிறீட்டு மேலேழும்பிக்கொண்டே இருக்கும். பார்க்க ரசனையானது. இரவானால் அதற்கு மின் விளக்கு வெளிச்சம் பாய்ச்சப்பட்டு இன்னொரு புது ரசனையை வெளிப்படுத்தும். பெரும் இருட்டு. இருட்டு வெளியில் வெளிச்சம் பாய்ச்சப்பட்ட இடத்தில் நீர் மேலெழும்பிச்சாடிக்கொண்டே இருக்கும். ஜித்தா வருகைக்குப் பின்பு நான்கோ ஐந்தோ முறை செங்கடல் கறைக்கு இரவில் தான் அவனின் வருகை நிகழ்ந்துள்ளது. வீரபுத்திரன் பிரபுவின் லிமோசினில் மம்மலி சவுக்கத், நாசர் மொய்தீனுடன் அல் – பேக்கில் புரோஸ்ட் சாப்பிட்டுவிட்டுக் காற்றுக்காக வந்தது. ஒரு முழுக்கோழி வெள்ளைப்பூண்டு பேஸ்ட், தக்காளி பேஸ்ட், கூடவே கோலா. புரோஸ்ட் சாப்பிட்ட அரை மணி நேரத்தி லெல்லாம் உடம்பு தினவெடுத்து முறுக்கிக்கொள்ளும்போது அந்த இளைப்பாறுதலுக்குத்தான் செங்கடல்காற்று. இன்னொரு முறை பிரபும் மொய்தினோடும். பிரபு பாண்டிச்சேரிக்காரன். மொய்தீன் தைக்கா தெருக்காரன். மொய்தீனும் பிரபுவும் ரொம்பவும் நெருக்கமான நண்பர்கள். மொய்தீனின் இருப்பிடம் ஷரஃபியாவை அடுத்து கந்தராவில் இருந்தது. பிரபு பனிமாலிக்

கில் இருந்தான். மம்மலியின் பூஃபியா, நமது ஊர் டீக்கடை என்று வைத்துக்கொள்ளலாம். ஆனாலும் டீக்கடையோடு ஒப்பிட இயலாது. இரவு எட்டு மணிக்கு மேல் மம்மலி பூஃபியா முன்னால் சில தருணங்களில் எல்லாரும் கூடிக்கொண்டால் ஊர் கதைகள்தான். ஃபைசலுக்கு மம்மலியின் பூஃபியாவுக்கு போக வேண்டும் ஆசை நிறைவேறவில்லை. அங்கு போலீஸ் சிறை வாகனங்கள் நிறைய சுற்றிக்கொண்டே இருக்கும். ஃபைசல் போலீஸில் மாட்டிக்கொள்ள முதலில் மொய்தீன் மம்மலியின் பூஃபியா முன்பக்கச் சாலையைத்தான் தேர்வு செய்தான். இங்கு போலீஸ் பிடித்தால் கொத்தாகச் சட்டையைப்பிடித்து இழுத்துக்கொண்டு போவார்கள். மம்மலி விரும்பவில்லை. நம் கண் முன்னால் அது வேண்டாம் என்ற பிறகுதான் செங்கடல் கரையைத் தேர்ந்தெடுத்தது.

ஃபைசல் மீண்டும் தொடர்ந்து மால்பரோவைப் புகைத்துக் கொண்டிருந்தான். வெயிலின் கொடூரத்தைக் காற்று கொஞ்சம் சாந்தப்படுத்தியது. மெல்ல எழுந்து செங்கடல் கரையை ஒட்டிய சாலையிலிருந்த இயந்திரத்தில் ஒரு ரியாலை மெல்ல நுழைத்த போது அது உள் இழுத்துக்கொண்டு ஃபைசல் குறிவைத்த குளிர்பானத்தை அது வெளித்தள்ளியது. அண்ணாந்து சரித்தான் தொண்டை வழியாக இதயம்வரை குளிர் புகுந்து போனது. மெல்ல நடக்கத் துவங்கினான். கையில் எதுவும் இல்லை உடுத்தத் துணியோடு வந்திருந்தான். அவனுக்கு அது வருத்த மானதுதான் திருவனந்தபுரம் விமான நிலையத்தில் போயிறங்கிக் குடும்பம் புடைசூழ வீடுபோய்ச் சேர வேண்டும் என்கிற அவனின் ஆசை வந்த மூன்றாம் மாதமே தோற்றுப்போய் விட்டதை அவன் உணர்ந்திருந்தான். அறையில் அவனின் பெட்டியில் ஐந்தாறு உடுப்புகளும் உண்டு. எதையும் வாங்கிச் சேர்க்க விரும்பவில்லை. எப்படிப் போகப் போகிறோம் என்கிற உறுதியற்ற தன்மையைப் புரிந்து வைத்திருந்தான். கொட்டித் தள்ளிவிட முடியாவிட்டாலும் இங்குள்ள பல கடினமான நினைவுகளைத் தூக்கி வீசும் விதமாக நேற்று இரவு முழவதும் ஜாஸ்மீன் புகைப்படத்தைப் பார்த்துப் பார்த்து மனம் முழுவதும் அந்த மோனோலிஷா சித்திரம் தனக்குள் இருந்து விலகாது என அவளை நிரப்பியாகிவிட்டது.

“படச்ச ரப்பே . . . என்ன ஒரு போலீஸ் வேன் வந்து பிடிச்சிட்டுப் போவட்டு . . .” பிரார்த்தித்துக் கொண்டவன் பதட்டமாகத் தனது ரியால் ஜட்டியைத் தட்டிப் பார்த்துக் கொண்டே சுட்டரிக்கும் சாலையில் நடக்கத் துவங்கினான்.

3

ஷரஃபியா இன்னும் இரவின் இளைப் பாறுதலை முழுமையாக்கிக் கொள்ளவில்லை. நேரம் இரவு ஒன்றரை மணி. இந்தியாவில் இப்போது அதிகாலை நாலுமணி இருக்கும். அழகிய சிறு நகரமான ஷரஃபியா எழுபது சதமானம் இந்தியர் களால் நிரம்பிக் கிடந்தது. ஏராளமான கடைகள் இருந்தன. கிட்டத்தட்ட எல்லா கடைகளிலும் மலையாளிகளே வேலைப் பார்த்தனர். பெட்டிக் கடை போன்ற சிறிய கடைகளும் அளவில் பெரிதான கடைகளும் இருந்தன. அவைகளில் *மலையாள மனோரமா, மாத்யமம், மங்களம்* போன்ற பல இதழ்களும் பத்திரிகைகளும் காட்சிப் படுத்தப்பட்டுக் கடைகளில் தொங்கியபடி கிடக்கும். கேரள பீடி வகைகள், பான்பராக் போன்ற புகையிலை பொருட்களும் வியாபாரத்துக்காக இருந்தது. ஹோட்டல்களில் மலையாள உணவு களான அப்பம், புட்டு, செம்மீன் கறி, ஒரட்டி பிரதானமானது. இந்தியர்களில் எண்பது சதமானம் மலையாளிகளாலும் மற்றபடி தமிழர்களும் உ.பி.க் காரர்களும் பாகிஸ்தானிகளும் சமநிலையில் இருந்தனர். ஷரஃபியாவில் பாரம்பரிய உடையில் அலையும் அரபிகளை எண்ணிவிடலாம். மலையாளி கள் ஷரஃபியாவைக் கேரளாவின் ஒரு பகுதியாகத் தான் கருதிக் கொண்டனர். அவர்களின் நடபடி கள் அப்படித்தான் இருந்தது. பல நேரங்களில் ஷரஃபியாவின் கடை வீதியை திருவனந்தபுரம் சாலை பஜார் இன்னும் விரிவாக இருந்தால் எப்படியிருக்குமோ அப்படியே கற்பனை செய்ய லாம். கடைகளின் உள்ளேயும் வெளியேயும்

ரசனையான மலையாள மொழியின் ஒலி கேட்டுக்கொண்டே இருக்கும்.

மலையாளிகளை மல்பாரி என்றே அரபிகள் அழைக்கிறார்கள். தமிழர்களிடமோ உபி.க்காரர்களிடமோ இந்தியாவின் மற்றமற்ற பகுதிகளைச் சார்ந்தவர்களிடமோ நீங்கள் யார் என்று கேட்டால் இந்தி என்பார்கள். மலையாளிகளிடம் கேட்கும்போது என்ன காரணமோ தெரியவில்லை அவர்கள் தாங்களை மல்பாரிகள் என்றே சொல்கின்றனர். அரபிகள் மலையாள மொழியின் ஒலியைக் கிருகிரு என்பார்கள். ஷரஃபியாவில் சில அரபிகள் மொழியின் ஒலியை வைத்து மல்பாரி, மதராசி எனத் தனித்து அடையாளம் காணும் ஆற்றல் பெற்றிருந்தனர். இந்தியாவில் பல மொழிகள் உண்டு என்பது அவர்களுக்கு ஆச்சரியமான விசயம். அவர்களுக்கு இந்தியாவைக் குறித்து பல ஆச்சரியங்கள் உண்டு. இந்திய அரசியல், சினிமா என நீண்டு போகும் ஆச்சரியம் சமீபத்தில் அரபு பத்திரிகை செய்தியால் அறியப்பட்ட சந்தனக் கடத்தல் வீரப்பன் அவர்களிடம் முக்கிய இடம் பிடித்திருந்தான். தமிழ் அவனுக்கும் இந்தி இவனுக்கும் தெரியாது என்பதால் ஒரு மதராசியும் டெல்லிகாரனும் சந்திக்கும்போது அரபியில்தான் பேசிக்கொள்ள முடியும். உங்கள் மொழியில் பேசிக்கொள்ளாமல் ஏன் எங்கள் மொழியில் பேசுகிறீர்கள் என்ற அரபிகளின் கேள்விக்கு நாங்கள் இருவரும் வேறு வேறு மொழிக்காரர்கள் என்கிற பதில் அவர்களுக்கு வேடிக்கையின் உச்சமாக இருக்கும்.

ஷரஃபியா மற்றும் பலது'வைத் தவிர ஜித்தா நகரின் எந்தப் பகுதியிலும் மக்களின் கூட்டத்தைப் பார்க்க முடியாது. பலதில் மலையாளிகளுக்கு இணையாகத் தமிழர்கள் உண்டு. கருந்தினாவில் நிறைய பாகிஸ்தானிகள் வசிக்கிறார்கள் ஆனாலும் ஷரஃபியா, பலதைப் போலக் கூட்டம் கூட்டமாக அவர்கள் கூடுவதில்லை. பாப் மக்காவில் அரபிகளை நிறையப் பார்க்கலாம். மக்கா போவதற்கான வாகனங்கள் பாப்மக்காவிலிருந்துதான் புறப்படுகின்றன. மக்கா போகிற வாகன ஓட்டுநர்கள் அரபிகளாக இருப்பதால் பாப்மக்காவில் பாரம்பரிய உடை அணிந்த நிறைய அரபிகளைப் பார்க்க முடியும். பலதில் ஒன்றிரெண்டு தமிழ்நாட்டு உணவு விடுதிகள் உண்டு. இட்டிலி, தோசை, சாம்பார், சட்டினி, ரசவடைக்காக வியாழன் இரவு நல்ல கூட்டம் வரும். மக்காவிலிருந்தும் தமிழர்கள் பலர் வியாழன் இரவு பலதுக்குப் புறப்பட்டு வருவார்கள். பங்ளாதேஷிகள் பரவலாக எல்லா இடங்களிலும் இருந்தனர். யமனிகள் நிறைய உண்டு. அவர்கள் அரபு மொழியைத் தாய் மொழியாகக் கொண்டவர்கள் என்பதால் இங்கு சிறிய முதலாளிகளாகவும்

இருந்தனர். நிலவியல் ரீதியாக யமன் சவுதி அரேபியாவின் கீழ் பகுதியில் இருந்தது. யமனின் அடுத்த பக்கம் ஓமான் இருந்தது. இரண்டு வசதியான நாடுகளுக்கிடையே இருந்த யமன் ஒரு ஏழ்மையான நாடு.

யமனிகள் இந்தியர்களோடு நல்ல அன்பு காட்டக் கூடியவர் கள். மம்மலியின் பூஃபியாவைத் தொட்டடுத்து லூ லூ கடை யமனிக்கும் மம்மலிக்கும் நல்ல நட்பு உண்டு என்பதால் ஒரு சில வியாழன் இரவு மம்மலியின் அறைக்கு வந்திருக்கிறான்.

மம்மலி இரவு பனிரெண்டு மணிக்குப் பிறகு பூஃபியா வைப் பூட்டத் தொடங்கினால்தான் ஒரு மணிக்கெல்லாம் முடியும். ஒவ்வொரு பொருளாகத் தூக்கி உள்ளே வைத்து ஓராளவுக்குக் கடையைச் சுத்தப்படுத்தி சவர்மா உபகரணங் களை ஒதும்பாடாக்கி முடிக்க எப்படியும் ஒரு மணி நேரம் ஆகிவிடும். மம்மலி அப்துல்லாஹ்விடம் தொழில் கற்று அவரிடம் சொந்த மகனைப் போல வளர்ந்தவன். சுத்தம், உழைப்பு, நேர்மை பிறரிடத்தில் மனப்பூர்வமான அன்பு இவை சிறப்பான வாழ்வுக்குப் போதுமானது என அவனுக்கு சொல்லியிருக்கிறார். மம்மலி கடையை அவ்வளவு சுத்தமாக வைத்திருப்பான். ஷரஃபியா அறையும் அப்படித்தான். பூஃபியாவில் யாரையும் வேலை துணைக்கு வைத்துக்கொள்ள மம்மலி விரும்பவில்லை. ஹைபா பலமுறை சொல்லியிருக்கிறாள். ‘யாராவது நல்ல வேலைக்காரனைப் பார். நான் விசா சரிசெய்து தருகிறேன். உனக்கு உதவியாக இருக்கும் அல்லவா . . .’

மம்மலி மறுத்துகொண்டே நம்முடைய தந்தை என்னை நிறைய உழைக்கச் சொல்லியிருக்கிறார். எனக்கு உழைப்புப் பிடித்தமானது. பிறகு ஹைபா வற்புறுத்தவில்லை. அவள் தங்கை சாராவின் கணவன் எப்போதாவது பூஃபியா வேலையில் உதவிக்கு வருவான்.

மொய்தீன் யமன் முதலாளி சாலேயிடம் துணிகளைப் பிரஸ் செய்யும் இயந்திரத்தில் வேலை செய்கிறான். ஆரிதுதான் அங்கு எல்லா கணக்கு வழக்குகளும். மொய்தீன் ஆரிதுவின் தம்பி என்பதால் அவனுக்கு வேலைநேரம் இதுதான் என்று குறிப்பாக எதுவும் கிடையாது. ஆரிது ஊருக்குப் போயிருப்ப தால் இப்போது ஆறு மாதம் மொய்தீன் இயந்திரத்தில் வேலை செய்கிறான். மற்றபடி அவனின் அரபி ஸாஇதியோடு சுற்றிக் கொண்டிருப்பான். அதிகாலை ஐந்து மணிக்கோ அல்லது இரவு பத்து மணிக்குப் பிறகோ வேலையின் தன்மையைப் பொறுத்து அவன் வேலை நேரங்களை அவனுக்கானதாக ஆக்கிக்கொள்வான். மொய்தீனின் விசா பிரகாரம் அவன்

பாலைவனத்தில் ஆடு மேய்க்க வேண்டும். ஸாஇதி அப்படித் தான் அந்த விசா பேப்பரைப் பெற்றிருந்தான். ஸாஇதியின் தந்தைக்கு சர்வதேச விமான நிலையம் தாண்டி மின்சாரமற்றப் பகுதியில் பாலைவனத் தோட்டம் ஒன்று உண்டு. தோட்டம் என்றால் கற்பனை செய்துகொள்ள வேண்டாம். கரடு, முரடான மலையடிவாரத்தின் ஒரு மணல் வெளி. ஸாஇதியின் தந்தை யிடம் நிறைய ஆடுகள் இருந்தன. அதில் ஆடு மேய்க்க என சாலேயின் ஏற்பாட்டில் ஸாஇதி விசாவுக்கு விண்ணப்பித்து அதை நல்ல விலைக்கு சாலே மூலமாக ஆரிதுவிடம் விற்பனை செய்தான். ஆரிதுவின் தயக்கத்தை சாலே நம்பிக்கையூட்டி பாதுகாப்பதாகச் சொன்னபிறகே ஆரிது விசாவைப் பெற்றுக் கொண்டு மொய்தீனை வரவழைத்துக் கொண்டதெல்லாம் பழைய கதை.

மொய்தீன் வந்தபிறகு இக்காமா அடிப்பதற்காக சாலேயும் ஸாஇதியும் மொய்தீனை அழைத்துக்கொண்டு போக வந்த போதுதான். ஸாஇதியும் மொய்தீனும் முதன்முதலாக சந்தித்துக் கொண்டது. என்ன காரணமோ மொய்தீனும் ஸாஇதியும் நல்ல நண்பர்களானார்கள். அரபுலகில் இது ஒரு ஆச்சரியமான விசயம். ஓராண்டுக்குப் பிறகு ஸாஇதி மொய்தீனிடம் ஒரு முறை சொன்னான்.

“நண்பா ... நீ உண்மையாக வேலை செய்ய வேண்டிய இடத்தைப் பார்க்க வேண்டுமா. உன்னை அழைத்துப் போகிறேன் வருகிறாயா ...”

“ஒருவேளை உன்னை தந்திரமாகப் பிடித்து வைத்துக் கொள்ளக் கூடும்.” மம்மலியும் நண்பர்களும் “போகவேண்டாம்” என்றனர். ஆனாலும் மொய்தீன் அவர்களுக்குத் தெரியாமல் ஸாஇதியோடு பிரபுவின் லிமோசினில் புறப்பட்டுப் போய் விட்டான்.

பயங்கரமான இடம். ஒருவனை மனநோயாளியாக மாற்று வதற்கு மூன்று நாட்கள் அங்கு தங்க வைத்தால் போதுமானது. ஸாஇதியின் தந்தை தோட்டத்துக்கு சற்று முன்னே பல ஆயிரக் கணக்கான பழைய கார்கள் மலை போல் குவிந்து கிடந்தன. பிரபு மொய்தீனிடம் காட்டிக் கொடுத்தான். ஒன்றன் மேல் ஒன்றாகக் குப்பைபோலக் குவிக்கப்பட்டிருந்தது. நன்றாகப் பார்க்க லிமோசினில் கண்ணாடியை இறக்கியபோது அனல் காற்று தீ வெக்கைபோல முகத்தில் அடித்தது. பயமூட்டுகிற அந்த இடம் தாண்டிப் பத்து மைல் தொலைவு பயணித்த பிறகே ஸாஇதியின் தந்தையின் தோட்டம் இருந்தது.

தோட்டத்தைப் போலவே கருத்துக் கரடு முரடாக இருந்த ஸாஇதியின் தந்தை மொய்தீனைக் கட்டியணைத்துக் கொண்டு முத்தமிட்டார். “எனக்கும் உன்னைப் பிடித்திருக்கிறது. பேசாமல் என்னோடு என் தோட்டத்திலிருந்து விடேன்.”

மொய்தீனின் பயந்த முகத்தைப் பார்த்துக்கொண்டே ஸாஇதி . . .

“நீ பயப்படாதே நண்பா . . . அவர் அன்பில் சொல்லுகிறார்.”

நிறையப் பேசிக்கொண்டார்கள். ஸாஇதியின் தந்தையைப் போல அன்பு காட்டக்கூடிய மனிதன் இந்த உலகத்தில் இன்னொருவன் இருப்பதற்கான சாத்தியம் இல்லை என்றே தோன்றியது.

அன்றைய விருந்து பற்றி மொய்தீனும் பிரபுவும் பின்னர் ஷரஃபியா அறையில் சொன்னபோது எல்லோருக்கும் ஸாஇதியின் தோட்டத்துக்குப் போக வேண்டுமென்ற ஆசை ஏற்பட்டு விட்டது.

“கேட்டியளா காக்கா . . . பத்துக் கிலோ காணும் கிடாய். ஸாஇதிக்க வாப்பா அறுத்து உலிச்சி குடலு, ஈரக்கொலையெல்லாம் தனியா எடுத்துட்டாரு. முழு கிடாய்ல மாசாலாவ அடைச்சி நரம்பு மாதிரி ஒண்ண வச்சி தச்சாரு. பொறவு ஒரு அலுமினிய டிரம்முல தூக்கிப் போட்டுப் பாலைவன மணலுல ஒரு குண்ட தோண்டி, அந்த டிரம்ல கிடாய வச்சி மூடி குண்டுல இறக்கி மண்ண தள்ளி மூட்டிட்டாரு ஒரு மணி நேரம் கழிச்சி மண்ண தோண்டி டிரம்ம எடுத்தா உள்ள கறி பஸ்பமா வெந்திருந்து. அலுமினிய டிரம் மூடியில கிடாய தூக்கிப்போட்டு நாங்க நாலு பேரும் சுத்தியிருந்து சாப்பிட்டோம். டேஸ்ட்னா அப்படியொரு டேஸ்ட். ஆனா ஒண்ணு. இந்த உலகத்துல அன்பானவனோ கறுப்பனுவோ தான் பாத்துடுங்கோ. ஆனா பண்ணிக்கு பொறந்தவலுவோ கறுப்பனுவள பத்தி நமக்கு மோசமா சொல்லித் தாரானுவோ. என்ன அன்புனுங்கியோ இந்த கொள்ளையத்த வெயிலு மட்டும் இல்லைன்னா பேசாம ஸாஇதிக்க வாப்பா கூடவே இருந்துருவேன். இந்த நாட்டோட உண்மையான குடிமக்கள் கறுப்பனுவ தான் பாத்துக்கிடுங்கோ காக்கா.”

இக்பால் ஒருமுறை சொல்லியிருக்கிறார். ‘மொய்தீன் இந்த நாட்டோட மட்டுமில்ல இந்த ஒலகத்தோட உண்மையான குடிமக்களே கறுப்பனுவதான்.’

ஸாஇதியின் தந்தையிடமிருந்து விடைபெற்று வரும்போது மொய்தீனுக்காக பிரபு அரபு மொழியில் அவர்களிடம் பேசினான்.

“ஸாஇதியும் நானும் அண்ணன் தம்பிகள் உங்களுக்கு என்ன வேண்டுமானாலும் நகரில் நான் ஒரு மகன் இருப்ப தாகக் கருதி ஸாஇதியிடம் சொல்லிவிடுங்கள்.”

கட்டியணைத்து முத்தமிட்டு அதுவரையிலும் வெளிவராத ஸாஇதியின் உம்மாவும் வெளியே வந்து மொய்தீன் இதுவரை யிலும் கண்டிராத அற்புதமான பருத்த கொய்யாபழம் போல இருந்த ஈச்சங் குலையும் கொடுத்தனுப்பி வைத்தாள். பிரபுவிடம் மொய்தீன் மெல்லக் கேட்டான். “என்னிடம் ஐநூறு ரியால் இருக்கிறது. நான் அதைக் கொடுத்துவிடலாமா . . .”

“இப்போது வேண்டாம். இந்த பேரன்புக்கு பணம் பதிலீடாக இருக்காது.”

மொய்தீனும் ஸாஇதியும் பரஸ்பரம் ஒருவருக்காக ஒருவர் என்ன வேண்டுமானாலும் செய்து கொள்ளக்கூடிய நண்பர் களாக இருந்தனர். வியாபாரத் தந்திரங்களோடுதான் ஸாஇதி விசா பேப்பரை சரி செய்து சாலே மூலமாக ஆரிதுவிடம் விற்றது. ஆனால் வந்திறங்கிய மொய்தீனுக்கும் ஸாஇதிக்குமான பிடித்தம் எல்லா வியாபாரத் தந்திரங்களையும் தகர்த்துப் போட்டது. இரண்டு வருடத்துக்கு ஒரு முறை ஸாஇதி இக்காமாவைப் புதுப்பித்துக் கொடுப்பதோடு எப்போது ஊர் போக வேண்டுமானாலும் சட்டப்படியான எல்லா ஏற்பாடு களும் செய்து கொடுத்துவிடுவான். யமன் முதலாளி சாலேக்கும் மொய்தீன் செல்லப் பிள்ளைப் போலத்தான். ஆனாலும் மொய்தீன் ஸாஇதியோடு சுற்றிக்கொண்டு கிடப்பது சாலேக்கு இஷ்டப்படவில்லை. நாம் அஜ்னபிகள் அவர்களோடு அத்தனை நெருக்கம் அவசியமில்லை என்பான். சாலே எது பேசினாலும் எது செய்தாலும் இறைவன் இருக்கிறான் என்று சொல்லிக் கொள்வான். ஸாஇதி விசயத்தில் இவ்வளவு நெருக்கம் வேண்டாம். நினைவிருக்கட்டும். இங்கு நீ பிழைக்க வந்திருக் கிறாய். சரி இறைவன் இருக்கிறான் மாஸலாமா. சாலேயின் விடைபெறுதல் எப்போதும் இப்படித்தான்.

சவுக்கத் பாப்மக்காவில் வாசனை திரவியக் கடையில் வேலை செய்கிறான். மலையாளியின் சாயல் இல்லாமல் பார்க்க லெபனான்காரனைப் போல இருப்பான். அவனுக்கு கபீலோடு பிரச்சனை இல்லை. கபீல் பள்ளிவாசலில் இமாமாக இருக்கிறான். அளவாகப் பேசக்கூடியவன். எப்போது கடைக்கு வந்தாலும் சவுக்கத்தோடு மூன்று முறை கட்டி அனைத்துக் கொண்டே “நீ நன்றாக இருக்கிறாயா . . . என்னிடம் வேலை செய்வதில் நீ திருப்தி அடைகிறாயா . . .” என்பதை இடையிடையே கேட்டுக்கொண்டிருப்பான். மாதச்சம்பளத்தோடு தேவைப்

பட்டால் கடனாகப் பணம் கொடுப்பான். பிறகு இரண்டொரு நாளில் "சவுக்கத் நான் உனது கடனை இறைவனுக்காக விட்டு விடுகிறேன். நீ இனி கடனாளி இல்லை" என்பதைச் சொல்லும் போது சவுக்கத்தின் முகத்தில் மலரும் புன்னகையை ரசித்துக் கொண்டே

"உன் புன்னகை எனக்கு சுவர்க்கத்தின் ஒரு வாசலை திறந்து தந்திருக்கிறது" என்று கட்டி அணைத்துக்கொள்வான். இஷா தொழுகைக்குப் பிறகு பல நேரங்களில் கடைக்கு வருவதுண்டு. அவன் வந்தாலும் வராவிட்டாலும் இரவு பதினோரு மணிக்குக் கடையைப் பூட்டிக்கொள்ளலாம். கபீல் வந்து இரவு கடையைப் பூட்டுவதாக இருந்தால் தனது காரிலேயே அறைக்குக் கொண்டுவந்து விடுவான்.

நாசரின் கபீல் கொஞ்சம் முரடன் ஒன்றிரண்டு முறை நாசரை மூர்க்கமாகத் தாக்கி இருக்கிறான். அப்படியான தருணங்களில் வசிப்பிடம் எதுவும் செய்ய இயலாத வலியுடன் மஞ்சள் மணல் துகள் மூடிய ஆகாய வெளிபோல மௌனத்தைச் சூடிக்கொள்ளும். நாசரின் பெண்களின் விதவிதமான உடைகள், ஃபர்தாக்கள், உள்ளாடை என விற்கும் வியாபாரக் கடை மக்ரோனாவில் இருந்தது. கடைக்கு வெளியே பத்திருபது பொம்மைகள் உண்டு. மார்பகங்களை வைத்து அடையாளப் படுத்தக் கூடிய வகையில் எல்லாம் பெண் பொம்மைகள் என்றாலும் அவை தலையற்று முண்டமாக இருந்தன. பொம்மை களுக்குத் தலைவைக்கும் பழக்கம் இங்கு இல்லை. இஸ்லாம் உருவ வழிபாடுக்கு எதிரானது என்பதால் எல்லா வகையிலும் முழுமையான உருவங்கள் தடுக்கப்பட்டுள்ளன. சாலையில் முக்கிய ரவுண்டானாக்களில் உயரமான தூண்களில் காரை அங்குமிங்குமாக நிறுத்தியிருப்பார்கள். பங்காளி மார்கெட் அருகே பெரிய ரவுண்டானாவில் பிரம்மாண்டமான சைக்கிள் நிறுத்தப்பட்டிருந்தது. சில ரவுண்டானாக்களில் ஆறு முகப்புக் கடிகாரம் இருந்தன. நாசர் தலையற்ற முண்டமான பொம்மை களைத் தினமும் துடைத்துப் புதுப் புது உடைகளை அணிவித்து வைக்க வேண்டும். பொம்மைகளின் மார்பகங்கள் பல வடிவங் களில் இருந்தன. சில நேரங்களில் துடைக்கும்போது கைகளை அலையவிட்டு ரசிப்பான். அது அவனுக்கு அலாதியான விருப்ப மாக இருந்தது. பல நேரங்களில் சிரிப்பான். பொம்மைகள் சிறிதும் பெரிதுமாகப் பல விதமாக அழகிய மார்பகங்களைக் கொண்டிருந்தன. பொம்மைகளை ஒவ்வொன்றாகத் தூக்கி உள்ளே வைத்துத் தன்னிடமுள்ள தனிச் சாவியால் கடையைப் பூட்டினான் என்றால் நாசர் பனிரெண்டரை மணிக்கெல்லாம் அறைக்கு வந்துவிடுவான்.

அஜ்னபி

மொய்தீனின் அறை கந்தராவில் தங்க மார்க்கெட்டின் பின்னால் இருந்தது. தங்க மார்க்கெட்டின் கடைகளைச் சுலபமாகக் கற்பனைச் செய்துவிட முடியாது. பத்து இருநூறு கடைகள் இருந்தன. ஒவ்வொரு முறையும் கடந்து போகும் போது புதிதாகப் பார்ப்பவனைப் போலப் பார்த்து நடப்பான். கண்கள் கூசிப்போகுமளவுக்கு ஆபரணங்களின் மினுமினுப்பும் மினுமினுப்பின் மீதான வெளிச்சமும் ஊடுருவி வியாபித்து ஜொலிக்கும். மார்க்கெட்டின் முகப்பிலிருந்த கடையின் பெயர் பலகையில் மட்டும் கிட்டத்தட்ட எழுநூறு குழல் விளக்குகள் பொருத்தப்பட்டிருந்தன. மொய்தீன் தனது வசிப்பிடத்துக்காக ஒவ்வொரு முறையும் இந்த மார்க்கெட்டைக் கடந்துதான் போக வேண்டும். வியாழன் இரவுதான் வழக்கமாக மம்மலியின் வசிப்பிடத்துக்கு வரும் மொய்தீன் இன்று ஃபைசல் விசயமாக நேரமே வந்திருந்தான். மம்மலி கடையைப் பூட்டி வரும் வருகைக்கான காத்திருப்பில் அனைவரும் ஊர் பாடுகளில் மூழ்கிக் கிடந்து கதையடித்துக் கொண்டிருந்தனர்.

மம்மலி கந்தராவில் பூஃபியாவைப் பூட்டிவிட்டு குபுரி[1]யின் கீழே காலார நடந்தே வருவான். பஸ்ஸில் வந்தால் இரண்டு ரியால் செலவு வந்துவிடும் என்ற நாசரின் பரிகாசத்தை முன்வைத்துக்கொண்டு மம்மலியைக் கஞ்சன் என்று சொல்வதற்கில்லை. பெரிய சேமிப்புக்காரன். ஐந்து பத்து ரியால் நோட்டுகளை ஐம்பது ரியாலாக்கிக்கொள்வதும் இரண்டு ஐம்பது ரியால்களை நூறு ரியாலாக்கிக்கொள்வதும் ஐந்து நூறு ரியால்களை ஐநூறு ரியாலாக்கிக்கொள்வதும் இரண்டு ஐநூறு ரியால் என்றால் சாராவின் கணவனிடம் ஐந்து நிமிடம் பூஃபியாவைப் பார்த்துக்கொள்ளச் சொல்லிவிட்டுப் பந்தக் சாதாவின் பின்புறம் உள்ள அல்–ராஜ் வங்கிக்குப் போனால் அங்குள்ள ஒரு மலையாளியிடம் கொடுத்து இந்தியாவில் தனது வங்கிக் கணக்கில் வரவு வைத்துக்கொண்டால்தான் மேற்கொண்டு அவனுக்கு சுவாசம் சுகமாகப் போகும். மம்மலிக்கு முப்பத்து ஐந்து வயதாகிவிட்ட போதிலும் இன்னும் திருமணம் செய்து கொள்ளவில்லை. ஹைபாகூட சொல்லிவிட்டாள்.

“யா … முஹம்மது … உனக்கு பருவம் கூடிப் போய்விட்டது. இன்னும் திருமணம் செய்து கொள்ளாமலிருப்பது ஹராம் … காலதாமதம் வேண்டாம். உனக்குப் பெண்மீது நாட்டமில்லையா உடனே திருமணத்துக்கு ஏற்பாடு செய். உனது திருமணத்துக்கு நான் இந்தியா வருவேன்.”

---

1. பாலம்.

“இறைவன் நாடினால்... ஃபித்தௌஸாபானுவின் திருமணம் முடியட்டும். இங்கு போல அல்ல இந்தியாவில் பெண்ணின் திருமணத்துக்கு நிறைய பணம் வேண்டும்.”

“அட நாசக்கார மனிதர்கள் பெண்ணிடம் பணம் பெற்றுக் கொண்டா திருமணம் செய்வார்கள். அப்படியானால் அவர்கள் நரகில் புக இதுவே போதுமானது.”

“அங்கு நடைமுறை அப்படித்தான் இருக்கிறது.”

“அப்படியானால் உங்கள் நாட்டை நான் சபிக்கத்தான் வேண்டும். முகமது உனக்கு ஒரு செய்தி சொல்கிறேன். இறைவன் ஆணையும் பெண்ணையும் அவன் பிரதிநிதியாகப் படைத் திருக்கிறான். இதில் ஆணைவிட பெண்தான் முழுமை பெற்ற பிரதிநிதி.”

மம்மலி கேட்டுக்கொண்டிருந்தான். அப்போது பூஃபியா வுக்குள் உணவருந்திக் கொண்டிருந்த அரபி ஏதோ கேலியாக ஹைபாவிடம் பேசினான்.

“ஏய்... ஹிமார் (கழுதை) எங்கள் பேச்சை ஒட்டுக்கேட்டு நரகில் புகப்போகிறாயா..? நீ ஆண் மொட்டைப் படைப்பு. நான் பெண் இறைவனின் முழுமைப்பெற்ற படைப்பு. பதில் பேசாமல் என் கடையைவிட்டு வெளியேறி விடு” என்றாள். அவன் முணங்கிக்கொண்டே போய்விட்ட போது மம்மலி சிரித்துக்கொண்டே சொன்னான்,

“இறைவன் நாடினால் இன்னும் ஓராண்டில் திருமணம் செய்துகொள்வேன்.”

“சரி... எல்லாவற்றிற்கும் இறைவன் போதுமானவன் நான் துவா செய்கிறேன்.”

மம்மலிக்கு திருமண ஆசையில்லாமலில்லை. அவன் பெண் மீதான ஆசைகளையெல்லாம் அடி ஆழத்தில் சங்கிலி போட்டுக் கட்டி வைத்திருக்கிறான். ஆனாலும் மிஷிரி சேனலில் வரும் அந்த மிஷிரி நடிகையைக் காட்சியில் காணும்போதெல்லாம் கட்டப்பட்ட சங்கிலி அவனுக்குள் பொட்டித் தெரித்துவிடும். மிஷிரி நடிகை மீதான மம்மலியின் கிரக்கத்தை நாசர் தனது வலுவான மோப்ப சக்தி மூலமாகக் காட்சியில் அவள் வரும் போதெல்லாம் மம்மலிக்குள் நிகழும் மாற்றத்தை வைத்து முன்னமே இனம் கண்டுகொண்டிருந்தான்.

“என்ன காக்கா... மிஷிரி நடிகையைப் பார்த்துட்டு பல்லு தேய்க்கமாட்டாளுவோ. தமிழ் சினிமாவுல சிம்ரன்னு

ஒருத்தி வந்திருக்கா. உலிச்சி போட்ட நேந்தரம் பழம் கணக்க. தள்ளயத்தின்னவ. என்ன ஆட்டு ஆட்டுதானுங்கியோ. ஒண்ணு பேசிப் பார்த்துருவோமா."

"போடே . . ."

மம்மலி அவனின் வாப்பாவுக்கு நாலாவதாக பிறந்தவன். அவனுக்கு மூத்ததும் இளையதுமாக ஆறு சகோதரிகள். அவனின் பதினான்கு ஆண்டுகால அரேபியா சம்பாத்தியத்தில் ஐந்து பேரைக் கரையேற்றி விட்டான். இளையவள் ஃபிர்தௌஸாபானு இருபது வயதுக்காரி. அவளைத் திருமணம் செய்து கொடுத்து விட்டால் மிஷிரி நடிகையின் சாயலில் ஒருத்தியைத் துனியா வில் எங்கிருந்தாலும் தேடிக் கட்டிக்கொள்ள வேண்டும். அவனின் ஆசைகள் வலுப்பெற்றிருந்த நேரத்தில் நடந்துவிட்டது வாப்பா வின் மரணம். எல்லாவற்றையும் வாப்பா பார்த்துக்கொள்வார் என்ற அவனின் நம்பிக்கையைப் பொய்பித்துவிட்டு நிகழ்ந்த வாப்பாவின் மரணம் அவனை நிலைகுலையச் செய்துவிட்டது. வாப்பாவுக்கு மம்மலியின் மீது அளவிட முடியாத பிரியம் உண்டு. பிராயம் மூத்த பிறகுகூட செல்லமோனே . . . என முத்தமிட்டிருக்கிறார். உம்மா எதாவது சண்டையில் வாப்பா வோடு மல்லு கட்டும்போதெல்லாம் வாப்பா சொல்லுவாராம்,

"இன்னா நிக்காம்புளா எனக்க சொத்து. ஒங்கள பொன்னு போல பாப்பான்."

வாப்பாவின் வார்த்தைகளுக்கு மேல் வேறு வார்த்தைக ளற்று உம்மா வாயடைந்து போவாள். இருபது வயதில் புறப்பட்டு வந்தான். மூத்த அக்காவுக்குக் கல்யாணத்துக்காக விற்றது போல இனி ஒரு வீடு அவனால் வாங்க முடியுமா தெரிய வில்லை. போன லீவில் ஊர் போனபோது இடம் வாங்கும் முயற்சி தோற்றுப்போனது. அவன் பேண்டு மோண்டு உருண்டு விளையாடிய வயல்களிலும் தோப்புகளிலும் கட்டிடங்கள் முளைத்துக் கிடந்தன. ஊரின் பழைய நிலப்பரப்பைப் புதிய அடையாளங்கள் ரொம்பவும் கொடூரமாக அழித்துப் போட்டு விட்டது. நிலம் வாங்குவதும் வீடு வைப்பதும் இனி சாதாரண விசயமாத் தோன்றவில்லை. உள்ளவனிடமே செல்வங்கள் குவிந்து கொண்டிருக்கின்றன. உலகம் கொஞ்சம் கொஞ்சமாகப் பித்தலாட்டக்காரர்களின் வசமாகிக் கொண்டிருப்பதாகத் தோன்றியது. உம்மாவை சொந்த வீட்டில் குடியேற்ற வேண்டும் என்ற ஆசை ஆசையாகவே போய்விடுமா அல்லது படச்சரப்பு கபூலாக்குவானா[2]. யோசிக்கும் இரவுகளில் மம்மலிக்குத் தூக்கம் வசப்படாமலே போய்விடும்.

2. நிறைவேற்றுவானா.

ஷரஃபியா பாலத்துக்குக் கீழே நடு இரவில் காலார நடப்பது சுகமான சுகம்தான். பல முறை நடந்துபோகும்போது அரபி போலீஸ் மம்மலியைக் கொத்தாகப் பிடித்துக்கொண்டு இக்காமாவைக் கேட்டிருக்கிறார்கள். போலீஸ் குறித்து அவனுக்குப் பயமெல்லாம் கிடையாது. இறைவனுக்குப் பிறகு எல்லாம் ஹைபா பார்த்துக்கொள்வாள். மம்மலிக்கு அரபி மொழி நல்ல பரிச்சயம் என்பதால் பதட்டமின்றி இக்காமாவை எடுத்துக் கொடுப்பான். முகமது அலி என்ற அவனின் பெயர் அரபி போலீஸுக்குப் பிடித்தமானது. நாயகத்தின் பெயரும் நாயகத்தின் மருமகனின் பெயரும் இணைத்து வைத்த வாப்பா மனம் முழுவதும் வந்து போவார். நாள்பட நாள்பட போலீஸ் பழகிப்போனது. போலீஸிடம் ஸலாம் சொல்லிவிட்டுப் போய்க் கொண்டே இருப்பான். ஆனால் அரபிச்சிறுவர்கள் அப்படியல்ல. பாட்டில், கல், குப்பி, கிடைத்ததை எடுத்து அஜ்னபிகள் மீது விசுவது அவர்களின் பிரதான விளையாட்டுகளில் ஒன்று. நேருக்கு நேராக விசிவிட்டு மின்னலைப் போல சிரித்துக் கொண்டே ஓடி மறைந்து போவார்கள். அஜ்னபிகள் அரபி சிறுவர்களுக்குப் பந்து, மட்டையைப் போன்ற விளையாட்டுப் பண்டம். பத்து பயலுவோ கூடிவிட்டால் கயிறுகளில் சுருக்கு போட்டு இழுத்து விடுவான்கள். நாசர் பல முறை அழுகிய முட்டையடி வாங்கி இருக்கிறான். முகம் வழியா வழிந்து நாறும்.

'தள்ளய தின்ன பயலுவோ அடிச்சிட்டானுவோ காக்கா.' என்றபடி அவசரத்தில் மம்மலியின் பூஃபியாவில் வந்து கழுவி விட்டுப் போயிருக்கிறான்.

பாலத்துக்குக் கிழே நடக்கும்போதுதான் மம்மலியின் யோசனைகள் குவிந்துகொள்ளும். யோசனைகளைக் குவித்து மையம் கொள்ள வைப்பதற்காகவும் பாலத்தின் கீழான நடையை அவன் விட்டுவிடவில்லை. பகல் முச்சூடும் பூஃபியாவில் வேலை வேலை என எதையும் யோசிப்பதற்கான தருணம் வாய்க்காது போய்விடும். மகிரிபுக்குப் பிறகு சவர்மா ரெடியாகி விடும். தீ மழையில் குத்தீட்டிபோல நீண்டு நிற்கும் கம்பியில் வெட்டித் துண்டுகளாக்கிக் கோர்க்கப்பட்ட கோழியின் இறைச்சித் துண்டுகள் ஒரு பக்கம், ஆட்டிறைச்சி இன்னொரு பக்கமென நீண்ட கம்பி வளையத்தில் சுற்றிக்கொண்டிருக்கும். வாள் போன்ற கூரியக் கத்திகொண்டு மரசீவல்போலச் சீவி எடுத்துத் தீ மழையைக் கூட்டிக் குறைத்துச் சுற்றி வரும்போது வியாபாரம் வியாபாரம் இதைத்தவிர எதையும் யோசிக்க இயலாது. முழுக்க முழுக்க இப்படியான வியாபார மூழ்குதல் அவனுக்குத் தவம் போலத்தான் இருந்தது. எப்போதாவது

சாராவின் கணவன் காரில் கடந்து போகும்போது கூட்டம் நிற்பதைப் பார்த்துப் பூஃபியாவுக்கு வந்து நின்றான் என்றால் பத்து நிமிடம் தள்ளி நின்று சிகரெட் புகைக்கும் போதும் கண்கள் பூஃபியாவின் மீதுதான் மையம் கொண்டிருக்கும். இரவு ஒரு மணிக்கு மேலே பூஃபியாவைப் பூட்டிக் கிளம்பும் போது ஒரு பெப்சி டின்னைக் கையில் எடுத்துக்கொண்டு, காலாற பாலத்தின் கீழே செங்கடல் காற்றை சுவாசித்து நடக்கும் அந்த நடை, நடு இரவில் அவனுக்குப் பிடித்தமான ஒன்றாகவே மாறிப்போயிருந்தது. நடப்பது நடு இரவு என்றா லும் எரிகிற விளக்குகளால் ஆகாயம் தவிர்த்து மற்றவைகள் வெளிச்சத்தால் பகலைப் போலத்தான். அவன் நிதானமான இந்த நடையில் ஊரைக் குறித்தும் உறவுகளைக் குறித்தும் யோசிப்பது, ஊருக்கு அனுப்ப வேண்டிய பணம், பூஃபியாவின் கணக்கு வழக்குகள், சந்தித்த விசித்திரமான மனிதர்கள், ஊரின் தெரு, வீட்டின் அறை, உம்மா, தங்கைகள், சகோதரியின் பிள்ளைகள், வாப்பாவின் முகம், அவர் மரித்து போகும்வரை அவரின் அருமையைப் புரியாத மனம், ஒவ்வொன்றாக அவனுள் குவிந்தும் கடந்தும் போகும். வெறுமையான பல நேரங்களில் மிஷிரி நடிகை சாத்தானைப் போலப் பிடித்துக்கொள்வாள். அவள் பிடித்துக்கொண்டால் அவ்வளவுதான். பெண்கள் எவ்வளவு அழகாக இருக்கிறார்கள். நீயா படத்தின் ஸ்ரீப்ரியாவை நீண்ட காலம் மனது வைத்துக்கொண்டிருந்தது. நேரடி உறவு தாண்டிய எல்லாப் பெண்களும் விவரிக்க முடியாத சிலிர்ப்பை ஏதோ ஒரு அசைவு அல்லது அசைவற்றவைகளின் வழியாகக் காற்றைப் போலப் புகுந்து குருதியோட்டத்தை என்னமோ செய்துவிடுகிறார்கள். மூடிய ஃபர்தாவுக்குள் வெளிப்பட்டு சுழலும் கண்கள் மொத்தத்தையும் வெளிப்படுத்திவிடுகிறது.

பாலத்தின் கீழான அவனின் இன்றைய நடையில் மெல்லிய காற்று முகத்தில் பட்டுப் போய்க்கொண்டே இருக்கிறது. ஒன்றி லிருந்து ஒன்றாக விலகிப்போன சிந்தனைகள் வெறுமையான கனப்பொழுதில் மிஷிரி நடிகையின் நெளிவு சுழிவுகளின் வனப்புக்குள் கொண்டு போய்விட்டது. அவள் பின்பக்கத்தை மட்டும் அப்படியே குலுங்க ஆட்டுவாள். இடுப்புக்குக் கீழே அவளின் பின்பகுதி சதை திரட்சியின் தனி ஆவர்த்தனம். மம்மலியின் ஈரக் கொலையை பலமுறை கொத்தாகப் பிடுங்கிப் போட்டிருக்கிறது. எப்படி அவளால் பின்பக்கத்தை மட்டும் இப்படி ஆட்ட முடிகிறது. உதட்டை நெழித்து அந்த நெழிப்போடு சுழித்து அவளின் சிரிப்பு அவள் சரீரத்துக்கு முற்றிலும் தொடர் பற்ற அவளின் குழந்தைத்தனமான முகம் எந்த வார்த்தை களாலும் சொல்ல முடியாத அவளின் வசீகரம் பல நேரங்களில்

மம்மலியைச் சக்கையாக சுவைத்துத் துப்பிப் போட்டுவிட்டுக் காற்றில் கலைந்து போய்விடும். அவள் கலைந்துபோன பிறகு மம்மலி அவமானமும் குற்ற உணர்வுமாய் நடுங்கிக் கிடப்பான். ஒரு இரவில் ஷரஃபிய அறையில் ஃபைசலோடு யாருமற்ற தனிமையில் பேசிக்கொண்டிருக்கும்போது ஃபைசல் சொன்னான்,

"மம்மலிக்கா எங்க ஊர்ல ஒருத்தி உண்டு. ஏதேசம் இந்த சாயல்ல இருப்பா. பேசுவோமா?"

"ஒரு ரெண்டு வருசம் போட்டு ஃபைசலே."

ஒரு நாள் யாருமில்லாத அதுபோன்ற தனிமையில் ஃபைசலிடம் தயங்கியபடி

"ஃபைசலே நீ அன்னைக்கு சொன்னியே."

"என்னது . . ."

"அதான் . . . அந்த சாயல்ல உள்ளதா . . ?"

ஃபைசலுக்குச் சிரிப்பாக வந்தது காட்டிக்கொள்ளாமல் உள்ளுக்குள் சிரித்துக்கொண்டே

"காக்கா ஊர்லயிருந்து வந்த கல்யாணக் கேசட்டுல பார்த்தேன். மம்மனிபாவுக்கு சொந்தக்காரி."

மம்மலி சிரித்துக்கொண்டே ஃபைசலே நான் சும்மாதான் கேட்டேன் என வேறு பேச்சுக்குப் போனாலும் மனம் உள்ளுக்குள் அடித்துக்கொண்டே கிடந்தது.

காலாற நடந்து வந்த மம்மலி பாலத்தின் கீழிருந்து விலகி ஷரஃபியாவின் கடை வீதியில் புகுந்து இன்னும் பூட்டாமல் திறந்து வைத்திருந்த உ.பி.க்காரனுக்கு ஸலாம் சொல்லிவிட்டுத் தொட்டடுத்த பாகிஸ்தானியின் பச்சைக் கறிகடைக்கு வந்து பழம், தண்ணி மத்தங்கா, நாலு நான்ஆல்கஹால் பியர் எல்லாம் எடுத்துக்கொண்டபோது பாகிஸ்தானி கணக்கு எழுதிக் கொண்டான். மாதம் ஒரு முறை கணக்கு முடித்துக்கொண்டு வசிப்பிடவாசிகள் அனைவரும் கணக்கைப் பங்கிட்டுக்கொள்ள வேண்டும். நலன் விசாரிப்புக்குப் பிறகான சின்னப் பேச்சினூடே பாகிஸ்தானி உருதில் கேட்டான்.

"ஃபைசல் போலிஸில் மாட்டிக்கொண்டானா . . ?"

"அனேகமாக மாட்டி இருக்கலாம். அறைக்குப் போனால் தெரியும்."

"நல்லது. அவனின் மோனோலிஷா புகைப்படம் பற்றி நாசர் பேசினான். பாவம் ஃபைசல் பிழைத்துக்கொள்ளட்டும். நான் துவா செய்கிறேன்."

வெளியே இருந்த கடையின் பொருள்களை ஒவ்வொன் றாக ஒதுக்கிக்கொண்டே தொடர்ந்து பேசிக்கொண்டிருந்த பாகிஸ்தானியிடம் கொஞ்ச நேரம் பேசிவிட்டுப் பஜாரில் நடந்து மலையாளியின் கடைதாண்டி, அறைக்கு வந்தபோது வாசல் திறந்த உடனே மம்மலி ஃபைசல் பற்றி விசாரித்தான். சவுக்கத்தும் நாசரும் மொய்தீனும் மிஷிரி அஷரபும் ஃபைசலை இன்னும் காணவில்லை. எனவே அவன் போலிஸில் பிடிபட் டிருக்கலாம் என்பதை அனுமானமாகச் சொன்னபோது எல்லோ ரிடமும் சந்தோசம் இருந்தது.

"நல்லா இருக்கட்டும்" என்றான் மம்மலி.

"மோனோலிஷா . . . ஜாஸ்மீனின் வருங்கால கணவன் ரச்சிக்கப்பட்டு விட்டான்." அஷரபுவின் சந்தோஷ வார்த்தை யைத் தொடர்ந்து கூ . . . என நாசர் ஊளையிட்டான்.

மம்மலி குளித்துவிட்டு வந்தபிறகு எப்போதும் போல அறையின் நடுவில் பிளாஸ்டிக் பேப்பர் விரித்து லெபனான் ரொட்டியும் சவுக்கத் உண்டாக்கிய கடாய்கோஸ் கறியும் பகிர்ந்து தின்றுகொண்டிருக்கும்போது அஷரபு டி.வி.யை போட்டான் மிஷிரி நடிகை திரையில் தோன்றும் நாடக நேரம் என்பதை முன்னமே தெரிந்து வைத்திருந்த அவன் வசிப்பிடத் தில் அன்பான குசும்பனாக இருப்பதில் எல்லோருக்கும் ரசனை யுண்டு.

"மைனி வந்தாச்சி மைனி வந்தாச்சி . . . படச்சரப்பே . . . அவளுக்க பாலும் காலும். மம்மலிக்கா கண்டோ . . ." நாசர் ஊளையிட்டு சிரித்துக்கொண்டே

"மற்ற ஆட்கள் விகல்பமா காணான் பாடில்லா மம்மலிக்கா மாத்திரமானு அதின்ற உடமஸ்தன்."

சிரிப்பும் கேலிப்பேச்சுமாக சவுக்கத் அஷரபுக்காக மொழி பெயர்த்தபோது மம்மலி கள்ளக்கண் போட்டுப் பார்த்தான். அறையில் சிரிப்புத் தொடங்கிவிட்டது. மம்மலி எல்லாவற்றை யும் வேடிக்கையாக எடுத்துக்கொள்வான். அறையில் சிரிப்பு நின்றபாடில்லை. சிரிப்பு சத்தத்தினூடே போன் மணி ஒலித்தது. மம்மலி போணை எடுத்தபோது மறுமுனையில் தான்ஷானியாவி லிருந்து "அஸ்ஸலாமு அலைக்கும் காக்கா" என்றான் ஜாஹீர்.

"வ அலைக்கும் வஸ்ஸலாம் . . . சுகந்தானே . . . என்னா திடீர்னு . . ."

"ஃபைசல் இன்னைக்குப் போலீஸ்ல சரண்டர் ஆவப் போரான்னு உகண்டாவில சுலைமானுக்கு அல்ஹாசா டெய்லர்

அஹமது போன் பண்ணினானாம். மாட்டிக் கிட்டானா... ஏதாவது தகவல் உண்டா..?"

"காலையிலேயே போனான். இதுவரைக்கும் ஆளக்காணல. அனேகமாக மாட்டியிருக்கலாமுன்னு நினைக்கேன்."

"நல்லது இந்தியாவில வேற என்ன விசேசம்..?" யார் பேசினாலும் இந்தியாவில் என்ன விசேசம் என்பது தவிர்க்க முடியாத கேள்வியாகத்தான் பரஸ்பரம் இருக்கும்.

"பெருசா ஒன்னும் தெரியல."

"எதாவது தகவல் இருந்தா கூப்பிடுங்கோ. வைக்கேன்."

"பஷீர் எப்படி இருக்கான்..?"

"கென்யாவில் கடலுக்குள்ளேதான் இருக்கிறான். இன்னும் கரைக்கு வரல. நாற்பது நாளாகி விட்டது. அனேகமா அடுத்த வெள்ளிக்கிழமை வருவான்."

"வந்தா ஒடனே பேசச் சொல்லு. ம்... சரி."

போனை வைத்துவிட்டு அறையில் பரஸ்பரம் பேசத் துவங்கியபோது அறைக்கதவு தட்டும் சத்தம் கேட்டது.

"பிரபு வருவதாகச் சொன்னான். அவனாகத்தான் இருக்கும் கதவை திற."

நாசர் எழுந்து போய் லென்ஸ் வழியாகப் பார்த்துவிட்டு "படச்ச ரப்பே... மம்மலிக்கா இது ஃபைசலா?"

எல்லோரும் எழுந்து கதவருகே வந்தனர்.

அஸ்ஸலாமு அலைக்கும் சொல்லிக்கொண்டே ஃபைசல் உள்ளே வந்தான்.

அஜ்னபி

4

ஒரு போலீஸ் வாகனத்தில் இரண்டு போலீஸ் இருப்பார்கள். பிரத்யோகமாக வடிவமைக்கப்பட்ட ஊர்ந்து செல்லும் சிறைபோலப் போலீஸ் வாகனம் வடிவமைக்கப்பட்டிருந்தது. இந்த ஊர்ந்து செல்லும் சிறை வாகனம் நகரின் பல பகுதிகளிலும் நிறையவே சுற்றிக்கொண்டிருக்கும். வாகனத்தினுள்ளே அஜ்னபிகள்தான் பெரும்பாலும் கைதிகளாக இருந்தனர். வாகனத்தின் நடுப்பகுதியிலிருந்து கம்பியால் பிரிக்கப்பட்ட பகுதி சிறைபோல் இருக்கும். கம்பிகளுக்குப் பின்னால் கண்ணாடிப் பொருத்தப்பட்டிருப்பதால் வாகனத்தின் ஏ.சியி லுள்ள குளிர் காற்று அந்தப் பகுதிக்குச் செல்லா மல் தடுக்கப்பட்டுவிடும். அக்கினிக்குழம்பாகக் கொதிக்கும் வெயிலின் கொடூரத்தில் காற்றுப் புகாமல் அடைக்கப்பட்ட இந்த வாகனத்தில் பயணிப்பது கடினமானது. அது தாங்க இயலாத கொடுமையான அவஸ்தை. வெயிலின் கொடூரத்தை மனிதன் இங்கு போல உலகத்தில் எங்கும் உணர முடியாது. ஆப்பிரிக்காவின் சில பகுதி மக்கள் சகித்துக்கொள்வார்கள். இந்தியர்கள் சுருண்டு விழுந்து சாகாமல் தப்பித்துக்கொள்வது அவர் களின் உடல் வலிமையைப் பொருத்தது. வாகனத் தின் பிரிக்கப்பட்ட பிந்தயப் பகுதியின் சுற்றுப் பக்கக் கண்ணாடிக் கதவுகள் அடைக்கப்பட்டால் அவ்வளவுதான். வாகனத்தின் பின்பக்கக் கதவு வெளியே இருந்து திறந்து மூடும் வசதி கொண்டது என்பதால் உள்ளே இருப்பவர்களால் திறக்க முடியாது. ஒரு போலீஸ் வாகனம் ஓட்டும்போது

அவனைவிட உயர் அதிகாரியாக இருப்பவன் அருகில் இருந்து கொள்வான். இருவரிடமும் துப்பாக்கி இருக்கும். ஆனாலும் அவர்கள் யாரையும் எங்கேயும் எப்போதும் சுட்டதாகத் தெரியவில்லை. சட்டையை மார்போடு இழுத்துப் பிடித்துக் கொள்வது. கொஞ்சம் வலுவான மனிதன் என்றால் பயந்து போய் விலங்கிடுவது. கைதிகள் எதிர்வினையாற்றினால் ஆத்திரப் பட்டு முகத்திலும் மார்பிலும் அடிப்பது. முகத்தில் அடிக்காதீர் கள் என்பது நபியின் வாக்கு. ஆனாலும் ஆத்திரம் என்றால் அம்மாவும்கூட இங்கு குழந்தையை முகத்தில்தான் அடிக்கிறாள். இதனால்தான் நபி சொன்னாரோ என்னமோ தெரியவில்லை. சிறிய சிறிய காவல்நிலையங்கள் இல்லை என்பதால் வாகனமே ஒரு காவல் நிலையமாகத்தான் இருந்தது. மற்றபடி ஜித்தாவுக்கு என்று ஒரு காவல் நிலையமும் ஷரஃபிய பாலம் தாண்டி ஒரு கிளைச் சிறைச்சாலையும் உண்டு. பெரிய சிறைச்சாலை புரைமானில் இருக்கிறது.

போலீஸ் வாகனங்களில் எப்போதும் இந்தியர்கள், பாகிஸ்தானி, ஆப்கானிஸ்தானி, பங்ளாதேஷி, ஸ்ரீலங்கன், தக்ரோணிகள், சோமாலி, யமனி, மிஷிரி, சூடானி என அந்நியக் கைதிகள்தான் அடைக்கப்பட்டிருப்பார்கள். எப்போ தாவது தக்ரோணி பெண்களையும் பார்க்கலாம். அதிகபட்ச மாக இக்காமா[1] இல்லாதவர்களாக இருப்பார்கள். எப்போதும் சாலையில், தெருவில், மார்க்கெட்டில் போலீஸ் வாகனங்கள் சுற்றிக்கொண்டிருக்கும். இது போகப் பெரிய மார்க்கெட்டில் போலீஸ் நடமாட்டமும் இருக்கும். கிட்டத்தட்ட அஜ்னபிகளால் பயன்படுத்தப்படும் இரண்டு ரியால் தனியார் வாகனத்தை எங்கு வேண்டுமானாலும் நிறுத்தி அஜ்னபிகளிடம் இக்காமா இருக்கிறதா என்பதைப் பரிசோதிக்கும் உரிமை அவர்களுக்கு உண்டு. பத்து இருபது பேர் அமர்ந்து பயணிக்கிற இந்த இரண்டு ரியால் வாகனம் அரபிகளால் மட்டுமே ஓட்டப்படக் கூடியது. பயணிகள் முழுவதும் அஜ்னபிகள்தான். அபூர்வமாக ஏதோ ஒரு அரபி இரண்டு ரியால் வாகனத்தில் பயணிக்கிறார் என்றால் அவர் இந்த நாட்டின் மிக மிக வறுமையான குடிமகனாக இருக்கிறார் என்பதைப் புரிந்துகொள்ளலாம். இரண்டு ரியால் வாகனம் முழுக்க முழுக்க அஜ்னபிகளை நம்பி உழைக்கிற அரபிகளுக்கான தொழில். வாகனத்தில் எங்கு வேண்டுமானா லும் ஏறலாம், இறங்கலாம். எங்கு போகிறது, வருகிறது என்கிற அறிவிப்புப் பலகை எல்லாம் கிடையாது. தூரத்தில் வாகனம் வரும்போது கை சைகையால் குறிப்பு காட்ட வேண்டும். கையின் அசைவை வைத்து அந்த குறிப்பை வாகனம் ஓட்டுபவர்

1. அடையாள அட்டை.

ஏற்றுக்கொண்டால் வண்டி நிற்கும். இல்லையென்றால் அப்படியே போய்விடும். இந்த இரண்டு ரியால் வாகனம் அரபி போலிஸின் முக்கியமான இலக்குகளில் ஒன்று. எங்கு வேண்டுமானாலும் யாரையும் பிடித்து விசாரிக்கும் அதிகாரம் பெற்ற போலிஸால் வாகனம் நிறுத்தப்பட்ட உடன் அனைவரும் இக்காமாவைக் கையில் தூக்கி வைத்துக்கொள்ள வேண்டும். அரபிகளை அவர்கள் விசாரித்ததாகத் தெரியவில்லை. அவர்களுக்கு விசாரிப்பதற்கும் அதிகாரம் செலுத்துவதற்கும் நிறைய அஜ்னபிகள் இருந்தனர். ஜித்தாவில் அரபிகளைவிட அஜ்னபிகள் தான் அதிகமாக இருப்பதால் ஜித்தாவின் பல பகுதிகளில் அரபிகளைத் தனித்து அடையாளப்படுத்தக்கூடிய அளவுக்கு வெளிநாட்டு முகங்களாகத் தென்படும் ஷரஃபியாவில் அரபிகளைப் பார்பது அபூர்வம். ஷரஃபியாவைப் பார்த்து அவர்களுக்குப் பயம் ஏற்பட்டிருக்க வேண்டும். ஒவ்வொரு வெள்ளிக் கிழமை மாலையில் பெருங்கூட்டம் கூட்டமாகக் கதை பேசிக் கொண்டு மலையாளிகளும் தமிழர்களும் மற்ற நாட்டினரும் ஆங்காங்கே நிற்பது அவர்களைப் பயப்படுத்தியிருக்க வேண்டும். அந்த அச்சத்தோடு ஒரு வெள்ளி மாலை மஃக்ரிபு தொழுகைக்கும் இஷாவுக்கும் இடைப்பட்ட நேரத்தில் வாகனத்தில் வந்திறங்கிய பத்துப் பதினைந்து அரபி போலீஸ் ஒரு பக்கத்திலிருந்து கண் மூடித்தனமாகத் தாக்கத் துவங்கினார்கள். கைகளாலும், கம்புகளாலும் தாக்கினார்கள். சவுக்கு போன்ற ஒன்றையும்கூடப் பயன்படுத்தினார்கள். கூட்டம் சிதறி ஓடியது. பாலத்தின் கீழேயும் சந்துகளிலும் சிதறி ஓடினார்கள். அவர்கள் பயந்து ஓடியது அரபி போலிசுக்கு ஆறுதலாக இருந்தது. தாக்குதலை நிறுத்திக்கொண்டனர். பயந்தவர்கள்தான் என்பதை உறுதிப் படுத்திக்கொண்ட திருப்தி அவர்களின் முகங்களில் பரவிக் கிடந்தது.

“ஒலகம் முழுவதும் போலீஸ்காரனுவோ. ஒண்ணு போலத் தான் இருக்கானுவோ.”

அன்று கள்ள டாக்ஸி அருகிலிருந்து ஓடித் தப்பிக்கொண்டே ஏ.சிக்கடைக்குள் மறைந்துகொண்ட ஃபைசல் மூச்சி வாங்கிய படியே ஷமியிடம் சொன்னான். அன்றைக்கு அவன் சிக்கியிருந் தால் நிலமை மிக மோசமாகி இருக்கும். ஆனால் இப்போது அவனுக்கு விருப்பமானதாக இருந்தது. விருப்பம் என்றால் பெரும் விருப்பம். புகைப்படம் வழியாக ஜாஸ்மீன் ஒவ்வொரு நொடிப் பொழுதும் அழைத்துக்கொண்டிருக்கிறாள்.

செங்கடல் கரையோரப் பள்ளிவாசலிலிருந்து லுகர் தொழுகைக்கான அழைப்புக் காற்றில் கம்பீரமாகக் கலந்து வந்தது. இந்த பாங்கோசை அவனுக்கு ரொம்பவும் பிடித்திருந்தது.

போய்த் தொழுதுவிட்டுப் படச்சவனிடம் துவா கேட்போமென அவன் பள்ளிவாசலுக்குள் புகுந்துவிட்டான். மார்புவரை தொங்கிக் கிடந்த நீண்ட தாடி கிட்டத்தட்ட ஐந்தாண்டுகளுக்கு மேலாக வளர்ந்து தள்ளிய தாடி பம்பாயில் போய் இறங்கியதும் மழித்துத்தள்ள வேண்டும். ரோமங்களுக்குள் மறைந்து கிடக்கும் முகத்தை மீட்டெடுத்துக் கொண்டால்தான் ஆசுவாசம். ரியாத்தில் அரபியின் வீட்டு வேலை விசாவில் பூத்துக் கிடந்த ஒரு கூட்டம் மலர்போல மனசுக்குள் விரிந்து கிடந்த நீண்ட நெடிய நாள் கனவுகளோடுதான் அவன் வந்தது. அழைத்து வந்தவன் சொல்லி யிருந்தான் பதினைந்து நாளில் ரிலிஸ் வாங்கிவிடலாம் என்று. இமைப்பீலி விரித்து மூடும் இடைவெளியில் எல்லாம் தோற்றுப் போனது. பண்ணிக்குப் பொறந்த பரதேசி பயலுவோ எல்லா வனிடமும் இப்படித்தான் சொல்கிறார்கள். நூற்றில் பத்துப் பேர் பிழைத்துக்கொள்கிறார்கள். மற்றவர்கள் செத்துப் பிணமாக சவ அடக்கத்திற்குக் காத்திருப்பவர்களாக கையும் காலும் வீசி நடக்கப் பழகியிருக்கிறார்கள். நடை சாதாரணமானதாக இல்லை. சுற்றிலும் அத்தர் வாசனையைப் பரப்பிக் கடந்து போகும் நடை. எங்கே யாரிடம் மாட்டிக்கொள்கிறார்கள் என்பதுதான் விதி. துவைஜியிடம் மாட்டிக்கொண்டால் . . . இப்படியெல்லாம் உலகத்தில் மனிதர்கள் இருக்க முடியுமா என்ன . . . படச்சரப்பே . . .

துவைஜியின் முரட்டுக் கை சற்றும் எதிர்பாராத தருணத் தில், அவனின் மார்பில் அடித்து எழும்பியபோது அவன் நிலைகுலைந்து நின்ற நொடியில் தன்னை நிலைப்படுத்திக் கொள்ளும் அவகாசத்தை எடுத்துக்கொள்ளும் முன்னால் மறு கையால் அவன் முகத்திலும் அடித்தபோது அப்படியே சரிந்து விழுந்து கிடந்தான். கலங்கிய கண்களைத் திறந்தபோது துவைஜி ஆக்ரோஷமாக அரபியில் கத்தியபடி வலது கழுத்தின் கீழே தோள்பட்டையைக் குறிவைத்து உதைத்துத் தள்ளினான். அவனின் ஆக்ரோஷம் இன்னும் தீரவில்லை. அரபியில் அவன் கத்திக் கூப்பாடு போடும் வெறிபிடித்த அந்த குரல் காதுகளில் கேட்டுக் கொண்டிருந்தது. சடலமாகக் கிடந்தபோதும் தனது குதிகாலால் முகத்தில் ஒன்றிரெண்டு முறை தாக்கினான். மூச்சற்றுக் கிடந்த ஃபைசல் எழும்ப நீண்ட நேரமாகிவிட்டது. பிலிப்பைனிக்காரன் தண்ணீர் தெளித்து மெல்ல எழுப்பினான். தன்னை அறியாமலேயே அழுதிருந்த கண்களைக் கூர்ந்து பார்த்துக்கொண்டே அவன் தாய்மொழியில் முனக்கமாக ஏதோ காதில் சொன்னான். ஒரு வேளை தப்பித்து ஓடி விடு என்று சொல்லி இருக்கலாம். நினைவு திரும்பியபோது கதறி அழுத ஃபைசலின் முகம் ஒருபக்கமாக வீங்கி இருந்தது. அறைக்கு இழுத்துக் கொண்டுபோய்க் கிடத்தப்பட்ட பிறகு நடு இரவில்

கண்விழித்துக் கொண்டான். அறையின் நிலைக்கண்ணாடியில் பத்துநாட்கள் சவரம் செய்யாத முகம் வீங்கி வலது கண் மூடிக் கிடந்தது. அரபி எதற்கு அடிக்கிறான் எதற்காகத் திட்டு கிறான் எதுவும் அப்போது அறியவில்லை. ஓடிவிடலாம் என்றால் எங்கே ஓடுவது. அழ முடியாத அளவுக்கு அழுதாகிவிட்டது. உணவும் தண்ணீரும் பிலிப்பைனியின் மேற்பார்வையில் வந்து கொண்டிருந்தது. நான்கைந்து நாட்களுக்குப் பிறகு அரபியில் அவன் ஏய் கழுதே என்று அழைத்தால் ஃபைசல் ஓடிப்போக வேண்டும். பிறகு புரிந்துகொண்டு கழுதை என்ற வார்த்தைக்கு ஓடத் தொடங்கினான். இந்தியாவுக்கு இவனைக் கொண்டு போய் இரண்டாகப் பிளந்துவிட வேண்டும் என்ற எண்ணமும் ஃபைசலுக்கு ஏற்பட்டிருந்தது.

துவைஜியின் அலுவலக அறையில் வேலை. அலுவலகம் வீட்டிலுள்ள அலுமினியச் சிறைபோல இல்லாமல் கொஞ்சம் விசாலமான சவுகரியங்களோடு கூடிய சிறப்பான சிறை. தூத்துத் துடைக்க, எப்போதும் ஏதோ ஒன்றை செய்துகொண் டிருக்க வேண்டும். விந்து சிந்திய படுக்கை விரிப்புகளையும் அவன் உருவிப்போட்ட ஆணுறைகளையும் ஃபைசல் அப்புறப் படுத்திச் சுத்தப்படுத்துவதற்காக விட்டுச் செல்வான். அந்த கொடுஞ் சுழலில் ஃபைசல் சவரம் செய்ய மறந்து போனபோது மளமளவென வளர்ந்துகொண்டிருந்த தனது தாடியை ரசிக்கத் துவங்கிவிட்டான்.

பிலிப்பைனி தப்பியோடிய பின்னர் அலுமினியத்தால் வடிவமைக்கப்பட்ட அவனின் சொந்த சிறையில்தான் மூன்று நாட்கள் கட்டிப்போட்டிருந்தான். துவைஜி பிரச்சனைக் குரியவர்களை அச்சப்படுத்தித் தனது அடிமையாக்கிக்கொள்ள இந்த சிறையை ஏற்படுத்தியிருக்கிறான். அவனிடம் எல்லோரும் பிரச்சனைக்குரியவர்கள்தான். அவனிடம் மனரீதியாக ஏதோ பிரச்சனை இருக்கிறது. இந்தோனேசியாகாரி ஃபைசலுக்கு இரண்டு வேளை உணவு கொண்டு கொடுக்க வேண்டிய கூடுதல் வேலைக்குப் பொறுப்பாக்கப்பட்டிருந்தாள். அவளை அப்போது யாரென்று தெரியாது. கதவின் நடு பக்கம் சின்ன திறப்பு உண்டு. அதன் வழியாகவே உணவை உள்ளே தந்து விடுவாள். அரபு நாட்டில் அவன் நெருக்கத்தில் கண்டுகொண்ட அழகிய முகம் அவளுடையது மட்டும்தான். அரபி வீட்டின் பாத்ரூம் பின்பக்கம் அலுமினிய அறையில் கட்டிப்போடப்பட்ட ஃபைசலுக்கு இந்தோனேசியாகாரி ஒரு முறை லெபனான் ரொட்டியைச் சுற்றிலும் யாருமில்லை என்பதை உறுதிப்படுத்திக் கொண்டு ஊட்டிக் கொடுத்தாள். அவள் பேரழகியான இருபத் தொரு வயதுக்காரி.

“முகமது நீ பாவம். உன்மீது எனக்கு இரக்கம் தோன்றுகிறது. ஆனாலும் நான் என்ன செய்ய முடியும்...”

“பின்பக்கமாகக் கட்டப்பட்டிருக்கும் எனது கட்டை நீ அவிழ்த்துவிட முடியுமா..?”

“மன்னித்து விடு. கட்டை அவிழ்பது ஒன்றும் பெரிய விசயமில்லை என்றாலும், என்னால் அதைச் செய்ய இயலாது. நான் செய்தால் என்னைக் கொன்று விடுவான். நான் இழிந்த நிலையில் மரணமடைவதை நீ விரும்புகிறாயா?”

“இல்லை. நான் அப்படி விரும்பவில்லை. ஒருபோதும் நான் அப்படி விரும்ப மாட்டேன்.”

இந்தோனேசியாகாரி ஃபைசலின் கண்களைப் பார்த்துக் கொண்டே மன்னிக்கக் கோரி அங்கும் இங்கும் பார்த்துக் கொண்டே அவன் கன்னத்தில் தாடிக்குமேலே பளிச்சென முத்தமிட்டுப் போனாள்.

ஃபைசல் கட்டிலிருந்து விடுபட மூன்று நாட்களுக்கு மேலாகிவிட்டது. இந்தோனேசியாகாரியின் நீண்ட நீண்ட முத்தங்கள் ஃபைசலுக்கு வாழ்வின் மறக்க முடியாத முத்தங்களாக இருந்தன. அவளுக்கு ஏதோ ஒரு வகையில் அவன் பிடித்தமான வனாக இருந்தான். அவள் கடைசியாகச் சொன்னாள்.

“முகமது நீ உடனே தப்பிப் போய்விடாதே. இரண்டு மாதங்கள்கூட இருந்து விட்டுப்போ இல்லையென்றால் எனக்கு நிறையப் பிரச்சனைகள் வரும் எனக்கு அடுத்தமாதம் விடுமுறை தருவான். நான் ஊருக்குப் போனால் திரும்ப இவனிடம் வரமாட்டேன். அதுவரை பொறுமை காப்பாயாக. நான் போன பிறகு நீ தப்பித்து போய்க்கொள். நான் உன்னை நேசிக்கிறேன். நீ இதற்கு மாறு செய்யாதே. நீ ரொம்ப பாவம்.”

அவள் போய்விட்டாள். இந்தோனேசியாக்காரி அசப்பில் கிளாரா டீச்சரைப் போல இருந்தாள். நிறம்தான் வேறு. இந்தோனேசியாக்காரி நிலவின் நிறம். அவளின் சுருமா கண்களும் அவளின் வார்த்தைகளும் வலி மறக்கச் செய்யும் வித்தைகளைக் கொண்டிருந்தது. அவள் பெயர் அரூஷா என்பது அப்போது அவனுக்குத் தெரியாது.

துவைஜியின் கார் டிரைவராக இருந்த மிஷிரி இனம் தெரியாத ஈர்ப்பால் ஈர்க்கப்பட்டு நண்பனானான். அலுமினிய சிறைக்கு வெளியே இந்தோனேஷியாக்காரி கடந்து போன தருணங்களில் அரபியில் கதைத்துக் கொண்டான். அவன் ஏன் பயப்படுகிறான் என்பது ஃபைசலுக்குப் புரியவில்லை. யாருமற்ற தருணத்தில் சொன்னான்.

“ஃபைசல் ஒனக்கு தாடி சிறப்பாக இருக்கிறது தானே. வளரட்டும். வைத்துக்கொள்.”

துவைஜியிடமிருந்து தப்பியோடிய பிறகு தாயிபு சூப்பு கடையிலிருந்து பாகிஸ்தானியிடம் விடைபெற்று வெளியேறி மம்மனிபாவிடம் போனபோது அது பெரிய தாடியாக இருந்தது. அல்ஹாஸாவில் நடு இரவில் நீண்ட நேரம் தாடியையும் ஃபைசலையும் பார்த்துக்கொண்டிருந்தவன் “தாடியை எடுக்காதே இருக்கட்டும் இது ஒரு பாதுகாப்பு. தலையில் ஒரு தொப்பியும் போட்டுக்கோ.”

தாடி வளர்ந்துகொண்டே இருந்தது. ஐந்தாண்டுகளாக வளர்கிற தாடி. தனக்கு இப்படியொரு பெரிய தாடி வளரும் என்பதைக் கற்பனையாகக்கூட நினைத்திருக்கவில்லை. கற்பனை யிலும் நினைத்திராத பலவற்றையும் இந்த ஐந்தாண்டுகளில் வாழ்க்கை குவித்து வைத்துவிட்டுக் கடந்து போய்விட்டது.

செங்கடல் கரை பள்ளியில் ஒழு செய்துவிட்டு ஈரம் சொட்டச் சொட்ட தலையில் தொப்பியோடு பள்ளிக்கண்ணாடி யில் முகம் பார்த்தான், ரசித்தான். தாடிக்குள் விரல் நுழைத்துக் கோதிக்கொண்டான். அது மார்புக்கு கீழே விழுதைப்போல நீண்டு கிடந்தது. தலையில் தொப்பியும் நீண்டதாடியும் தன்னைப் பெரும் மகான்போலக் காட்டுவதாகத் தோன்றியபோது அவன் கண்ணாடியிடம் ‘நான் மகான் தாண்டா’ என்றபடி கருத்தான் காதர்போலத் தலைக்கு மேலே கைகளைக் குவித்து முறுக்கி வயிற்றை எக்கி நீளத்துக்கு சுவாசித்துப் பார்த்தான். அது அவனுக்கு வசப்படவில்லை. கருத்தான் காதரின் வினோத இருப்பை நினைத்துப் பார்த்த அவனுக்குச் சிரிப்பாக இருந்தது. மம்மலியின் அறைக்கு வந்தபோது சவுக்கத் பார்த்த மாத்திரத் திலேயே

“ஃபைசலே கண்டா ஒரு இமாமின்ற லுக்கு உண்டு. இத்ர வலிய தாடி உண்டெங்கில் நாட்ல காசு உண்டாக் காம்” என்றபோது எல்லோரும் ஆமோதித்துக் கொண்டனர்.

லுஹர் தொழுகை முடிந்து வெளியே வந்து மால்பரோ சிகரெட் புகைத்தான். இழுத்துப் புகைத்துக்கொண்டிருந்த போது பள்ளியிலிருந்து இரண்டு போலீஸ் தொழுகை முடிந்து வெளியே வருவதைப் பார்த்துக்கொண்டே ஃபைசல் பயந்த வனைப் போலப் பாவலா காட்டி நடித்தான். கருந்தினாவில் சந்தித்த எத்தியோப்பிக்காரன் பாவலா காட்டும் வித்தையைச் சொல்லியிருந்தான். இப்போது பாவலா பலிக்கத் துவங்கியது.

“சதிக் தால்.” *(நண்பா . . . வா . . .)*

ஃபைசல் பயந்த தன்மை விடாமல் பயந்து ஓடுபவனைப் போல நகர்ந்து பிறகு நடுங்குபவனைப் போலப் பாவலாவைக் கச்சிதமாக வைத்துக்கொண்டே அருகே போனான்.

"ஜீப்² ... இக்காமா ..."

"இக்காமா மஃபி³ ..."

அவ்வளவுதான். போலீஸ் சட்டையைக் கொத்தாகப் பிடித்துக்கொண்டு இழுத்தபோது இன்னொரு போலீஸ் சத்தமாக "நண்பனே அந்த இந்தியனிடம் கடுமையாக நடந்து கொள்ள வேண்டாம். ஸபூர்⁴ ... ஸபூர் ..." என்றபோது போலீஸ் சட்டைப் பிடியை விட்டுவிட்டு "தால்⁵ ..." என சாதாரணமாக அழைத்துக்கொண்டுபோய் அவனைப் போலீஸ் வாகனத்தின் பின்பக்கம் அடைத்துக்கொண்டான். அவன் அதை விரும்பியதால் மனதுக்குள் புன்னகையோடு இறைவனைப் புகழ்ந்துகொண்டிருந்தபோது போலீஸ் அதிகாரி ஃபைசலைக் கருணையோடு பார்த்துக் கொண்டான். போலீஸ் அதிகாரிக்கு ஃபைசலின் தாடி ரொம்பவும் பிடித்துவிட்டது. சிறை வாகனத்தின் கண்ணாடியை சற்று விலக்கி ஃபைசலுக்கு ஏ.சி.யின் குளிர்ந்த காற்று போகுமாறு செய்தான். குளிர்ந்த காற்று முகத்தில் பட்டு மெல்ல மெல்லக் குளிர் பரவத் துவங்கியது. அது விவரிக்க முடியாத சுகம். பசித்துக் கதறிய உடலுக்குள் உணவும் தண்ணீரும் போவது போல வார்த்தைகளால் விவரிக்க முடியாத பேரின்பம். வாகனத்தின் கண்ணாடி வழியாகத் தெரிந்த சாலையில் கானல்நீர் கட்டுக்கடங்காமல் பாய்ந்து ஒரு பெரும் நதிபோல ஓடிக்கொண்டிருந்தது. சுகமான சுவாசத்தில் தாடியை மெல்ல வருடிக்கொண்டே வாகன இருக்கையில் சாய்ந்தபோது வாகனம் பலது நகருக்குள் புகுந்து கண்ணாடிக் கட்டிடத்தின் ரவுண்டானாவில் திரும்பி முன்பக்கச் சாலையோடு போய்க்கொண்டிருந்தது. ரியால் ஜட்டியைத் தொட்டுப் பார்த்துக்கொண்டான். இந்திய ரூபாய் பனிரெண்டாயிரம் தனது ஜட்டிக்குள் குஞ்சாமணியைச் சுற்றிச் சிக்குண்டு கிடப்பதைக் குறித்த நினைப்பு அவனுக்குக் கேலியாக இருந்தது. பம்பாயில் போய் இந்திய ரூபாயாக மாற்றிக்கொண்டால் ரயிலிலோ பஸ்ஸிலோ ஊர் போய் சேர்ந்துவிடலாம். ரயில் இல்லையென்றால் காத்திருப்பெல்லாம் வைத்துக்கொள்ளாமல் பஸ்ஸில் பெங்களூர் போய் பெங்களூரிலிருந்து ஊர் போய்விட

2. கொடு.
3. இல்லை.
4. பொறுமை.
5. வா.

அஜ்னபி

வேண்டும். அவன் ரயிலிலும் பஸ்ஸிலுமாகப் பயணித்துக் கொண்டிருக்கிறான்.

பம்பாயில் தாடி மழிக்கப்பட்ட தனது சௌந்தரிய முகத்தை அவள் கண்டுகொண்டிருந்தபோது மக்கா பாலத்தில் ஏறிய போலீஸ் வாகனத்தைப் பாலத்தின் மீது கரை புரண்டு ஓடிய கானல்நீர் மூழ்கடித்து விடும்போல இருந்தது. கந்தரா கிளைச் சாலையில் பாலத்திலிருந்து இறங்கிப் பயணித்துக் கொண்டிருந்த வண்டி பின்னர் ஷரஃபியாவில் பாலத்துக்குக் கிழே ரொம்ப நேரம் நின்றது. பிரபுவின் லிமோசின் எங்காவது கடந்து போகிறதா என்று பார்த்தான். கடந்து போகிற எல்லா லிமோசினும் பிரபுவின் லிமோசினைப் போல இருந்தது. யாராவது தன்னைப் பார்த்துவிட்டால் மனம் நிறைவுகொள்ளும் போலத் தோன்றியது. வாகனம் மீண்டும் பயணப்பட்டு மதியம் இரண்டரை மணிக்கு மேலே கருந்தினாவில் நின்றபோது ஒரு கடையில் மந்திச்சோறு வாங்கி வந்தார்கள். அவர்கள் இருவரும் காரில் இருந்தபடி சாப்பிட திடிரென அதிகாரி இறங்கிப் பின்பக்க கதவைத் திறந்து ஃபைசலை சாப்பிடச் சொன்னார். ஒரே உணவு மூவரும் சாப்பிட்டனர்.

"அரபு தேசம் எப்படி ..." அதிகாரி சிரித்துக்கொண்டே கேட்டார்.

தயக்கத்தோடு "அழகு ... அல்ஹம்து லில்லாஹ் ...[6]" என்றான்.

ஒரு பாட்டில் தண்ணீரை மூவருமாகக் குடித்துக் கொண்டனர். பிறகு ஃபைசலைப் பின்பக்கம் உட்காரச் சொல்லி அதிகாரி கதவை அடைத்துக்கொண்டார். மூணரை மணிக்கு வண்டி மக்ரோனா அனக்கேஷ் பக்கம் சுற்றிக்கொண் டிருந்து அனக்கேஷில்தான் மொய்தீனின் மிஷின் அறை இருந்தது. அங்கு ஒரே ஒரு முறை போன மறக்க முடியாத நினைவு உண்டு. அந்த தெருவில் மொய்தீனைக் கண்கள் தேடியது.

அசர் தொழுகைக்கு பாங்குச் சொன்னபோது மக்ரோனா கூரா மைதானத்தை ஒட்டிய பள்ளியில் வாகனத்தை நிறுத்தி விட்டுப் போலீஸ்காரர்கள் பள்ளிக்குள் போனார்கள். கொஞ்ச தூரம் நடந்து போனவர்கள் ஏதோ பேசிக்கொண்டார்கள். பிறகு போலீஸ் திரும்ப வந்து "யா ... முஹம்மது ... தொழுகைக்கு வருகிறாயா ..."

"ம் ..." என்றபோது பின்பக்கக் கதவைத் திறந்து கூட்டிக் கொண்டு போனான். பள்ளியில் இரண்டு போலீஸ்களின் நடுவில் நின்று அசர் தொழுதான். தொழுகை முடிந்து வெளியேறி

6. எல்லா புகழும் இறைவனுக்கே.

வந்தபோது முன்பு போல வாகனம் புறப்பட்டது. இரை தேடிப் பறந்து திரியும் ஒரு பறவையைப் போல நகரில் உருண்டு கொண்டிருந்த வாகனத்திலிருந்த அவர்களிடம் ஐந்தரை மணி யளவில் பனிமாலிக்கில் ஒரு பாகிஸ்தானி சிக்கினான். பரிதாபம் என்னவென்றால் சிக்கிய அவனுக்குப் போலீஸின் கையைத் தட்டிவிட்டுத் தப்பியோடும் முயற்சி தோற்றுப் போனது. அவன் கொஞ்சம் முரடனாக இருந்தான். பிறகு அழத் தொடங்கினான். வாகனம் ஓட்டிய போலீஸ் அவன் சட்டையைக் கொத்தாகப் பிடித்து அசைய முடியாமல் அவன் கைகளைப் பின்பக்கமாகப் பிடித்துக்கொண்டே வேகமாக இடது கையால் பிடரி முடியை இழுத்துப் பிடித்து வைத்திருந்தபோது அதிகாரி அவனுக்கு விலங்கிட்டு இழுத்துக்கொண்டு வந்து வண்டியில் ஏற்றினார். ஃபைசலின் எதிரில் அமர்ந்த அவன் அழுத அழுகை பரிதாபமாக இருந்தது. அவன் கண்ணாடி வழியாக அதிகாரியிடம் அழுது கதறினான்.

“நான் பாவம். பாகிஸ்தானில் எனக்குப் பிழைப்பு இல்லை. எனக்கு மூன்று பெண் மக்கள். என்மீது கருணைக் காட்டுங்கள். நாங்கள் ஏழைகள். ஏழைகள்மீது கருணை காட்டுங்கள். ஏழைகள் மீது கருணை காட்டினால்தான் நீங்கள் சொர்க்கம் போக முடியும். என்னை விட்டுவிடுங்கள். என் குழந்தைகள்மீது கருணைக் காட்டுங்கள்.” அவன் அழுகை பரிதாபமாக இருந்தது. இவ்வளவு வலிமையான தோற்றமுடைய ஒருவன் ஒரு சவலப் பிள்ளையைப் போல அழுகிறான் என்பதை நம்ப முடியவில்லை. தொடர்ந்து பாகிஸ்தானி ஈன சுரத்தில் அழுதுகொண்டிருந்ததால் எரிச்சலுற்று அதிகாரி பின்பக்கம் ஏ.சி.யின் குளிர் காற்று வந்துகொண்டிருந்த கண்ணாடியைக் கோபமாக மூடியபோது குளிர் காற்றின் வருகை துண்டிக்கப் பட்டது. ஏற்கனவே நிரம்பி இருந்த குளிர் தனது இருப்பைக் கொஞ்சம் கொஞ்சமாகத் தொலைத்துக்கொள்ள வாகனத்தின் பின்பக்கத்தில் அவஸ்தைப் புகுந்துகொண்டது. வாகனம் ஒரு கிலோ மீட்டர் போயிருக்காது இன்னொருவன் மலையாளி போல இருந்தான் வண்டிக்குள் அடைக்கப்பட்ட பிறகுதான் அவன் பங்ளாதேஷி என்பது தெரிந்தது. ஸாரா சித்தீன் சிக்னலில் சிக்கியவன் பாகிஸ்தானியா ஆப்கானிஸ்தானியா என்று தெரிய வில்லை. மக்ஃரிபு தொழுகை கந்தரா மார்க்கெட் பள்ளியில் அதிகாரி ஃபைசலை மட்டும் பள்ளிக்கு அழைத்துப்போனார். ஃபைசல் எதுவும் பேசிக்கொள்ளவில்லை. தொழுகை முடிந்து ஃபைசல் சுன்னத் தொழுதான் அதிகாரி வெளியே காவல் நின்றார். ஃபைசலுக்கு இவர்கள் நம் மேல் ஏதோ அன்பு செலுத்துகிறார்கள் என்பது மட்டும் புரிந்தது. இந்த அன்பு அவனுக்குப் புதுமையானதாக இருந்தது. இஷாவுக்கு முன்னால்

ஏர்போட்ரோட்டில் ஒரு டை கட்டிய எத்தோப்பியக்காரன் சிக்கினான். அவனின் தோற்றமும் உடையும் பொருத்தமற்று இருந்தது. அந்த இரவிலும் கறுப்புக் கண்ணாடி அணிந்திருந்தவ னின் முகம் வாடிப்போயிருந்தது.

"நான் ரொம்ப பாவம். இறைவன் உங்களுக்கு அருள் புரிவான். என்னை விட்டுவிடுங்கள்" வாகனத்துக்குள் அதிகாரிக்குக் கேட்கச் சத்தமாகப் பேசிக்கொண்டிருந்தான். பிறகு மெல்லச் சொன்னான், "இது இறைவனின் உலகம்." (உலகம் என்பதற்கான ஆங்கிலப் பதத்தை அவன் ஒரால்டு என்று உச்சரித்தான்) அவன் என்னமோ அவனின் உம்மா வின் உலகம் என்று நினைக்கிறான். அவன் என்னை அனுப்பட் டும். நான் போய் ஒரே மாதத்தில் புதிய பாஸ்போட் எடுத்து இங்கு வருவேன். எனக்கும் அவனுக்கும் இடையே இறைவன் இறுதி நாளில் தீர்ப்பு சொல்லுவான். அப்போது அவன் முகத்தை எங்கே கொண்டு வைப்பான் பார்க்கலாம். நான் கறுப்பனாக இருப்பதால் இந்த வெள்ளையன் என்னைத் திருடனாகப் பார்க்கிறான். இவர்கள்தான் திருடர்கள் எங்கள் உலகத்தைத் திருடிக் கொண்டவர்கள். நான் பழைய அபிஸீனியா நாட்டுக்காரன். எங்களுக்கும் நபிக்குமான உறவு இவனுக்குத் தெரியாது. இவர்கள் வரலாற்றைத் திருடிக் கொண்டவர்கள். திடீரெனச் சத்தமாகப் பேசினான், "என்னை விட்டுவிடு. உனக்கும் எனக்குமான இறைவன் பெரியவன்." அதிகாரி அவனைத் திரும்பிப்பார்க்கவே இல்லை. அவன் குரல் வாகனத் தின் கண்ணாடி அறைக்கு அப்பால் போகாது என்பதை உணர்ந்து கொண்டவனாய் இயலாமையோடு ஃபைசலைப் பார்த்துப் பேசினான்.

"நண்பா ... எனது மனைவி ஒரு அரபி வீட்டில் ரகசியமாக வேலை செய்கிறாள். நான்கு மாதமாகிவிட்டது நானும் அவளும் சந்தித்து. இன்று அவளின் அரபி பகரைன் போயிருப்பதால் என்னை அவள் வரச்சொல்லியிருந்தாள். நான் அவளைச் சந்திக்க வந்துகொண்டிருந்தேன். வழியில் மாட்டிக்கொண்டேன். நானும் அவளும் ஒருவருக்கொருவர் நிர்வாணத்தின் ஆடை களாக மாறிக்கொள்ள வேண்டிய இரவில், என் விதியைப் பார்த்தாயா ..." எத்தோபியாக்காரனைப் பார்க்கவே பரிதாப மாக இருந்தது.

இரவு பத்து மணிக்கு ஜித்தா ஏர்போட் பக்கத்தில் பாலைவன மணலில் நிலவு ஒளியில் இஷா தொழுகைக்காகப் போலீஸ்காரர்கள் இருவரும் இறங்கிக்கொண்டே வாகனத்தி லிருந்து தொழுகைக்காக விரிக்கப்படும் ஷல்லாவைத் தூக்கிக் கொண்டனர்.

சதிக் தால் ... எனப் பின்பக்கக் கதவைத் திறந்து ஃபைசலை அழைத்தபடியே அவன் இறங்கிய உடன் கதவை அடைத்துக் கொண்டனர். கதவு திறக்கப்பட்ட இடைவெளியில் எத்தியோப்பியாக்காரன் கத்தினான்.

“உனக்கு மனச்சாட்சி இல்லையா ... என்னைத் திறந்து விடு. உனது நாட்டு செல்வத்தில் எனக்கான பங்கு இருக்கிறது.”

உனது நாட்டு செல்வத்தில் எனக்குப் பங்கிருக்கிறது என்ற வார்த்தை போலீஸ்காரனின் கோபத்தை உச்சத்துக்குக் கொண்டு போனது. கதவைத் திறந்து போலீஸ் ஆத்திரத்தில் அவன் முகத்தில் ஒரு குத்துவிட்டுக் கொண்டே

“இறைவன் உனக்கும் அருள் புரிவான்” என்றபடி கதவை வெளியே பூட்டினான். பிறகு எத்தியோபியாக்காரன் மூக்கில் வழிந்த ரத்தத்தைத் துடைத்துக்கொண்டு குனிந்தபடி அமர்ந் திருந்தான். வெளியே பாலைவன மணலில் விரிக்கப்பட்ட சல்லாவில் கிப்லாவை முன்னோக்கி நின்றுகொண்ட அதிகாரி இமாமாக நின்று கடமையான நான்கு ரக்காத்துக்களைக் கொண்ட இந்த இஷா தொழுகைக்காகக் கிப்லாவை முன்னோக்கி இறைவனுக்காகத் தொழுகிறேன். இறைவன் மிகப் பெரியவன் என்ற நிய்யத்தோடு[7] தொழுகை துவங்கிய போது போலிசும் ஃபைசலும் அவரைப் பின்தொடர்ந்து தொழுதனர். பாலைவன மணல் நல்ல குளிராக இருந்தது.

தொழுகை முடிந்து மணலில் அமர்ந்திருந்தனர். சிறை வாகனம் சாலையில் தூரமாய் நின்றது. பங்காளி மார்க்கெட் அருகே வாங்கிய சுட்ட கோழியும் லெபனான் ரொட்டியும் வாகனத்திலிருந்து போலீஸ்காரன் எடுத்துக்கொண்டு வந்த போது மூவரும் ஒவ்வொரு ரொட்டியாகச் சாப்பிட்டனர்.

அதிகாரி கேட்டார் “முகமது நீ எங்கே இருக்கிறாய்?”

“ஷாஃபியாவில் மூன்று இந்தியர்களோடு.”

ஃபைசலை முகமது என்றே அழைத்தனர். இங்கு எல்லோரும் முகமது என்ற பொதுப் பெயராலே அழைக்கப்பட்டனர். தனியாகப் பெயர் தெரியாத அனைவருமே முகமதுதான். பனிரெண்டு மணிக்கு வாகனம் புறப்பட்டது. பின்பக்கம் ஃபைசல்மீது பொறாமையாகப் பார்த்த எத்தியோப்பியாக் காரனை நேராகப் பார்ப்பதை ஃபைசல் தவிர்த்துக் கொண்டான். ஆனாலும் மூக்குக்குக் கீழே ரத்தம் காய்ந்திருந்த எத்தியோப்பியாக் காரன்

---

7. வேண்டுதல்.

“நண்பா உன்னை அவனுக்குப் பிடித்துவிட்டது. நீ அதிர்ஷ்ட சாலி. இந்த கிறுக்கன்களுக்கு உன்னைவிட நான் வாழ வழியில் லாத நாட்டுக்காரன் என்பது புரியவில்லை.” அவன் புலம்பிக் கொண்டேயிருந்தான். பாகிஸ்தானி பேச்சற்றுக் கலங்கிய கண்களோடு விலங்கிடப்பட்ட கைகளை அசைக்க முடியாமல் தலையைத் தூக்கி சாய்த்து வைத்திருந்தான். மற்றவர்கள் பேசிக் கொள்ளவில்லை. ஐந்தாறு அஜ்னபிகளின் வினோத வலியோடும் நிச்சயமற்ற தன்மையோடும் சிறை வாகனம் பாலைவன வெளியி லிருந்து பிரதான சாலையில் பயணிக்கத் துவங்கியபோது சிறை வாகனத்தை ஓட்டிய போலீஸை நோக்கி அதிகாரி

“இன்ந்த ரோ . . . ஷரபியா” (வண்டியை ஷரபியாவுக்கு விடு).

வாகனம் இன்னொரு சாலையில் திரும்பி அனக்கேஷ் மரக்குபுரி ரோட்டில் வந்து ஷரபிஃயா பாலம் அருகே வரும் போது மணி ஒன்றரை இருக்கும் ஒரு சந்தில் நுழைந்து திரும்பிய போது அதிகாரி வாகனத்தை நிறுத்தச் சொன்னார். வாகனம் நின்றது அதிகாரி இறங்கிப் பின்பக்கக் கதவைத் திறந்து ஃபைசலை இறங்கச் சொன்னார். அப்போதும் பாகிஸ்தானி அழுதுகொண்டிருந்தான். எத்தியோப்பியாக்காரன் ஏதோ சொல்ல முயற்சித்தான். அதிகாரி பொருட்படுத்தாமல் கதவை வேகமாகச் சாத்திவிட்டு ஃபைசலிடம் ஒரு பத்து ரியால் நோட்டைக் கொடுத்து

“இன்ந்த ரோ . . . அல்லா கபீர்” (நீ . . . போ . . . இறைவன் பெரியவன்.)

ஃபைசல் உடைந்துபோய் நின்றான். அவனுக்கு ஒன்றும் புரியவில்லை.

உன்மீது இறைவனின் சாந்தியும் சமாதானமும் உண்டாவ தாக என அதிகாரி ஸலாம் சொல்லிவிட்டு வேகமாக வாகனத்தில் ஏறிக்கொள்ள வாகனம் கிளம்பிப் போனது. அந்த பாலத்தின் கீழே தூரமாய்ப் போகும் சிறை வாகனத்தைப் பரிதாபமாகப் பார்த்துக்கொண்டிருந்தான். வாகனம் அவனைத் திரும்பிப் பார்க்கவேயில்லை. சிறை வாகனம் போய்க்கொண்டிருக்கும் திசையிலிருந்து அவனின் வாப்பா செல்ல மோனே . . . எனத் தொண்டை நரம்பு புடைக்கக் கத்தி கூப்பாடு போடும் உக்கிரக் குரல் கேட்டுக்கொண்டே இருந்தது. முன்னும் பின்னுமாகப் பக்கவாட்டிலும் பாலத்தின் இடைவெளிகளிலுமாகக் கேட்டுக் கொண்டிருந்த வாப்பாவின் உக்கிரக் குரல் தன்னைச் சுற்றிலும் வியாபித்துக் கிடக்க ஏதும் அறியாதவனாக நடக்கத் துவங்கி னான். கூட்டமாக பூனைகள் குப்பைத் தொட்டிக்கு உள்ளேயும் வெளியேயுமாக சுற்றிக்கொண்டிருந்தன.

5

ஜித்தாவில் அல்–பலது நகரத்தில் குமரி இக்பாலின் வசிப்பிடம் நாற்பத்து நான்கு மாடிக் கட்டிடத்தின் முப்பத்து ஏழாவது மாடியிலிருந்தது. பத்தினம்திட்டை ஜோ, திருப்பத்தூர் மணிமாறன், குலசேகரம் கோபகுமார், திருச்சி ஜலால், ஜலாலின் மச்சான் ஆரிபு ஆகிய ஆறுபேரும் இக்பாலோடு வசிப்பிடவாசிகளாக இருந்தனர். அறைவாசிகளாய் இல்லாத விருந்தினரான வீரபத்திரன்பிரபு, மொய்தீன் இருவரிடமும் வசிப்பிடத்தின் சாவி தனியாக உண்டு. இதுபோல மம்மலியின் அறைச் சாவி மொய்தீனிடமும் தனியாக ஒன்று இருந்தது. மற்றபடி விருந்தினர்கள் வருவதும் போவதும் பின்னர் ஓட்டுதல் தோற்றுப்போய் வராமல் போவது மான நிலையில் பலரும் உண்டு. புகழ்பெற்ற காக்கிக் கம்பெனியில் எலக்ட்ரிஷியனாக வேலை செய்கிற குமரி இக்பால் அரேபியாவில் நீண்ட அனுபவம் உடையவராக இருந்தார். பத்து நூறு வேலையாட்கள் அவருக்குக் கீழே வேலை செய்கிறார்கள் என்றாலும் அதற்குரிய அகம்பாவமற்ற எளிய மனிதர். கம்பெனி அவருக்குத் தனியாக வசிப்பிடம் வழங்கியிருந்தாலும் அவர் பத்துப் பதிமூன்று வருடமாக, இந்த முப்பத்தேழாவது மாடியைத்தான் பயன்படுத்துகிறார். கம்பெனி அவருக்கு வழங்கிய வசிப்பிடம், ஷரஃபியாவுக்கும் கந்தராவுக்கும் இடையிலிருந்தது. கோட்டைபோலப் பெரிய மதில் சுவர் கொண்ட இடத்தில், பத்து முப்பது நாற்பது வசிப்பிடங்கள் உண்டு. மலையாளிகள் முற்றிலுமில்லாத வசிப்பிடத்தில் தமிழர்கள் மட்டுமே நிரம்பி

இருந்தனர். அரபு மண்ணுக்கு முற்றிலும் தொடர்பற்ற முருங்கை மரம் அந்தச் சுற்றுச் சுவருக்குள் வளர்ந்திருந்தது. அது ஊரிலிருந்து இக்பால் கொண்டுவந்து நட்டு வைத்த கம்பில் முளைத்த மரம். அந்த முருங்கை கம்பை இக்பால் விமானத்தில் கொண்டு வந்தது தனிக்கதை. ஜித்தா விமான நிலையத்தில் காக்கி கம்பெனி யின் அரபி மேலதிகாரி இக்பாலுக்காகத் தலையிட்ட பிறகே அந்த முருங்கைக் கம்பு விமான நிலையத்தை விட்டு வெளியே வந்தது. ஆரம்பத்தில் பத்து வருடங்களாக குமாரி இக்பாலின் வாசம் இந்த இருப்பிடத்தில்தான். பிறகு காக்கி கம்பெனியின் ஒரு அலுவலகமாக இருந்த முப்பத்தேழாவது மாடிக்கு எலக்ட்ரிக் வேலைக்கு வந்தபோது இக்பாலுக்கு அது பிடித்துப்போனது. பிறகு சில ஆண்டுகளில் அது இடமாறிய தருணத்தில் காக்கி கம்பெனி அரபி முதலாளியிடம், இக்பால் நேரடியாகப் பேசி அந்த முப்பத்தேழாவது மாடியைத் தனது இருப்பிடமாக்கிக் கொண்டார். யார் தன்னோடு தங்குவது என்பதையும் அவரே தீர்மானித்துக் கொண்டார். என்ன காரணமோ தெரியவில்லை முதலாளியின் கனிவானப் பார்வை அப்போதும் இப்போதும் இக்பால்மீது இருக்கிறது. ஒரு வியாழன் இரவு மம்மலியிடம் இந்த முப்பத்து ஏழவது மாடியிலிருந்து பேசும்போது,

“மம்மலி இந்த கண்ணாடி ஜன்னலைத் திறந்தா நிலவப் புடிக்கலாம் பாத்துக்கோ.”

“பணம் வரும்னா யாது மண்ணாங்கட்டிய வேணுமினா லும் புடிக்கலாம். என்னத்த காக்கா . . . வேலை இல்லாம . . .”

“சுத்த ரசனை இல்லாதவனா இருக்கியடே . . . உலகத்துல ரசனை இல்லாதவன் மோசமான மனுசன் பாத்துக்கோ. மிஷிரி நடிகைக்க மூலத்த ரசிச்சா மட்டும் போதாது. முழு நிலவையும் ரசிக்கணும்.” எல்லோரும் சிரித்ததார்கள்.

மம்மலிக்கு நிலவைப் பிடிப்பது, கதை பேசுவது போன்ற ரசனைகள் எல்லாம் கிடையாது. மாறாக இக்பால் ரசனையைக் குவித்து வைத்திருந்தார். மம்மலி இயந்திரம் போன்றவன் என்பது அவரின் அபிப்பிராயமாக இருந்தாலும் இரண்டு பேருக்குமிடையே அலாதியான அன்பு உண்டு. இக்பால் எந்த நாட்டுக்காரனோடு பேசினாலும் நிலவியல், கலாச்சாரம், வரலாறு என மடிகரந்து விசயங்களைச் சுவீகரித்துக்கொள்வார். இக்பாலிடம் நிறையப் புத்தகங்கள் குவிந்து கிடந்தன. அரபுலக சூஃபிகள்மீது பெரும் ஈர்ப்பு கொண்டிருந்த இக்பால் உவைஸ்கர்ணி தொடங்கி இமாம் கஸ்ஸாலி, முஹ்யித்தின் அப்துல்காதர் ஜீலானி, ஷெய்குல் அக்பர் இப்னு அரபி, அல் ஹீஜ்விரி, ஹசன்பசரி, மன்சூர் அல் ஹல்லாஜியின் ஞானாசிரியர்

ஜீனைதுல் பாக்தாதி, துன்னூன் மிஸ்ரி, அபு யஸித் பிஸ்தாமி, இப்ராஹீம் இப்னு அதஹம் என அரபுலக சூஃபியாக்கள் பற்றி மிஷிரி கிழவனிடமிருந்து கற்று வைத்திருந்த விதவிதமான அவரின் பேச்சை அங்கு யாரும் எளிதில் புரிந்துகொள்ள முடியாது. குட்டி குட்டியாக நிறையக் கதைகள் பேசுவார். ஆனால் அவரது பேச்சின் மைய ஓட்டத்தைத் தட்டிக் கழித்து விட்டு எல்லாவனுவளும் நேரத்தை வேடிக்கையாக நகர்த்தித் தள்ள இக்பாலைத் தங்களது கண்ணிகளுக்குள் சூளுவாக இழுத்துக்கொள்வார்கள். மனிதன் செய்யும் எந்த நல்ல விஷய மும் இறை வணக்கத்திற்கு அப்பாற்பட்டதல்ல என்பதில் இக்பால் அசைக்க முடியாத நம்பிக்கை கொண்டிருந்த போதிலும் அவரின் ஆழமான பேச்சுகள் எதுவும் அங்கு எடுபடுவதில்லை.

“வேற வேலை மண்ணாங்கட்டி இல்லாம உங்ககிட்ட பேசுறேன் பாரு. மிஷிரி கிழவன்தான் எனக்கு சரி. எனக்கும் அவனுக்கும் ஒரே அலைவரிசை. கடந்த வாரம் நான் ராபியத்துல் பஷ்ரியாவைப் பற்றிப் பேசியபோது அவன் மனித உடல் பிரபஞ்சம் பற்றிப் பேசினான். இத்தணைக்கும் அவன் பீரப்பாவின் ஞான ஆனந்த களிப்பு வாசித்தவனாக இருக்க முடியாது. ஆனாலும் பேசிக்கொண்டேயிருந்தான். ஆனால் நீங்களெல்லாரும் என்னை ஒரு கிருக்கனைப் போலப் பேச வைத்துவிடுகிறீர்கள். என்னிலிருந்து பரிகாசப் பேச்சுக்களையே அறுத்துக்கொள்கிறீர்கள். தொலைந்து போங்கள்.” அர்த்தம் பொதிந்த சிரிப்பு சிரிப்பார். அவரின் கதைகளை முன்வைத்து நண்பர்கள் பரிகாசமடித்துச் சிரிப்பதைப் புரிந்துகொண்டாலும் கூட வெறுமையான இந்த உலகில் சிரிப்பதற்கான கதைகளை அல்லது விசயங்களை முன்வைத்து ரசிக்கும் பழக்கத்தை விட்டு விடவில்லை. அது அவரிடம் ஒரு ரசனையாகவே இணைந்திருந் தது. இந்த ரசனையின் ஊடாகத்தான் இக்பால் சிரிப்பதற்கான பாடுகளை முன்வைத்துக்கொண்டே அதிலிருந்து தன்னைப் பிரித்து வைத்துவிட முடியாத அளவுக்குக் கலந்து கிடப்பார். எந்த கொம்பனாலும் இந்த சிரிப்பு பாடுகளிலிருந்து இக்பாலை கணப்பொழுதேனும் அப்புறப்படுத்திவிட முடியாது. இது இக்பாலின் பலம். பலம் என்றால் மொத்தமும் அதுதான். கொழுந்து விட்டெரியும் இந்த உஷ்ணபூமியில் மனதை இதமாக்கிக்கொள்ள இக்பாலின் முப்பத்தேழாவது மாடியறை நிலாவின் நெருக்கத்தில் எப்போதும் ஏதேனும் கதைகளோடு காத்துக்கொண்டேயிருக்கும். பேசும் கதைகளை முன்னால் தீர்மானிக்க இயலாது. பேச்சின் ஏதோ ஒரு கண்ணியில் கதை வந்து விழும். அப்படி விழுபவை ரசனைக்குரியது என்றால் ஒரு உருவமாய் உருப்பெற்று ஆஸ்தான இருக்கையில் குடியேறிக்

கொள்ளும். உருவமாய் உருப்பெறவில்லை என்றால் வேறு வேறுபாடுகளுக்குத் துள்ளித் துள்ளி ஒன்றிலிருந்து ஒன்றாய்க் கடந்து போய்க்கொண்டேயிருக்கும்.

வியாழன் இரவு மம்மலி, நாசர், சவுக்கத், அஷரபு எரித்திரியா அப்துல் காதிர், பாலஸ்தீனி முர்ஷித் முதன்முதலாக இன்று ஃபைசலும் உண்டு. முப்பத்து ஏழாவது மாடியின் பெரிய ஜன்னலைத் திறந்தால் நிலவு அப்படியே அருகே தெரியும். ஆகாயத்தைப் பார்வை விலக்காமல் பார்த்தால் வசிப்பிடம் நகர்ந்து போய்க்கொண்டே இருக்கும். அது ஒரு பேரழகு. திரும்பத் திரும்பப் பார்க்கத் தூண்டும் அற்புதமான நகரம் பலத். உயரத்திலிருந்து கீழ்நோக்கிப் பார்க்கும்போது சாலையில் மனிதர்கள் சிறுத்துத் தெரிவார்கள். ஃபைசல் சுற்றிச் சுற்றிப் பார்த்தான் ஜன்னல் வழியாக அவன் இதற்கு முன்னால் துனியாவை இப்படிப் பார்த்தது இல்லை. அரபுலக வாழ்வில் உயரத்திலிருந்து சுற்றிப் பார்க்கும் அற்புதம் இப்போதுதான் அவனுக்குக் கிடைத்திருக்கிறது. அரூஷாவின் அழகைப் போல நிலவு சுகமாக இருந்தது. மம்மனிபாவின் வசிப்பிடத்தில் நீண்ட நாட்கள் பொய் ஆகாயம் பார்த்துக் கிடந்த அவனுக்கு மொட்டை மாடியில் போய் மல்லாந்து கிடந்து ஆகாயம் பார்க்கும் ஆசை ஏற்பட்டது. மம்மலி விரும்பமாட்டான். இன்னொரு ஜன்னலை யும் திறந்து ஆகாய வெளியில் வட்டமிட்டுச் சுற்றிக்கிடந்த காற்றை ஃபைசல் இழுத்து சுவாசித்தான். காற்று இதயம் புகுந்து வெளியேறியது.

ஏ.சி.யின் குளிர் வெளியேறுவதாகக் கவனித்துக்கொண்டே மம்மலி சப்தமிட்டபோது ஃபைசல் வேண்டா வெறுப்பாக ஜன்னல் கண்ணாடிகளை இழுத்து அடைத்துக் கொண்டான்.

“அழக ரசிக்க விடுப்பா.”

குமரி இக்பால் சொல்லி முடியவில்லை.

“அழகு ஊருக்கு டிராப்ட் எடுக்கும்போதுதான் . . .”

“அவன் அப்படித்தான். நீ முடிந்த மட்டிலும் இயற்கை யோடு வாழப் பழகிக்கொள். இயற்கையோடு வாழ்கிறவன் மட்டும்தான் இதயத்தோடு வாழ்வான். மம்மலி மூளையோடு மட்டுமே வாழ்கிறான்.” பலத்த கைத்தட்டல்.

வழக்கத்தைவிட முப்பத்து ஏழாவது மாடி வசிப்பிடம் இன்று பெரும் கூட்டமாக இருந்தது. நண்பர்கள் சுற்றி அமர்ந் திருந்த அறையின் நடுவில் நிறைய லெபனான் ரொட்டியும் மூணு நாலு பாத்திரத்தில் கோழிக்கறியும் நான் ஆல்க்ஹால் பியரும் பேச்சுமாக நடு இரவில் அறையில் தமிழகம் குடிபெயர்ந்து

கொண்டது. பேச்சு முதலில் மெல்ல பிரபுவின் அப்பா இல்லம் பற்றிய விசாரிப்பாக துவங்கியது.

“காங்ரீட் முடிஞ்சி இனி பூசனும். எலக்டிரிக் சமானெல் லாம் கார்கோவுல போட்டு உட்டுருவேன். ஊடால தங்கச்சிக்கு வரன் வந்திருக்குன்னு அப்பா போன்ல சொன்னாரு. எல்லாம் ஒரு வருசத்துல சரியாவும் பாப்போம். அப்பா இல்லம் முடிஞ்சின்னா நல்லதா ஒரு கார். பாண்டிச்சேரியில செட்டிலாயிடனும். இன்னும் ஒரு வருசம். ரிட்டன் கிடையாது. தம்பிக்கு படிப்பு முடியணும். சித்தப்பாவுக்கு ரெண்டு பொம்பள பிள்ளைங்க எதாவது பண்ணணும்.”

“எடா . . . நீ சொல்லது ஒரு வருசத்துல முடியுமா?”

“இன்ஷா அல்லா . . .” என்றான் பிரபு.

பிரபுவின் குடும்ப நலன் விசாரிப்புகள் தொடர்ந்து கொண்டிருந்தன. ஃபைசலின் போலீஸ் வாகனக் கதை சிரிப்பை யும் ஆச்சரியத்தையும் அதிகப்படுத்தியிருந்தது. தங்க நகை கடையில் வேலைபார்க்கும் திருச்சி ஜலாலின் இம்மாதத் திருட்டு எவ்வளவு என்பதைக் குறித்த வேடிக்கைக் கதை. மம்மலியின் மிஷிரி நடிகை பற்றிய கேலி பேச்சு என முடிவில் வழக்கம் போல நாடக எழுத்தாளர் மற்றும் நடிகரான குமரி இக்பாலின் சமீபத்திய நாடகம் பற்றிய காட்சிகளும் அவர் பேசிய வசனங்களுமாய் கொஞ்ச நேரம் இழுத்துக்கொண்டு போனது.

பிரபு பங்களாதேஷிகளைப் போல ஒரு பெரிய பாத்திரத்தில் பியர், தயிர், செவன்அப் மூன்றையும் ஒன்றாக விட்டுக் குலுக்கி னான். திருச்சி ஜலால் புதிய *தினமணி* செய்தியை வைத்து தமிழ்நாட்டு அரசியல், சினிமா எனப் பேசிக்கொண்டே தி.மு.க. காரரான அவர் கலைஞரின் ஆட்சி மகிமையை வலிந்து கட்டி சொல்லிக்கொண்டிருந்தார். கலைஞரைப் போல உலகில் ஒரு சிறந்த அரசியல்வாதியைப் பார்க்க முடியாது என அவன் பெருமை பேசினான். பல நேரங்களில் வெறும் சிலாகிப்பாகப் போய்விடும். பலரும் தி.மு.க.வினராக இருந்ததால் மற்ற கட்சியினர் தங்களை அடையாளம் காட்டிக்கொள்ளவில்லை. இப்போது தமிழ்நாட்டில் மு. கருணாநிதி முதலமைச்சராக இருக்கிறார். ஷரஃபியா அறையிலும் பலது அறையிலும் பலரும் கருணாநிதியைக் குட்டியாப்பா, பெரியாப்பா என்று உரிமை கொண்டாடக் கூடியவர்கள். மொய்தீனின் அண்ணன் ஆரீது இந்தியா போய்விட்டான். இல்லை என்றால் இறைவனுக் கும் நபிக்கும் பிறகு கருணாநிதி தான் இஸ்லாமியர்களின் காவலர் என்பதில் அசைக்க முடியாத நம்பிக்கையோடு பேசுவான்.

ஆனாலும் ஆரிதின் பேச்சைப் பலரும் வேடிக்கையாக எடுத்துக் கொள்வதுண்டு. கலைஞர் பற்றிய பேச்சு வந்த உடனேயே ஏர்வாடி ஷேக் மீரான் ஒரு குறிப்பிட்ட நடிகையின் தொப்புளைப் பற்றிப் பேசிப் பேச்சை வரிசையாகத் தொப்புள் பாடுகளுக்கு சாமார்த்தியமாகக் கொண்டுபோய்விடுவான். எப்போதாவது வந்து போகும் ஏர்வாடி ஷேக் மிரான் மிகத் தீவிரமான எம்ஜியார், ஜெயலலிதா பக்தனாக இருந்ததால் கூட்டு அரசியல் சிலாகிப்புகளில் ஒட்டிக்கொள்ளாமல் எரிச்சலை அமுக்கிக் கொண்டே சினிமா, நடிகைகள் என பேச்சை ஒவ்வொன்றாக தாவித்தாவி கொண்டு போய்விடுவதைத் தந்திரமாக செய்து கொண்டிருந்தான். சினிமா எல்லோருக்கும் பொதுவானது. திரைக்கதை, இசை, எடிட்டிங் என எல்லாவற்றிற்குள்ளும் புகுந்து நாறடிப்பார்கள். கிழித்து நாறடித்துவிட்டு என்ன படமெல்லாம் இருக்கு என்பதுதான் அடுத்த கேள்வியாக இருக்கும். கவுண்டமணி செந்தில் காமெடி புல்செட், அநியத்தி புறா, ரஸ்லின் நம்பர் பதினேழு . . . கோஹன் தாயழி மத்த புரோக்கர சைடுல பின்னுறான்.

“எல்லா எழவும் கெடக்கட்டு. அண்ணன் லேட்டஸ்டா என்ன நாடகம் திங் பண்ணி வச்சிருக்கியோ.” குமரி இக்பாலை உசுப்பி இழுத்து விட்டுவிடுவான் மொய்தீன்.

“செவ்வானத்தில் ஒரு மஞ்சள் புறா . . .”

தலைப்பைக் கேட்ட மாத்திரத்திலேயே பிரபு கெக்கே பிக்கே எனச் சிரித்தான்.

“என்ன மயிருக்குடே சிரிக்கே. பிரம்மாண்டமான கதையாக்கும். ஒப்பன் சீன்ல வில்லன் ஒரு பக்க வசனம் பேசுதான்.”

“அன்னைக்குச் சொன்ன அடிவானத்துல ஆயிரம் ஊஞ்சல்லையும் இதத்தான சொன்னியோ . . .”

“அது டைலாக் வேற ராஜசேகர். நான் ஒரு கருநாகம். என்னிடம் விளையாடாதே. தங்க கட்டி, தங்க கட்டி என்று மண்ணாங்கட்டியைத் தருகிறாயா. நான் வாலடித்து எழும் வரிப்புலிபோல சீறி எழத் துணிந்துவிட்டேன். ஹ . . . ஹ . . . (பலத்தச் சிரிப்பு) இதுதான் அடிவானத்துல ஆயிரம் ஊஞ்சல்ல உள்ளது. செவ்வானத்துல ஒரு மஞ்சள் புறாவுல என்னான்னா . . .”

“உடு . . . உடு . . . மஞ்சள் புறாவாவது மயிரு புறாவாவது. இக்பாலாக்கா பொறுங்கோ. நமக்கு ஊருல போய் ராஜினிய வச்சிப்படம் பண்ணலாம். எங்கிட்ட ஒரு கதை இருக்கு.”

“மம்மலிக்கா கதை உங்கள்ட்டயா . . .”

"ஏன் . . ? எங்களுக்கு கதை வராதா . . ?"

"என்ன கதை . . ?"

"கதை என்னான்னா . . . ரஜினி ஒரு பள்ளிவாசல்ல மோதியாரா வேலைபாக்கான்."

நடுச்சாமம் முப்பத்து ஏழாவது மாடியின் வசிப்பிடத்திலிருந்து எழுந்த சிரிப்பொலி அறைமுழுவதும் முட்டி மோதியது. ஒலியால் அவ்வளவு சுலபமாகத் தப்பித்துப் போக முடியவில்லை.

"ரஜினி பள்ளியில மோதியார்ன்னா தமிழ்நாடு ஏத்துக்குமா . . ."

"ஏத்துக்கலன்னா மயிரே மாத்திரம். என்ன மண்ணாங்கட்டியெல்லாமோ தமிழ்நாட்ல ஏத்துக்குறானுவோ. ரஜினி மோதியார்னு உள்ளத ஏத்துக்க மாட்டானுவளா."

"புண்டாச்சுள்ளயளே எல்லாவனுக்கும் பரியாசம்."

"இக்பாலாக்கா கேளுங்கோ. நீங்கோ இதாவாதைங்கோ . . . தமிழ் சினிமாவுக்கு புதிய கதை. ஒரு மோதியராப் பத்தி படம் எடுக்க எவனுக்கு முடியும்."

"முடியுமா முடியாதான்னு பிரச்சனை இல்லே. ரஜினிய மோதியரா போட்டா படம் ஓடுமாடே . . ."

"ஓடலைன்னா அவார்டுக்கு அனுப்பலாம்."

"அவார்டு கிடைக்குமா . . ?"

"கிடைக்கலைன்னா மயிரே போச்சு."

"தயிரும் பீரும் செவன்அப்பும் சேந்து ஏறிட்டோ." மொய்தீனை பிரபு கை சைகையால் அமர்த்திவிட்டு மம்மலியை உசுப்பிவிட்டான்.

"மம்மலிக்கா கதைய சொல்லுங்கோ."

வழக்கத்திலில்லாமல் இன்று மம்மலி கதாசிரியனாக மாறியிருந்தான். குமரி இக்பால் தீவிரமாக யோசித்துக்கொண்டே

"ரஜினி மோதியாரா . . . மேட்டர் புதுசு . . . விசயத்த சொல்லு."

"படச்சரப்பே . . ."

மம்மலியால் சிரிப்பை அடக்க முடியவில்லை. சிரிப்பினூடே பேசினான். "பாக்கியுள்ள கதையக் கேட்டியள்ளா அவ்வளவுதான். கதையில ரஜினிக்க பேரு மலுக்கு. ஒப்பன்

சீன்ல ஹவுளு[1]ல ஐம்பது கொடம் தண்ணி கோரி ஊத்ததுல ஆலீம்ஷாவுக்கும் அவருக்கும் பிரச்சனையாவுது."

"காக்கா பாட்டு உண்டா . . ."

"மூணு பாட்டு ரெண்டு பைட்டு."

"ஃபைட்டு யாருகூட . . ."

"மொத ஃபைட்டு ஜமா—அத் தலைவருக்க கூட. ரெண்டாவது ஃபைட்டு ஆலீம்ஷாவுக்ககூட. நெனைச்சிப்பாருங்கோ . . . சண்டைக்கு முன்னால டைலாக்கு."

"என்ன டையலாக்கு. டைலாக்க சொல்லு." மம்மலி சிரித்துக்கொண்டே எழுந்துபோய் கண்ணாடி ஜன்னலை இழுத்துத் திறந்துவிட்டுக்கொண்டு மால்பரோவைப் பற்றி இழுத்தான். இழுத்து ஊதிய புகை முப்பத்தேழாவது மாடியிலிருந்து ஆகாய வெளியில் கலந்ததுகொண்டிருந்தது.

"டைலாக்க சொல்லுடே."

"யோசிக்கட்டும்பா. ரஜினிக்குன்னா நாலு பஞ்ச் டைலாக்க வேணுமில்லா."

"ம் . . . சரி டக்குன்னு யோசிச்சு சொல்லு." இக்பால் விடவில்லை.

"ரஜினி ஆலிம்ஷாவை நோக்கி பாய்ந்து போகிறான்." சொல்லிக்கொண்டே இக்பாலை நோக்கி மம்மலி பாய்ந்து வந்தான்.

"டேய் மலுக்கு எங்கிட்ட வச்சிக்காத. நான் பத்வா கொடுப்பேன்."

"பத்வா . . . ஹா . . . ஹா . . . நீயே ஒரு படுவா. எனக்கு எப்படி கொடுப்பா பத்வா."

ரஜினி சொல்லியபடி ஒரு குத்து விடுகிறான். ஆலிம்ஷா கர்ணமடித்துக் கொடி மரத்தோடு சாய்ந்து விழுந்து எழுந்து கொண்டே "அல்லாணா . . . வாப்பாணை . . . உம்மாணா . . . அடிக்காதே. பேச்சு பேச்சாத்தான் இரிகியனும்."

ஃபைசல் உள்பட எல்லோரும் சிதறி விழுந்து சிரித்துக் கொண்டிருக்கும்போதே கோபகுமார் "வினைய கயிறுகட்டி இழுக்கியோ. பாத்துக்கிடுங்கோ" என்றான்.

---

1. பள்ளிவாசலிலுள்ள தண்ணீர் தொட்டி.

மம்மலி குமரி இக்பாலை கரிசனத்தோடு பார்த்துக் கொண்டே "டைரக்ஷன் இக்பாலாக்காதான். வேற யாது வாப்பா வந்தாலும் கதை கிடையாது. என்ன காக்கா ..."

இக்பால் கொஞ்சம் ஆசுவாசபட்டுச் சிரித்துக்கொண்டே "மம்மலி நான் டைரக்ஷன் பண்றதாயிருந்தா கதையில கொஞ்சம் மாற்றம் செய்யணும்."

"என்ன மாற்ற வேணுமினாலும் செய்யுங்கோ. காக்காக் கில்லாத உரிமையா. வேணுமுன்னா கதையே மாத்துங்கோ."

"அப்ப சரி."

முப்பத்தேழாவது மாடி அறை சிரிப்பை விட்டுவிட்டு இக்பாலின் முகத்தைப் பார்ப்பதில் முனைப்புக் காட்டியது. இக்பால் புகைத்துக்கொண்டே தொடங்கியபோது திறந்திருந்த ஜன்னலினூடே ஆகாய வெளியில் முழு நிலவைக் கடந்து மேகம் போய்க்கொண்டிருந்தது. ரசித்துப் பார்த்துக்கொண்டே இக்பால் பேசத் தொடங்கினார்.

"ரஜினிய மோதியாரா போட்டா கதையில ஹீரோயிசம் வேணும். ஒப்பன் சீன மாத்துவோம். வலுவான மேட்டர் வேணும். இப்போ ஒப்பனிங்ல ஒரு பயலுக்கு சுன்னத் எடுக்க வெளியூர் ஒசா[2] வாராரு. பூமால ஊர்வலம், யா நபி ஸலாமலைக்கும் பைத்[3]த போட்டு பில்டப் பண்ணுறோம். கட் பண்ணினா பயலுக்க வீடு. சுன்னத் எடுக்க வேண்டிய ஒசா ... கத்தி, ஈக்கலு, கிளிப்பு எல்லாம் எடுத்து வைக்காரு. பயல பிடிச்சி ஸ்டூல்ல உட்கார வச்சி ஒரு பெரிய வேட்டிய சுத்திப் பிடிக்கானுவோ. காமிராவ சுத்தி உடுதோம். ஒசா என்னன்னா பயலுக்க குஞ்சித்தோலை வெட்டுறதுக்கு பதிலா கையாடி குஞ்சிய வெட்டிடுறாரு. ஒசாக்கு ஒரு கையில கத்தி. இன்னொரு கையில பயலுக்க குஞ்சி. பையன் உயிருக்குப் போராடுறான். பையலுக்க வாப்பா கதறி அழுறாரு. உம்மா நெஞ்சில அடிச்சி அலறுறா. அலறிட்டே அவ படச்சவனே ... அவுலியாக்களே ... சுகதாக்களே ... எம் புள்ளைய காப்பாத்துங்கோ ... படச்சவனே எம்புள்ளைய காப்பாத்த யாருமேயில்லையான்னு கதறி துடிக்கிறா. சத்தம் விண்ணப் பொழக்குது. இப்போ மோதியாரு மலுக்கு. அதான் ரஜினிக்க காலக்காட்றோம். கையக்காட்றோம். தள்ளே ... அப்படியே கர்ணமடிச்சி வாரான். வருத்துன்னா வருத்து சாதாரண வருத்துக் கிடையாது. சிலோன் குத்து பம்பரம் மாதிரி

2. நாவிதர்.

3. நபியைப் புகழ்ந்து பாடுவது.

கெரங்கி வாரான். வந்தவன் நேரா ஒசா கையிலிருந்த குஞ்ச வாங்குறான். அப்படியே ஜுஜிபின்னு சொல்லிட்டு பாயடி பக்கீர் மைதீன் இடுப்பிலிருந்து ஊசியை உருவுறான். தள்ளே குஞ்சிய சரியா பொருத்தி பளிச்பளிச்சின்னு தச்சி மின்னலு கணக்கா பையல பொளைக்க வைக்கிறான். எல்லாம் துண்டு துண்டா ஃபிலீம்ல போட்டு காட்டுறோம். குளோஸப்பில பத்வா ஆலிம்ஸாவ காட்றோம். கன்னங்கருத்த குயில் ஹாஜியார காட்டுறோம். கோழி கோ கோ . . . வாத்தியார காட்டுறோம். பே பட்டி பக்கர காட்றோம். தள்ளே . . . வரிசையா எல்லா பன்னிக்கு பொறந்தவலயும் காட்டுறோம். ஊர் முச்சூடும் கூடி மோதியார் மலுக்கு ரஜினிய பார்த்து நீங்கதான் நீங்கதான்னு ஆனந்தமா சொல்ல அவன் அல்லாஹ் அக்பர்னு . . . கைய மேல தூக்கான். அங்கேருந்து தூக்குறோம் ஒரு ஷாங் . . . நெஞ்சி படபடக்க . . . குஞ்சியை வைத்தவனே . . . இது ஸோலோ . . . வாய்ஸ் . . . கோரஸ் என்னான்னா . . . அவன்தான் இவன்தான் மலுக்கு . . . பஞ்சு நூலெடுத்து குஞ்சை தைத்தவனே . . . அவன் தான் இவன்தான் மலுக்கு . . . ஃபுல் ஷாங் . . . கட்டு கட்டுன்னு கட்டுறோம். ஷாங்லே லெட்டர் சீனு. எப்படி இருக்கு . . .”

சிரிப்புச் சத்தத்தின் இடைவெளியில் விடாமல் பேசிக் கொண்டிருந்த இக்பால் கேள்வியோடு முடித்துக்கொண்டு பார்த்தார்.

“காக்கா . . . நிங்கோ நிங்கோதான். ஒரு குஞ்சி மேட்டர பளிச்சின்னு பிடிச்சியோ பாத்தியாளா. இங்கதான் நிக்கியோ.”

மம்மலி சொல்லி முடித்ததும் முப்பத்தேழாவது மாடியில் பலத்த கைதட்டல். பிரபுவின் காதில் மொய்தீன் கிசுகிசுப்பாய் என்னமோ சொன்னதும் பிரபு கேட்டான்.

“இக்பாலாக்கா . . . பாயடி பக்கீர் மைதீன் ஊசிய இடுப்பில வச்சிட்டே நடப்பானா . . . லாஜிக் இடிக்கே.”

“லாஜிக்கும் மயிருந்தான். பாயடி பக்கீர் மைதீன கதையில எப்பவும் ஊசியோட நடக்குற ஒரு ஊசி கிறுக்கனா காட்டலாம்.”

“ஊசி கிறுக்கனா . . .”

அவ்வளவுதான், ஆளுக்கொரு பக்கமாகக் கிடந்து சிரித்தனர். நீண்ட சிரிப்பின் முடிவில் “அமைதி . . . அமைதி . . . நண்பர் களே அமைதி” குலசேகரம் கோபகுமார் சொன்னான்.

“சம்மதிச்சிருக்கேன். காக்கா . . . தமிழ் சினிமாவுல ஹீரோயிஸத்த எப்படியெல்லாமோ காட்டிட்டானுவோ.

நுங்கம்பாக்கத்துல மாடியில இருந்து விழுகிற குழந்தைய மதுரையிலிருந்து ஹிரோ பாஞ்சிவந்து காப்பாத்துறாம்னு காட்டிட்டானுவோ. ஏன் . . . ஓடுற ரெயில ஒரு விரல்ல தூக்கி மறிச்ச ஹிரோ உண்டு. ஆனா குஞ்ச பொருத்தி குழந்தைக்க உயிரக்காப்பத்துற ஹிரோ இப்பதான் புதுசு காக்கா. மேட்டர லீக் பண்ணிடாதைங்கோ.”

“தள்ளே . . . இது லீக் ஆயிட்டாலும் சரி. ரஜினி நடிப்பாரா . . ?”

பேசிப் பாக்கலாம். எப்பா . . . புதிய கதை. வரலாற்றுச் சிறப்பு மிக்க காட்சி. என்னா பண்ணுறியான்னு கேட்போம்.”

“பேசாம விஜயகாந்த போட்டுட்டா என்னா . . .”

“அவனப் போடதா இருந்தா ஓசாவ பாக்கிஸ்தான் தீவிரவாதியா காட்டணும். கதை ரொம்ப சீரியஸாயிரும்.” சிரித்துக்கொண்டே ஏர்வாடி ஷேக்மீரான் சொன்னார்.

“நல்லவேளை இது அரபியா. ஊர்ல இருந்து இப்படி பேசுனியன்னா ஊளம்பாறையில கொண்டு போட்டுறு வானோவோ.”

“நேரம் போணும்லாடே. எல்லா வலியையும் மறக்கணும்னா லூசு மாதிரிதான் பேசணும். வாழ்கையில லூசா இருந்து பாரு. ரொம்ப ஜாலியா இருக்கும். சீரியஸ் மயிரா பேசி என்ன ஆவப்போவுது. ம் . . . என்னடே பிரபு . . . சரி இந்த கூட்டத்துல லூசெல்லாம் கைதூக்குங்கோ” என்பார் இக்பால்.

எல்லோரும் நான் . . . நான் . . . என வேகமாகக் கைதூக்கு வார்கள். எல்லோரும் கைதூக்கிய பிறகு பாலஸ்தீனி முர்ஷித், எரித்திரியா அப்துல்காதிர், மிஷிரி அஷரபு மூவருக்கும் மொழி பெயர்த்தபிறகு அவர்களும் கைதூக்குவார்கள். அப்போது இக்பால் மட்டும் கைதூக்காமல் அமர்ந்திருப்பார். பிரபு ஆவலாய் கேட்பான் “காக்கா நீங்க கைதூக்கலே . . .”

“நான் எதுக்குடே கைதூக்கணும். நான்தான் அறிவாளி யாச்சே.”

பெரும் சிரிப்பு எழுந்து அடங்கும்.

இக்பாலிடம் என்ன சந்தேகம் வேண்டுமானாலும் கேட்க லாம். சில நேரங்களில் கேள்வி பதில் நேரமாகப் போய்க் கொண்டிருக்கும். ஒருமுறை சுய இன்பம் பற்றிப் பேச்சு போய்க்

கொண்டிருந்தது. மணிமாறன் கேட்டான் "காக்கா ... எல்லோரும் சுய இன்பம் செய்வார்களா ..." என்று இந்த கேள்விக்கு இக்பாலை எல்லோரும் ஆர்வமாகப் பார்த்தனர். இக்பால் கனைத்துக்கொண்டே தொடங்கினார்.

"உண்மையோ பொய்யோ தெரியாது. பூஜப்புரை ஜெயிலில் பண்டு நம்புதிரி பாட் இருக்கும்போது தோழர்கள் கேட்டார் களாம். காம்ரேட் எல்லோரும் சுய இன்பம் செய்வார்களா என்று. தொண்ணூற்று ஐந்து சதமானம் பேர் செய்வார்கள் என்றாராம்."

"அப்படியானால் பாக்கி ஐந்து சதமானம் ..."

"பாக்கி ஐந்து சதமானம் செய்துவிட்டு செய்யமாட்டேன் என்று சொல்வார்கள்."

எல்லோரும் விழுந்து கிடந்து சிரித்தார்கள்.

இப்படித்தான் எல்லோரும் கூடிவிட்டால் என்ன பேசு கிறோம் ஏது பேசுகிறோம் என்றெல்லாம் இல்லாமல் சிரிப்பும் கும்மாளமாக இருக்கும். எப்படியும் தூங்க காலை ஐந்து மணி ஆகிவிடும். எல்லோரும் இங்கு வந்து அறிமுகமானவர்கள் தான். கூடப்பொறப்புகளைப் போலக் குவிந்து படுத்து உறங்கி னால் வெள்ளிக்கிழமை ஜூம்மா தொழுகைக்கு முதல் பாங்கு சொல்லும்போது அடித்துப்பிடித்துக் கண்விழித்து அறைகுறை யாய் குளித்துக்கொண்டு தொழுகைக்காகப் பள்ளிக்கு ஓடினால் பிரபுவும் மணிமாறனும் கோபகுமாரும் அறையில் இருந்து கொண்டே மதிய உணவை ரெடி செய்து விடுவார்கள். பிறகு எல்லோரும் கூடி இருந்து சாப்பாடு. மாலை ஐந்து மணிக்கு செங்கடல் கரைக்குக் கும்பலாகப் போனால் அங்கும் பாடுகள் தொடரும். இரவு ஒன்பது மணிக்குப் பிரிந்துபோனால் எல்லாரும் கூடிப் பேசுவதற்கு மறு வியாழன் இரவுதான். பெருங்கூட்டம் நான்கைந்து மாதங்களுக்கு ஒரு முறைதான் நிகழும். கடந்த மூன்று மாதங்களுக்கு முன்பு மம்மலியின் ஷரபிஃயா அறை இப்படியான குதுகலம் கொண்டிருந்த நினைவு ஃபைசலை நெகிழச் செய்திருந்தது. இப்படியான தருணங்களிலெல்லாம் மம்மனிபாவின் அல்ஹாஸா அறையைக் குறித்த நொம்பலங் களை அவன் மனம் காட்சிகளாய் கண்முன்னே கொண்டுவந்து விடும்.

செங்கடல் கரையில் இன்று எல்லோரும் உண்டு. நான்கு தினங்களுக்கு முன்பு ஃபைசல் போலிஸில் மாட்டிக்கொண்டு விடுபட்ட இடம். அன்று அவர்கள் கொண்டு போயிருந்தால்

இப்போது புரைமான் ஜெயிலில் கிடந்திருக்கலாம். பாவம் அந்த பாகிஸ்தானி என்னவானானோ. எல்லாம் கண்முன்னே நிழலாக அவனுக்குள் ஓடிக்கொண்டிருந்தது. ஆளாளுக்குப் பேசிக்கொண்டிருக்கும்போது குமரி இக்பாலும் மம்மலியும் ஃபைசலின் விசயத்தைக் கொஞ்சம் சீரியஸாக விவாதிக்க முனைந்தனர்.

"இரவில் சமையலறைக்கு அடிக்கடி எழுந்துபோய் புகைப் படத்தைப் பார்க்கிறான். அவன் விசயத்தில் நாம் ஏதாவது விரைந்து செய்ய வேண்டும். ஷமியின் அரபி அபுஹுஸைனிடம் பேசலாமா . . ." என மம்மலி சொன்னபோது இருவரும் விலகி நடக்கத் தொடங்கினார்கள்.

குமரி இக்பாலின் அரபியும் நல்ல மனிதாபிமானிதான். ஆனாலும் ரொம்ப பெரிய மனிதன். அளவுக்கதிகமாக வளர்ந்து விட்ட பெரிய மனிதர்களிடம் சின்ன உதவிகளுக்குப்போய் நிற்க முடியாது. ஃபைசலின் விசயத்தில் நல்லவைகளை நடத்தி விடும் சாத்தியங்களை நோக்கி அவர்களின் பாடு அமைந்திருந் தது. மம்மலி பிடிவாதமாகச் சொல்லிக்கொண்டிருந்தான். நாம் ஏதாவது விரைந்து செய்துவிட வேண்டும்.

ஃபைசல் போலிஸில் பிடிபட்டு இந்தியா போவது என்றால் பொருள் செலவு இல்லை. ஆனால் அதில் பல கடினங்கள் உண்டு. அப்படித்தான் பலரும் போகிறார்கள். கபீலின் கொடுமை தாங்காமல் பாலைவனத்திலிருந்தும் நகரங்களிலிருந்தும் தப்பித்துக் கொண்டவர்கள், உம்ரா விசாவில் மக்கா வந்து விசா காலம் முடிந்த பிறகும் வெளியேறாமல் ரகசியமாக வேலை செய்கிறவர் கள் எனப் பலருக்குமான வெளியேறுதல் முறை இதுதான். ஃபைசலுக்கு நாம் ஜித்தா கான்ஸ்லேட்டில் எமர்ஜென்ஸி பாஸ்போர்டுக்கு விண்ணப்பிக்கலாம். இந்தியாவுக்கான விமான டிக்கெட் காட்டினால் ஒன்றிரெண்டு நாளில் அது சாத்தியம் தான். ஆனால் எமர்ஜென்ஸி பாஸ்போட்டில் ஃபைசல் இங்கிருந்து வெளியேற அனுமதித்து ஜவாஸாத்[4] ஒரு முத்திரை வைத்துத் தந்தால் பிரச்சனை தீர்ந்துவிடும்.

"கிடைக்குமா?"

காசு செலவு செய்தால் எல்லாம் சாத்தியம்தான். பாஸ்போட், டிக்கெட், முத்திரை எல்லாம் ஒரு மூவாயிரம் ரியாலில் சரி செய்துவிடலாம். வாய்ப்புக் கிடைத்தால் நான் என் கபீலிடம்

---

4. பாஸ்போர்ட் அலுவலகம்.

பேசுகிறேன். அபு ஹீசைனிடமும் பேசுவோம். அபுஹு ைசைன் தான் சிறப்பாக இருக்குமென்று எனக்குத் தோன்றுகிறது. நடந்து கொஞ்ச தூரம் வந்துவிட்டிருந்தனர். செங்கடலின் கரையோரச் சாலையின் மறுபக்கம் இடுப்புக்கு மேலே வலுவான உடலுடனும் இடுப்புக்குக் கீழே ஊனமுற்றும் இருந்த ஒரு பாகிஸ்தானியின் கடையில் ஆளுக்கொரு பெப்சியை எடுத்துக் கொண்டு திரும்ப நடந்தனர். கடைக்கு வெளியே சற்றுத் தள்ளிக் குப்பைத் தொட்டியின் பக்கத்தில் கறுப்புச் சிறுவர்கள் காலி பெப்சி டின்களைப் பெரிய பைகளில் சேகரித்துக் கொண்டிருந்தனர். குப்பைத் தொட்டியைச் சுற்றிலும் பூனைகள் குழுமிக் கிடந்தன. செங்கடல் கரையில் குவிக்கப்பட்டிருந்த அலை தடுப்புக் கற்களின் மீது அமர்ந்திருந்த ஃபைசல் தனது நீண்ட தாடியினுள் விரல் நுழைத்துக் கோதிக்கொண்டிருந்தான் செங்கடலில் அலையின் சப்தங்கள் வந்துபோய்க் கொண்டிருந்தன.

6

அம்ஜத் நஜீம் அல் துவைஜியின் வீட்டி லிருந்து பத்து கிலோ மீட்டர் தூரத்தில் அவனின் அலுவலகம் இருந்தது. துவைஜி வழக்கறிஞர் என்ப தால் பெரிய போலீஸ் அதிகாரிகளோடு மிக நெருக்க மான தொடர்புகொண்டிருந்தான். அவன் என்ன வழக்கறிஞர், அதற்கான வேலைகள் எதுவும் செய்ததாகவும் தெரியவில்லை. பம்மாத்துக் காட்டி நடக்கிறவன் போலத்தான் தெரிந்தான். நல்ல நிறம் கொண்டிருந்த அவன் பாரம்பரிய அரபி உடையைக் களைந்துவிட்டால் நவீன உடையில் நாயகனைப் போல இருப்பான். அப்படியான புகைப்படத்தில் அவனை அவன் அலுவலகத்தில் ஃபைசல் பார்த்திருக்கிறான். செல்வந்தரான அவனின் தகப்பனாருக்கு எகிப்திலும் சிரியாவிலும் வீடுகள் இருந்தன. முன்பு அவர் கட்டுமான தொழிலில் அறியப்பட்ட முதலாளியாக இருந்திருக்கிறார். இன்று பல கட்டிடங்களின் வாடகைதான் துவைஜி யின் பிரதான வருமானம். உடல் அலுங்காமல் பெற்றுவிடுகிற வருமானத்தால் துவைஜி தன்னை அந்தஸ்துக்குரியவனாகக் கருதிக் கொண்டான். ஆனால் சுற்றிலும் பல அரபிகள் துவைஜியை ஒரு கோமாளியைப் போலப் பார்ப்பதுண்டு. ஆனால் நிஜத்தில் துவைஜி கோமாளி அல்ல.

ஃபைசலால் அவனைப் பற்றிய விபரங்கள் எதையும் அப்போது அறிந்திருக்க இயலவில்லை. அவன் முன்னால் யாரும் எதுவும் பேசிக்கொள்ளக் கூடாது. அவன் இல்லாத நேரங்களிலும் அப்படித் தான் இருக்க வேண்டுமென உத்தரவிட்டிருந்தான்.

அஜ்னபி

மனிதர்கள் பரஸ்பரம் பேசிக்கொள்வது நல்ல செயல் அல்ல என்பது அவனின் தீர்க்கமான அபிப்பிராயம். தன்னைச் சுற்றிலும் பேசுகிறவர்கள் எல்லோரும் தன்னைப் பற்றியே பேசக் கூடும் என்பதான அவன் மனப்பிரம்மையே அவனை மூர்க்கனாக மாற்றியிருக்கலாம். அவனிடம் வந்து சேர்ந்தபோது அவனிடமிருந்து தப்பிப்போகப் போகிறோம் என்பதை ஃபைசல் கற்பனை செய்திருக்கவில்லை. கற்பனை செய்யவில்லை என்பதற் காக எல்லாம் நினைத்தது போல நடந்துவிடுகிறதா என்ன? அரபு நாடு ஃபைசலுக்குப் பல நாள் கனவு. கடல் அலை தெறித்து விழும் குருசு பாறையில் அமர்ந்துகொண்டு கடலைப் பார்த்தால் வார்த்தைகளால் மட்டுமே அறியப்பட்ட அரபு தேசம் மனதில் விரிந்து கிடக்கும். இரவும் பகலும் நிற்கும்போதும் நடக்கும்போதும் கனவுகள் கண்களை எடுத்துக்கொண்டன. கனவுகளுக்கு முன்னமே கண்களை காவு கொடுத்துவிட்ட போதிலும் பாலஸ்தீனியின் டிரக் வண்டியில் நிகழ்த்திய முதல் ரகசியப் பயணத்தில்தான் தன்னுடைய குருட்டைக் குறித்து அவனால் சிந்திக்க முடிந்தது.

முதன்முதலாக அரேபியா காற்றை சுவாசித்தது ரியாத் விமான நிலையத்தைவிட்டு வெளியே வந்தபோதுதான். சுவாசம் கொஞ்சம் சிரமமாக இருந்தபோது அவனுக்கு அங்கு காற்று இருப்பதாகத் தோன்றவில்லை. விமானத்தின் உள்ளேயும் விமான நிலையத்திலும் குளிரூட்டப்பட்ட செயற்கை காற்றை சுவாசித்த நாசி ஒருவேளை அடைத்துக் கொண்டிருக்கக்கூடும் என்று கருதி இருந்தான். விமான தாவாளத்தின் வெளியே கண்களை அகல திறந்துகொள்ள முடியாத அளவுக்கு அனல் படர்ந்து நின்றது. ஆனாலும் சிரமப்பட்டுத் திறந்த கண்களால் தேடிய போது ஃபைசலை துவைஜி அடையாளம் கண்டு கட்டி அணைத்து முத்தமிட்டு “நண்பனே வா . . . உன்மீது இறைவனின் சாந்தியும் சமாதானமும் உண்டாகட்டும்” என்ற சொல்லினூடே அழைத்துக் கொண்டுபோய் காரின் பின் இருக்கையில் ஏற்றிக் கொண்டான். ஃபைசல் பளிங்கு காரில் பெருமிதத்துடன் உட்கார்ந்திருந்தபோது காரினுள் பரவிக்கிடந்த குளுமையும் துவைஜியின் முத்தத்தில் பூத்துக்கிடந்த ஈரமும் காரின் பின் இருக்கையில் கம்பீரமாக சாய்ந்து கிடந்தபோது மனம் துவைஜி யின் மீது ஆனந்த மதிப்பை உண்டு பண்ணியிருந்தது. உலகின் மிக உயர்ந்த பளிங்கு காரின் உள்ளே பயணித்துக்கொண்டே ஆகாயப் பெருவெளியில் ஒரு பறவையைப் போல இறைவனுக்கு நன்றி சொல்லிக்கொண்டே சிறகடித்துப் பறந்துகொண்டிருந் தான். தூக்கிப் பறந்த விமானம் ஐந்து மணி நேர யாத்திரையில் தன்னை இன்னொரு தேசத்தில் வெளித் தள்ளியதையும் மேகங்க ளற்ற புதிய ஆகாயத்தின் கீழே சுகமற்று கிடைத்த காற்றை

இழுத்து சுவாசித்தபோது வாழ்வின் கெட்ட முடிச்சுக்கள் அவிழ்ந்த சிலாகிப்பில் பயணித்து அப்போது துவைஜியின் இருப்பிடத்துக்கு வந்திருந்தான்.

முன் பக்கம் எங்கேயுமே ஜன்னலில்லாத துவைஜியின் வீடு. கோட்டை மதில் சுவர்போல இருந்த சுற்றுச்சுவரின் முகப்பில் பெரிய கதவு. வீட்டின் நுழைவாயில் தாண்டினால் விசாலமான இடம். விசாலமான இடம் தாண்டி இடது பக்கம் ரயில் பெட்டிபோலப் பக்கவாட்டில் நாலைந்து அறைகளில் ஒரு அறை மட்டும் அலுமினியத்தால் செய்யப்பட்டிருந்தது. அதன் பின்னால் ஒரு பெரிய வீடு. அதன் முன் பக்கமும் பெரிய கதவு தனியாக இருந்தது. அதன் பக்கவாட்டில் கறுப்புக் கண்ணாடியால் அடைக்கப்பட்ட ஜன்னல்கள் இருந்தன. வீட்டின் உள்ளே என்ன என்பதை அவன் அப்போது அறிய வில்லை. பிரிதொரு நாளில் அவன் அரூஷாவோடு துவைஜியின் படுக்கை அறையில் ஒரு இரவைக் கழித்ததை அவனால் வாழ்வின் எந்த தருணங்களிலும் மறந்துவிட முடியாது. வீட்டின் பக்கவாட்டிலிருந்த அறைகளில் ஒன்றிலிருந்த ஸ்ரீலங்காகாரனின் பெயர் குமார். அப்போதும் இருள் படர்ந்து கிடந்த அவனின் முகம் இப்போது நினைவிலில்லை. ஃபைசல் வந்த இரண்டா வது நாளின் இரவில் அவன் துவைஜியிடமிருந்து தப்பிப் போனான். அந்த நேரத்தில் அவன்மீது சபிக்குமளவுக்கு ஏற்பட்ட ஆத்திரத்தைப் பின்னாளில் புரிந்துகொண்ட மனம் சாந்தப் பட்டது. எவ்வளவு கடினங்களுக்குப் பிறகு தப்பிப் போயிருப் பான். அவன் பாவம். முகம் தெரியாத அவனுக்கு நன்மை உண்டாகட்டும்.

“ஊரில் எல்லாவரும் நலம்தானே . . . நான் ஈழத்துத் தமிழன்தான்.”

தமிழ் பேச ஒருவன் கிடைத்துவிட்ட பெரும் சந்தோசத் தோடு பேசத் துவங்கியபோது அறையும் அறையினுள் பரவி நின்ற குளிரும் தமிழ் பேசக் கிடைத்த துணையும் தொடக்க இரவு விவரிக்க முடியாத சந்தோஷங்களைத் தந்திருந்தது.

கதவை மெல்ல தட்டி இரவு உணவை இந்தோனேசியாக் காரி. வாசலில் வைத்துவிட்டுப் போனபோது கதவைத்திறந்து குமார் எடுத்துக்கொண்டான். கதவு திறந்த இடைவெளியில் அவள் நகர்ந்து போய்க்கொண்டிருந்தாள். துயரமான அல்லது துயரமற்ற எல்லாத் தருணங்களிலும் பெண்கள் அழகானவர்கள். கதவு திறந்து மூடப்பட்ட இடைவெளியில் ஃபைசலின் பார்வையை நோட்டமிட்டுக்கொண்ட குமாரின் பார்வை ஃபைசலின் மீது பரிதாபமாக விழுந்தாலும் அதை வெளிப்

படுத்தாமல் சலனமற்றவன் போல "தமிழ்நாட்டில எங்க ..." என்றான்.

"தெரியுமா ... கன்னியாகுமரி மாவட்டம்."

"தெரியும். சிறு பிராயத்தில் என் அம்மாவின் அம்மாவோடு வந்திருக்கிறேன். திருச்செந்தூர் முருகன் கோவிலுக்கும் கன்னியாகுமரிக்கும் நீ நிறையக் கனவுகளோடு வந்திருப்பாய். நாம் சாப்பிடலாம்." குமார் பிரித்து வைத்த மந்திச்சோறும் சுட்ட கோழியும் இருவருமாக உண்ணத் தொடங்கியபோது தொடர்ச்சியற்ற பேச்சிகளினிடையே

"எனக்கு என்ன வேலை ..?"

"அவன் சொல்லுவான் வேலை பெரிதாக ஒன்றும் இருக்காது. துவைஜி பத்து அஜ்னபிகளை வேலைக்கு வைத்திருக்கிறான் என்பது அவனுக்குப் பெருமைதானே."

சிறிது இடைவெளிவிட்டு மீண்டும் சொன்னான்.

"நீ நிறைய கனவுகளோடு வந்திருக்கிறாய். உனக்குத் திரும்பிப் போக ஒரு நல்ல நாடு உண்டு. நாங்கள்தான் ரொம்ப பாவம்."

புரியாமல் பார்த்த ஃபைசலைக் கூர்ந்து பார்த்துக் கொண்டே மெல்லமாகப் பேசினான் "துவைஜிக்கு முன்னால் வைத்து என்னிடம் கதைக்க வேண்டாம்."

"ஏன் ..?"

"ஏன் என்றால் யாரும் கதைப்பது அவனுக்குப் பிடிக்காது. மட்டுமல்லாமல் அவன் மோசமானவன். நான் சொல்வதை அவனிடம் சொல்ல உனக்கு மொழி வல்லமை இல்லை என்பதால்தான் உன்னிடம் தைரியமாக இதை என்னால் சொல்ல இயலுகிறது."

ஃபைசல் எதுவும் பேசவில்லை. ஸ்ரீலங்கா குமார் பொய் சொல்லுகிறான் என்பது போலத்தான் தோன்றியது. விமான நிலையத்தில் துவைஜி நண்பனே ... எனக் கட்டி அணைத்ததும் முத்தமிட்டதும் எவ்வளவு பெருந்தன்மையானவன் ... ஃபைசல் மௌனமாக யோசித்துக்கொண்டிருந்தான். ஸ்ரீலங்கா குமார் ஃபைசலின் வினோத பார்வையைப் புரிந்துகொண்டே

"யோசித்து உன் தூக்கத்தைத் தொலைத்துக்கொள்ள வேண்டாம். நன்றாக தூங்கு. இனி தூக்கத்தைத் தொலைத்துக் கொள்வதற்கான பல இரவுகள் உனக்காக இருக்கின்றன."

94 மீரான் மைதீன்

நீண்ட நேரம் யோசித்துக் கிடந்தவன் எப்போது தூங்கினான் என்பதை அறியவில்லை. மறுநாள் காலையில் துவைஜியின் அலுவலகத்துக்கு ஃபைசலை பிலிப்பைனி டிரைவர்தான் அழைத்துகொண்டு போனான். கால்கள் புதைந்துகொள்ளும் அளவுக்குப் புசுபுசுவென கார்பெட்டின் சுகம் உடம்பு முழுவதும் ஊர்ந்து பரவும் அளவுக்கு அலுவலகம் முழுவதும் விரிக்கப் பட்டிருந்தது. துவைஜியின் அலுவலக அறை தாண்டித் தனியாக இரண்டு அறை. ஒன்று தொழுகைக்கான இடம். இன்னொன்று துவைஜியின் படுக்கை அறை ஃபைசலுக்கான வேலை துவைஜிக்கு சுலைமானி தயாரித்துக் கொடுக்க வேண்டும். காவா செய்யும் முறையைப் பயிற்சியாக பிலிப்பைனி செய்து காட்டினான். படுக்கை அறை விரிப்புகளைத் தினமும் சுத்தப்படுத்த வேண்டும். துவைஜியின் தனிப்பட்ட கக்கூஸ் அறை சுத்தமாக இருக்க வேண்டும். வேலை புரிந்துவிட்டது. மம்மனிபாவின் குட்டி யாப்பா ஆபிஸ்பாய் என்று இதைத்தான் சொல்லியிருக்கிறார். வேலை ஒன்றும் சிரமம் இல்லை. இரவு பத்து பதினோரு மணிக்கு பிலிப்பைனி காரில் வீட்டுக்குக் கொண்டுபோவான். பிலிப்பைனியைத் தவிர ஒரு மிஷிரிக்காரன், சோமாலிக்காரன் என மூணு டிரைவர்கள் இருந்தனர். அலுவலகத்தில் ஒரு மிஷிரி இருந்தான். வீட்டில் வேலையாட்களாக இரண்டு எத்தோப்பியாக்காரிகள் ஒரு இந்தோனேசியாகாரி ஒரு மகிரிபி இன்னும் சிலரை ஃபைசல் அறிந்திருக்கவில்லை. இரண்டாவது இரவும் நெடுநேரம் பேசிக்கொண்டிருந்தான் குமார். அவனின் உறவினர்களில் சிலர் ஃபிரான்சில் இருப்பதாகப் பேசிக்கொண்டே அனேகமாக இங்கிருந்து பிரான்ஸ் அல்லது ஆஸ்திரேலியா போகயிருப்பதாகச் சொன்னான். சாத்தியம்தானா என்றபோது உயிர் பயமற்றவர்களுக்கு இந்த உலகில் எல்லாம் சாத்தியம் தான். குமார் கொஞ்ச நேரம் பேசாமல் இருந்துவிட்டுப் பிறகு பேசத் துவங்கினான். மோசமான மனிதர்கள் நிரம்பிய இந்த உலகத்தில் நாம் வாழ்ந்துகொண்டிருக்கிறாம். எங்கும் எப்போதும் ஏதோ ஒன்று துரத்திக்கொண்டே இருக்கிறது. துரத்தப்படுவதை நாம் அறிந்திருக்கவில்லை. ஆனாலும் நீ என்னைவிடப் பாக்கிய வானாகத்தான் இருக்க முடியும். என் குடும்பம் எங்கே இருக்கிறது. என்பது எனக்கு இப்போதுவரை தெரியாது. இங்கு ஒரு பாலஸ்தீனி வேலைபார்த்தான். இப்போது அவன் எங்கே என்று தெரியாது. அவன் காணாமல் போன முந்திய இரவில் துவைஜியும் அவன் சகோதரன் பயாஸித்தும் பாலஸ்தீனியை இந்த அறையின் பின்பக்கம் கைகளைக் கட்டி மூர்க்கத்தனமாக இரவு முழுவதும் தாக்கிக்கொண்டே இருந்தனர். ஃபைசலின் பார்வையின் ஊடாகப் பயம் வெளிச்சாடியதைப் புரிந்து கொண்டவனாய்

“உன்னை பயப்படுத்த விரும்பவில்லை. ஆனால் எனக்கு பயம் இல்லை. நான் பயப்பட இனி இந்த உலகில் எதுவுமில்லை. தூங்கு . . . நீ புதியவன். ஒன்றை மட்டும் சொல்லுகிறேன். எதையும் எதிர்கொள்ள பழகி விடு. வலிமையானவர்களுக்கு மட்டும்தான் இது சாத்தியம். பயந்தால் பயம் நம்மை கொன்று விடும்.”

ஃபைசல் நீண்ட நேரமாகத் தூக்கம் பிடிக்காமல் உருண்டு கிடந்தான். அவன் கண்கள் உறக்கத்தைத் தழுவும் வரை. குமாரின் குரல் கேட்டுக்கொண்டே இருந்தது. அறையின் இருட்டில் ஒரு தஸ்பிகு மாலையின் ஒளியும் குமாரின் படுக்கை யில் சில அசைவுகளோடு அந்த இரவு முடிந்துபோனது. விடிந்த பொழுதில் குமார் படுக்கையில் இல்லை. அவன் நேரமே விழிந்து வெளியே போயிருக்கலாம் என்றபடி தூக்கக் கலக்கம் மாறாமலேயே ஃபைசல் வெளியே வந்தான். என்ன என்று விசாரிக்கும் முன்னால் துவைஜி முதலில் மார்பிலும் அதே கனப்பொழுதில் முகத்திலுமாக அடித்துத் தள்ளினான். அந்த பகலில் அவன் பலமுறை தாக்கப்பட்டிருக்கிறான். அவனை அடித்தவர்கள் யார் யார் என்பதைக் குறித்து அவனுக்குத் தெளிவில்லை. பிலிப்பைனியால் அறையில் இழுத்துக்கொண்டு போய்க் கிடத்தப்பட்ட பிறகு அந்த நடு இரவில் கண்விழித்த போதும் எதுவும் அறியாதவனாக பின்னர் மறு இரவில்தான் குமார் தப்பிப்போன விசயத்தை ஃபைசல் அறிந்துகொண்டான். நீண்ட கயிறு உபயோகித்து மதில் சுவரைக் கடந்து வெளியேறி யிருக்கிறான்.

நேற்று இரவு அவன் பேசிய வார்த்தைகள் எல்லாம் காதில் இப்போதும் கேட்டுக் கொண்டிருக்கிறது. ஒரு மயக்க நிலையில் உள்ளே எழும்ப இயலாமல் கிடந்த ஃபைசலின் அறைக் கதவு வெளியே பூட்டப்பட்டது. ஃபைசல் பிலிப்பைனி யின் கட்டுப்பாட்டில் வைக்கப்பட்டிருந்ததால் அறைக்கதவைத் திறப்பதும் பூட்டுவதும் பிலிப்பைனியின் கூடுதல் வேலையானது.

“நண்பா மன்னிக்க வேண்டும்” என அரபியில் சொல்லு வான். துவைஜியின் அலுவலகத்திலும் ஃபைசலைக் கண்காணிக்க வேண்டிய பொறுப்பு பிலிப்பைனியினுடையதுதான். திரும்பி நின்று கண்ணடித்துக்கொண்டே ஃபைசலைப் பார்த்துத் திட்டு வான். ஒரு முறை ஏதோ ஒன்றுக்காக துவைஜி பிலிப்பைனி யிடம் ஃபைசலை அடிக்கச் சொன்னான். துவைஜியின் உத்தரவை மறுப்பது அவனுக்கு நல்லதல்ல என்பதால் பிலிப்பைனியின் கரம் ஃபைசலின் முகத்தில் விழுந்து அப்பியது. ஆனாலும்கூட துவைஜி இல்லாத நேரங்களில் பிலிப்பைனி யும் ஃபைசலும் உரையாடல்களை வைத்துக்கொண்டனர்.

திரை விலகியதும் நடிப்பைத் துவங்கும் நாடகம் போல துவைஜி யின் முன்னால் பிலிப்பைனி அதிகாரம் செலுத்திக்கொண்டே ரகசிய வாய்ப்புகளில் அன்பாய்ப் பேசிக்கொண்டான்.

“பாவம் நான் பரிதாபத்துக்குரியவன். நீ புரிந்துகொள் நண்பா.”

“உனக்கு நான் என்ன செய்ய வேண்டும்?”

“எனக்கு என் உறவினரோடு போன் செய்ய உதவினால் நான் உனக்கு நன்றியுடையவனாக இருப்பேன்.”

“இன்று இரவு முயற்சிக்கிறேன்” என்றவன் பிறகு மம்மனிபா வோடு போனில் பேசுவதற்கு சந்தர்ப்பத்தை ஏற்படுத்திக் கொடுத்தான்.

மம்மனிபாவின் குட்டியாப்பாதான் ஃபைசலுக்கு விசா ஏற்பாடு செய்து கொடுத்திருந்தார். ஃபைசலால் மம்மனிபா வோடு “எனக்க ஜீவிதத்துல மண்ணள்ளி போட்டுட்டாரு காக்கா. காக்கா என்ன எப்படியாவது காப்பாத்துங்கோ.” தொலைபேசியில் கதறி அழ மட்டுமே முடிந்தது. நீண்ட பேச்சுக் கான விசயங்களோடு போனைத் தொட்டபோது அழுகை நாவை உலர வைத்துப் பேச்சை முழுங்கிக் கொண்டது.

“பயப்படாதே. இது நம்முடைய நாடு அல்ல. இங்கு நமக்கு உரிமை கிடையாது. தமாம் வந்துவிட்டால் நான் பார்த்துக்கொள்கிறேன். எப்படியாவது தப்பி தமாம் வந்துவிடு.”

எப்படி தப்புவது. அவனுக்கு எதுவும் ஓடவில்லை. பிலிப்பைனிக்கு மொழி புரியவில்லை. ஆனாலும் முக பாவனை யைப் புரிந்துகொண்டு

“நண்பா ... தயவு செய்து தப்பித்துவிடாதே. நீ தப்பித்தால் நான் என்ன ஆவேன் என்பது எனக்குத் தெரியாது. இரண்டு மாதம் பொறுத்துக்கொள்” என்று சமாதானப்படுத்திக்கொண்டே அசைய முடியாத அளவுக்குக் கண்காணித்துக்கொண்டான்.

இரண்டு மாதம் பொறுத்துக்கொள் என்று சாமாதானப் படுத்திய பிறகு சரியாக இரண்டாவது மாதத்துக்கு முன்பே ஒரு பகல்பொழுதில் காரில் போன பிலிப்பைனி அதன் பிறகு வரவில்லை. மறுநாள் காலையில்தான் ரியாத் நகரின் வெளியே ரோட்டோரத்தில் துவைஜியின் கார் கண்டுபிடிக்கப்பட்டது. துவைஜியின் அலுவலக அறையிலிருந்த பிலிப்பைனியின் பாஸ்போர்டும் இக்காமாவும் காணாமல் போயிருந்ததைக் கண்டுகொண்டபோது துவைஜியின் ஆத்திரம் உச்ச வெறிக்குப் போய்விட்டது. அவனால் அதை நம்ப முடியவில்லை. துவைஜி

பிலிப்பைனிமீது ரொம்பவும் நம்பிக்கை வைத்திருந்ததால் அலுவலக விசயமாக பிலிப்பைனி தனியாக காரில் போய் வரும் அளவுக்கு சில பொறுப்புகளையும் கொடுத்திருந்தான். சம்பளம் குறைவு என்றாலும் சரியான தேதியில் துவைஜி சம்பளம் கொடுத்துவிடும் வழக்கம் வைத்திருந்தான். அரபு நாட்டுக்காரனைத் தவிர மற்ற எல்லா மனிதர்களும் பெரும்பாவி கள் என்பதும் அவர்கள் தனக்கான அடிமைகள் என்பதும் துவைஜியின் மனம் முழுவதும் நிரம்பிக் கிடந்த நம்பிக்கையாக இருந்தது. ஆனால் அமெரிக்கர்கள் அவனின் இந்த நம்பிக்கையி லிருந்து மாறுபட்டவர்களாக இருந்தனர். அடிக்கடி அரபியில் அமெரிக்கர்களுக்கு மூளை அதிகம் என்பான். ஆனால் பிலிப்பைனி ரகசியமாக ஃபைசலிடம் அமெரிக்கர்களின் மூளையைக் குறித்துக் கேலி செய்வான். அமெரிக்கர்கள் இங்கு ரியாத்தில் அவர்களின் ராணுவ முகாம்களில் பன்றிக்கறி தின்கிறார்கள். மது அருந்துகிறார்கள். எல்லா போக்கிரி தனங்களி லும் ஈடுபட்டுக்கொண்டே அரபுகளின் தலையில் மலம் பெய்கிறார்கள். பரிதாபம் இந்த பைத்தியக்காரனுக்கு இது தெரியாது.

அலுவலகத்தில் தங்கிய சில இரவுகளில் தொடர்ந்து கதை பேசிக்கொண்டிருப்பான். மூளையில்லாதவன் என துவைஜி யால் அழைக்கப்பட்ட பிலிப்பைனி நல்ல விசய ஞானமுள்ளவ னாக இருந்தான். பேசுவதற்குப் பயந்தவனாக இருந்தானே யொழிய அவனிடம் உலக நாடுகள் குறித்து நிறைய செய்திகள் இருந்தன. துவைஜியைப் போலல்லாமல் அமெரிக்கா குறித்து மோசமான அபிப்ராயங்களேயே கொண்டிருந்தான்.

துவைஜி பெண்களோடு பொழுதைக் கழிக்கிற சில இரவு களில் பிலிப்பைனியும் ஃபைசலும் அலுவலக அறையிலேயே தங்க வைக்கப்பட்டனர். பெண்ணோடு அல்லது பெண்களோடு அவன் உறவு கொண்ட களைப்பில் நடு இரவில் அலுவலக அறையிலிருந்து வெளியேறிப் போகும்போது ஃபைசலை பிலிப்பைனியின் பொறுப்பில் ஒப்படைப்பான். பிலிப்பைனி எவ்வளவுதான் நெருக்கமாக உறவாடிப் பேசினாலும் கண் கொத்திப் பாம்பாக கண்காணித்துக்கொள்வதைப் புரிந்து கொண்டே ஃபைசல்

“நண்பா என்னோடு நீ மிகக் கடுமையான காவல்காரனைப் போல் நடந்துகொள்கிறாய்.”

“அது எனது வேலையின் முக்கியமான பகுதி.”

“அப்படியானால் நாம் இருவரும் நண்பர்களாக இருப்பது ...”

“ஏதோ ஒரு சவுகரியத்துக்காக . . .”

“என்ன சவுகரியம் என்பதை என்னிடம் சொல்லக் கூடாதா . . .”

“எல்லாவற்றையும் எல்லாரிடமும் சொல்ல முடியாது.”

பிலிப்பைனி சிரித்துக்கொள்ளும்போது பதிலுக்குச் சிரித்துக் கொள்வான். இப்படியாகக் கடந்துபோன துயரம் அல்லது துயரமற்ற பல இரவுகளின் தொடர்ச்சியாய் பிலிப்பைனி தப்பி யோடிய முந்திய இரவு இருவரும் அலுவலக அறையில்தான் இருந்தனர். பிலிப்பைனி எப்போது எப்படி பாஸ்போர்ட்டையும் இக்காமாவையும் திருடிக்கொண்டான் என்பது தெரியவில்லை. இரவு கண்மூடித் தூங்கும்வரை பேசிக்கொண்டே இருந்தான். தப்பிப்போகும் எந்த ரேகையும் அவன் முகத்தில் இல்லை. துவைஜி கடைசியாக அவன் அலுவலகப் படுக்கைக்குக் கொண்டு வந்து அரபிப் பெண்ணின் சௌந்தர்யம் குறித்து சிலாகித்துப் பேசினான். நாட்டிலுள்ள அவனின் காதலி ஜாக்குலின் எப்படி இருப்பாள் என்பதை அவ்வளவு ரசனையாகக் காட்சிப்படுத்தி ஃபைசலின் கண்முன்னே கொண்டுவந்து நிறுத்தியபோது கண் மூட முடியவில்லை. ஜாக்குலின் ஒரு உருவமாக எழுந்து வந்து ஃபைசலின் படுக்கையில் புகுந்துகொள்ள முயற்சிக்கிறாள். ஏதுமறியாமல் கதைபேசும் பிலிப்பைனியைப் பாவமாகப் பார்த்துக்கொண்டே ஜாக்குலினைத் தள்ளிவிட்டுவிட்டு ஃபைசல் பிறகு கண்முடவில்லை.

“துவைஜி வீட்டிலுள்ள இந்தோனேசியாக்காரி போல இருப்பாளா?”

“அவளைவிட ஜாக்குலின் அழகு. நீ இந்தோனேசியாக் காரியை எப்போது பார்த்தாய் . . ?”

“பலமுறை பார்த்திருக்கிறேன்.”

“நீ கில்லாடிதான். அவள் எப்படி இருக்கிறாள்?”

“நிலவுபோல ரொம்ப அழகாயிருக்கிறாள்.”

“அவளுக்கும் உனக்கும் என்ன உறவு . . .”

“அவள் என்மீது காதல் கொண்டிருக்கிறாள்.”

அட திருடா என்பது போல பிலிப்பைனி சிரித்ததை ஃபைசலால் இப்போது நினைவுபடுத்த முடிகிறது.

“துவைஜியின் வீட்டு மாடியின் பின்பக்க அறையின் கறுப்புக் கண்ணாடியை விலக்கி எனக்கு பலமுறை முகம் காட்டியிருக் கிறாள். அவள் இந்தியாவின் என் தெருவிலோ அல்லது என்

அருகாமை ஊரிலோ இருந்தால் அவளை நான் தூக்கிப் போய் திருமணம் செய்திருப்பேன்."

பிலிப்பைனி ஃபைசலை அதிசயமாகப் பார்த்தான்.

"துவைஜியின் வீட்டு மாடியில் ... அந்த உயரத்தில் அவள் நிலவு போல இருந்தாள்."

"இருப்பாள் ... இருப்பாள். துவைஜி அவளைப் பலமுறை புணர்ந்திருக்கிறான். நீ வருவதற்கு முன்னால் இந்த அலுவலகப் படுக்கை அறையில் ஒரு பகல் முழுவதும் அவளோடு கிடந்தான் தெரியுமா ..."

ஃபைசல் பேச்சற்றுப் போனான். எழுந்து அங்குமிங்குமாக நடந்தவன் மால்பரோ சிகரெட்டைப் பற்றிப் புகைத்துக்கொண்டு சிகரெட் தீரும்வரை பேசவே இல்லை. அவனின் மௌனத்தை நீண்டநேரம் விட்டுவைத்தான் பிலிப்பைனி.

"என்ன நண்பா ... மௌனம்."

"ஒன்றுமில்லை."

"இல்லை. ஏதோ ஒன்று இருக்கிறது."

"எதுவுமில்லை."

"இல்லை நண்பனே. நாம் மறுத்தாலும் நம்முடைய முகம் சிலவற்றை வெளிப்படுத்தும். உன் முகம் இப்போது எனக்கு வேறு எதையோ சொல்லுகிறது."

பிலிப்பைனிக்கு அரபி உச்சரிப்பு சுட்டுப்போட்டாலும் வராது. ஆனால் புரிந்துகொள்ளலாம். மென்மையாக உச்சரிக்க வேண்டிய வார்த்தைகளை அழுதிப்பிடிப்பான். அரபியில் 'ட' எழுத்து கிடையாது. பிலிப்பைனி அரபியல் அந்த எழுத்தைச் சேர்த்துக்கொள்வான். பிலிப்பைனி பேச முயற்சித்தபோது

"தூங்கலாமா" என்ற ஃபைசல் கடுமையான மனவலியால் உள்ளுக்குள் அதிர்ந்து போயிருந்ததை பிலிப்பைனி அளவிட முயற்சித்துக் கொண்டிருந்தான்.

"நேரம் மூன்று மணியாகிறது. எங்கள் நாட்டில் இப்போது அதிகாலை ஐந்தரை மணியாக இருக்கும். விளக்கை அணைத்து விட்டால் நாம் தூங்கலாம்."

"நீ இந்தோனேசியாக்காரியின் விசயத்தில் மனம் ஒடிந்து விட்டாய் என்று எனக்குத் தோன்றுகிறது. நான் அவசரப்பட்டு உண்மையைப் பேசிவிட்டேன். என்னை மன்னித்துவிடு."

“இல்லை . . . இல்லை. நான் இந்தோனேசியாக்காரியை யும் அவள் என்னையும் விரும்புகிறாள். எனது காதல் இந்தோனேசியாக்காரியின் பெண் உறுப்பில் இல்லை. அது அமெரிக்காக்காரனாலும் கண்டுபிடிக்க முடியாத என் மனதின் ரகசியப் பள்ளதாக்கில் உள்ளது.” சத்தமாக சிரித்தான். ஆனாலும் சிரிப்பில் சிரிப்புக்கான அம்சம் இல்லாமலிருந்தது.

“உன் மனம் அவ்வளவு ஆற்றலானதா?”

“ஆமாம். ஐய்யாயிர மையில் தொலைவை நொடிப் பொழுதில் கடந்துபோய் வரும் அளவுக்கு . . .”

ஃபைசலைவிடவும் கூடுதலாகச் சிரித்த பிலிப்பைனி “சரி தூங்கலாம்” என்றான். இதன் பிறகுதான் பிலிப்பைனி பாஸ்போர்டையும் இக்காமாவையும் திருடி இருக்க வேண்டும். மறுநாள் காலை பத்துமணிக்கு துவைஜி வந்தவுடன் காவா தயார் செய்ய ஃபைசல் நகர்ந்து போனபோதே பிலிப்பைனி ஃபைசலின் பக்கம் வந்தான்.

“நண்பா . . . நான் வெளியே போகிறேன்.” என்றபடி வழக்கத்தில் இல்லாமல் ஃபைசலைக் கட்டி அணைத்து முத்தமிட்டுக் கொண்டான். அது அவனின் கடைசி முத்தம் என்பதையும் அவன் போக்கு கடைசி போக்கு இனி ஒருக்கிலும் அவன் திரும்ப வராத போக்குப் போகிறான் என்பதையும் ஃபைசல் அப்போது அறியவில்லை.

மறுநாள் பிலிப்பைனி போன கார் விமான நிலையத்தை ஒட்டிய மணல் வெளியில் கண்டெடுக்கப்பட்ட பிறகுதான் ஃபைசல் தாக்குதலுக்குள்ளானான். தன்மீது நடத்தப்படும் இரண்டாவது பெருந்தாக்குதல் முன்பைவிடக் கடுமையானது. துவைஜியின் ஒன்றிரெண்டு நண்பர்களும் உண்டு. அவன் பல விதங்களில் தாக்கப்பட்டுச் சுருண்டு விழுந்தான். ஃபைசல் அலுவலகத்திலிருந்து இடம் மாற்றப்பட்டுக் கைகள் கட்டப் பட்ட நிலையில் துவைஜியின் வீட்டு அறையின் பின்பக்கம் கொண்டுவரப்பட்டு விசாரிக்கப்பட்ட விசாரணையில் எந்த கேள்விகளுக்கும் அவனிடம் பதில் இல்லை.

“வல்லாயி அன மா . . . ஆரிப்.” (இறைவன்மீது ஆணையாக எனக்குத் தெரியாது.) இதையே அவன் முடிந்தவரையிலும் மீண்டும் மீண்டும் சொல்லிக்கொண்டிருந்தான்.

வீட்டின் முன்பக்கத்தின் பக்கவாட்டில் உள்ள அலுமினிய அறைக்கு முன்னால் பிளாஸ்டிக் வயர்களால் கட்டப்பட் டிருந்தவனின் மனம் முழுவதும் பிலிப்பைனியை சபித்துக்

கொண்டிருந்தது. கண்காணிப்பதற்கு நிறுத்தி வைக்கப்பட்டிருந்த யமனி ஒரு லிட்டர் தண்ணீர் பாட்டில் ரெண்டு லெபனான் ரொட்டி என உணவை இந்தோனேசியாக்காரியின் பொறுப்பில் ஏற்பாடு செய்தபோது முதலில் அவள் முகம் அருகாமையில் கொடூரமான வலியோடு எரிச்சலூட்டியது. துவைஜி அலுவலக அறைக்குப் பல பெண்களைக் கொண்டு வந்திருக்கிறான். முழுவதும் ஃபர்தாவால் மூடப்பட்ட அவர்கள் எந்த நாட்டுக் காரிகள் என்பதை அவன் அறிந்திருக்கவில்லை. இந்தோனேசியாக் காரியை அவன் அழைத்து வந்திருப்பான் என்பதை மனம் நம்பவில்லை. தனக்கு அதீத விருப்பமானவைகளில் மனம் எப்போதும் சுயம் சார்ந்த சாதகமானவைகளையே எடுத்துக் கொள்கிறது. பிலிப்பைனியின் முந்தைய இரவு உரையாடல் வரை அவளின் முகம் நிலவாகத்தான் இருந்தது. அந்த நிலவோடு அவன் கற்பனையில் மயங்கிக்கிடந்தான். பாய்மரக் கப்பல் வழியாக இந்தோனேசியாக்காரியைப் பல இரவுகள் மணல் ஆலையின் கழிவு மணல்கள் மலையாகக் குவிக்கப்பட்டிருந்த மணல் மலையின் பள்ளத்தாக்குகளில் நடுவே அவளைத் தன் மடிமீது அமரவைத்து ஆரத்தழுவிய நீண்ட இரவுகளின் கற்பனை முடிச்சி இப்போது அவன் கழுத்தைக் கவ்விப்பிடித்துப் பயமுறுத்தியது.

அவள் “நண்பா ...” என்றாள். அவள் எப்போதும் அவனை அரபி மொழியில் நண்பனே என்றுதான் அழைக்கிறாள். நான் உன் நண்பன் இல்லை என்பதை அவன் உரக்கச் சொல்ல வில்லை. பயந்து வெளிறிப்போயிருந்தது அவன் முகம். முகத்தை அளவிடும் இடைவெளித் தாண்டி நின்றுகொண்டிருந்த அவள் வார்த்தைகள் இல்லாமல் கண்களால் பேசினாள்.

நீ பாவம் நான் என்ன செய்ய முடியும்.

அவனின் பயமும் அவநம்பிக்கையும் அவள் மறுநாள் கதவின் சின்னத் திறப்பினூடே முத்தமிடும் வரை இருந்தது. அவனின் கட்டுகள் அவிழ்க்கப்படும் வரை அவளின் பல முத்தங்கள் கட்டப்பட்ட வலியை மறுபடியும் மறுபடியும் மறக்கச் செய்துகொண்டேயிருந்தது.

அவள் பெயர் அரூஷா என்பதை நேற்று மாலை சொல்லிச் சென்றாள். இடையே இடையே கண்காணிக்க வந்த யமனி அதற்காக வராதது போல வந்து பேசிக்கொண்டவனின் பேச்சு உளவாளியின் பேச்சைப் போல அல்லது துவைஜியின் நியாயத்தை முன்வைக்கும் விதத்தில் இருந்தது. பிலிப்பைனி தப்பிப் போனதில் கூட துவைஜிக்கு வருத்தமில்லை. அவன் பாஸ்போர்ட்டையும் இக்காமாயையும் அலுவலக அறை பிரோவிலிருந்து திருடிச்

சென்றதுதான் அவனால் சகிக்க முடியவில்லை. நீயும் அவனும் தான் அங்கே இருந்தீர்கள். அதனால் அவன் தப்பிப் போனதில் உன் துணை இருக்கலாம் என்கிற துவைஜியின் சந்தேகம் நியாயமானதுதானே.

"இறைவன்மீது ஆணையாக நான் எதையும் அறியவில்லை."

நீண்ட யோசனைக்குப் பிறகு யமனி ஃபைசலை இரக்கப் பட்டு துவைஜியிடம் கொண்டுபோனபோது துவைஜிக்கும் யமனிக்குமான உரையாடலில் ஃபைசலின் கட்டுகள் அவிழ்க்கப் பட்டாலும் ஒரு வாரத்துக்கு மேலாக அவன் அலுவலகம் அழைத்துச் செல்லப்படவில்லை. கார்களை சுத்தப்படுத்த, வீட்டு வேலை பார்த்துக்கொள்ள என அங்கேயே இருக்கும்படி யாகப் பார்த்துக்கொள்ளப்பட்டது. நேரங்கள் நீண்டு போயின. ஃபைசல் தனிச்சையாக சில பாடல்களை முணுமுணுத்துக் கொண்டான். முந்தைய வலிகள் எல்லாம் மறந்துபோய் இருந்தது. அரூஷா மாடி அறையின் கறுப்புக் கண்ணாடியை அடிக்கடி திறந்து மூடினாள்.

"இந்தியனே . . . இந்தா பிடித்துக்கொள்."

மின்னலைப் போல சமயலறையிலிருந்து ஃபைசலை நோக்கி துவைஜியின் குடும்பத்துக்காகத் தயாரிக்கப்பட்ட சிறப்பு உணவுகள் அவ்வப்போது விழுந்துகொண்டிருந்தன. கூடவே நிலவுக்கு இணையாக அவன் கண்டுகொண்ட அவளின் புன்னகைமுகம் கண்களில் காட்சிப்பட்டுக் கொண்டேயிருந்தது. சற்றும் எதிர்பாராத ஒரு நடு இரவில் ரகசியமாக அலுமினியச் சிறைக்குள் மின்னலைப் போல நுழைந்து கொண்டவள் பேச எதுவுமின்றி விலா எலும்புகள் முறிந்து போகுமளவுக்கு அவனை இறுக்கிக்கொண்டு அவனோடு பிணைந்து கிடந்தபோது அந்த இரவில்தான் இந்த பூமிப் பந்தின் அமானுஷ்ய வெளியில் பறந்து திரிய இருவருக்கும் விலா எலும்பிலிருந்து சிறகுகள் முளைத்துக்கொண்டன.

7

அல்–கோபரில் அமெரிக்க ராணுவக் குடியிருப்பு அருகே சக்திவாய்ந்த குண்டு வெடித்த தகவல் நாட்டின் பல பகுதிகளில் பரவிக்கொண்ட போது அரபு மக்களும் அஜ்னபிகளும் மிக ரகசிய மாகப் பேசிக்கொண்டிருந்தனர். ஓசாமா பின்லேட னின் ஆட்கள்தான் குண்டு வெடிப்பை நடத்தி யிருக்கலாம் என்றும் ஏகாதிபத்திய அமெரிக்கா வின் மீதான வெறுப்பில் முத்தவ்வாக்கள் குண்டு வெடிப்பை நடத்தியிருக்கலாம் என்றும் மாறி மாறிப் பலவிதமான தகவல்கள் சிறகு முளைத்துப் பறந்துகொண்டிருந்தன. யாரும் நிதானமாக நின்று விவாதிக்கவெல்லாம் முடியாது. உரக்கப் பேசவும் முடியாது. எதுவாக இருந்தாலும் ரகசியமாகப் பேசிக்கொள்ளலாம் அவ்வளவுதான். டேங்கர் லாரியில் பாம் நிரப்பப்பட்டு வெடிக்கச் செய்திருப்ப தாகவும் வெடித்த இடத்தில் நாற்பது அடி ஆழத்தில் பள்ளம் விழுந்திருப்பதாகவும் பத்து நூறுபேர் மரணமடைந்திருக்கலாம் என்ற விசயங்கள் ரகசிய மாகப் பேசப்பட்டவைகளின் தொடர்ச்சியாக இருந்தன. ரகசியப் பேச்சுகளைப் போல சுவாரசிய மானது உலகில் எதுவும் இருக்க முடியாது போலும். ரகசியப் பேச்சுகளால் மட்டுமே மனதின் அடியாழத் தில் கிடக்கும் வக்கிரங்களையெல்லாம் கணப் பொழுதில் உருவமாக்கி சுலபமாக உலவ விட்டு விட முடிகிறது. சவுதியை மிரட்டித் தனது இருப்பை இங்கு வலுவாக்கிக்கொள்ள அமெரிக்காவே திட்ட மிட்டு நடத்திய குண்டு வெடிப்பு இது என்கிற

பேச்சு ஓரளவுக்கு வெற்றிகரமானப் பேச்சாக இருந்தது. குண்டு வெடிப்பின் பின்னணியில் பில்லேடனின் ஆட்கள் இல்லை என்றும் பில்லேடன் சவுதி அரேபியாவுக்குள் எந்த வன்முறையை யும் நிகழ்த்த மாட்டார் என்பதால் நிச்சயமாக முத்தவ்வாக்கள் தான் இதைச் செய்திருக்க வேண்டும் அல்லது புதியவர்களாக இருக்கலாம் அல்லது வெடிமருந்து நிரப்பப்பட்ட அவர்களுடைய வாகனமே தவறுதலாக வெடித்திருக்கலாம். ஆனாலும் இதைச் சாக்காக வைத்து அரசுக்கு எதிரான முத்தவ்வாக்கள் பலரைக் காவல்துறையினர் பிடித்துச்சென்றிருப்பதாகவும் பிடிபட்ட நான்கோ ஐந்தோ முத்தவ்வாக்களின் தலை ரகசியமாக வெட்டப்பட்டுவிட்டதாகவும் செய்திகள் பெருமளவில் பரவாமல் அமுக்கும் முயற்சியில் அரசு ஈடுபட்டிருப்பதாகவும் மம்மலி மெல்லமாகப் பேசிக்கொண்டான்.

முத்தவ்வாக்களில் சிலர் அமெரிக்காவுக்கு எதிரானவர் களாக இருந்தாலும் அரசு அமெரிக்காவின் செல்லப்பிள்ளை யாகத்தான் இருந்தது. குவைத்தை முன்வைத்து அமெரிக்கா ஈராக்கைத் தாக்கியபோது மன்னரும் அவரது அமீர்களும் அமெரிக்காவை விரும்பினார்கள். அல்லது விரும்பும்படியான நிலையில் இருந்தார்கள். குடிமக்களின் விருப்பம் என்பது இங்கு சாத்தியமில்லை. அரசு விரும்புவதை மக்கள் விரும்ப வேண்டும். அல்லது அப்படி விரும்பப் பழகியிருந்தனர். சவுதி அரேபியாவுக்கு மேலே ஜோர்டானும் சிரியாவுமிருந்தது. ஜோர்டானையும் சிரியாவையும் தொட்டுக் கீழே ஈராக் இருந்தது. ஈராக்கும் சவுதி அரேபியாவும் கடல் வெளியற்ற நெருக்கமான நிலப்பரப்பைக் கொண்டிருந்தன. ஈராக்குக் கீழே குவைத் ஒரு குட்டி நாடு. அமெரிக்க ராணுவம் சவுதி அரேபியாவின் குவைத் எல்லை பகுதியில் மையம் கொண்டு ஈராக்கை தாக்கிய போது எதிர் தாக்குதலாக ஈராக், தெஹ்ரான் மற்றும் ரியாத் என சவுதியின் இலக்குகளைத் தாக்கியபோதும் அரபு மக்கள் சதாமின் ரசிகர்களைப் போலவே தங்களின் செயலை ரகசிய மாக வெளிப்படுத்தினார்கள். அரபியைத் தாய்மொழியாகக் கொண்ட சவுதி நாட்டினரல்லாத அரபிகளும் வசிப்பிடங்களுக் குள்ளேயே சதாமை அரபு உலகின் ஆண்மகனாகக் கொண்டாடி னார்கள் என்றும் அறையில் ரகசியப் பேச்சு சுவாரசியம் கொண்டிருந்தது. எகிப்தின் ஹோஸினி முபாரக்கின் அறிவும் ஆற்றலும் நிலமையை மாற்றும் சக்திகளில் முக்கியமானதாக மிஷிரிகளால் அதே ரகசியத்தோடு கொண்டாடப்பட்டது. ஆனால் எதுவும் செய்வதற்குத் திராணியற்றவர்களாக அமெரிக்கா வின் அடிமையாக சவுதி ஆட்சியர் இருப்பதாக முத்தவ்வாக்கள் கொதிப்புடனே நடந்துகொண்டபோது சில முத்தவ்வாக்கள்

அமெரிக்காவின் தூண்டுதலின் பேரிலேயே ரகசியமாகத் தலை வெட்டப்பட்டதாகப் பேசப்பட்டது. இந்தியாவிலிருந்து வந்த *தினமணியில், மாத்யமத்தில், மனோரமாவில், சந்திரிகாவில்* செய்திகள் இருந்தன. ஆனால் இங்கு எல்லாம் உத்தேசப் பேச்சுகள்தான் இருக்குமா என்று அழுத்திக்கேட்டால் இருக்க லாம், ஒருவேளை இல்லாமலும் இருக்கலாம் என்ற ஊகத்தை மீறியப் பேச்சுகளுக்குக் குறைவில்லை.

நான் மன்னருக்கு ஒன்றைச் சொல்லிக்கொள்ள விரும்பு கிறேன். இந்த மேடையின் வாயிலாக சாவால் விடுகிறேன். என்கிற பாணியில் யாரும் இங்கே எதுவும் பகிரங்கமாகப் பேசிவிட முடியாது அவ்வளவுதான். பேசினால் பேசிய மனிதனுக்கு அதுதான் இறுதிப் பேச்சாக இருக்கும். வெள்ளிக் கிழமை குத்பாக்களில்கூட இமாம்களின் பேச்சு ஒற்றர்களால் கவனிக்கப்படும். இஸ்லாமும் அதன் கொள்கையையும் தாண்டி ஒற்றை வார்த்தை பேசப்பட்டாலும் எஞ்சிய ஆயுள் இருட்டறைக் குள் காணாமல் போய்விடும். அல்கோபரைப் போல இன்னும் பல குண்டு வெடிப்புகள் தொடர்வதற்கான சாத்தியம் எதிர் காலத்தில் உண்டு என்பதில் மதகுருமார்கள் மிக வேகமாக இருக்கிறார்கள். ஆனாலும் ஆட்சியாளர்களால் அவர்கள் சுலபமாக நசுக்கப்பட்டு விடலாம் அல்லது நசுக்கப்படாமலும் போகலாம்.

அதிகார மையம் சார்ந்தவர்கள் இல்லாதவர்களிடமும் ஏழைகளிடமும் தங்களுடைய வீரத்தையும் இருப்பையும் எளிதாகக் காட்டுவதைப் போல இங்குள்ள முத்தவ்வாக்களின் வீரம் என்பது அஜ்னபிகளிடம் மட்டுமே அனாயசமாக வெளிப் பட்டுக் கொண்டிருந்தது. தொழுகைக்குப் போகாமல் கடை வீதிகளில் சுற்றுபவர்களைப் பிடித்துக்கொண்டுபோய் மொட்டை யடிப்பது, வாய்ப்பு கிடைத்தால் தாக்குவது என்கிற நிலைகளில் தான் அவர்கள் மிகுந்த ஈடுபாடு கொண்டிருந்தனர். இந்த வீரத்தையும் சொந்த மக்களில் ஏழை அரபிகளைத் தாண்டி எல்லா அரபிகளிடமும் காட்ட முடியாத நொம்பலம் அவர் களுக்குள்ளும் உண்டு. கறுப்பு அரபிகள் மற்றும் வெள்ளை அரபிகளுக்கிடையேயும் பராபட்சம் காட்டக்கூடிய அளவுக்கு முத்தவ்வாக்களில் அதிகமானவர்கள் வெள்ளையர்களாகவே இருந்ததால் மதமும் அதிகாரமும் பல நேரங்களில் கள்ள உறவு கொண்டிருப்பவர்களைப்போல விலகி நின்று கலந்து கிடக்கும்.

ஃபிரான்ஸிலிருந்து வருகிற சில சேனல்களில் கிட்டத்தட்ட நீலப்படம் மாதிரியான படங்கள் தொடர்ச்சியாக ஓடிக் கொண்டிருக்கும். வெளிநாட்டுத் தொடர்புடைய அரபிகளால்

பல வசிப்பிடங்களில் டிஸ் பொருத்தப்பட்டிருக்கிறது. விஞ்ஞானத் தொழில்நுட்ப வளர்ச்சி ஆகாய மார்க்கமாக அவர்களின் முந்தையக் கட்டுப்பாடுகளைத் தகர்த்துப் போட்டுவிட்டது. இந்த விஞ்ஞானத் தொழில்நுட்பம் கோட்டை மதில் சுவர்கள் போல மறைத்துக் கட்டப்பட்ட அவர்களின் இல்லங்களில் தந்திரமாகத் தலையைத் தூவாரத்தின் முகப்பில் வைத்துக் கொண்டே தனது நீண்ட உடம்பை லாவகமாக உள்ளிளுத்துக் கொள்ளும் கொடிய விசப்பாம்பின் இருப்பைப் போலப் புகுந்து கொண்டது.

கடிதங்களிலும் தொலைபேசியிலும் நான்கைந்து நாட்களுக்குப் பிறகு இங்கு கிடைக்கும் *தினமணி*யிலுமாகத் தகவலைப் பெற்றுக்கொண்டிருந்த தமிழர்களுக்கு சன் டிவி தெரியத் தொடங்கியது. இதுபோல இந்திக்காரர்களுக்கும் பாகிஸ்தானிகளுக்கும் மற்றைய நாட்டினருக்கும் ஒவ்வொரு தொலைக்காட்சிகள் மெல்ல மெல்லப் புகுந்துகொண்டபோது அது தொடர்பான வியாபாரம் சூடு பிடிக்கத் துவங்கியது. எல்லா அஜ்னபிகளின் வசிப்பிடங்களிலும் தொலைக்காட்சிப் பெட்டி இடம்பிடித்துக் கொண்டது. சில சேனல்களில் நீலப்படம். நீலப்படம் நடிகைகளின் நேர்முக இணைப்புக் காட்சிகளும் பகிரங்கமாக கலர் கலராய் உலவின. மதக் கட்டுப்பாடு, சட்டத்திட்டம், ஒழுக்கம் என அவர்களின் பல கட்டுப்பாடுகளை இது கேலிக்குள்ளாக்கிய போது ஆத்திரமுற்ற முத்தவ்வாக்கள் பொருத்தப்பட்ட டிஸ்களைப் பல இடங்களில் துப்பாக்கியால் குறிபார்த்து சுட்டுத் தள்ளினார்கள். இந்த சுட்டுத்தள்ளுதல் நடுத்தர மற்றும் ஏழைகளின் இல்லங்களில் மட்டுமே அவர்களால் நடத்த இயன்றது. முதலாளிகள் மற்றும் அமீர்களின் டிஸ்களை முத்தவ்வாக்களால் ஏதும் செய்ய இயலவில்லை. ஆனாலும் திமிறி எழும் வலுவான முத்தவ்வாக்களின் குடும்பங்களில் அதிகார வர்க்கம் திருமணத் தொடர்புகளைத் திட்டமிட்டு வைத்துக்கொண்டதால் அதிகாரமும் மதமும் நேராகவே கைகோர்த்துக்கொள்ள சிரமம் எதுவும் ஏற்படவில்லை.

அரபுகளின் எண்ணெய் உலகத்தில் அட்டையாகப் புகுந்து கொண்டு அவர்களின் கலாச்சாரத்தை ஜனஸா[1]வாக்கி கபர் அடக்கம் செய்வதற்கான சவப்பெட்டிகளைத் தந்திரமாய் செய்து வரும் அமெரிக்க இராணுவ குடிமக்கள் சர்வ வல்லமையோடும் சுதந்திரத்தோடும் நடமாடினார்கள். அமெரிக்கப் பெண்கள் சம்பிரதாயத்துக்காகப் பர்தாவைக் காற்றில் அசைந்தாடும்படி போட்டுக்கொண்டு நடமாடும்போது

1. சடலம்.

பரிதாபமாகப் பார்வையை வேறு பக்கம் மாற்றிக்கொள்ளும் முத்தவ்வாக்கள் வெறுப்புற்றுக் கடந்து போவார்கள். உலகின் அற்புதமான நாடுகளில் இதுவும் ஒன்று. எந்த வீதியிலும் ஒரு மனிதனும் இன்னொரு மனிதனும் சண்டையிட்டுக் கொண்டதாக இல்லை. விளையாட்டுத்தனமான சிறுவர்களின் சண்டைதான் எப்போதாவது வரம்பு மீறிப்போய்விடக்கூடும். செழிப்போடு விரிந்து கிடக்கும் சின்னச் சின்ன நகரங்களைக் கடந்து போய்விட்டால் இளம் மஞ்சள் நிறத்தில் பட்டுவிரித்தால் போல் பாலைவன மணல் வெளிகள். மணல் வெளிகளின் தூரத்திலோ தொட்டடுத்தோ மலைக்குண்டான அழகற்ற கரடுமுரடான மேடுகள். எல்லோரோடும் அன்பு செலுத்துகிற மனிதர்கள். அபூர்வமாகவே மோசமான மனிதர்களைக் காண முடிகிறது. மண்ணுக்குக் கீழே பெருக்கெடுத்து ஓடும் எரிபொருட்களுக்காய் வளர்ந்த நாடுகள் தந்திரமாய் புகுந்து கொள்ளைக் கூடாரமிட்டுத் தனது இருப்பை வலுவாக்கிக்கொண்டு ஆட்சியாளர்களை அடிவருடிகளாக மாற்றியிருக்கிறது. பயம், சொகுசான வாழ்க்கை இவைகளி லிருந்து விலக முடியாமல் ஆட்சியாளர்களும் அடிமைப்பட்டுக் கிடக்கிறார்கள். புரட்சி பயம், விஞ்ஞானத் தொழில்நுட்பத்தை சுவிகரித்து வைத்துக் கொண்டிருக்கும் ஆளுமை ரௌடிகளின் மீதான பயம், மத அடிப்படை வாதிகளின் மீதான பயம், இப்படி எல்லா பயங்களின் கூட்டுத் தொகுப்புதான் நாடு. இங்கு மட்டுமல்ல உலகின் எல்லா நாடுகளிலும் இப்படியான அல்லது இன்னும் மாறுபட்ட பயங்களினூடேதான் அரசு அச்சு சுழல்கிறது. அரசு தனது குடிமக்களின் கோபத்திற்கு ஆளாகிவிடக் கூடாது என்பதைப் போலவோ அல்லது அதன் இருமடங்கு மேலாகவோ தொழில்நுட்பத்தில் வளர்ந்த ரௌடிகளின் கோபத்திற்கு ஆளாகி விடக் கூடாது. பெரும் முதலாளிகளும் விஞ்ஞானத்தில் வளர்ந்த ரௌடிகளும் கூட்டு சேர்ந்துதான் ஆளும் வர்க்கத்தை, அரசைத் தீர்மானிக்கும் சக்திகளாக உலகெங்கிலும் வியாபித்துக் கிடக்கிறார்கள்.

உலக மக்கள் அனைவருக்கும் உண்மை ஒரு போதும் தெரிவதில்லை. எந்த உண்மையை மக்கள் தெரிந்துகொள்ள ஆட்சியாளர்கள் விரும்புகிறார்களோ அதையே உண்மையென மக்கள் தெரிந்துகொள்கிறார்கள். உலகம் இப்படித்தான் சூல் கொண்டு சுழலுகிறது. அல்கோபர் குண்டுவெடிப்பின் பின்னணியிலும் மர்ம முடிச்சுகள் முடிச்சுகளாகவே தர்ஹாவில் மந்தரித்துக் கட்டப்பட்ட கறுப்புக் கயிறின் முடிச்சுகளைப் போல அவிழ்க்கப் படாமலே கிடக்கின்றன. ஆனாலும் அல்கோபர் குண்டு வெடிப்பின் தொடர்ச்சிக்கான சாத்தியம் இன்னும் இருக்கலாம்

என்றும் இருக்காது என்றும் அமெரிக்கா எதிர்ப்பாளர்கள் முழுமையாக நசுக்கப்பட்டு அவர்களின் சுதந்திரம் உறுதி செய்யப் படுவதன் மூலமே அமெரிக்காவைக் குறித்தும் அமெரிக்கர்களின் வல்லமை குறித்தும் பரவலான அச்சம் அரபுகளிடமிருப்பது அமெரிக்காவின் பலமாக ஆக்கிக்கொள்ள முடியும். இந்த அடிப்படையில்தான் அது முழுக்க முழுக்க அமெரிக்கர்களைக் குறிவைத்துத் தாக்கப்பட்டது என்றாலும் அமெரிக்கர்கள் கொல்லப்பட்டதற்கு அது எந்த உணர்வையும் வெளிப்படுத்த வில்லை. இங்கு அவர்கள் வெளிப்படுத்தவும் மாட்டார்கள். ஒரு வகையில்லல்ல பல வகையிலும் இங்குள்ள ஆட்சி அவர் களுடையதுதான் என்பதைப் பட்டும்படாமலும் பேசினான் மம்மலி. ஃபூஃபியாவில் அரபிகளின் ரகசியப் பேச்சுகளைக் கேட்கக் கூடிய வாய்ப்பு நிறையவே உண்டு. அவனுக்கு இங்கு அரபிகளோடு நல்ல தொடர்புண்டு என்பதும் அவன் அப்துல்லாஹ் மகள் ஹைபாவின் குடும்பத்தில் ஒருவனைப் போலத்தான் என்பதால் அவன் பேச்சு நம்பும் படியாகவே இருந்தது.

ஃபைசலை அறையை விட்டு வெளியே போக வேண்டாம் எனச் சொல்லியிருந்தனர். அறையிலும் பேச்சுகள் தொடர்ந்து கொண்டிருந்தன. வன்முறை பற்றி இஸ்லாம் என்ன சொல்லு கிறது என்கிற உரையாடலை இக்பால் துவங்கியபோதே அஷரபு சொன்னான் . . .

“இஸ்லாம் வன்முறைக்கு எதிரானது.”

“அப்படியானால் பாகிஸ்தானிலும் ஆப்கானிஸ்தானிலும் இன்னும் பிற நாடுகளிலும் நடைபெறும் தற்கொலை படை தாக்குதல் போன்றவைகளை எப்படி எடுத்துக்கொள்வது.”

“தவறான புரிதல் . . . அறப்போரையும் அதன் வழிமுறை களையும் தவறாக புரிந்துகொண்டதன் விளைவு. பூமியில் எந்த உயிரையும் கொல்லும் அதிகாரம் மனிதருக்கு வழங்கப் படவில்லை. நம்முடைய நபி தெளிவுபடுத்தியிருக்கிறார். மனிதர்கள் நாம் பலவற்றையும் தெரிந்திருக்கவில்லை. நாம் தெரியாத விசயங்களில் வேகமாக முடிவெடுத்து விடுகிறோம். பல இஸ்லாமிய நாடுகள் கல்வி வளர்ச்சியற்ற நாடாகவே உள்ளன. ஆட்சியாளர்களாலும் மதவாதிகளாலும் மதம் போதிக்கப்படுமளவுக்குக் கல்வி போதிக்கப்படவில்லை. இதில் ஆட்சியாளர்களுக்கு சில சவுரியங்களுமுண்டு. சொர்க்கத்தை அடைவதற்கான வழிமுறைகளில் வணக்கமே முக்கியத்துவமாகப் பேசப்படுகிறது. ஆனால் வணக்கத்தின் பல வகைகள் பற்றிய சிந்தனையைப் பலரும் பேசத் தயங்குகின்றனர்.”

அஷரபு நிறையப் பேசினான். அவன் அரபுலகைச் சுற்றிலும் பல சங்கதிகளை அறிந்திருந்தவன் என்பதால் அவன் பேசட்டும் என இக்பால் விட்டுவிட்டார். மம்மலி ம் . . . கொட்டிக்கொண்டே

“ஒன்றும் செய்ய முடியாது. நான் இவைகளைக் குறித்து சிந்திப்பதில்லை. சிந்தித்தால் வேதனைதான் மிஞ்சும். சரி விளக்கை அணைக்கலாமா . . . எனக்குத் தூக்கம் வருகிறது. நாம் இப்படி அறைக்குள்ளிருந்து பேசி எதுவும் புடுங்கிவிட முடியாது.”

அஷரபு சிரித்தான். உரையாடல் அரபு மொழியில்தான் நடந்துகொண்டிருந்தது. இக்பால் மம்மலியை விட்டுவிட்டு அஷரபுவைப் பார்த்துக்கொண்டிருந்தார். சவுக்கத்தும் நாசரும் பேசிக்கொள்ளவில்லை. பிரபு மௌனமாகக் கவனித்துக் கொண்டிருந்தான். மொய்தீன் அல்கோபர் குண்டுவெடிப்பை காரணம் காட்டி நேரமே அவனின் கந்தரா அறைக்குப் போய்விட்டான்.

காலம் நிறையக் கடந்துபோயிருக்கிறது. நம்முடைய நபி தற்காப்பு யுத்தங்கள்தான் செய்தார். காலத்தால் அது அவசிய மானதாக இருந்தது. அது யுத்த சமூகம். இன்று யுத்தம் மாறி யிருக்கிறது. மாறி இருக்கும் யுத்தம் பற்றிய அறிவு நமக்கில்லை. வளர்ந்த நாடுகளின் ஆயுதம் என்பது வணிக யுத்தம், விஞ்ஞான யுத்தம், அரசியல் யுத்தம் எனப் பல தன்மைகளோடு வளர்ந்து விட்ட நிலையில் நமக்கு இன்னும் காலத்தைக் கடந்து போகத் தெரியவில்லை. காலத்தைக் கடக்கத் தெரியாதவன் பின்தங்கி விடுவான். அன்றைய காட்டுமிராண்டி அரபு சமூகத்தில் இஸ்லாம் மனித அன்பை உருவாக்கியது. நபியிடமிருந்து வெளிப்பட்ட பலவற்றையும் நுட்பங்களோடு இன்றைக்கு நாம் புரிந்துகொள்ளத் தவறிவிட்டோம். ம் . . . நாம் இன்னும் படிக்க வேண்டும். நான் படிக்க வேண்டும் என்று சொல்லுவது கல்வியைப் பற்றித்தான். நாம் அறையில் பேசி என்னவாகப் போகிறது. நம்முடைய பேச்சு ஒசமாவுக்கும் கேட்காது. தலிபான் களுக்கும் கேட்காது. அரபுலக மன்னர்களுக்கும் கேட்காது. உங்கள் எங்கள் நாட்டின் மத குருமார்களுக்கும் கேட்காது. அறிவை விட்டுவிட்டு ஆத்திரத்தை சுலபமாக நாம் எடுத்துக் கொள்வதால் பலரும் நமக்கு எதிராக நம்மை ஆத்திரப்பட வைப்பதில் சுலபமாக வென்றுவிடுகிறார்கள். இக்பால் நாம் மம்மலி சொன்னது போலத் தூங்கலாம் அல்லது தூங்குவது போல நடிக்கலாம். அதுதான் நமக்கு நல்லது. சொல்லிவிட்டு அஷரபு படுக்கையில் சாய்ந்து கொண்டான்.

அமைதியாகக் கவனித்துக் கொண்டிருந்த சவுக்கத் அரபியில் ஆரம்பித்தான்.

"அஷரபு எல்லா இடங்களிலும் பிரச்சனை உண்டு. எங்கள் இந்தியாவில் கடுமையான சாதிப் பிரச்சனையுண்டு. (சாதி என்ற சொல்லை சவுக்கத்தால் அரபி மொழிப்படுத்த இயலாமல் போனபோது இக்பால் மொழிப்படுத்தினார்). எங்களருகிலுள்ள இலங்கையில் இனப் பிரச்சனையுண்டு. பல நாடுகளில் நிறவெறி உண்டு. இஸ்லாமியர்கள் தொடர்பான பிரச்சனைகளில் மட்டுமே ஊடகங்கள் இஸ்லாமியத் தீவிரவாதம் என்ற சொல்லைப் பிரபலப்படுத்தியுள்ளது. இது எப்படி சுலப மாக சாத்தியப்பட்டது என்றால் கலை, இசை, ஊடகம், போன்றவைகளை மத காரணங்களை முன்வைத்து இஸ்லாம் சமூகம் வசப்படுத்திக்கொள்ளவில்லை. நீ சொன்னது போலக் கல்வியில் பின்தங்கியிருப்பதும் முக்கிய காரணமாகும்."

"உண்மைதான்" என்றபடி இக்பால்,

"மதத் தூய்மை பேசுகின்ற இஸ்லாமியர்களால் எங்கள் நாட்டில் இஸ்லாமிய இறை நேசர்களின் தர்ஹா போன்ற பண்பாட்டு அடையாளங்கள் சிதைக்கப்படுகின்றன. உலகம் முழுவதையும் நாம் அரபு நாட்டு பண்பாட்டு அடையாளங் களோடு இணைத்துக்கொள்ள முடியாது. ஒவ்வொரு நிலமும் ஒவ்வொரு வகைப்பட்டது. நபிவழியையும், குர்ஆனையும் நாம் எடுத்துக்கொண்டு எகிப்தில் உனது பண்பாட்டோடு நீ வாழ்வதும் எங்களது இந்தியாவில் நாங்கள் வாழ்வதும் சரியாக இருக்கும். என்னா சரிதானா" என்றபடி இக்பால் மௌனமாக இருந்த பிரபுவிடம் . . .

"நீ ஏதாவது . . . சொல்லுடே" என்றபோது

"நான் என்ன சொல்ல . . . நான் எதாவது சொன்னா நீங்க எங்கிட்ட சண்டைக்கு வருவீங்க."

இக்பால் சிரித்துக்கொண்டே சொன்னார் . . .

"மம்மலி . . . பிரபு மாதிரியான ஆளுக்கு நம்முடைய விசயங்களைப் பத்திப் பேச ஒரு பயமிருக்கு பாத்தியா. மொதல்ல இந்த பயத்த போக்க வேண்டியது ரொம்ப அவசியம்."

"பிரபுக்க பயத்த பத்தி பேசுற. மொதல்ல நம்மாளுவளும் பேச பயந்துதான் இருக்கான். எனக்கும் பேச நிறைய இருக்கு. எங்கள் ஊரில் பேசிய ஒருவனைத்தான் உலமா பத்வா கொடுத்து ஊர்விலக்கம் செய்தார். நான் மரித்துப்போனால் அடக்கம் செய்வதற்கு இடம் வேண்டும். ஆகையால் என்னைப் போன்றவர் களுக்கு மௌனம்தான் அழகானது. இப்போது நாம் பேசாமல் உறங்குவதுதான் உத்தமம்."

விளக்கு அணைக்கப்பட்ட பிறகும் உரையாடல் விட்டு விட்டுத் தொடர்ந்துகொண்டே ஒவ்வொரு படுக்கையாக அசைவற்றுப் போய்க்கொண்டிருந்தது.

காலை ஃபைசல் எழுந்துகொண்டபோது வசிப்பிடத்தில் யாருமில்லை. அவன் ஏ.சி. கடையின் வேலையை செங்கடல் கரைக்குப் போலீஸில் பிடிபட திட்டமிட்டுப் புறப்பட்ட நாளுக்கு முன்னமே விட்டுவிட்டிருந்தான். வெளியே போய் ஊரில் வாப்பாவுக்கு நிஜாமுதீன் காக்கா வீட்டு எண்ணுக்கு போன் பண்ணினால் பத்து நிமிடத்தில் வாப்பா அடித்துப் பிடித்து ஓடி வந்துவிடுவார். ஸலாம் சொன்ன மறு நிமிடமே வாப்பா ‘எனக்க பொன்னு மோனே...’ என அழத் தொடங்குவார். அது விவரிக்க முடியாத வலியை உண்டு பண்ணிவிடும். திடுதிப்பென அவர் முன்னால் போய் நிற்க வேண்டும். அவரைக் கட்டிப்பிடித்துக் கொண்டு கொஞ்சநேரம் நின்றால் போதும். அவனுக்கு வெளியே போய் போன் செய்வது உசிதமாகத் தோன்றவில்லை. போன் கடைக்குப் போனால் இக்காமா கேட்பார்கள். மம்மலியோ பிரபுவோ மொய்தீனோ கூட இருந்தால் அவர்களின் இக்காமாவைப் கொடுத்துப் பேசலாம். ஒன்றிரெண்டு முறை அப்படித்தான் பேசி இருக்கி றான். பகல் முழுவதும் அறைக்குள் கிடப்பது கொடுமையானது. மம்மலியின் அறையில் காலை பத்துமணிக்குப் பிறகு யாரும் இருப்பதில்லை. ஆனால் அல்ஹாசாவில் மம்மனிபாவின் வசிப்பிடத்தில் எப்போதும் மடம்போல ஆட்கள் ஒன்றிரெண்டு பேராவது இருப்பார்கள். தாயிஃபிலிருந்து புறப்பட்டபோது பாகிஸ்தானி அவனைவிட மனமில்லாமல் வைத்திருந்தான். பாகிஸ்தானில் அவனின் இருப்பிடம் லாகூரில் இருந்தது. ஒரு முறை ஃபைசலும் அவனும் இரவு இரண்டு மணிக்கு பணிகளை முடித்துக்கொண்டு வழக்கம்போல ஒரே பாத்திரத் தில் இரவு உணவு சாப்பிட்டுக் கொண்டிருக்கும்போது லாகூரில் பாகிஸ்தானி தனது இருப்பிடம் பற்றிப் பேசினான். அவன் எப்போதும் அப்படித்தான். சாப்பிடும்போது பேசினால் சுவை மோசமாக இருந்தாலும் பேச்சு ரசனையில் நிறைய சாப்பிட்டு விடலாம் என்பதால் சாப்பிட உட்காரும்போதுதான் பேசுவான். ஆனால் சாப்பிடும்போது பேசாமலிருப்பது அரபுகளின் வழக்கம். பாகிஸ்தானி தனது வழக்கமான பாணியில் மெல்லத் துவங்கி னான். துவங்கும்போதே வம்புக்கிழுப்பான் என்பதைப் புரிந்து கொண்டு மிகக் கவனமாகவே இவனிடம் பேச வேண்டும். பேச்சில் இவனை முந்தவிடக் கூடாது. அப்படி செய்தால்தான் இந்தியன் என்ற பெருமையில் மார்தட்டிக்கொள்ள இயலும். என்ன பேசினாலும் பேசட்டும். கவனமாக மடக்கிவிடலாம். யோசித்துக்கொண்டே ஃபைசல் முகம் நோக்கினான்.

“சதீக் லாகூர் பற்றி உனக்கு தெரியுமா . . ?” என்றான் பாகிஸ்தானி.

“உங்கள் நாட்டில் உள்ள ஒரு இடத்தின் பெயர் என்பது தெரியும்” என்றபடி சிரித்துக் கொண்டான்.

“லாகூர்தான் எனது ஊர். உனக்கு பகத்சிங் தெரியுமா . . ?” அசைபோட்டுக்கொண்டே கேட்டான்.

“படித்திருக்கிறேன். தெரியும். எங்கள் இந்தியாவின் விடுதலைப் போராட்ட வீரன்.”

பாகிஸ்தானி சிரித்தான்.

“இப்படியான உன் சிரிப்புதான் எனக்குப் பிடிக்கவில்லை.”

பாகிஸ்தானி மவுனமாகக் கும்பாவில் நிறைந்திருந்த ஆட்டுக்கால் சூப்பைக் குடித்துக்கொண்டே “உங்கள் இந்தியா வின் விடுதலைப் போராட்ட வீரன் அல்ல. நம்முடைய பழைய இந்தியாவின் விடுதலைப் போராட்ட வீரன். அவன் லாகூர் சிறையில்தான் வெள்ளைக்காரர்களால் தூக்கலிடப்பட்டான். அந்த சிறைச்சாலைக்குப் பின்னால்தான் எனது வீடு.”

“பரவாயில்லை நீ நிறைய விசயங்களை சமயோசிதமாக பேசுகிறாய்.”

இருவரும் சிரித்துக்கொண்டனர். இனி எப்படியும் வம்புக் கிழுப்பான் என்பதைப் புரிந்துகொண்டே அவன் அடுத்த பேச்சைத் துவங்கும் முன்னால் தூக்கம் வருவதாக ஃபைசல் எழுந்துபோய் விடுவான். இப்படியான நகர்தலில் நாட்கள் கடந்துபோய்க் கொண்டிருந்தன. பழகப் பழகக் கேலிப் பேச்சை விட்டுவிட்டு பாகிஸ்தானி ஃபைசலோடு நிறைய அன்பு கொண்டிருந்தான். ஒவ்வொரு இரவிலும் சாப்பாட்டினூடே அரை மணி நேரமாவது பேசிவிடுவான்.

‘நான் உன்னிடமிருந்து விடைபெறப் போகிறேன்’ என ஒருநாள் இரவு சொன்னபோது முதலில் வேடிக்கைப் பேச்சு எனக் கருதியவன் அது உறுதியானது என்பதைத் தெரிந்து கொண்டபோது உண்மையிலேயே கலங்கிவிட்டான்.

“உனக்கு எந்த குறையும் இல்லாமல் பார்த்துக்கொள்கிறேன் நண்பா. உனக்கு சம்பளம் கூடுதலாகத் தருகிறேன். நீ இங்கேயே இரு.”

“மன்னிக்க வேண்டும் பாய் ஜனாப். என் உறவினரான மம்மனிபா வரச்சொல்லி விட்டான்.” பேச்சு ஒன்றிரெண்டு இரவுகள் தொடர்ந்து கொண்டிருந்தன. அங்கிருந்து புறப்படுகிற

பேச்சு வந்த இரண்டாவதோ மூன்றாவதோ இரவில் பாகிஸ்தானி ஃபைசலிடம்

"உன் வேலை சுமையைப் பாதியாகக் குறைத்துக்கொள்கிறேன். இன்னும் சில நாட்களில் நாம் ஒரு ஆப்கானிஸ்தானியை வேலைக்காக ஏற்பாடு செய்யலாம். உன்னை எனக்குப் பிடித்திருக்கிறது. என்னிலிருந்து நீ போய்விட வேண்டாம்."

"இல்லை ஜனாப். எனக்கு விடை தர வேண்டும். என் நிலையை நீ நன்கு அறிவாய். என் வாழ்வில் நீ மறக்க முடியாத மனிதன்தான். நான் போக விரும்புகிறேன்."

நீண்ட பேச்சின் முடிவில் வேண்டா வெறுப்பாகத்தான் பாகிஸ்தானி போக சம்மதித்தான். ஆனாலும் அவன் மனம் ஒப்பவில்லை.

"நண்பனே என்னோடு இருந்துவிடேன். உன்னைப் பிரிய எனக்கு மனமில்லை."

"நாம் பிரிவது காலத்தால் தவிர்க்கப்பட முடியாதது. மறுக்க வேண்டாம்." அவர்களின் துனியா^{2}வில் சொல்ல முடியாத அன்பு நிறைந்து கிடந்தது. இறுதியாக விடைபெறும் போது பாகிஸ்தானி குழந்தையைப் போலக் கதறி அழுது விட்டான்.

"இனி இந்த துனியாவில் நாம் சந்திப்போமா என்பது நிச்சயமில்லை."

ஃபைசலை முத்தமிட்டுக்கொண்டு அப்போது அவன் போவதைப் பார்க்காமல் திரும்பிக் கொண்டான். மக்காவிலிருந்து தெஹ்ரானுக்கு போகும் வாகனத்தில் ரகசியப் பயணம் ஒரு ஆப்கானிஸ்தானியின் டிரக் வண்டியில் ஏற்பாடாகியிருந்தது. ஆப்கானிஸ்தானி டிரைவரிடம் இவன் என் சகோதரன் இவனைப் பத்திரமாக கொண்டுசேர்க்க வேண்டுமென உறுதி சொல்லி வைத்தான்.

"ஃபைசல் போய் வா இறைவன் உனக்கு அருள்புரிவான். ஒரு உண்மையைச் சொல்லுகிறேன் எங்கள் நாட்டைவிட உனது நாடு மிகச் சிறப்பானது. எனக்கு முன்னமே இந்தியா தான் பிடிக்கும். இப்போது உன்னையும் ..." சொல்லும்போது அவன் குரல் தழுதழுத்துப் போயிருந்தது.

"இந்த ஆப்கானிஸ்தானி உன்னைப் பாதுகாப்பாகக் கொண்டு போவான். இவன் நன்றாகப் புல்லாங்குழல் வாசிப்பான். புல்லாங்குழலில் என்னை மெய்மறக்கச் செய்த

---

2. உலகம்.

இவன் சிறப்பான பாடகன். இங்கே நிறைய அனுபவங்களை வைத்திருக்கிறான். ஆனாலும் நீ என்னை அழ வைத்துவிட்டாய். நான் வலுவானவன். குழந்தையைப் போல அழுகிறேன் பார்த்தாயா. இறைவன் நாடினால் நாம் மீண்டும் துனியாவில் சந்திக்கலாம். இல்லையென்றால் கியாமத்து நாளில் மஹ்சர் பெருவெளியில்தான் ... ம் ..."

குறிப்பிட்ட நாளில் ஆப்கானிஸ்தானி வாகனத்தை இயக்கிய போது ஃபைசலின் கலங்கிய கண்களில் நீர் திரண்டிருந்தது. அவன் நாடு, இவன் நாடு என்று இந்த உலகத்தை மனிதர்கள் ஏன் பிரித்துக்கொண்டார்கள். மௌனமாக அமர்ந்திருந்த ஃபைசல் பிறகு உலகத்தைப் பிரித்தவர்களை சபித்துக்கொண்டே பேச்சற்று டிரக் வண்டியில் மௌனமாகவே இருந்தான்.

தாயிஃபிலிருந்து புறப்பட்ட வாகனம் அதிகாலையில் புரைதா வந்தடைந்தது. நடு இரவில் ஆப்கானிஸ்தானி உருதில் பாடிக்கொண்டே வந்தான். சில பாடல் வரிகளின் அர்த்தம் புரியும் படியாக இல்லையென்றாலும் சிலவற்றை ஃபைசல் புரிந்துகொண்டான். டிரக் வண்டியின் இரு பக்கக் கண்ணாடி யும் அடைக்கப்பட்டிருந்ததால் வாகனத்தின் உள்ளே இரைச்சல் அவ்வளவு வலுவாகக் கேட்கவில்லை. ஏ.சியின் குளிர் மிதமாகப் பரவி நின்று சரீரத்தைக் குளிர்வித்துக் கொண்டிருந்தபோது ஆப்கானிஸ்தானியின் பாடல் பாகிஸ்தானியின் சூப் கடையைக் கொஞ்சமாக மறக்கச் செய்திருந்தது.

ஆப்கானிஸ்தானி வாகனத்தை அனாயாசமாக ஓட்டிக் கொண்டே சளைக்காமல் பாடிக்கொண்டிருந்தான். கடுமையான பசியைப் பொறுத்துக்கொள்ள நபி தனது வயிற்றில் கட்டி வைத்திருந்த இரண்டு கூழாங்கற்களைப் பற்றி ஒரு பாடல் பாடினான். அதிலேயே ஈச்ச மர ஓலைப் பாய் நபியின் முதுகில் தடம் பதித்த செய்தியைக் கலந்திருந்தான்.

"நான் ஊர்ந்து திரிகிறேன் ... எனது துனியாவை களவாடிக் கொண்டவர்களே ... நான் ஊர்ந்து திரிகிறேன் ..." என்ற அவன் பாடலின் ராகம் மெய் மறக்கச் செய்திருந்தது.

"சதீக் இவ்வளவு ராகமாகப் பாடினால் தூக்கம் வந்து விடும்."

"அப்படிதான் சொல்கிறார்கள். ஆனால் நான் இசை கேட்டுத் தூங்குபவனல்ல. இசை கேட்டால் விழித்துக்கொள் வேன். இந்த நீண்ட பயணத்தில் எப்போதும் இறைவனும் கொஞ்சம் பாடல்களும் மட்டுமே என்னோடு உண்டு. எனக்கு கேட்பதற்கான காதுகள் வேண்டுமென்று இல்லை. காதுகள்

ரொம்பவும் அற்புதமானது. நாம் நம்முடைய மனங்களில் நினைப்பதுகூட நமது காதுகளுக்கு நன்றாகவே கேட்டுவிடுகிறது ... கவனிக்கிறாயா ..? உனக்காக ரூமியின் மஸ்னவீயிலிருந்து நான் மெட்டுக் கட்டிய ஒரு பாடலைப் பாடுகிறேன்” என்றபடி தண்ணீர் பருகிக்கொண்டான். பின்னர் அவன் தொண்டையை செருமிக்கொண்டே நல்ல ராகத்தில் எல்லாத் துயரங்களும் மறந்துபோகும் விதத்தில் பாடிக்கொண்டிருந்தான்.

புல்லாங்குழலிலிருந்து உண்டாகும் நாதம்
செந்தழலாய் இருக்கிறது.
அது வெறும் ஓசை மட்டுமன்று
இந்த நெருப்புப் பற்றாதார்
இல்லாமல் போவது நலம்
புல்லாங்குழலுள் நெருப்பாய் தகிப்பது காதலே
மதுவில் கொதித்து பொங்குவதும் காதல்தான்
நேயனை விட்டு பிரிந்த யாருக்கும் புல்லாங்குழல்
உற்ற நன்பனாகும்.
அதன் இனிய கீதம் எங்கள் திரைகளைக் கிழித்தெறிகிறது.
விஷமாகவும் விஷத்துக்கு மாற்றாகவும் உள்ளது
புல்லாங்குழல் போல் எதுவுமில்லை.
அதனையொத்த ஆறுதலளிப்போன்,
ஏக்கமிக்க காதலன் யாருமில்லை
காதலின் செங்குருதி படிந்த, கரடுமுரடான பாதையை
அது எடுத்தியம்புகிறது;
மஜ்னூனின் காதல் வெறியை பகிரங்கமாக்குகிறது.
உணர்வற்றவர்களுக்கே
இந்த பொருள் புலப்படுத்தப்படுகிறது.
நாவுக்கு காதையன்றி வேறு வாடிக்கைகாரரில்லை

நமது துயரிலே
நாட்கள் அகாலமடைந்துவிட்டன.
நம் நாட்கள் பொசுக்கும் துயருடன்
கைகோத்து நடக்கின்றன.

ஃபைசல் வாய்பிழந்து உட்கார்ந்திருந்தான். அவனுக்கு ஆச்சரியமின்னும் மாறவில்லை. மணிக்கு நூற்று நாற்பது கிலோ மீட்டர் வேகத்தில் இத்தனை பெரிய வாகனத்தை ஓட்டிக் கொண்டே அற்புதமாகப் பாடுகிறானே. அவன் பாடும்போது ஒரு மலையிலிருந்து இன்னொரு மலைக்குப் பறந்துபோகும் ஒரு பறவையின் முதுகில் அமர்ந்திருப்பதைப் போலிருந்தது.

“நண்பனே இவ்வளவு அழகாகப் பாடுகிறாயே ... உன் பாடலின் வரிகள் என் துயரங்களை வீசி அடித்து விட்டது. எவ்வளவு நாட்களாகப் பாடுகிறாய்.”

"நான் பிறந்ததிலிருந்தே பாடுகிறேன்... உனக்குத் தெரியுமா எனது தந்தை பெரிய பாட்டுக்காரன்."

"அதுதானே பார்த்தேன். உனது ரத்தத்தில் பாட்டும் ராகமும் கலந்து கிடக்கிறது. உனது தந்தை இப்போது எங்கிருக்கிறார்."

"நண்பனே... பாவம் என் தந்தை. அவர் ஆறு வருடங்களுக்கு முன்னமே பாட்டு பாடியதற்காகக் கொல்லப்பட்டுவிட்டார்."

அந்த டிரக் வண்டி ரொம்ப நேரம் மௌனமாகப் பயணித்துக் கொண்டிருந்தது.

ஆப்கானிஸ்தானி விடியும் முன்னாலே சாலையோர ஒதுக்குப்புறத்தில் உபாதைக்காக ஃபைசலைப் போய் வரச் செய்தான். புரைதாவில் அவனைப் பகல் முழுவதும் வாகனத்தில் வைத்தே பாதுகாத்துக் கொண்டான். ஃபைசல் சிறுநீர் கழிக்க அவன் காலி பாட்டில்களைக் கொடுத்து வாங்கி அப்புறப்படுத்தினான். புரைதாவிலிருந்து மகிரிபுக்குப் பிறகு புறப்பட்ட வாகனம் நள்ளிரவு ரியாத் வந்தடைந்தது. அப்போது அவன் மீண்டும் அவனிடமிருந்த புல்லாங்குழலைக் கொஞ்ச நேரம் வாசித்துக் காட்டினான். ஃபைசல் ஆப்கானிஸ்தானியை முத்தமிட்டுக் கொண்டான். ரியாத்துக்கும் தெஹ்ரானுக்கு மிடையே அதிகாலை சுபஹ் தொழுகைக்கு முன்னால் அல்ஹாசாவில் அவன் சரியான இலக்கில் இறங்கிக்கொண்டே ஆப்கானிஸ்தானியைக் கட்டியணைத்து முத்தமிட்டுக் கொண்ட இருவரும் நீண்டநேரம் விலகிக்கொள்ளவில்லை. இருவரின் மூச்சுக் காற்றும் பரஸ்பரம் பிடரியில் பாய்ந்து கொண்டிருந்தது.

"இறைவன் உனக்கு அருள்புரிவான். உன்னையும் உன் பாடலையும் உன் புல்லாங்குழல் இசையையும் என்னால் எந்த தருணத்திலும் மறக்க முடியாது. நான் போய் வருகிறேன். உன்னை என் இதயத்தில் வைத்துக்கொள்கிறேன்."

அவன் சிரித்துகொண்டே நின்றான். பிறகு புல்லாங்குழலை எடுத்து வாசிக்கத் துவங்கினான். பின்னர் "என் மனம் முழுவதும் நீயும் நிறைந்திருக்கிறாய். போய் வா. இறைவன் நாடினால் துனியாவில் உன்னை மீண்டும் காண்பேன்" என்றபடி வாகனத்தைக் கிழப்பிக்கொண்டு போனான். இரண்டு இரவும் ஒரு பகலுமான இடைவெளியில் உறவாடிச் சென்ற ஆப்கானிஸ்தானியின் வாகனம் தூரமாய்ப் போய்க்கொண் டிருந்தது அவனின் புல்லாங்குழல் இசையோடு.

அஜ்னபி   117

8

மம்மனிபாவின் வசிப்பிடத்துக்கு அன்று அதிகாலையில் போனபோதே துருக்கிக் கார்பெட்டியிலிருந்து வந்த முடைநாற்றத்தை நாசி சட்டென உணர்ந்துகொண்டது. நாற்றம் ஒன்றும் பெரிய விசயமில்லை... தாயிஃபின் சூப்புக் கடையில் ஆடுகளின் கால்களோடு நாசி சுவீகரித்து வைத்துள்ள நாற்றம் ஒரு ஜென்மத்துக்குப் போது மானது. சூப்புக் கடையின் சமையலறை நாற்றத்தை ஒப்பிடுகையில் மம்மனிபாவின் துருக்கிக் கார்பெட்டின் நாற்றம் பொருட்டே அல்ல. எப்போதும் ஏ.சி. அறையின் துர்நாற்றம் உள்ளிருப்பவர்களால் உணரப்படுவதில்லை. வெளியே இருந்து வருகிற புதிய மனிதர்களால் பளிச்செனப் புரிந்துகொள்ள முடியும். துருக்கிக் கார்பெட்டியின் நாற்றமும் கொஞ்ச நேரத்திலெல்லாம் ஃபைசலுக்குப் பழக்க மாகிவிட்டது.

கடுமையான வெயிலின் பிடியில் அல்ஹாசா ரொம்பவும் உஷ்ணமாக இருந்தது. தாயிஃபு இப்படி இல்லை. அது பாலைவனத்தின் நடுவிலுள்ள குளிர் பிரதேசம்.

விடாமல் தொடர்ந்து துரத்தி வரும் நினைவு களோடு மம்மனிபாவின் அறையில் துருக்கிக் கார்பெட்டின் மீது படச்சரப்பே என மட்ட மல்லாக்கக் கிடந்த ஃபைசலுக்குத் தூங்கினால் கொள்ளாம்போல இருந்தது. அவனுக்குத் தூங்கி ரொம்ப நாளாகிவிட்டதைப் போல ஏற்பட்ட தோன்றல் எந்த வகையிலும் பொய்யில்லை என்பதை உறுதியாக நம்பிக்கொண்ட போதிலும்

தூக்கம் வருவதற்கான சாத்தியம் இல்லையென்பதை உணர்ந்து கொண்டான். எப்படிப் படுத்தாலும் தூக்கம் வராது. கண்கள் மூடிக்கொள்ளும். மூளை உருண்டு புரண்டு அலைகழித்து இழுத்துக்கொண்டு போகும். அது எங்கு கொண்டுபோகும் துவைஜியிடமா, அருஷாவோடா, பிலிப்பைனியோடா அல்லது சூப்புக் கடை முதலாளி பாகிஸ்தானியோடா என்பதைத் தீர்மானிக்க இயலாது. விலக்கப்பட்ட சாத்தானிடமிருந்து பாதுகாவல் தேடித்தேடி தோற்றுப்போவான்.

அல்ஹாசாவில் ஊரில் முன்பு பார்த்ததைவிட உருவ அமைப்பில் நன்றாகத் தேர்ச்சி பெற்றிருந்த மம்மனிபாவின் நிறமும் கூடிப்போயிருந்தது. புளி வைத்துத் தேய்த்துத் துலக்கப் பட்ட பித்தளைப் பாத்திரம்போல ஜொலிப்பும் மினுப்பும் கூடி ஆள் உருண்டிருக்கிறான். பேத்தாளியைப் போலச் சுற்றிக் கொண்டிருந்த மம்மனிபா அல்ஹாசாவில் தனக்கு சொந்தமாக இரண்டு கார்கள் வைத்திருப்பதிலுள்ள வியப்பு இன்னும் விலகவில்லை. பெரிய முதலாளிகள் சிலர் அவனிடம் வியாபாரத் தொடர்புகளை வைத்திருக்கிறார்கள் ஆனாலும் அதற்கான ஐசுவரியங்கள் சட்டென வெளிப்படாமல் மனம் முழுவதும் படிந்து கிடந்த இருளின் சாயலே அவன் முகத்தில் பிரதிபலித் தது. பாகிஸ்தானியோடு தாயிஃபிலேயே இருந்திருக்கலாமோ என்று முளைத்துக் கொண்ட எண்ணத்தை உள்ளுக்குள் புதைத்துக் கொண்டு மம்மனிபாவின் அறையெங்கும் விரிக்கப் பட்டிருந்த துருக்கிக் கார்பெட்டிலிருந்து கிளம்பிய துர்நாற்றத்தை சகித்துக்கொள்வதைத்தவிர தற்போது வேறு எதுவும் சாத்திய மில்லை என்பதைப் புரிந்துகொண்டான்.

மம்மனிபா மூலமாக ஃபிரி விசாவில் வந்தவர்கள் பலரும் வசிப்பிடத்திலுண்டு. ஃபிரி விசா என்பது ஒரு கபீல் விசா தருவான். ஆனால் அவனிடம் வேலை இருக்காது அதிகமான பணம் கொடுத்து இதுமாதிரியான விசாவைப் பெற்றுக் கொண்டால் ஒவ்வொரு இரண்டு ஆண்டுகளுக்கு ஒருமுறை இக்காமாவை நாமே புதுப்பிக்க வேண்டும். இப்படி புதுப்பிக்கும் போது கபிலுக்கு அவன் கேட்கும் பணம் கொடுத்து சுயமாக வேலை செய்துகொள்ள வேண்டும். எல்லாவற்றிக்கும் சட்ட பூர்வமான காகிதங்களை, பெருகிற பணத்தைப் பொறுத்து கபிலே செய்து தருவான். இப்படியான ஐந்தாறு விசாக்களை விற்பனை செய்திருக்கும் ஒரு அரபி தனது வாழ்க்கையை வளமானதாக அமைத்துகொள்ளலாம். வலுவான பின்னணி உள்ள சிலர் ஃபிரி விசாவில் பெரும் சம்பாத்தியங்களைச் செய்துகொள்கிறார்கள். எப்போது வேண்டுமானாலும் ஊருக்கு வரலாம் போகலாம். ஒரு வேளை நல்ல கம்பெனிகளில் வேலை

கிடைத்தால் ஃபிரி விசா வழங்கிய கபீல் ரிலிஸ் செய்வதாகக் கடிதம் வழங்கினால் அந்த ரிலிஸ் பேப்பர் மூலமாகப் புதிய கம்பெனி விசாவுக்கு மாறிக் கொள்ளலாம். எல்லாவற்றிற்கும் நிர்ணயிக்கப்பட்ட தொகை கொடுத்தால் போதுமானது. இப்படி யான ஃபிரி விசாவை அரபிகளோடு பேசி வாங்கி மம்மனிபா வாங்கிய விலையின் மடங்குக்கு மேலே மறு விலைக்கு விற்பனை செய்து நின்ற நிலையிலேயே நல்ல தொகையைச் சொந்த மாக்கிக்கொள்கிறான். அவன் தனது நீண்ட அனுபவத்தின் மூலமாக வெளியுலகம் தெரியாத பதுக்கள் சிலரை கைவசம் வைத்திருந்தான். இந்த கைவசப்படுத்துதல் ஒன்றிலிருந்து ஒன்றாகி பலரும் மம்மனிபாவை சுற்றிக்கொள்ள அவன் நினைத்தால் எந்த நேரத்திலும் விசா சரிசெய்துவிடுவான் என்பதை எல்லோ ரும் ஒப்புக்கொண்டிருந்தனர். அவன் பெற்றுக்கொள்ளும் ஃபிரி விசா எல்லாமே ஆடுமேய்க்க, ஒட்டகம் மேய்க்க வீட்டு வேலை எனப் பாலைவனத்திலும் வீடுகளிலும் சிரமமான பணிகளுக்குரியது. அப்படி சவுதிக்கு வருகிறவர்களுக்குப் பத்து இருபது நாட்களில் இக்காமா சரிசெய்துவிட்டால் மம்மனிபா விடம் வேலை உறுதி. அவனை நம்பி வந்த பலருக்கும் வாழ்க்கை நகர்ந்துவிடும் என்பதால் அவனின் அறையில் தங்கிக்கொண்டு சிட்டி மார்க்கெட்டின் பிளாட்பாரங்களில் நடைபாதை வியாபாரிகளாக சிலர் காலம் தள்ளிக்கொண்டிருக்கிறார்கள் ஜவாஸாத்தால் துரத்தி அடிக்கப்படும்போது ஓடி ஒழிந்து கொள்வதும் சில நேரங்களில் மாட்டிக்கொள்வதுமாகக் கண்ணாம்மூச்சி விளையாட்டு நடந்துகொண்டே இருக்கிறது. ஃபைசல் பிளாட்பாரத்துக்குப்போய் நடைபாதை வியாபாரி யாக முடியாது. அவன் இக்காமா, பாஸ்போர்டு எல்லாம் துவைஜியிடம் இருப்பதால் இரெண்டொரு நாளில் ஃபைசலின் பிழைப்புக்கான மார்க்கத்தைக் கண்டடைந்து விடலாம் என மம்மனிபா உறுதி செய்திருந்தான்.

வசிப்பிடத்தில் முதல் பகலிலேயே பணியடிமை பேசத் துவங்கிவிட்டான். நிறையப் பேசியவன் பலரைப்பற்றியும் கதைகளாகவே சொல்லிக்கொண்டிருந்தான். மம்மக்கண் மம்மனிபாவின் ஏற்பாட்டில் ஃபிரி விசாவில் வந்தபோது முதலில் இரண்டு மாதங்கள் மம்மனிபாவிடம் கூலியாக வேலை பார்த்திருக்கிறான். ஓரளவுக்கு வெளி உலகத்தை உள்வாங்கிக் கொண்டு மம்மனிபாவின் சுரண்டலில் இருந்து தப்பித்துக்கொண்டால்தான் பிழைக்க முடியும் என்பதைப் புரிந்துகொண்டவன் நிறைய யோசித்திருக்கிறான். தமிழில் எழுதப்படிக்கத் தெரியாத அவன் அரபி மொழியை சுலபமாக வசப்படுத்திக்கொண்டதைக் குறித்து இன்னும் மொழியைக்

கற்றுக்கொள்ளாத பணியடிமை மம்மக்கண்ணின் மொழி ஞானத்தைக் குறித்து வியப்பான நொம்பலத்தோடு புலம்பிக் கொண்டிருந்தான். மம்மக்கண் வந்த இரண்டாவது மாதத்தின் துவக்கத்திலேயே மார்கெட்டில் பேசிப் பழகிய மலையாளி களோடு சேர்ந்து உண்டியல் போனுக்கு ஆள்பிடிக்கும் வேலையை ரகசியமாக செய்துகொண்டிருந்தவன் ஒரு வெள்ளிக் கிழமை இரவு வசிப்பிடத்திலிருந்து வெளியேறி நான்கு மாதங்கள் தமாமுக்குப் போய்விட்டான்.

மம்மக்கண் புறப்படும்போது “ஏதாவது பிரச்சனை என்றால் நான் பொறுப்பு கிடையாது” என மம்மனிபா சொன்னபோது

“அப்போ எனக்க அரபியக் காட்டித் தா” என மம்மக்கண் திரும்பிக் கேட்டிருக்கிறான்.

மம்மனிபா எதுவும் பேசிக்கொள்ளவில்லை. தமாமுக்குப் போன மம்மக்கண் என்ன செய்தான் என்பது இப்போதுவரை யாருக்கும் தெரியாது. ஆனால் கொஞ்சம் பணத்தோடு வந்து விட்டான். தமாமுக்குப் பக்கத்திலுள்ள அவன் பது அரபியோடு வேறு சில அரபிகளை வைத்து மம்மனிபாவைக் கடந்துபோய்த் தொடர்புகொண்டிருக்கிறான். இந்தத் தொடர்பு மம்மனிபா வோடு வியாபாரப் போட்டியில் பாதிக்கப்பட்ட அரபியால் அவனுக்கு மட்டுமே சாத்தியப்பட்டது. இந்த சாத்தியப்பாடு களின் வழியே முழுமையாகப் பேசி அரபியின் பெயரில் ஒரு தபாப் கார் வாங்கிக்கொண்டு மம்மனிபாவுக்கு சரக்கு சப்ளை செய்யும் லெபனான்காரனோடு பேசி சரக்குகளை வாங்கியவன் தபாப்பில் கம்பிகளை அப்படியும் இப்படியுமா நீட்டி நீட்டி வடிவமாக்கிக் கொண்டு சிட்டி மார்க்கெட்டில் காரோடு போய் ஒரு கடையை உருவாக்கிக் கொண்டவனின் சட்டைப்பையில் ரியால்கள் நிரம்பத் துவங்கின. மம்மனிபா புரியாமல் சுற்றிக்கொண்டே தவித்துறங்காமல் கிடந்து அவனை இல்லாமலாக்க, உபத்திரம் செய்வதற்கான வழிமுறைகளை நோக்கி நகரத் துவங்கினான். புரிந்துகொண்ட மம்மக்கண் ஜவாஸாத் பிரச்சனைகளிலிருந்து தன்னைக் காத்து தப்பித்துக் கொள்ள அவனின் பது அரபிக்கு செட்டப் கார் கடைக்கு முன்னால் கசேரி போட்டுக் கொடுத்தான். பார்த்தால் அரபி முதலாளி மம்மக்கண் அவனின் வேலைக்காரன். நிஜத்தில் இது மாறி இருந்தது. அரபிக்கு மாதச் சம்பளம் கொடுத்து வந்த அவனை மம்மனிபா தொடர்ந்து எவ்வளவோ முயற்சித்தும் எதுவும் செய்ய முடியவில்லை. அவனின் பல தொல்லைகளைப் பொறுக்க முடியாமல் மம்மக்கண் ஒரு வியாழன் இரவு

மம்மனிபாவின் அறையில் ஆக்ரோசமாய்க் கத்தியை எடுத்து மம்மனிபாவின் கழுத்துக்கு நேராக பிடித்துக்கொண்டே

“என்னய ஒரு மயிரும் புழுத்திக்கிடமாட்டே. இனி என்ன உபத்திரப்படுத்தினா தலைய அரிஞ்சிபோடுவேன்.”

“என் தலைய அரிஞ்சா ஒன்ன உடுவானுவளா. வெள்ளிக் கிழமை தெஹ்ரான் மார்கட் தலவெட்டு பள்ளியில உன் தலைய துண்டாக்கி முண்டத்த இந்தியாவுக்கு அனுப்பிரு வானுவோ.”

“என் தல எனக்கு மயிருலே . . .”

அண்டங்கலங்கிய மம்மனிபா பிறகு அவன் விசயத்தில் எந்தத் தில்லுமுல்லுகளையும் வைத்துக்கொள்ளவில்லை என்பதையும் மம்மனிபா அறைக்கு ஃபிரி விசாவில் வந்த யாராலும் மம்மக்கண்ணின் இடத்தை நோக்கி நகர முடிய வில்லை என்பதையும் பணியடிமை பகல் முழுவதும் அறையில் தனித்துக்கிடந்த ஃபைசலிடம் அவன் சமையல் வேலைகளுக் கிடையே பேசிக்கொட்டினான். அவனின் பலஹீனம் சீட்டு விளையாட்டு மற்றும் சாராயம். மம்மனிபாவின் வசிப்பிடத் தின் சூதாட்ட அறை வியாழன் இரவுகளில் மம்மக்கண்ணின் ரியாலைத் தின்று ஏப்பம் விட்டது. தாய்லாந்து நம்பர் லாட்டரி யில் மிச்சம் மீதி ரியால்கள் தொலைந்து கொண்டிருந்தன. திடீரென ஞானம் பிறக்கும். பிறகு மரிக்கும். பிறப்புக்கும் மரிப்புக்குமான இடைவெளியில் அவனின் வங்கி இருப்பு உயர்ந்து கொண்டிருந்தன. அவனைக் குறித்துப் பொறாமைப் பார்வைகள் மம்மனிபாவின் வசிப்பிடம் முழுவதும் அலைந்து அழுது திரிந்தன. எந்த அலைதலைப் பற்றியும் அவனுக்குக் கவலை இல்லை.

ஃபைசல் வந்த சில நாட்களிலேயே மம்மக்கண்ணைப் பற்றிய பணியடிமையின் கணக்குகள் சரியானதுதான் என்பதைத் தொடர்ந்து வந்த எல்லா நிகழ்வும் காட்டியது. ஆனாலும் அவன் அவ்வளவாக பேசிக்கொள்ளவில்லை. துவைஜி பற்றியும் தாயிஃபில் சூப் கடையில் வேலை பார்த்த விசயத்தை ஒரு வியாழன் இரவு இஷா தொழுகைக்குப் பிறகு கதையாகக் கேட்டு மம்மக்கண் அதிர்ந்துபோனான்.

ஃபைசல் கொதிக்கும் வெந்நியில் முக்கி நனைத்து ஆவி பறக்க தினமும் இருநூறு ஆட்டுக்கால்களை வக்கிக் கொடுத்த வேலையைப் பற்றிப் பேசினான். துவைஜியிடமிருந்து தப்பி வந்த வேகம் எப்படியும் பிழைக்க வேண்டும் என்கிற கோபம் மறுநிமிடத்தைக் குறித்து நிச்சயமற்ற தன்மை எல்லாமும்

சேர்ந்து வெறிகிளம்பிக் கொண்டது. பத்துப் பதினைந்து தினங்கள் தாயிஃபில் வேலையின் வலி தெரியவில்லை. கையின் விரல் இடுக்குகளில் வெள்ளைப்புண்கள் தோன்றின. ஃபைசல் கையில் இன்னும் மாறாமலிருந்த தழும்பை ரொம்பவும் கருணையோடு மம்மக்கண் தொட்டுப் பார்த்தான். பத்துப் பதினாலு மணிநேரம் கைகள் தண்ணீருக்குள் கிடக்கும். ஆட்டின் கால்கள் பல விதங்களில் ரத்தமும் நாற்றமும் நிறைந்திருந்து. பாலைவனச் சூட்டில் உலவித்திரிந்த பல ஆயிரம் ஆட்டின் கால்களைக் கொதி நீரில் முக்கி எடுத்து அதன் ரோமங்களை அகற்றி வெள்ளை வெளேரெனக் குளிர்ந்த நீரில் முக்கி . . . இன்னொரு பெரிய அண்டாவுக்குள் போட வேண்டும். பாகிஸ்தானி அடிக்கடி எட்டிப்பார்த்து சுறா . . . சுறா . . . என்பான்.

சுறாவும் மயிருந்தான்.

“கியா . . .”

“குச் ந ஹி சாப் . . .”

அவன் முகத்துக்கு நேராகப் பேச முடியாது. வலுவானவன் அடிக்கக்கூடும். அவன் அடித்தாலும் யாரும் கேட்பதற்கு இல்லை. பாவம் அவன் ரொம்ப நல்லவன். பிறகு என்மீது பேரன்பு கொண்டிருந்தான்.

மம்மக்கண் ஆத்திரமாய் சொன்னான். “ஃபைசலே . . . அவன் செவுளையில ஒண்ணு போட்டிருக்க வேண்டியது தானே . . ?”

“ஏங்க காக்கா . . . நம்ம ஊரா . . . அவன் என்னைவிட ரெண்டடி உயரம். அவன் நல்லவன். என்மீது நிறைய அன்பு காட்டினான். அவனை விட்டுப் பிரிந்து வர முடியவில்லை . . . அழுதுவிட்டான். ஆரம்பத்தில் என்னோடு கொஞ்சம் முரடனாக நடந்துகொண்டதை விட்டுவிட்டால் அவன் அளவுக்கு நல்லவன் இந்த உலகில் இருக்க முடியாது. நிறைய விசயங்கள் தெரிந்துவைத்திருந்தான். என்னதான் வேலை கஷ்டமானாலும் பாகிஸ்தானி மனசு நிறைஞ்சவன். இரவு சாப்பிட உட்கார்ந்தால் ஆளுக்கு அரைவாளி சூப்பு குடிப்போம். ஓடம்பு கும்முன்னு ஆயிட்டு . . . அன்னைக்கு சம்பளம். அன்னைக்கு . . . டெய்லி எழுவது ரியாலு . . . ஒரு கொல்லம்காரன். டிரைவர் பேரு அதுர்ரஹ்மான் . . . அவன்ட்ட சொல்லித்தான் உண்டியல்ல பணம் அனுப்புனேன் . . . தள்ளயத்தின்ன கடன் . . . ஒண்ணற மாசத்தில தீந்துட்டு . . . இந்தியாவுல எங்க கெடந்து புடுங்கது . . . கைவிரலெல்லாம் அழுவிட்டு இல்லன்னா . . . கண்ண மூடிட்டுக்

கெடந்துருவேன் ... அங்க ஆறு மாசம் கெடந்தம்னா ... எங்க ஊரு ஹாஜியாரவிட நான்தான் பணக்காரன்."

ஃபைசலின் பேச்சைத் தொடர்ந்து கேட்டுக்கொண்டிருந்த மம்மக்கண் "ஃபைசலே நீ தப்பு பண்ணிட்ட. பேசாம நீ அவன்டயே இருந்திருக்கலாம். இந்த பேப்பட்டிய நம்பி வந்துட்டியே" அன்றைக்கு அறையில் யாரும் இல்லை என்பதால் மம்மக்கண்ணோடு நிறையப் பேச முடிந்தது. அப்போது பணியடிமை சமையலறைக்குள்ளே போயிருந்தான். மம்மனிபா லெபனான் முதலாளியைப் பார்க்கப் போயிருந்ததால் அவனும் அறையில் இல்லை மற்றவர்களின் வருகை இன்னும் நிகழ வில்லை. வழக்கத்துக்கு மாறாக மம்மக்கண் பொடி காற்று வீசுவதாக செட்டப் காரை நேரமே ஒதுக்கிவிட்டு வந்திருந்ததால் தான் இன்று பேச்சு சவுரியப்பட்டது. பணியடிமை சமையலறை யில் மும்முரமாக இருப்பதை உறுதிச் செய்துகொண்டே ஃபைசலிடம் மம்மக்கண் சொன்னான்.

"ஃபைசலே இவனுவோ வெசமாக்கும். இவனுவள்ட்ட கெடந்தா வெளங்க முடியாது. சாப்பிடலாம். ஆனா நிறைவா எவனையும் வாழ விட மாட்டானுவோ. இங்கேயே இவனுக்க பழய முதலாளி ரெண்டு பேரு இப்போ வெள்ளிக்கிழமை பள்ளியில பிச்சை எடுக்கானுவோ. காட்டரபிட்ட போய் விசாய வேண்டி ... ஃபிரி விசான்னு சொல்லி ஊர்ல இவனுக்க குட்டியாப்பா பழய கள்ளன் ... அவன்ட்ட கொடுத்தாக்கும் ஏமாத்தி வியாபாரம். ஊர்ல அவனுக்க சொத்து எல்லாத்தையும் வித்து பாவங்களுக்குக் கொடுத்தாலும் இவனுவளுக்க பாவம் தீராது. இவனுவள்ட்ட ரொம்ப கவனமா இரு. இல்லன்னா பணியடிமையாக்கிருவான்."

"இல்ல காக்கா கொஞ்சம் தாக்குபிடிச்சிட்டு தப்பிப் போயிருவேன்."

"நீ டெய்லர் அஹமதுகிட்ட சொல்லி வை. நானும் பேசுதேன். டெய்லர் அஹமதுக்க ஷியா அரபி ஆளு பாவம்."

வாசலில் சத்தம் கேட்டு மம்மக்கண் பேச்சை நிறுத்திக் கொண்டான். மம்மனிபாவின் மச்சினன் கழுத்து வீங்கி கபூர் வந்தபோது மம்மக்கண் பேச்சை வேறு பக்கமாக மாற்றிக் கொண்டான். பிறகு கொஞ்ச நேரம் வெறுமனே ஊரின் கதைகள் ஓடின. கழுத்து வீங்கி கபூர் சமையலறைக்குப் போய் பணியடிமையிடம் பேசிக்கொண்டே குடிக்க ஆரம்பித்ததை எட்டிப் பார்த்துக்கொண்டே ஃபைசல் மம்மக்கண்ணிடம் ஒரு ஆரூடம் போல மெதுவாகச் சொன்னான்.

"காக்கா இன்னைக்கு உங்களுக்கு ஜெயிக்கும்."

"எதவச்சி சொல்லே . . ."

"சும்மாதான் ஆனா ஜெயிப்பியோ."

"நான் ஜெயிச்சா பாதி தொகை உனக்கு."

"சரி பாப்போம்."

மம்மக்கண் கொஞ்ச நேரம் ஃபைசலைப் பார்த்துக் கொண்டே இருந்தான்.

அந்த வியாழன் இரவு பிளாஸ் விளையாட்டு துவங்கிய போது மொத்தம் ஏழு கைகள் இணைந்து கொண்டன. ஃபைசலுக்கு விளையாட்டுதெரியாது. ஆனாலும் மம்மக்கண் ஃபைசலை அருகில் அமர்த்திக்கொண்டான். எதிர்த்தால்போல மம்மனிபாவும் ஆட்டையில் உண்டு. மம்மக்கண் ஆரம்பத்தி லிருந்தே பிளாஸ்ஸில் கொஞ்சம் கொஞ்சமாக ஜெயித்துக் கொண்டிருந்தான். ஒவ்வொரு ஆட்டத்துக்கும் இடையில் மறக்காமால் மம்மனிபாவுக்கு மேசை காசைத் தூக்கிப் போட்டுக் கொண்டே மம்மக்கண் ஃபைசலின் காதில் கிசுகிசுப்பாய்

"எவனுக்கு தாலி அறுந்தாலும் இவனுக்கு மேசை முக்கியம். இதுக்கு பதிலா தமாம் சிட்டியில பெரிய பள்ளிக்கு முன்னால வெள்ளிக்கிழமை பிச்சை எடுக்கலாம்."

ஃபைசல் சிரிக்க முடியாமல் சிரித்தபோது மம்மனிபாவின் கோபமான பார்வை தன்னை நோக்கிப் பாய்வதைப் புரிந்து கொண்டான். மம்மக்கண்ணிடம் ராஜாதிருக்கு எதிரில் கழுத்து வீங்கி கபூரிடம் குலான் திருக்கு. இன்று சீட்டு மம்மக்கண் ணோடு வசப்பட்டுவிட்டது. பிளாஸில் சீட்டு வசப்பட்டு விட்டால் அவ்வளவுதான். எதிரில் இருப்பவனைப் பிடுங்கி எடுத்துவிட்டுத்தான் போகும். கபூர் மொத்த பணத்தையும் அள்ளிவிடும் நோக்கில் ரியாலை வீசி எறிந்துகொண்டிருந்தான். குலான் திருக்கை வைத்துக்கொண்டு எந்த மடையனும் பின்வாங்கிப் போக மாட்டான். அதுவும் வலுவான கார்டு தான். மம்மக்கண் இதோடு தொலைந்தான் என்ற அதிகமான நம்பிக்கையில் கபூரும் தொடர்ச்சியாகப் பணத்தை ஆட்டை யில் கொட்டிக்கொண்டிருக்க மம்மக்கண்ணும் பிடித்து நிற்பதைப் பார்த்து மற்ற கைகள் ஒவ்வொன்றாகப் பின்வாங்கிகொண்டனர். கடைசியில், ஆட்டையில் மம்மக்கண்ணும் கபூரும் மட்டுமே இருந்தனர். மம்மக்கண் அசங்கவில்லை. கெட்டுக்கு மறுகெட்டு என விளாசித் தள்ளினான். ஒரு கட்டத்தில் பயம் பரவிய முகத்தோடு கடைசியில் கழுத்து வீங்கி ஸோ . . . என்றான்.

அவன் ஃபைசலின் நெற்றியில் முத்தமிட்டபடி ராஜாதிருக்கு என்றான். அப்படியே சீட்டைக் கெட்டுக்குள் நுளைத்துக் கொண்டு துருக்கிக் கார்பெட்டில் கபூர் சாய்ந்தபோது மம்மக்கண் ரியாலைக் கூட்டி அள்ளியதைப் பார்த்துக் கொண்டிருந்த மம்மனிபாவின் முகத்தில் தீ கொளுந்துவிட்டு எரியத் துவங்கியது. எரிந்த தீயில் வெந்துநீறி மம்மனிபா சாம்பலாகக் குவிந்து கிடந்தான். ஏ.சி. அறை முழுவதும் பிணம் எரியும் துர்நாற்றம் பரவி நின்றதைப் பொருட்படுத் தாமல் மம்மக்கண் இந்திய ரூபாயின் மதிப்பில் ஐம்பத்து மூவாயிரம் ரூபாயை இழுத்து அணைத்துப் பிடித்துக்கொண்டு அவன் அருகிலிருந்த ஃபைசலுக்கு ஈரம் சொட்டச் சொட்ட கன்னங்களில் மீண்டும் முத்தமிட்டான். ஃபைசல் அப்படியே பதட்டமானான்.

‘படச்சரப்பே... தாயிஃபு சூப்புக் கடையில ரெண்டு மாசம் செத்துண்டாக்கிய பணம் எழுபதாயிரந்தான். ஒரு ராத்திரியில ஐம்பத்து மூவாயிரம்... ம்... ஜெயிச்சா பாதி எனக்குன்னு சொன்னானே. தருவானா...’ ஃபைசலின் உடம்பு ஏ.சி.யின் குளிர்ந்த காற்றைத் தாண்டி வியர்த்துக் கொண்டிருந்தது.

9

மொய்தீன் வேலை செய்யும் இயந்திரம் ஜெர்மனியிலிருந்து இறக்குமதி செய்யப்பட்டது. இயந்திரத்தின் முதலாளி யமனி சாலேவுக்கு ஹிந்தாவியாவில் தனியாக இருந்த மொத்த வியாபாரக் கடையில் நல்ல ஆங்கில அறிவுடைய டெல்லிக்காரனும் ஒரு இந்தோனேசியா டிரைவரும் மேலும் சில யமனிகளும் வேலை செய்தனர். இயந்திரத்தை மொய்தீனும் மொய்தீனின் அண்ணன் ஆரிதும் தங்கள் கட்டுப்பாட்டில் வைத்திருந்தனர். சாலே முதலாளி என்றாலும் சாலேவுக்கும் ஒரு அரபி இருந்தான் அந்த அரபியின் பெயரில்தான் சாலேயின் கடையும் இயந்திரமும் இருந்தது. டெல்லி பரோவும் இந்தோனேசியாகாரனும் யமனிகளும் ஆரிதும் மொய்தீனும் வேறு வேறு அரபிகளின் கபாலத்தில் சாலேயிடம் வேலை பார்த்துக் கொண்டிருந்தனர்.

ஆரிதுக்கு இயந்திரத்தில் வேலை செய்கிற நல்ல அனுபவம் இருந்ததால் ஒப்பந்த அடிப்படை யில் இயந்திரத்தில் பிரஸ் செய்யப்படும் துணி களுக்கு மீட்டர் ஒன்றுக்கு சாலேவுக்கு நாலு ரியால் வழங்க வேண்டும். மார்க்கெட்டில் ஆரிது தனது திறமை போல ஆடர் பிடித்துக்கொள்வான். பத்து மீட்டர் பதினைந்து மீட்டர் துணி என்றால் ஆரிது ஏழு எட்டு ரியாலுக்கு ஆடர் எடுப்பான். ஐந்து மீட்டருக்குக் குறைவாக என்றால் பத்து ரியாலுக்கும் நூறு மீட்டருக்கு மேலே என்றால் ஆறு ரியாலுக்கும் வாய்ப்புகளைத் திறமையாகப் பயன்படுத்திக்கொள்வான். இயந்திரத்தில் ஓடும்

மிகப் பெரிய காகித ரோல்களுக்கானச் செலவும் மின்சார செலவும் எல்லாம் சாலே பார்த்துக்கொள்ள வேண்டும். எப்படிப் பார்த்தாலும் ஆரிது வாரம் ஒரு முறை கணக்கிட்டுக் கிட்டத்தட்ட இரண்டாயிரம் ரியால் சாலேக்கு வழங்கிக் கொண்டிருப்பான். சாலே கணக்கு வழக்குகளில் தங்கத்தை எடைபோடக்கூடியவன் போலத் துல்லியமாக நடந்துகொள்ளக் கூடியவன் அல்ல.

ஒரு வருடத்திற்குத் தேவையான அளவு காகித ரோல்களை சாலே தாய்லாந்திலிருந்து கப்பலில் ஜித்தா துறைமுகத்துக்குக் கொண்டுவந்து விடுவான். தாய்லாந்துக்கு எழுதுகிற ஆங்கிலக் கடிதம், தொலைபேசி, உரையாடல், துறைமுகத்திலிருந்து சரக்கை வெளிக்கொண்டு வருகிற வேலையெல்லாம் டெல்லி பரோ செய்ய வேண்டும். கருந்தினாவிலும் ஆரிதுவிடம் மக்காவி லுள்ள ஓர் அரபியின் இயந்திரத்தில் இப்படியான ஒப்பந்தம் உண்டு. கருந்தினாவிலுள்ள இயந்திரத்தின் உரிமைப்பட்ட மக்கா அரபி பேப்பர் ரோல்களை இறக்குமதி செய்வதில்லை. எனவே அதற்கான பேப்பர் ரோல்களை ஆரிது சாலேயிடம் விலைக்கி வாங்கிக்கொள்வான். சாலேவுக்கு அது தனியான இன்னொரு வருமானமாக இருந்தது. ஆரிது ஆறுமாதம் இங்கு வேலை செய்தால் இந்தியாவில் அவனின் ஊருக்கு ஆறுமாதம் போய்விடுவான். அப்படி ஆரிது ஊரிலிருக்கும் ஆறு மாதமும் அவன் தம்பி மொய்தீனிடம் எல்லாப் பொறுப்புக்களையும் கொடுத்துவிடும் வழக்கம் கொண்டிருந்தான். ஆரிது ஊரிலிருந்து வந்துவிட்டால் மொய்தீன் முடிந்தவரை எந்த வேலையும் செய்யாமல் சும்மா உறங்குவது, பிரபுவோடு சுற்றுவது அல்லது அவனது பங்களாதேசி நண்பர்களோடு ஐக்கியமாகி விடுவது அல்லது மம்மலியின் பூஃபியாவுக்கு முன்னால் நின்றுகொண்டு பொழுதைப் போக்குவது என எந்த கவலையும் இல்லாமல் அவன்பாட்டுக்குச் சுற்றி நடப்பான். மொய்தீனின் அரபி ஸாஇதிக்கும் அவனுக்கும் இருந்த அற்புதமான நட்பால் பல நேரங்களில் இருவருமாக சேர்ந்து சுற்றுவார்கள். ஆரிதுவை எங்காவது மார்கெட்டில் கண்டுவிட்டால் அரபியும் மொய்தீனும் சேர்ந்து மறைந்துகொள்வார்கள். ஆரிது வெப்ராளமாக மம்மலி யிடம் வந்து பேசுவான்.

“காக்கா ரெண்டு தொட்டியளும் மார்கெட்ல சுத்திட்டு நடக்கானுவோ.”

பிரபு கேள்விப்பட்டுச் சிரிப்பான். “இந்த அரபியாவுல உன்ன மாதிரி எவனுக்கும் கபில் அமையல பாத்துக்கோ.”

பல நேரங்களில் பிரபுவின் லிமோசினில் மொய்தீனும் அரபியும் சேர்ந்து சுற்றுவார்கள். பிரபு ஒருமுறை ஸாஇதியிடம் கேட்டான்.

"உண்மையிலேயே நீ அரபி தானா..."

ஸாஇதி மொய்தீனிடம் சிரித்துக்கொண்டே "உன் நண்பன் என்னைக் கேலி செய்கிறான் பார்த்தாயா. உன்னைப் பாலைவனத்துக்கு நான் கொண்டு போனால்தான் அவன் என்னை அரபியென ஒத்துக்கொள்வான் போலும்."

பிறகு கூட்டமாகச் சிரித்துக்கொள்வார்கள்.

காலை பத்து மணிக்கு ஆரிது இல்லை என்பதை உறுதிப் படுத்திக் கொண்டால் மொய்தீனை அறைக்கு வந்து ஸாஇதி அழைத்து போவான். நேராகப் போய் மம்மலியின் பூஃபியா வில் ஆளுக்கொரு சேண்ட்விச் சாப்பிட்டுவிட்டு பிரபுவின் லிமோசினில் புறப்பட்டார்கள் என்றால் கருந்தினாவில் பாகிஸ்தானி கடையில் சாப்பாடு. பிறகு மாலையில் பலது அல்–பேக்கில் ஃப்ரோஸ்ட் சாப்பிட்டுவிட்டு மீண்டும் மம்மலி பூஃபியாவுக்கு வந்துவிடுவார்கள். ஒருமுறை பூஃபியா முன்னால் மொய்தீனின் அரபியிடம் மம்மலி கேட்டான்.

"உனக்கு ஏதாவது வேலை செய்தால் என்ன..?"

"வேலை ஏற்பாடாகிவிட்டது. நானும் மொய்தீனும் சேர்ந்து வியாபாரம் செய்யப் போகிறோம்."

"அப்படியா. அதோ மொய்தீனின் அண்ணன் ஆரிது வருகிறான். அவனிடம் நான் இதை பேசட்டுமா..?"

அவ்வளவுதான் சதிக் நாம் நாளை பார்க்கலாம் எனப் போய்விடுவான். சாலேயும் ஒருமுறை ஆரிதோடு உனது தம்பி மொய்தீன் அவன் அரபி உஸைத்தினில் ஸாஇதியோடு சுற்றிக் கொண்டிருக்கிறான். பேசாமல் நீ இங்கு இருக்கும் போது அவனை ஆறுமாதம் எனது ஹிந்தாவியா கடைக்கு அனுப்பிவிடு என்றபோது ஆரிது இக்பாலோடும் மம்மலி யோடும் பேசி விசயத்தை மொய்தீனுக்குக் கொண்டுபோன போது அவன் சம்மதிக்கவில்லை. ஒரு மகிரிபுக்குப் பிறகு மம்மலி பூஃபியா முன்னால் ஆரிதும் மொய்தீனும் முகத்தை வேறு வேறு பக்கம் மாற்றி வைத்துக்கொண்டு பேசினார்கள்.

"நீ நினைக்கது மாதிரி ஸாஇதி நல்ல அரபி கிடையாது. ஃபிராடு."

"என்ன பேசுதே... பாவம் அவன்."

“யாரு . . . அவனா பாவம். உன்ன வச்ச நல்ல செலவு பண்ணுதான்.”

“நான் ஒரு நாள் செலவு பண்ணுனா அவன் ஒரு நாள் செலவு பண்ணுவான் தெரியுமா. வேணுமுன்னா பங்ளாதேஷி ஜாஹாங்கிருட்ட கேட்டுப்பாரு.”

“அவனும் உங்கூட சேந்த கள்ளன் தானலே.”

இந்தியாவாக இருந்தால் ஆரிது நிச்சயமாக மொய்தீனைத் தாக்கியிருப்பான். அது இயலாத ஆத்திரத்தில் “காக்கா இவன் எங்க உருப்பட போறான். இவனுக்குக் கூட்டாளிய பாருங்கோ அஞ்சாறு பங்ளாதேஷியோ, அந்த ஜஹான்கீர் ரூமுல ஒரு ஆர்மோனிய பெட்டிய வச்சிட்டு ஒரே பாட்டு பக்கிரிஷா மாருவோ கணக்க நாமோ இங்க பொளைக்க வந்துருக்கோம்.”

“ஆரிது பாய் போட்டு. சின்ன வயசுல்லா. மொய்தீன்ட்ட நான் பேசுதேன்.”

எரிச்சல் பட்டுக்கொண்டே ஆரிது கடந்து போய்விடுவான். மொய்தீன் சலனமில்லாமல் வழக்கம் போல தனது நடவடிக்கை களை வைத்துக்கொண்டிருந்தான். அவனுக்குப் பெரிய தேவை கள் இருக்கவில்லை. ஆறுமாத வேலையில் அவன் சில லட்சங் களை வங்கியில் இருப்பாக்கிக் கொள்கிறான். அறை உணவு எல்லாம் ஆரிதுவின் வகையில் போய்விடும் என்பதால் முதலி லிருந்தே தனது சிறகை விரித்து சுதந்திரமாகப் பறக்கத் துவங்கி விட்ட அவனுக்கு மனம்போல ஒரு அரபியும் சிக்கிக்கொண்ட தால் வெளிப்புறத்திலும் எந்த தடையும் இல்லாமலிருந்தது.

கருந்தினா இயந்திர அறை சற்று வித்தியாசமான அமைப்பைக் கொண்டிருந்தது. ஒரு ஏக்கர் பரப்பளவு கொண்ட நிலப்பகுதியில் ஜெர்மனியிலிருந்து இறக்குமதி செய்யப்பட்ட மரத்திலான ஒன்பது ரெடிமேட் வீடுகள் இருந்தன. அதன் நடுவே நீச்சல் குளம் கட்டப்பட்டிருந்தது. முன்பு அதில் அரபி குடும்பத்தோடு இருந்திருக்கிறான் அப்போது ஒரு மாதமோ இரண்டு மாதமோதான் இருந்திருப்பான் போலும். அதன் அருகில் இன்னொரு அரபி உயரமான மாடி வீடு கட்டி மாடி அறையில் ஒரு கண்ணாடி ஜன்னலும் போட்டுக் கொண்டான். அந்த நீச்சல் குளத்திலிருந்து பார்த்தபோது எதிரிலுள்ள மாடி வீட்டின் கண்ணாடி ஜன்னல் பார்வைக்கு தெரிந்ததால் மறுநாளே அரபி குடிபெயர்ந்து போய்விட்டான். பாழ்பட்டுக் கிடந்த அந்த ஒன்பது ரெடிமேட் மரவீடுகளையும் தேவையான அளவுக்கு சுத்தப்படுத்திக் காவல்காரனாக இருந்த எத்தோப்பியா அப்துல்காதிர் ஒரு வீட்டிலும் எகிப்துக்காரன்

இன்னொரு வீட்டிலும் ஆரிது வேலை செய்யும் இயந்திரம் இன்னொரு வீட்டிலுமாக இருந்தது. பராமரிப்பின்றி நீச்சல் குளம் குப்பைகளால் நிரம்பிப் பாழ்பட்டுக் கிடந்தது. முன்பக்க முள்ள பெரிய கதவிற்கு ஐந்து அல்லது ஆறு சாவிகள் உண்டு. சாவிகள் எத்தியோப்பியாகாரனிடமும் எகிப்துக்காரனிடமும் ஆரிது மற்றும் மொய்தீனிடமும் மக்காவிலுள்ள அரபியின் கபாலத்தில் ஜித்தாவில் வேலை செய்யும் ஒரு இந்தியனிடமும் இருந்தது. காம்பவுண்டைத் தொட்டு அந்த அரபிக்கு சொந்த மான பழைய வீட்டில் ஒரு பர்மாக்காரன் குடியிருந்தான். இதுவரையிலும் அவனுக்குப் பதினோரு குழந்தைகள். மொய்தீன் கருந்தினாவின் இயந்திர அறைக்கு வரும்போது அப்துல்காதீரி யிடம் சொல்லி பர்மாக்காரனின் குழந்தைகள் பாழடைந்த நீச்சல் குளத்தில் விளையாடுவதற்காக அனுமதி பெற்றுக் கொடுத்திருந்தான். அந்த குழந்தைகள் மொய்தீனின் கரத்தில் வரிசையாக முத்தமிட்டுக்கொண்டு பாழ்பட்டுக் கிடந்த நீச்சல் குளத்தில் அங்குமிங்கும் ஓடிக்கொண்டே விளையாடுவார்கள். கருந்தினாவில் இயந்திரத்தில் வேலை செய்ய அப்துல்காதீரியைத் துணைக்கு வைத்துக்கொள்வான். ஆனால் அனகேஷில் சாலே யின் இயந்திரத்தில் அவன் மட்டும்தான் வேலை செய்கிறான்.

பத்தடி நீளம் ஐந்தடி அகலம் எட்டடி உயரம் கொண்ட இயந்திரம் மொய்தீனின் சுண்டு விரல் அசைவுக்குக் கட்டுப் பட்டது. ஒரு பச்சை பொத்தான் ஒரு சிகப்பு பொத்தான். கூடவே அந்த பக்கமும் இந்த பக்கமுமாக சக்கரம்போல பனிரெண்டு ஓட்டைகள். ஓட்டைகளில் சுண்டு விரல் அளவுக்கு நீளமான இரும்பு ராடுகளைப் பொருத்திக்கொண்டால் பொருத்தப்படும் ராடுகளுக்கு ஏற்ப டிசைன் மாறிக்கொண்டே வரும். எல்லாவற்றிற்கும் எண்கள்தான் கணக்கு. எண்களுக்கு ஏற்ப ராடுகளை மாற்றி மாற்றிப் போட வேண்டும். ராடு பொருத்தப்பட்ட இடத்தில் இயந்திரத்தின் பற்கள் தொடாமல் நீங்கிப் போகும். இந்த நீங்குதலே திட்டமிடுகிற டிசைன்களை உருவாக்கித் தரும். இயந்திரம் இயங்கிக் கொண்டிருக்கும்போதே ராடுகளை மாற்றிவிடும் சாமார்த்தியத் தொழில் நுட்பக்காரன் மொய்தீன். ஆரிது முதன்முதலாக மொய்தீனை அழைத்துக் கொண்டுபோய் இயந்திரத்தின் முன்னால் நிற்க வைத்து ஆசிரியனாக மாறிக்கொண்டே எல்லாம் சொல்லிக் கொடுத்தான். குறிப்பிட்ட ஒன்றை மட்டும் இயந்திரத்தில் செய்யக் கூடாது என்பதைக் கட்டளையாகப் பிறப்பித்துக் கொண்டே அதை செய்தால் இயந்திரத்தின் கதை முடிந்து போகும் எனச் சொல்லியிருந்தான். ஆரிது ஊர் போவதுவரை காத்திருந்த மொய்தீன் அவன் செய்யக் கூடாது என்று

அஜ்னபி 131

சொன்னதை முதலில் பயந்துகொண்டே செய்தபோது இது வரையிலும் இல்லாத புதிய டிசைன் கிடைத்தது. அவ்வளவு தான் மொய்தீன் அந்த டிசைனுக்கு மார்கெட்டில் மீட்டர் ஒன்றுக்கு நான்கு ரியால் விலையேற்றிக் கொண்டான். அவன் இலக்குப்பிரகாரம் தீர்மானிக்கிற டிசைன்களைத் துணியின் இயல்பை மாற்றாமலே பிரஸ் செய்துவிட்டால் துணிகள் பிறகு வேறு எங்கோ பெண்களுக்கான உடைகளாக மாறும்.

இயந்திரம் எப்போதும் நாய்குட்டியைப் போல வாலாட்ட வேண்டும் என்பதுதான் மொய்தீனின் விருப்பம். அனகேஷில் இயந்திரமும் அவனும் ஒரு அறையில். ஃபைசல் ஜித்தா வந்த பிறகு ஒரே ஒருமுறை மகிரிபுக்கும், இஷாவுக்கும் இடைப் பட்ட நேரத்தில் பிரபுவின் லிமோசினில் போயிருக்கிறான். பாகிஸ்தானி ஷமியின் ஏ.சி. கடையில் வேலைக்குச் சேர்ந்த பிறகு ஒரு வியாழன் இரவு ஷமியின் அரபியும் ஷமியும் புனித மக்காவுக்கு உம்ரா செய்யப் புறப்பட்டபோது நேரமே கடையடைக்கப்பட்டதால் அந்த இடைவெளியில் பிரபுவும் வந்துவிட மொய்தீனின் மிஷின் அறைக்குப் போகலாம் என இருவரும் புறப்பட்டுப் போனார்கள். ஃபைசலின் வருகை நிகழ்ந்திருப்பதால் விருந்துக்காரனைப் போல மொய்தீன் கவனித்துக்கொள்ளும் எண்ணத்தோடு சுட்டக் கோழியும் லெபனான் ரொட்டிகளும் கூடவே ஆறு நான்ஆல்கஹால் பியர் பாட்டிலும் பிரபுவோடு போய் மலையாளி காக்காவின் கடையில் வாங்கிக்கொண்டு வந்தான். இயந்திரம் ஓடிக் கொண்டிருக்கும்போதே சுற்றிலும் குவிக்கப்பட்டிருந்த பேப்பர் ரோல்களின் மீது அமர்ந்துகொண்டே உணவைக் காலி செய்திருந்தனர். ஃபைசலுக்குப் பேப்பர் ரோல்களைப் பார்க்கும் போது ஷியா அரபியின் குடோனில் வெள்ளைத் துணிகளின் ரோல்கள் ஞாபகத்திற்கு வந்தன. கிட்டத்தட்ட இப்படித்தான் குவிந்து கிடக்கும். ஆனால் துணி ரோல்களைவிட பேப்பர் ரோல்கள் அளவில் பெரிதாக இருக்கிறது.

“என் ஜெர்மன் நாயின் இருப்பிடம் எப்படி இருக்கிறது . . ?”

மொய்தீன் கேட்டபோது ஃபைசல் மெலிதாகச் சிரித்துக் கொண்டே இயந்திரத்திலிருந்து வரும் டிசைன்களை வேடிக்கை பார்த்துக் கொண்டிருந்தான். அவனுக்கு வியப்பாக இருந்தது. அல்வாபோலத் துணிகள் வழுக்கும் நெழுக்குமாக உஷ்ணத்தில் பதிந்து இயந்திரத்தின் பின்னே நீண்ட வால்போலத் தொங்கி தொங்கி வந்துகொண்டே இருந்தது. வியப்பு மாறாமலேயே “இவனுவளுக்க துணி கொள்ளாம்” என்றான்.

“ஃபைசலே இவனுவளுக்க துணியில்ல. நம்ம துணி. நம்ம நாட்டிலயிருந்து வருது.”

“உள்ளதா . . ?”

“பின்னே . . . பெட்ரோலும் பேர்த்தம்பழமும் மட்டுந்தான் இவனுவளுக்கு. அரிசியிலிருந்து, புளியிலிருந்து பருப்பு வரைக்கும் நம்மதுதான். எல்லாம் பஸ்ட் கோலிட்டி. நம்ம நாட்ல நமக்கே கிடைக்காது.”

பிரபு சிரித்துக்கொண்டே “காரெல்லாம் ஐரோப்பாக்காரன் விக்கிறான். எலக்ட்ரானிக்ஸ்ஸெல்லாம் ஜப்பான்காரன் விக்கிறான். சீனாக்காரனும் கொரியாக்காரனும் ஜப்பானுக்கு போட்டி. துணி, சாப்பாடு பொருளெல்லாம் நம்மோ.”

“அமெரிக்காக்காரன் . . .”

“அமெரிக்கா இவனுவளுக்க பெட்ரோல களவாண்டு திங்கான். இவனுவளுக்க வெவரம் குறைவு. அவனுவளுக்கு வெவரம் கூடுதலு. தள்ளே . . . சின்ன சீரழிவா நடக்குது லோகத்துல.”

இயந்திரத்தின் சத்தத்தையும் மீறியது சிரிப்பின் சத்தம். பேச்சும் வேலையுமாக மூவரும் பீயரும் உணவையும் முற்றிலும் காலி செய்திருந்தனர்.

“ஃபைசலே ஒரு நாள் கருந்தினாவுல உள்ள மிஷின் ரூமுக்குக் கூட்டிட்டுப் போகணும். நல்ல ரசனையான இடம். கொரிடியான் பிடிக்கத காட்டிக் கொடுக்கலாம். டிரஸ்ன்னா டிரஸ். அவ்வளவு அழகாட்டும் கவர்ச்சியாட்டும் இருக்கும். கருப்பு பர்தாவுக்குள்ளே ஐரோப்பியக் கலாச்சாரத்த மறைச்சி வச்சிருக்கானுவோ.”

ஃபைசல் பேப்பர் ரோல்களுக்கிடையில் கிடந்த கொரிடியானில் சில மாதிரிகளைப் பார்த்தபோது அது அவனுக்கு இன்னும் வியப்பாக இருந்தது. ஷியா அரபியின் டெய்லர் கடையில் அஹமது அதிகமாக ஆண்களுக்கான தோப்புகள் மட்டும்தான் தைத்துக் கொடுப்பதால் பெண்கள் உடை பற்றித் தெரியாத ஃபைசலுக்கு இது புதிய அனுபவமாக இருந்தது.

தொடர்ந்துகொண்டிருந்த பேச்சினூடே “உனக்கு பெண்களின் உடை பற்றித் தெரிய வேண்டுமானால் ஒருமுறை நாசரின் மக்ரோனா கடைக்குப் போக வேண்டும்.”

“திருமணமாகாத நாம் போய் பார்த்து என்ன செய்ய . . ?” என பிரபு வினோத மூச்சுவிட்டபோது

ஃபைசல் “கொரிடியான் எப்படி காக்கா” என்றான்.

“தனியாக இயந்திரம் எல்லாம் கிடையாது. அது ஒரு பெரிய பம்மாத்து. என்னுடைய பெரும் வருமானம் அதுதான். கட்டியான அட்டை காகிதம். அதுவும் தாய்லாந்தில யிருந்து வருகிறது. அந்த அட்டை காகிதத்தைத் தேவையான அளவுக்கு நாம் வடிவமாக்கிக் கொண்டு அதுல துணிய வச்சு நல்ல பலமா வளைத்து நெளித்துக் கட்டிக்கொள்ள வேண்டும். பெட்டி போன்று இரும்பில் இருக்கும் பிரோவினுள்ளே தொங்க போட்டுக் கீழே ஒரு டப்பா உண்டு. அதுல தண்ணிய நிரப்பி அடுப்பப் பத்த வைச்சா ஒரு மணி நேரம் முழுக்க ஆவியில வேகணும். வெந்த பிறகு அட்டையிலிருந்து துணியப் பிரிச்சிட லாம். ஒரு மாதிரி கிளுகிளுப்பாக இருக்கும். கொஞ்சம் கடின மான வேலைதான். துணைக்கு ஒருவர் வேண்டும். அப்துல்காதீர் உதவுவான்.”

ஃபைசலுக்கு அன்று அரபியாவில் எண்ணப்பட்ட நல்ல மகிழ்வான நாட்களில் ஒன்றாக இருந்தது. பத்துப் பத்தரை மணிவரை அவன் ஒவ்வொரு வேலையாக முடித்துக்கொண்டே இடையில் சாலேயும் வந்து போனான். சாலேக்கு பிரபுவை நல்ல பரிச்சயம் உண்டு ஃபைசல் அறிமுகம் செய்யப்பட்டு சின்னதாக அவன் போலீஸ் கதையும் சாலேக்கு சொல்லப் பட்டது. சாலே கொஞ்ச நேரம் சிரித்துக்கொண்டே மொய்தீ னிடம் ஆரிது மற்றும் அவன் குடும்பம், குழந்தைகள் என நலன் விசாரித்துவிட்டு உனது அரபி ஸாஇதி எப்படி இருக்கி றான் எனக் கேட்கும்போதே மொய்தீனைப் பார்த்துக் கேலி யாகச் சிரித்துக்கொண்டான். சாலேயின் கடைக்கும் பிரஸ் செய்யப்பட்ட துணிகள் இருந்தது. துணிகளை எடுத்துக் கொண்டவன் நாம் அனைவரும் உணவு அருந்த போகலாம் என்றான். வேண்டாம் நன்றி என சொல்லிக்கொண்டபோது சாலே விடைபெறும் முன்னால் ஃபைசலைக் கட்டியணைத்துக் கொண்டே இறைவன் உனக்கு அருள்புரிவான் என்றபடி மா ஸலாமா சொல்லிவிட்டுப் போனான்.

ஷரஃபியாவிலுள்ள மம்மலி அறைக்கும் இயந்திரத்தின் வசிப்பிடத்திற்கும் இடையே துல்லியமாகப் பத்து கிலோமீட்டர் என்பதை வீரபுத்திரன் பிரபு லிமோசினின் ஸ்பீடா மீட்டரை வைத்து உறுதி செய்திருந்தான். பனிமாலிக்கிலிருந்து கிங் அப்துல் அஜிஸ் ரோட்டில் மரக்குபுரிக்கு முன்னால் ஒரு

ரியாலுக்கு குளிர்பானம் எடுக்கும் இயந்திரம் இருந்த தெரு முனையில் திரும்பிக் கொஞ்ச தூரம் போனால் மொய்தீனின் யமனி முதலாளி சாலே வீட்டுக்கு முன்னால் உள்ள தெருச் சாலையின் மறுபக்கம் பங்களாதேஷ் எம்பஸி அருகே அனகேஷில் உள்ள அறையில் இயந்திரம் இருந்தது. கருந்தினா வைப் போல் விசாலமான இடமாக இல்லாமல் இயந்திரத்தைச் சுற்றி ஒரு ஆள் போய் வரும் அளவில் இயந்திர அறை அமைந்திருந்தது. கிளம்பும்போது பிரபு லிமோசினைக் காக்கா கடைக்கு முன்னால் நிறுத்தினான்.

இயந்திரத்தின் அறையிலிருந்து கொஞ்ச தூரத்தில் அப்துல்லபின் அல் அப்பாஸ் தெருமுனையில் மலையாளி காக்காவின் கடை இருந்தது. காக்கா எப்போதும் அரபிகளின் பாரம்பரிய உடையான தோப்பு அணிந்திருப்பார். பல அரபி களுக்கு அஜ்னபிகள் தோப்பு அணிவது பிடிக்காது என்பதால் தோப்பு அணிந்து செல்லும் அஜ்னபிகளைக் கொஞ்சம் கேவல மாகவோ வெறுப்பாகவோ பார்ப்பார்கள். காக்கா சில முறை அரபிகளிடம் அடிவாங்கியிருக்கிறார். ஆனாலும் அவர் தோப்பு அணிவதை நிறுத்தவில்லை. மொய்தீன் சிரித்துக்கொண்டே லிமோசினுள்ளிருந்து சொன்னான்.

“காக்கா இந்தியாவுல தோப்பு வாங்கது வர இங்க தோப்பு போடத விடமாட்டாரு.”

பிரபு காக்காவைப் பற்றி ஃபைசலிடம் மெல்ல சொல்லிக் கொண்டே மூவரும் கடைக்குள் போனார்கள். தண்ணீர், குளிர்பானம், சிகரெட் வாங்கிக்கொள்ள என்பதைத் தாண்டி காக்காவின் கடையில் தொலைபேசி உண்டு. அவசரத் தகவலுக் குத் தொலைபேசியைப் பயன்படுத்திக்கொள்ளத்தான் மொய்தீன் இயந்திர அறைக்கு வரும்போதெல்லாம் காக்காவோடு பத்து நிமிட நேரத்தைச் செலவிடுவான். மலையாளி காக்கா பெரிய பவுசுக்காரன். அவன் பேச்சும் கெமயும் படச்சரப்பே ... மலையாள மொழியின் எல்லா சவுந்தரியங்களையும் அவன் பேச்சில் கேட்கலாம். தெய்வத்தின்ற சுவந்தம் நாட்டுக்காரனாக் கும். சொல்லும்போதே வார்த்தையில் கவித்துவமும் கேலியும் கலந்து கிடக்கும். காக்காவின் சொந்த ஊர் இந்தியாவில் மலப்புரம் பெருந்தல்மண்.

“எந்தா சுகந்தானே ... காக்கா ...” என்றால்

“இப்போதுவரை குழப்பமில்லை. பின்னே நாளத்தக் காரியம் தல்காலம் பறையாம் பற்றத்தில்லா” என்பான்.

எல்லா எழவுகளையும் சகித்துக்கொள்ளப் பழகிக் கொண்ட மொய்தீனின் இயந்திர அறையை ஒட்டிய அறையிலும் நான்கு

மலையாளிகள் உண்டு. அவர்களோடு மொய்தீன் நட்பு வைத்துக் கொண்டதற்கான காரணம் கொஞ்சம் வித்தியாசமானது. இயந்திர அறையில் பாத்ரூம் வசதி கிடையாது. அவசரத்தில் கக்கூஸ் போக வேண்டுமானால் மலையாளிகளின் அந்த அறைதான் உபகாரம் செய்யும். சிறுநீர் கழிப்பதில் பிரச்சனை இல்லை. ஒரு லிட்டர் தண்ணீர் பாட்டில் போதுமானது. இதற்காகக் காலிபாட்டில்கள் சிலவற்றை இயந்திர அறையில் வரிசையாக வைத்திருப்பான். எவ்வளவு சிறுநீர் வெளியேறுகிறது என்பதை பாட்டலின் அளவை வைத்துத் துல்லியமாக அவனால் கணக்கிட முடிந்தது. அதிகபட்சமாகத் தொள்ளாயிரத்து ஐம்பது மில்லிவரை சிறுநீரின் அளவு அவனின் பதிவுகளில் உண்டு. அரை லிட்டர் பாட்டில்களை சிலமுறை பயன்படுத்தி இன்னொரு பாட்டிலை பயன்பாட்டுக்கு கொண்டுவரும் இடைவெளியில் உள்ள சிரமத்தால் பிறகு அவன் அரை லிட்டர் தண்ணீர் பாட்டில்களை சிறுநீர் கழிக்கப் பயன்படுத்துவதில்லை. வெளியே போய்க் கௌரவமாக மலையாளியின் அறைக்கதவைத் தட்டி பாத்ரூம் உபயோகப்படுத்தலாம்தான். கண் தப்பினால் அவனின் நன்றியுள்ள ஜெர்மன் நாய் காலை வாரிவிடும். பிறகு எப்போதாவது அபூர்வமாகக் கோபம் கொள்ளும். யமன் முதலாளி சாலே அரபியில் திட்டித் தீர்ப்பான். அவன் எப்படித் திட்டினாலும் மொய்தீன் சிரித்துக்கொண்டே அரபியில் நல்லது . . . நல்லது . . . நல்லது என்பான். இதில் மேலும் எரிச்சலுற்ற சாலே “உனக்கு மூளை உண்டா இல்லையா?”

அதற்கும் நல்லது என்பான்.

அவன் தாங்க முடியாத ஆத்திரத்தில் வெளியேறுகிறான் என்பது அவன் இயந்திர அறையின் கதவை அடைக்கும் ஒலியிலிருந்து அறியலாம்.

அனக்கேஷில் மொய்தீனுக்கு மலையாளம் போதுமானது. “எந்தக்க விசேசம் . . . சொகந்தன்னே . . .”

மலப்புரம் காக்கா ஓ . . . ஓ . . . என ஐஸ்கிரீம் பெட்டிக்குப் பின்னாலிருந்து வருவார். காக்காவை ஓரசுவதற்கென்றே தக்ரோனிப் பெண்கள் சிலர் கடைக்கு வருவார்கள். பர்தாவை விலக்கி மூடும் இடைவெளியில் படச்சரப்பே . . . எனப் பதறி விடுவார். அவள் வேண்டுமென்றே விலக்கி மூடுவதும் காக்கா பதறுவதுமான தொடரும் விளையாட்டுகளில் காக்காவின் கண்களில் கிரக்கத்தை வாசித்துவிடும் எவளோ ஒருத்தி தனக்குத் தேவையானப் பொருளை லாவகமாக திருடி மறைத்துக் கொள்வாள். ஏழெட்டு பேராக வரும்போது காக்கா யாரைக் கவனிப்பார். ஒருமுறை ஒருத்தி பர்தாவை விலக்கி மூடும்

இடைவெளியில் அவள் எதுவும் அணிந்திருந்தாளா என்பது தெரியவில்லை. அவ்வளவுதான் காக்கா வள்ளக்கடவு சங்குத் துறையில் 'மானசமயிலே வரூ... மதுரம் உள்ளில் தரூ' என வியர்த்து புத்தி பேதலித்து சங்குபொட்டி பாடி நடக்க, ஷீலா துருத்திய முலைகளோடு நிலவொளியில் போக்குக் காட்டி ஓடுகிறாள். மின்னலைப் போல வந்து மறைந்த அவளின் நிர்வாணம் இரவுகளில் காக்காவைப் பச்சையாக தின்று ஏப்பம் விட்டுவிடும். மறுவிடியலில் கடைக்கு வரும் மொய்தீன் காக்காவின் வெளிறிய முகம் வாசித்து

"எந்து பற்றி காக்கா..." என கரிசனத்தோடு விசாரிக்கும்போது

"ஒரு பாடு பற்றிடா. இங்கன போயால் என்ற ஜீவிதத்த நாய் நக்கும். இன்னல ஒருத்தி செம்மீன் ஷீலயப் போல உண்டு. படச்சவனே... என்னைய... பறையாம் பற்றாத அவஸ்தையிலாக்கி."

மொய்தீன் சிரித்துத் தீரவில்லை. காக்காவின் கடைக்கு எப்படியும் அனகேஷ் இயந்திர அறைக்கு வரும்போதெல்லாம் பத்து இருபது நிமிடங்களைச் செலவிடுவான். இயந்திர அறைக்கு வந்த உடனே சுவிட்சைப் போட்டுவிட்டால் இயந்திரம் முழுமையாக சூடேற நாற்பது நிமிடங்கள் தேவைப்படும். இந்த இடைவெளியில் தண்ணீர் வாங்க, சிகரெட் வாங்க, சின்ன தாமாஷ்கள் பேச, காக்காவின் அவஸ்தைகளை ரசிக்க என நேரம் போதுமானதாக இருக்கும்.

சாலேயின் அனேகமான வாடிக்கையாளர்கள் பாகிஸ்தானிகளாக இருந்ததால் அவர்களோடு உருது பேச வேண்டும். கந்தரா மார்க்கெட்டில் மொய்தீனின் நெருங்கிய கூட்டாளியான பாகிஸ்தானி லுக்மான் அவனின் உருது மொழியைக் கொஞ்சம் கொஞ்சமாக சரிசெய்து கொடுத்தான். ஷரபிஃயாவில் சில உ.பி.க்காரர்கள் உண்டு. ஹிந்தியில் சமாளிக்கலாம். கருந்தினாவில் எத்தோப்பியாக்காரனுக்குப் போதுமான ஆங்கில அறிவு உண்டு. அனேகமான அரபிகள் ஆங்கிலத்தில் ஒரு அச்சரம் போலும் அறியாதவர்கள். சாலேயோடு வந்த அரபி ஒருமுறை கறுப்பு நிறத்தில் கிடந்த ஒரு மாதிரியைக் காட்டி இதுபோல் என்றான். மொய்தீன் திஸ் பிளாக் என்ற உடன்

அஸ்வத்... இங்கிரீஸ் பிளாக்... வல்லாயி... இன்ந்த முக் கத்தீர்...[1] என்று சிலாகித்து விட்டான். பிளாக் என்ற ஒரு ஆங்கில வார்த்தை சொன்னதற்காக மொய்தீனை அந்த அரபி பெரிய ஞானமுள்ள அறிவாளியாகப் பார்த்தது பரிதாப

---

1. வல்லாயி – இறைவன் மீது ஆணையாக; இன்ந்த – உனக்கு; முக் – மூளை; கத்தீர் – நிறைய.

மாகத்தான் தோன்றியது. கஸ்டமர்களிடமிருந்து மொய்தீன் பிரஸ் செய்ய வேண்டிய துணிகளைச் சேகரித்துக்கொண்டே, ஒவ்வொரு சுற்றிலும் சேகரித்தவைகளை மம்மலியின் பூஃபியா வில் வைத்துக்கொண்டு அங்குதான் காத்திருப்பான். மம்மலி யின் பூஃபியா மொய்தீனின் ஒரு அலுவலகம்போல இருந்தது. ஆனால் ஆரிது மம்மலியின் பூஃபியாவை அப்படி பயன் படுத்துவதில்லை. ஆரிதுவுக்கு அவன் பங்களாதேஷி நண்பன் முஜிப் ரஹ்மானின் டெய்லர் கடை அப்படியான சவுரியத்தி லிருந்தது. பூஃபியா முன்னால் நிறையப் பூனைகள் சுற்றி வரும் மொய்தீன் அங்கு நிற்கும்போதுதான் சிறிய பணத்தேவை அல்லது உணவருந்த அரபி ஸாஇதியும் பல நேரங்களில் வந்துவிடுவான். ஆரிதோ சாலேயோ கருதுவதைப் போல அரபி ஸாஇதி மோசமானவனல்ல. ஆரிது ஊருக்குப் போய் விட்டால் மொய்தீனின் பணியை கெடுக்கும் விதமாக அவன் வருவதில்லை. நீ சம்பாதித்தால் எனக்கு நன்மைதானே என்பான். ஆனால் ஆரிது வந்துவிட்டால் மொய்தீன் சுற்றித் திரியும் நேரங்களில் அதிகமாக ஸாஇதியும் ஒட்டிக் கொண்டிருப்பான். ஸாஇதி வஞ்சகம் தெரியாத நல்லவன் என்பதை பிரபுவும் அவன் இருப்பிடம் போய் வந்த பிறகே புரிந்துகொண்டான்.

வழக்கமாக ஏழெட்டு மணிவாக்கில் பிரபு லிமோசினை ஒதுக்கி நிறுத்திவிட்டு பூஃபியா முன்னால் வந்தால் இருவரு மாக சுலைமானி குடித்துவிட்டுக் கொஞ்ச நேரம் பேசிக் கொள்வார்கள். அபூர்வமாகவே இந்த வழக்கமில்லாமல் போகும். அப்படி அவன் வந்துபோன பிறகு வேலை இருந்தால் பந்தக்[2] சாதாவில் மொய்தீன் ஒரு ரவுண்டு சுற்றி வருவான். பத்து மாடிக்கட்டிடத்தில் முந்நூறுக்கு மேல் இருந்த கடைகளில் இருபத்து ஐந்து பேருக்கு மேலே சாலேயின் வாடிக்கையாளர்கள். முழுவதும் குளிரூட்டப்பட்ட அந்த கட்டிடம் மொய்தீனுக்கு மிகவும் பிடித்தமானது. ஒரு சுற்று சுற்றி வந்தால் சேகரிப்பி லுள்ள பைகளை வழக்கம்போல பூஃபியாவில் வைத்துவிட்டு இரவு பத்து மணிக்கு லுக்மானோடு கொஞ்சம் கதைபேச்சு. லுக்மானின் மூதாதையர்கள் இந்தியர்கள் அவனின் தாத்தா இந்தியாவிலிருந்து போனவர். அவனின் உறவினர்கள் இந்தியாவி லிருப்பதால் அவன் இந்தியாவின் மீது நல்ல அன்பு கொண்டிருந் தான். கிரிக்கெட்டிலும் அவன் இந்திய அணியின் ஆதரவாள னாக இருந்தது இன்னொரு ஆச்சரியம். பங்ளாதேஷி ஜஹான்கீருக்கு மொய்தீனுக்கும் லுக்மானுக்குமான நட்பு பிடிக்கவில்லை. அவன் பலமுறை சொல்லியிருக்கிறான்.

---

2. வணிக வளாகம்.

பாகிஸ்தான் குல்லும் கராமி ...[3] என்று.

"எனக்கு அப்படித் தோன்றவில்லை. உன்னைப் போல லுக்மானும் எனது நல்ல நண்பன்தான்."

"உனக்கு வரலாறு தெரியாது. உங்கள் இந்திரா காந்தி இல்லையென்றால் அந்த கராமிகள் எங்கள் கதையை முடித்திருப்பார்கள்." ஜஹான்கீர் பங்களாதேஷ் அரசியல் விவகாரங்களில் நல்ல தொடர்பும் பரிச்சயமும் உடையவனாக இருந்தான்.

இன்று மூன்றாவது சுற்று சுற்றி வரும்போது மம்மலி கூப்பிட்டு "மொய்தீனே பிரபு வந்தான் இப்போ ஐஞ்சு மினிட்ல வருவான். நீ இன்னைக்கு ஷரஃபியா வா. காலையில அங்கே இருந்தே நீ அனகேஷ் போவலாம். ரூம்ல ஃபைசல் இருக்கான். குமரி இக்பாலும் வருவாரு."

"என்ன விசேசம்? எதாவது ..."

"ஃபைசல் விசயமாக நாம் கொஞ்சம் பேசலாம்" என்றபடி மம்மலி சுலைமானியை நீட்டினான். வாங்கிக் குடித்து முடித்த கொஞ்ச நேரத்திலேயே பிரபு காரை ஓதுக்கி நிறுத்திவிட்டு "ஃபைசல் எப்படி இருக்கான் ..." என்ற கேள்வியோடு வந்தவன் கடை நடையேறி நின்றுகொண்டே, "மம்மலிக்கா அந்த பாவத்த எப்படியாவது ஊருக்கு அனுப்புங்கோ. எனக்கும் கொஞ்சம் டீ தாங்கோ."

"ஆமா எனக்க வாப்பாக்க ஊரு ஒடனே அனுப்ப ..."

"குமரி இக்பாலு என்ன சொன்னாரு?"

"அவன் ஃபைசல் விசயத்த யோசிக்கானோ. இல்லே வல்ல டிராமவ யோசிக்கானோ. படச்சவனுக்குத்தான் தெரியும். வரட்டு பேசுவோம். வீடு பணி எப்படி போயிட்டு இருக்கு ..?" மம்மலி சொல்லிக்கொண்டே பிரபுவுக்கும் டீயைக் கொண்டு வந்தார்.

"மொய்தீன் ஒரு டீகூட ..."

"வேண்டாங்க்கா."

"அடுத்த வாரம் சென்டிரிங் போனடிச்சா வீரபுத்திரன் பணம் பணம்ங்காரு. ஒரு சவுதிக்காரன் சாயங்காலம் காருல ஏறிட்டு வாடகை தராம சிக்னல்ல இறங்கிப் போயிட்டான்."

---

3. குல்லும் – முழுவதும்; கராமி – மோசமானவர்கள்.

சொல்லும்போதே பிரபு சிரித்தான்.

"அவனுவள கண்டா வண்டிய நிறுத்தாதே."

"நான் நிறுத்த மாட்டேன் முன்னே சாடி வந்துட்டான். நிறுத்தாம ஏத்தி எறக்குனா கொலை கேசு."

கொஞ்ச நேரம் சிரிப்பும் கதையுமாக நகர்ந்து போனது. சேகரிக்கப்பட்ட துணிகளையெல்லாம் பிரபுவின் லிமோசினில் தூக்கி வைத்துக்கொண்டே "ஃபைசல் தனியாக இருப்பான். நாங்க முன்னே போறோம். சாப்பாடு உண்டுமா?"

"பாகிஸ்தானி கடையில தேவையானதை வாங்கி மூணு பேருமா எதாவது பண்ணுங்கோ."

பிரபு வலது காலை வைத்து டிரைவர் இருக்கையில் ஏறி அமர்ந்துகொண்டே லீமோசினை ஷரஃபியாவுக்கு ஓட்டினான்.

10

ஃபைசல் ஓரளவு மன இறுக்கத்தைத் தளர்த்தி இருந்தான். எல்லாம் சரியாகி வரக் கிட்டத்தட்ட பத்து நாட்கள்வரை தேவைப்பட லாம் என்றும் குமாரி இக்பால் தனது வேலைக் கிடையே அதற்கான வழிமுறைகளை ஆலோசித்துக் கொண்டிருப்பதாகவும் வாய்ப்பான ஒன்றிரெண்டு பேர்களிடம் அதுபற்றிப் பேசியிருப்பதாகவும் மம்மலி நேற்றே சொல்லிக்கொண்டான். எமர்ஜென்ஸி பாஸ்போர்ட் கிடைத்துவிட்டால் பிறகு பாகிஸ்தானி ஷமியின் அரபி அல்லது ஹைபா இருவரில் ஒருவரின் உதவியை நாடிவிடலாம். அபு அப்துல்லாஹ்வை விட ஹைபா இவ்விசயத்தில் உதவக்கூடும் என்றாலும் பாகிஸ்தானி ஷமியின் அரபிதான் நல்ல தொடர்புடையவன். மொய்தீனின் அரபியை முன் வைத்து ஏதாவது உருப்படியான காரியம் செய்ய இயலுமா என்கிற ஆலோசனை ஆரம்பத்திலேயே ஒட்டுமொத்தமாக மறுக்கப்பட்டு விட்டது. ஸாஇதி விளையாட்டு பிள்ளை அவனை வைத்துக்கொண்டு சிக்கலான விசயங்களை முன்னெடுத்துப் போவது சிறப்பானது அல்ல என்பதைப் பேசிக்கொண்டே அவனுக்கு நல்ல அறிவு இருக்குமானால் மொய்தீனோடு சுற்றிக் கொண்டு கிடப்பானா என்ற மம்மலியின் கேலி மொய்தீனை வெப்ராளப்படுத்தியது.

“என்ன செய்விங்களோ செய்யுங்கோ. ஃபைசலு ஜாஸ்மீன் போட்டாவ வச்சி புலம்பிட்டு நடக்கான். சீக்கிரம்” என்றபடி பிரபு நாசரைப் பார்த்தபோது.

“அதே. அல்லெங்கில் புள்ளி இவிட வட்டாவும்.”

“அவன் வட்டாவானோ இல்லியோ. நீயும் சவுக்கத்தும் அவன வட்டாக்குவியோ.”

“மம்மலி அதவிடு. அபு அப்துல்லாஹ் எப்படி..?”

அவனும் ஸாஇதியும் ஏகதேசம் ஒன்றுதான். ஹைபா பெண்ணாக இருக்கிறாள். ஷமியின் அரபி அபுஹுசைன் தான் சிறப்பு. அவன் நல்ல மனிதன். அபுஹுசைனின் நிஜப் பெயர் சஅத். ஆனால் அவர் ஹுசைனின் தந்தை என்றே அழைக்கப்படுகிறார். இன்னாரின் தந்தை என்று ஒருவரைக் குறிப்பால் உணர்த்த அவரின் மகன் அல்லது மகளின் பெயருக்கு முன் அபு என்னும் வார்த்தையைச் சேர்த்துக் குறிப்பிடுவது அரபுகளின் வழக்கம். (அபுல்காசீம் என்பது முகமது நபியின் குறிப்புப் பெயராகும். காசிமின் தந்தை என்பது இதன் பொருள்.)

“ஃபைசலே கவலைப்படாம கெடந்து உறங்கு எல்லாம் சரியாகும்.”

சும்மா கிடந்து உறங்கித் தள்ள வேண்டும் என்பதுதான் ஃபைசலின் சங்கடமாக இருந்தது. சும்மா இருந்துகொண்டே உறங்குவது என்பது இயலாத காரியம் என்பதை ஏ.சி. கடையிலிருந்து வேலையை விட்ட பிறகு அவன் கண்டு கொண்டிருந்தான். உறங்கவும் முடியாமல் விழிக்கவும் முடியாமல் அது சாத்தானின் பிடிக்குள் மனம் சிக்கிக்கொள்ளும் ஒரு வினோத அவஸ்தை. தாயிஃபில் சூப் கடை வேலையில் உறங்கத் துடித்தும் தவித்தும் கிடந்த உடலைக் கொண்டு அவனால் உறங்க முடிந்ததில்லை. அப்போதெல்லாம் சும்மா கெடந்து உறங்க வேண்டும் என்பதுதான் அவனின் பேராசையாக இருந்தது. சூப்புக் கடையின் சமையலறைக்குப் பின்னால் பெரிய சிமெண்ட் செங்கல்களால் நான்கு பக்கமும் சுவர் கொண்ட சின்ன அறை. அந்த அறையின் ஆகப் பெரிய சவுரியம் என்பது சுவரில் அப்பிக் கிடந்த படாவதி ஏ.சி. மட்டும்தான். கண் மூடிக்கிடப்பான். ஏ.சி. அறையில் உடம்பு உஷ்ணமாகக் கொதிக்கும். இரவு இரண்டு அல்லது மூன்று மணிக்கு படுக்கைக்குப் போனால் காலை நாலுமணிக்கெல்லாம் எழுந்து கொள்ள வேண்டும் என்பதால் அவனுக்கு உறங்கப் போகும் போதே எரிச்சலும், அவஸ்தையும் கூடவே சேர்ந்துகொள்ளும். பாகிஸ்தானி படுத்த மாத்திரத்திலேயே பிணம்போலக் கிடந்து நாலுமணிக்கெல்லாம் சரியாக மின்விளக்கு போல எரியத் தொடங்கிவிடுவான். அவன் தூக்கமும், விழிப்பும் மின்சாதனத்தின் இயக்கம் போலத்தான். சூப்புக்கடை முதலாளி பாகிஸ்தானி மனிதனா மிருகமா என்ற சந்தேகம்கூட ஃபைசலுக்கு வந்ததுண்டு.

தொட்டடுத்துக் கிடந்து பிணம்போல ஒருவன் தூங்குவதைப் பாத்துக்கொண்டே தூக்கம் வராமல் புரண்டு புரண்டு கிடப்பது உலகின் மிகக் கொடுமையான அவஸ்தைகளில் ஒன்று என்பதை அவன் அப்போது உணர்ந்திருந்தான்.

கட்டுமஸ்தான உடலமைப்பைப் பெற்றிருந்த நல்ல பலசாலி யான பாகிஸ்தானி இரண்டு மூன்று மனிதர்கள் சேர்த்துத் தூக்க வேண்டிய சூப்பு அண்டாவைத் தனியாளாகத் தூக்கி வைத்துவிடுவான். பாகிஸ்தான் நாட்டைக் குறித்த ஃபைசலின் பிடித்தமின்மை அந்த பாகிஸ்தானி மீது அவனுக்கு ஏற்பட்ட தில்லை.

"பாய் ஜனாப்..." என்ற அவனின் அழைப்பு மிகுந்த அன்பாக வெளிப்படும் போதும் உணவருந்தும் போதும் வரலாறு மயிரு... மண்ணாங்கட்டி என அவன் தொண தொணத்துக் கொண்டிருக்கும்போதும் தொணதொணப்பி னோடு அவன் பிரமிப்பூட்டும் பல தகவல்களைச் சொல்லிக் கொண்டிருப்பான். எரிச்சலோடு அவன் பேச்சை வேண்டா வெறுப்பாகக் கேட்கத் துவங்கினாலும் விசயத்தை அழகாக்கி விடும் அவனின் வசீகரப் பேச்சினுள் விருப்பத்திற்குரியவராக நம்மை மாற்றிவிடுவான்.

"பாய் ஜனாப் இந்த தாய்ஃப் நகரம் பற்றித் தெரியுமா உங்களுக்கு..?"

"இங்கு நபியை கல்லால் எறிந்தார்கள் என்பதை ஒரு பாடலின் வழியாகக் கேட்ட நினைவு இருக்கிறது."

"ம்... புனித மக்காவிற்கு தென்கிழக்கே அறுபத்து ஐந்து மைல் தொலைவிலுள்ள இயற்கையழகு பூத்துக் குலுங்கிக் கொஞ்சும் மலை நகரம்தான் இந்த தாயிஃப் இங்குள்ள இறை மறுப்பாளர்களுக்கும் மதினாவிலுள்ள இறை நம்பிக்கையாளர் களுக்கும் ஹிஜ்ரி 8 ஷவ்வால் ஆங்கிலத்தில் கி.பி. 630 பிப்ரவரி யில் சண்டை நடைபெற்றது. அதன் பெயர் தாயிஃப் போர்" சொல்லிவிட்டுக் கும்பாவிலிருக்கும் சூப்பை மாடு தண்ணீரை உறிவதுபோல உறிஞ்சிக்கொண்டிருப்பான். இந்த பைத்தியக் காரன் புத்தகங்கள் படிக்கிறவனாகவும் தெரியவில்லை. எங்கே யிருந்து இவைகளையெல்லாம் பேசுகிறான். கேலி பேசும்போது கூட அதற்குமேல் ஒரு கேலியைப் பேசவிடாமல் செய்துவிடு கிறான். தினமும் படுக்கைக்குப் போகும் முன்னால் எழுபது ரியாலை தந்துவிடும் அவனின் நேர்மை ஃபைசலுக்கு எல்லா கஷ்டங்களையும் தாங்கிக்கொள்ளும் மனவலிமையைக் கூட்டி இருந்தது. வியர்வை உலரும்முன் கூலியைக் கொடுக்க வேண்டும் என்பது நபியின் வாக்கு என்பான். ஆனாலும் ஃபைசலிடம்

வேலை வாங்குவதில் அவன் எந்த தயவும் காட்டியதில்லை. தாயிஃபில் அவன் கடைக்கு முன்னால் நிறைய டிரக் வண்டிகள் நிற்கும். வாகன ஓட்டிகளாக வரும் பாலஸ்தீனிகளும் உ.பி.க்காரர் களும் சில நைஜிரியாக்காரர்களும் ஆப்கானிஸ்தானிகளும் அவனின் மதிப்பிற்குரிய வாடிக்கையாளர்கள் அப்படியொரு பாலஸ்தீனியின் வண்டியில்தான் ஃபைசல் விடிந்தும் விடியாத காலைப் பொழுதில் பாகிஸ்தானியிடம் வந்திறங்கினான். அந்தக் காலை பொழுதை வாழ்வின் எந்தத் தருணங்களிலும் மறக்க முடியாது. துவைஜியிடமிருந்து அவன் தப்பிப்போகும் திட்டத்தை ஒரு வெள்ளிக்கிழமை ஜூம்மா தொழுகையில் பத்து நிமிடங்கள் உரையாடிய மலையாளியின் ஆலோசனைக் குப் பிறகே வடிவமாக்கிக் கொண்டான். துவைஜி தொழுகை முடிந்து தனியாக சுன்னத் தொழுது கொண்டிருந்தபோது அல்லது அவன் தனது பாவங்களுக்காக நீண்ட துவாவை கேட்டுக்கொண்டிருக்கும்போது பத்து நிமிட இடைவெளியில் துவைஜியின் கார் அருகே

“நாட்ல எவிடயா ...” என முகம் பார்த்துப் பேசிய மலையாளியின் ஆலோசனைக்குப் பிறகே தப்பிப்போகும் எண்ணத்தை வசப்படுத்திக் கொண்டான். அப்போது அவனுக்கு ரியாத்தின் சாலைகள் ஓரளவுக்குப் பரிச்சயமாகியிருந்தன. அடிக்கடி தொழுகையில் சந்தித்துக்கொண்ட மலையாளி ஹம்சா அந்த தொழுகைப் பள்ளியின் எதிரிலுள்ள சின்னத் துணிக்கடையில் வேலை பார்த்துக்கொண்டிருந்தான். அவனோடு பல சந்தர்பங்களில் பேசுவதற்கான வாய்ப்பு கிடைத்தது. ஹம்சா வோடு ஒருமுறை பேசியதைக் கவனித்துவிட்ட துவைஜி ஹம்சாவை மிகக் கேவலமாகப் பேசி அனுப்பியதோடு ஃபைசலிடமிருந்து இக்காமாவைப் பறித்துக்கொண்டான்.

“இக்காமா உனக்கு தனியாகத் தேவையில்லை. அது என்னிடம் இருக்கட்டும். நீ என்னிடம் அலுவலகத்திலோ அல்லது வீட்டிலோதானே இருக்கிறாய்” என்றான். அவனிடம் பதில் பேச முடியாது. ஒருவேளை பேசினால் அவன் ஆத்திர முற்று அடிக்ககூடும். ஹம்சா இன்னொரு முறை காரின் அருகே முகம் பார்க்காமல் கடந்து போகும்போது

“உனது அரபி நாயைவிட மோசமாக நடந்துகொள்கிறான். அவன் எப்படி மனித ரூபத்தில் நடக்கிறான் என்பது எனக்குப் புரியவில்லை.”

“உண்மைதான். நீ நிற்காதே. போய்விடு. அவன் வந்து விடுவான்.” ஹம்சா பரிதாபமாக ஃபைசலைப் பார்த்துக் கொண்டே போனான்.

சரியாக அது நூற்று எண்பத்து ஆறாவது நாள் துவைஜி யோடு ஒவ்வொரு நாட்களையும் ஃபைசல் எண்ணிக்கொண் டிருந்தான். புறச்சாலையில் இரவு பயணிக்கும் டிரக் வண்டி களைக் குறிவைத்தால் தப்பிப் போகலாம். ஹம்சா குறிப்பிட்ட சில சூட்சுமங்கள் வழியாக தப்பிப்போகும் எண்ணத்தை வலுப்படுத்திக்கொண்டான். தப்பிப்போகும் முயற்சியில் தனக்கு மரணம் நிகழ்ந்தாலும் நல்லதுதான்.

துவைஜியின் வீட்டு ரயில் பெட்டி அறையில்தான் அப்போதைய இரவுகளைக் கழித்துக்கொண்டிருந்தான். நடு இரவில் கதவு மெல்ல வருடப்படும் சத்தத்தில் அவன் கதவைத் திறந்தால் அரூஷா உள்ளே வந்துவிடுவாள். பேரழகியான அவள் கற்பனையில் தான் கண்டு சுகித்த பெண் உடலின் நிஜக் காட்சி வடிவமாக இருந்தாள். ஒரு மாதமாக அவளின் வருகை அடிக்கடி நடு இரவில் இப்படி நிகழ்ந்துகொண்டிருக் கிறது. துவைஜியைக் குறித்த அச்சம், நடுக்கம், எல்லாம் மூளையில் மழுங்கடிக்கப்பட்டுக் காமம் அவனுள் புகுந்து தலை விரித்தாடும்போது அரூஷாவுக்குள் புகுந்து வெளியேறி னான். வெளியேறிய மறு நிமிடம் துவைஜியைக் குறித்த நடுக்கம் தனக்குள்ளே முழுவதுமாய் பரவிக்கொள்ளும்போது அவசர அவசரமாக கதவைத் திறந்து அவளை வெளியேற்றி விட்டு

“படச்சரப்பே . . . என் பாவங்களை மன்னிப்பாயாக . . .” கரங்களை மேல் நோக்கித் தூக்கி யாசிப்பான். துவைஜிக்கு தெரிந்தால் தான் கொலை செய்யப்படலாம் என்பதைக் குறித்த அச்சம் பயமாகப் பரவிக்கொண்டிருந்தது. அவன் அச்சப்பட்டு நடுங்கிக் கிடக்கும்போதே அவளின் சிவந்த மார்பகத்தின் மீது முகம் புதைந்து கிடக்க நடுக்கத்தைப் புறந்தள்ளிவிட்டு மனம் இன்னும் இன்னும் ஏங்கித் தவித்துக் கிடந்தது. காமம் பயத்தைத் தின்றது. இனி அரூஷா நடு இரவில் கதவைச் சுரண்டினால் திறக்கக் கூடாது என்கிற வைராக்கியம் அவள் கதவைச் சுரண்டுகிற எல்லா இரவுகளிலும் தோற்றுப்போனது.

வெள்ளி இரவில் தப்பிப்யோடும் அவனின் திட்டம் அவனுள் தீவிரமாகிக் கொண்டிருந்தபோது எந்த நிலையிலும் அகத்தின் அழகை முகத்தில் காட்டக் கூடாது என்பதில் தீர்மானமாக இருந்தான். முதன் முதலாக இரவு முழுவதும் தன்னோடு இனிமையாகப் பேசிக்கொண்டே விடியலுக்கு முன்னமே தப்பிப்போன ஸ்ரீலங்கா குமாரின் முகம் போலத் தானும் சலனமற்று இருக்க வேண்டும் என்பதை மனதுக்குள் வரைந்துகொண்டே குமாரின் முகத்தை மறுபடியும் மறுபடியும் யோசித்துப் பார்த்தபோதும் அது அவனின் நினைவில் வரவே இல்லை. மாறாக அலுவலக அறையில் பிலிப்பைனியின் முகம்

நினைவில் கிடந்தது. தொட்டடுத்துக் கிடந்தும் கதை பேசியும் சிரித்தும் பிலிப்பைனி முகத்தை எப்படி வைத்திருந்தான். போதாத குறைக்கு துவைஜியின் பீரோவிலிருந்து பாஸ்போர்ட், இக்காமாவை எவ்வளவு சாமர்த்தியமாகத் திருடிக்கொண்டே நண்பா . . . நண்பா . . . என்று தனது முகத்தில் எந்த சலனமும் இல்லாமல் முகத்தை எப்படி வைத்துக் கொண்டிருந்தான். என்றாவது எங்கேயாவது ஒருநாள் வாழ்வின் ஏதேனும் ஒரு தருணத்தில் அவனை சந்திக்க நேர்ந்தால் அவனிடம் கேட்பதற் கான கேள்விகள் இதயத்தின் அடியாழத்தின் மறைவான பிரதேச வெளிகளில் ஆறாத ரணமாய்க் காத்துக் கிடக்கிறது.

இரவு ஃபைசலிடம் கனன்றுகொண்டிருந்த பதட்டத்தை முந்தைய அனுபவங்களின் வழி முகத்தில் வைத்துக்கொள்ள வில்லை. கண்ணாடியில் முகம் பார்த்தபோது அகத்தின் அழகை முகத்தில் மறைத்துக்கொள்ளும் வித்தை வசப்பட்டு விட்டதாகத் தோன்றியது. கண்கள்தான் மோசமானது. எல்லா வற்றையும் வெளிப்படுத்தும் ஆவல் கொண்டு சுழல்கிறது. குளிர்ந்த நீரால் கண்களைத் துடைத்துக்கொண்டு மெல்லமாக சிரித்துப் பார்த்தான். அகத்தின் அழகு முகத்தில் தெரியும். மயிருல தெரியும் என்பதுபோலத் தன் முகத்தை மாற்றிக் கொண்டே மீண்டும் மீண்டும் பார்த்து சரிசெய்து கொண்டிருந் தான். மறுநாள் காலையில் மாடி ஜன்னல் கண்ணாடி விலக்கி அரூஷா கண்களால் பேசினாள். நேற்று எப்படி என்பது போல இருந்தது. அவளின் கண்களின் அசைவில் உலகின் எல்லா அற்புதங்களும் தெரிந்தது. அவளின் பார்வைபோல இதுவரையிலும் எதுவும் அவனைச் சிதைவுக்குள்ளாக்கியதில்லை.

நீரால் நனைக்கப்பட்ட மண்ணாகக் குழைத்து விடுகிறாள். விழுந்து கிடக்கும்போது உயிரற்ற சொரூபமாக எடுத்துக் கொள்கிறாள். பறவையாக பறந்து திரிவதும் ஊர்வனவாக மாறிக்கொள்வதும் உயர்ந்த மரத்தின் உச்சாணிக் கொப்பி லிருந்து உதிரும் சருகாய் எடையற்று மெல்லத் தவழ்ந்து நிலம்பாவுவதும் புதிது புதிதாய் பிறப்பும் இறப்பும் அவளோடு நிகழந்துகொண்டே இருக்கிறது. ஓடிப்போகும் நீண்ட சாலைகள் உண்டுமானால் அவளை இழுத்துக்கொண்டு எங்காவது ஓடிப் போய்விடலாம். பூமியின் ஓரங்கள் தெரியுமானால் இந்த பூமிப்பந்தை எட்டி ஒரு மிதி. மிதிக்கப்பட்ட வேகத்தில் அது உருண்டு திரண்டு கலைந்து ஒரு அழகிய நாடாக மாறும். அதன் பெயர் இந்தியா. உச்சி மலையின் சமவெளிப் பரப்பில் எங்கள் வசிப்பிடம், கொஞ்சம் பறவைகள் நீண்ட புல்வெளி, வசிப்பிடத்தைச் சுற்றிலும் செய்தூன் மரங்கள். அரூஷா என் தேவதை . பாஸ்போடு, விசா, இக்காமா எல்லாம் என்மயிருக்குச்

சமம். அரூஷா கண்ணாடியை இன்னும் இழுத்து மூடவில்லை. பார்த்துக் கொண்டிருக்கிறாள். உயரத்தில் உச்சாணிக் கொப்பில் பூத்த மலர் போல. அவளைத் தவிர இந்த உலகில் எல்லா அதிகாரங்களும் அழிந்துபோகட்டும். கண்களை இறுக்கமாக மூடிக்கொண்டான். மூடப்பட்ட கண்களுக்குள் அவள் முகம் மட்டும் வெளிச்சமாய் தெரிந்தது. ஒரு நடு இரவில் ஃபைசல் அரூஷாவின் மடிமீது சாய்ந்து கிடந்தபோது அவள் மெல்லமாகக் காதில் பேசினாள்.

"இந்தியனே... நம்மை இப்போது துவைஜி பிடித்துக் கொண்டால்..."

"முதலில் என்னையும் பிறகு உன்னையும் கொலை செய்வான்."

"அப்படியானால் நாம் இருவரும் ஜன்னத்துல் – பிர்தௌஸ்[1]க்கு போய்விடலாம்தானே"

"அது எப்படி முடியும்? நாம் இருவரும் ஹரமான[2] காரியமல்லவா செய்கிறோம்."

மௌனமாக இருந்த அரூஷாவின் முகம் வாடிப்போய் இருந்ததைப் பார்த்துக்கொண்டே

"அரூஷா" என்றான்.

"நீ எனது ஆண் என்பதை நான் உறுதி செய்துவிட்டேன். நான் உனக்கான பெண் என்பதை நீ உறுதிப்படுத்துவாயா?"

"ம்..."

"ம்... என்றால் இறைவன்மீது ஆணையாக உறுதிப்படுத்து."

"இருவருக்கும் இது சொந்தமான நாடல்ல. இங்கிருந்து நாம் எப்படி உறுதிப்படுத்திக்கொள்ள முடியும்."

அரூஷா எழுந்தாள். தனது இரண்டு கைகளைத் தூக்கி தலைமுடியைச் சரிசெய்தாள். முன்னிலும் சிறப்பாக அவளது மார்பகங்கள் பூத்து நின்றன.

"ஒருவேளை நீ என்னை ஏமாற்றக் கூடும். இந்தியனே நீ அப்படிச் செய்தால் அது எனக்கு வாழ்வின் மோசமான வலி நிறைந்ததாகவே இருக்கும். அந்த வலியிலிருந்து என்னால் எப்போதுமே மீள முடியாது."

---

1. ஜன்னத்துல் – பிர்தௌஸ்: சுவர்க்கம்.
2. பாவமான.

மேற்கொண்டு எதுவும் பேசாமல், கேட்காமல் கதவை ரகசியமாய்த் திறந்து திருடியைப் போல வெளியேறிப் போனாள்.

ஞாயிறு நடு இரவில் அவன் தப்பிப்போகத் திட்டமிட்டிருந்தான். நடு இரவு மூன்று மணிக்குப் பிறகு துவைஜியின் வீட்டுப் பின் கதவைத் திறந்து தெருவில் வெளியேறி, உடுதுணியோடு நீண்ட தெருமுனையில் பிரதான சாலையைச் சென்றடைய வேண்டும். பிரதான சாலையிலிருந்து நான்கு கிலோ மீட்டர் தூரப்பயணம். புறச்சாலைக்குப் போனால் டிரக் வண்டிகளின் அணி வகுப்பு. பிரதான சாலையிலிருந்து புறச்சாலைக்கு சில குறுக்குப்பாதைகளை மலையாளி சொல்லியிருந்தான். படச்சரப்பே ... என கண்ணை மூடிக்கொண்டு ஓடிவிட வேண்டும்.

சனி இரவு இரண்டு மணிக்கு மேல் கதவு சுரண்டும் மெல்லிய ஓசை கேட்டதும் அவன் கதவைத் திறந்தபோது அருஷா தனது வழக்கமான ரகசிய முறையில் உள்ளே புகுந்தாள். “ஃபைசல் ... இந்தியனே என் நண்பனே ... எனக்கு துவைஜி விடுமுறை தந்திருக்கிறான். நான் ஐந்தாறு தினங்களில் ஊருக்குப் போவேன். இரண்டு மாத விடுமுறை.”

ஃபைசலின் மார்பில் முகத்தை அழுத்திக்கொண்டே சொன்னவள் பிறகு மெல்ல தலைதூக்கி “என்னைச் சீக்கிரமாக மணம் முடித்துக் கொள்கிறாயா ..? நான் இந்த ஹராமான காரியத்தில் தங்கிவிடாமல் என்னைக் காத்துக்கொள்ள விரும்புகிறேன்.”

“சரி. இந்தியாவுக்கு என்னோடு எப்படி வருவாய் ..?”

“எம்பஸி மூலமாக நாம் திருமணம் செய்துகொள்ளலாம்.”

அருஷா ... என் அன்பே ... பிறகு அவனுக்கு வார்த்தைகள் வரவில்லை. அவளின் சிவந்த மார்பகங்களில் அவன் முகம் புதைத்திருந்தான். சிரமப்பட்டு அவன் முகத்தைத் தூக்கி நிமிர்த்தி நாம் பேசிக்கொண்டிருப்போம் என்றாள்.

“பேச்சு நமக்குள் கலகத்தை உண்டுபண்ணும். நாம் பேசாமல் இருப்போம்.”

“இல்லை இது என் இந்தோனேசியா எண்.” அவள் குறித்துக்கொண்டு வந்திருந்தாள். அதைப் பெற்றுக்கொண்டவன் அந்த எழுதப்பட்ட காகிதத்தைப் பத்திரப்படுத்திக் கொண்டான். “ஜாவா தீவில் ஜகர்த்தாவில் எனது இருப்பிடம் ஜாவா கடல் ரொம்பவும் அழகானது” என்றாள்.

“நிச்சயமாக உன்னைவிட அழகானதாக இருக்க முடியாது.”

இருட்டறையில் சத்தமில்லாத அவளின் சிரிப்பு ஜாவா கடலின் அலைபோல அறை முழுவதும் அடித்துக்கொண் டிருந்தது. மின்னலின் கணப்பொழுதில் ஜகர்த்தாவில் ஜாவா கடற்கரையில் இருவரும் கட்டுண்டு கிடந்தனர். ஃபைசலின் தழுவுதலில் இருந்து பட்டும் படாமலும் விலகிக்கொண்டே நான் உனக்காகத்தான் என் விடுமுறையை முடித்துக்கொண்டு மீண்டும் இங்கு வருவேன். நீ இல்லையென்றால் நிச்சயமாக நான் வரமாட்டேன்.

சொல்லிவிடலாமா என்று யோசித்தான். பிறகு அவன் மௌனமாகச் சிரித்துக்கொண்டான். சிரிப்பு பிலிப்பைனியின் சிரிப்பைப் போல என்றாலும் சுவாசப் பைக்குள் என்னமோ உடைந்து விழுந்தது.

“ஃபைசல் நீ என் எண்ணை மறந்துவிடாதே. உனக்கு ஒரு எண் தனியாகக் கிடைத்தால், நான் எப்போதும் உன்னோடு பேசிக்கொண்டிருப்பேன். நீ இங்கு வந்த அன்றே உன்னை எனக்குப் பிடித்துவிட்டது. ஏன் எதற்காக என்றெல் லாம் தெரியாது. உன்னுடைய இந்திய எண்ணைத்தா.”

“எனக்கு சொந்தமாக இந்தியாவில் தொலைபேசி இல்லை.”

“விலாசம்கூட இல்லையா . . ?”

பாத்ரூமின் லைட்டைப்போட்டுப் பாதிக் கதவைத்திறந்து வைத்து அந்த வெளிச்சத்தில் விலாசத்தை எழுதினான். “இந்தா . . . இந்தியாவில் தென்கோடி முனையில் என் வீடு.”

“ஜகர்த்தாவில் என் வீடும் அப்படித்தான். ஃபைசல் நீ நிறைய பணம் சம்பாதித்துக் கொண்டு உன் தேவைகளையெல் லாம் நிறைவேற்றிக்கொள். உன்னை நான் மறக்க மாட்டேன். அடுத்த விடுமுறையில் நான் உன்னை இந்தோனேசியாவுக்குக் கொண்டுபோவேன்.”

அவன் பதில் சொல்லவில்லை அல்லது அவனிடம் பதில் சொல்ல இருப்பில் வார்த்தைகள் இல்லாமலிருந்தது.

“என்னை ஏமாற்றுவாயா . . . ஆண்கள் மோசமானவர்கள். ஆனால் நீ அப்படியில்லை என்றுதான் நான் நினைக்கிறேன்.”

“இன்ஷாஅல்லா . . .” என்றான்.

“இன்ஷா அல்லா என்பதை நிஜமாக இறைவன் மீது நம்பிக்கை வைத்துச் சொல்ல வேண்டும். ஆனால் துரதிஷ்ட வசமாகப் பலரும் இதைத் தட்டிக் கழிப்பதற்கான வார்த்தை யாகவே பயன்படுத்துகிறார்கள். நீ எப்படி . . .”

மீண்டும் “இன்ஷா அல்லா . . .” என்றான். ஃபைசலின் முகத்தை உற்று நோக்கிக்கொண்டே பிறகு அவனோடு நெருக்கத் தில் வந்து அருஷா சொன்னாள் “ஒருவேளை நீ பிரிந்து போய்விட்டாலும் எப்போதாவது ஒரு நாள் உன்னைத்தேடி இந்தியாவுக்கு வருவேன் அல்லது நீ உலகின் எந்த மூலையி லிருந்தாலும் உன்னை நான் காண்பேன்.” அவள் தீர்க்கமாகப் பேசுகிறாள் என்பதை அவள் கண்கள் வழியாகக் கண்டு கொண்டபோது பாத்ரூமிலிருந்து கசிந்து வரும் வெளிச்சத்தில் அவள் தன் முகத்தை வாசித்துவிடக் கூடாது என வேகமாக் கதவைத் தாழிட்டுக்கொண்டு அவளைக் கட்டி அணைத்துக் கொண்டான். நீண்ட நேரம் இருவரும் படுக்கையில் புரண்டு கொண்டே கிடந்தனர்.

“ஃபைசல் நேரமாகிவிட்டது. நான் வெளியேறுகிறேன். நாளை மறுநாள் இரவு துவைஜி ஷாம் நாட்டுக்குப் போகிறான். அப்போது நாம் நீண்டநேரம் பேசலாம்.” அவள் ஷாம் நாடு என்று குறிப்பிடுவது சிரியாவைத்தான். ஷாம் நாடு என்பது அக்காலத்தில் சிரியா, ஃபாலஸ்தின், ஜோர்டான், லெபனான் முதலிய நாடுகள் சேர்ந்த ஐக்கிய நாட்டின் பெயராகும். இன்று அதன் பெரும்பகுதி சிரியாவில் அமைந் துள்ளது.

“சிரியா போவது உனக்கு எப்படி தெரியும் . . ?”

“அவன் வீட்டு பெண்கள் பேசிக்கொண்டார்கள். மூன்று நாள் பயணமாம். நான் கிளம்புகிறேன். அவன் ஷாம் நாட்டுக்குப் புறப்படட்டும். அவன் படுக்கை அறையை நாம் வசப்படுத்திக்கொள்ளலாம்” என்றபடி ரகசியமாய் வெளியேறி அவள் இருட்டில் கலந்து மறைந்து போனாள். ஃபைசலுக்கு அழுகை வருவதற்கான எல்லா சாத்தியங்களும் உண்டாயின. அவன் அறைக்கதவை அடைக்காமல் இடைவெளி வழியாக வெளியில் குமிந்து கிடந்த இருட்டைப் பார்த்துக்கொண்டிருந் தான். இவளோடு கிடந்து இங்கயே மரித்துவிடலாம்தானே . . . அவனுக்கு ஒன்றும் புரியவில்லை. இந்த அப்பாவி பெண்ணிடம் என்ன செய்ய இயலும். கதவை அடைத்து சாத்தியபோது அவன் மனம் திரும்பத் திரும்ப சதிகாரப் பயலே . . . சதிகாரப் பயலே எனத் திக்ரு போல சொல்லிக்கொண்டிருந்தது.

துவைஜி அருஷாவைப் புணர்ந்திருக்கிறான் என்று பிலிப்பைனி சொன்னதை அப்போது அது பச்சைப்பொய் என்றே நம்பினாலும் அது குறித்த குழப்பங்கள் அவனை அலைகழித்துக்கொண்டே இம்சித்தன. ஒரு வேளை புணர்ந் திருப்பானோ . . . அலுமினிய அறையில் அடைபட்டுக்கிடந்த

மகிரிபி பெண் சொன்னாளே. துவைஜி என்னோடு செக்ஸ் செய்வான் என்று. அதுபோல அரூஷாவோடு . . . சே . . . சே . . . இருக்காது. அரூஷா எனக்கானவள். அரூஷா என்மீதும் நான் அவள்மீதும் தீவிரமான காதல் கொண்டிருக்கிறோம். மயிரு கொண்டிருக்கிறாய். சதிகாரப்பயலே . . . மனதின் கூச்சல் விடவில்லை. நான் தப்பிப் போகிறேன். என்னை மன்னித்து விடு என்று அரூஷாவோடு ஏன் சொல்லவில்லை. அவள் ஒருக்கிலும் என்னைக் காட்டிக்கொடுக்க மாட்டாள். அவனுக்குத் தலைவலிக்கத் துவங்கியிருந்தது. அந்த வலி பின்னந் தலையி லிருந்து பிடரியோடு வலித்தது. ‘எங்கள் பிடரியை நரகத் தீயிலிருந்து பாதுகாப்பாயாக . . .’ என்று தொழுகை முடிந்து கேட்கும் துவா நினைவில் வந்தது. பயந்து நடுங்கியவனாய் படுக்கையில் சாய்ந்து விழுந்தான். இறைவன் எங்கே இருக்கிறான். மனிதனின் பிடரி நரம்பை விடவும் அருகில் இருக்கிறான் என்று எப்போதோ மதரசாவில் ஆலிம் சொல்லித் தந்தது இப்போது அச்சர சுத்தமான குரலில் அறையெங்கும் கேட்கிறது. இறைவன் பிடரி நரம்பை விடவும் அருகிலிருக்கிறான். அவன் ஒரு தவனைக்காக உங்களை விட்டு வைத்திருக்கிறான். ஒலி பல்வேறு தொனிகளில் கேட்டுக்கொண்டே இருந்தது. பயந்து தலையோடு மூடிக் கிடந்தவன் தூங்காமல் ஏ.சி. அறையில் போர்வைக்குள் வியர்த்துக் கிடந்தான்.

காலையில் துவைஜியின் சிரியா பயணம் வேலையாட்கள் எல்லோராலும் அறியப்பட்டது. அலுவலகத்திலிருந்த யமனியை எல்லா பணியாளர்களுக்குத் தலைவராக்கியிருந்தான். வழக்க மாக முன் வெளிக்கதவைப் பூட்டி விடுவார்கள். ஆனால் துவைஜி இரவில் ஃபைசலின் அறைக்கதவை வெளியே பூட்டி காலையில் திறந்துவிடச் சொல்லியிருந்தான். இதனால் துவைஜி சிரியா சென்ற பிறகு தப்பிவிடலாம் என மாற்றம் செய்திருந்த ஃபைசல் தனது முந்தைய திட்டமான ஞாயிறு இரவை மீண்டும் உறுதிபடுத்திக்கொண்டான். நான்கைந்து நாட்களுக்கு முன்னால் தொழுகை முடிந்து ஹம்சாவிடம் தமிழில் எழுதிக் கொடுத்த கடிதத்தை அவன் படித்தானா என்பது தெரியாது. படித்திருந் தால் ஹம்சா தொழுகைப் பள்ளிக்கு முன்னால் நடு இரவில் காத்திருப்பான். நடு இரவில் தனியாக நிற்பது யாராலும் பார்க்கப்பட்டால் அது கடினம்தான். ஆனால் நல்ல சாலை களில் காரணத்தோடு நடந்து போகலாம். படச்சவனே உன் காவல்.

ஞாயிறு நடு இரவு துவைஜியின் வீட்டிலிருந்து அலுமினிய அறையின் பின்பக்கச் சுவர் ஏறி தப்பி வெளியேறிய அந்தப்

பொழுதில் அரூஷா . . . அரூஷா . . . என்று அவன் நாவு தனிச்சையாக சொல்லிக்கொண்டது. அரூஷா எனக்காகவா நீ திரும்ப வருவாய். பாவம். மனம் மரித்துப்போய் மய்யத்தாய் கிடந்தபோதும் மய்யத்தைத் தூக்கிக்கொண்டு நடக்கத் துணிந்து விட்டான். கடைசிப் பார்வையாக மாடியின் கண்ணாடிக் கதவைப் பார்த்துக்கொண்டே நீண்ட மதில் சுவர் ஏறி மறு பக்கம் கடினப்பட்டு இறங்கித் தனது திட்டத்தின் பிரகாரம் நடக்கத் துவங்கினான். இருட்டின் எல்லா பக்கங்களிலும் துவைஜியின் உருவம் அவனைத் துரத்தத் தொடங்கியது. தொழுகைப் பள்ளிக்கு முன்னால் ஹம்சா இல்லை. வழியில் மாட்டிக்கொண்டால் மீண்டும் துவைஜி வீட்டில் மரணம் உறுதி செய்யப்பட்டுவிடும். இந்த பயம் துவைஜியின் உருவ மாகத் துரத்துதலை விடவில்லை. சாலையிலேயே நடந்தான். துணிச்சலாக நல்ல தெருக்களில் நடந்தான். அறிந்துகொண்ட அடையாளங்களின் வழி ஓடத் துவங்கினான். அவனை யாரோ துரத்துகிறார்கள். இந்த துரத்துதல் புறச்சாலையில் ஏழாவது வண்டியாக நின்ற பாலஸ்தீனியின் டிரக் வண்டியில் ஏறிக் கொள்ளும் வரைவிடவில்லை. பாலஸ்தீனி ஃபைசலை பயந்து கொண்டே நீண்ட நேரம் பார்த்தான்.

“உன்னைப் பார்த்தால் மரணத்திலிருந்து தப்பியவனைப் போலத் தெரிகிறது.”

“கிட்டத்தட்ட அப்படித்தான். இறைவனுக்குப் பிறகு என்னைக் காப்பாற்ற வேண்டும்.”

“நீ இந்தியன்தானே . . .”

“ஆமாம். இறைவன் உனக்கு அருள் புரிவான். நான் மோசமான ஒரு அரபியிடமிருந்து தப்பி வந்துள்ளேன்” என்ற போது பாலஸ்தீனி பயந்து கொண்டே வேகமாக ஃபைசலை வண்டியிலிருந்து இறங்கிவிடும்படி வேண்டினான். ஃபைசலின் கதறல் அவனால் பொறுக்கும்படியாக இல்லை. அவன் தன்னைத் திடப்படுத்திக்கொண்டு டிரக் வண்டியின் கண்ணாடியை இறக்கி சுவாசித்துக்கொண்டான்.

“பயப்படாதே. இந்தியர்கள் நல்லவர்கள். அளவற்ற அருளாளனும் நிகரற்ற அன்புடையோனுமாகிய இறைவனுக் காக நான் உன்னைக் காப்பாற்றுகிறேன். தாயிஃப் வரை கொண்டு விடுகிறேன். எனது வண்டி அங்குதான் போகிறது.”

“எனது உறவினர் சிலர் அல்ஹாசாவில் உள்ளனர்.”

"அல்ஹாசா என்றால் நீ எதிர் சாலைக்குப் போக வேண்டும். இப்போது எதிர் சாலை நல்லதல்ல. ஒன்றிரெண்டு போலீஸ் வாகனங்கள் சுற்றியலைவதை நான் கண்டேன். ஒருவேளை நீ மாட்டிக்கொள்ளக் கூடும். இங்கிருந்து தப்புவதுதான் பிரதானம் என்றால் தாயிஃப் வந்துவிடு. அதன் பிறகு நீ ஜித்தா போனால் உனக்கு நல்லது."

"எங்காவது என்னை பாதுகாப்பாய் கொண்டு போ."

"வா... தாயிஃபில் உனக்கு ஒரு நல்ல இடம் இருக்கிறது. ஒரு பாகிஸ்தானி இருக்கிறான். அவனிடம் வேலையும் உண்டு."

படச்சரப்பே... என ஃபைசல் சுவாசிக்கத் தொடங்கினான்.

பாலைவன இருட்டுக்குள் பிரம்மாண்டமான சாலையில் பாலஸ்தீனின் டிரக் வண்டி போய்க்கொண்டிருந்த வாகனத்தின் பின்னே நீண்டு நின்ற தொடச்சியில் ஐநூறுக்கு மேற்பட்ட ஆடுகள் அடைக்கப்பட்டிருந்தன.

"எஸ் கிஸ்மு..."

"ஃபைசல். முகம்மது ஃபைசல்."

"நல்ல பெயர். நான் சில மனிதர்களை இப்படி கொண்டு போயிருக்கிறேன். உனக்கான உணவும் குடிநீரும் இங்கு இருக்கும் வரை யாரும் எதுவும் செய்துவிட முடியாது. உனக்கான கோதுமையில் உன் பெயர் இருக்கும்வரை உன்னை யார் என்ன செய்துவிட முடியும். அல்லா... கபீர்[3]... அல்லா... கரீம்[4]..." பாட்டிலிலிருந்த குளிர்ந்த நீரை நீட்டினான்.

சுக்ரன்[5]...

"நண்பனே... இருநூறு மைல்களுக்கு அப்பால் ஒரு பத்து நிமிடம் நீ இந்த ஆடுகளுக்கிடையே கிடக்க வேண்டும்."

தலையாட்டினான்.

"அந்த பாகிஸ்தானியிடம் இறைவன் நாடினால் அங்கு நீ காக்கப்படலாம்."

"இன்ஷா அல்லா..."

---

3. பெரியவன்.
4. தருபவன்.
5. நன்றி.

“இந்தியனே . . . இறைவன் நாடினால் அங்கிருந்து பிறகு நீ விரும்பினால் அல்ஹாசா செல்லலாம்.”

“இன்ஷா அல்லா . . .”

ஃபைசல் இருக்கையில் தலைசாய்த்துக் கொண்டான். அருஷாவின் முகம் அவனுக்கு நெருக்கமாக வந்தது. அவள் தொலைபேசி எண் எழுதித் தந்த காகிதத்தைச் சட்டைப் பையில் தொட்டுப் பார்த்துக் கொண்டான். அல்ஹாசாவில் மம்மனிபாவின் அறை எண்ணும் இருந்தது. அதைத்தவிர அவன் துவைஜி வீட்டிலிருந்து எதையும் எடுத்துக்கொள்ள வில்லை. விடிந்தால் அவள் மாடியின் கண்ணாடி விலக்கி என்னைத் தேடும்போது பதறிப்போவாளே. சதிகாரா . . . சதிகாரா . . . சதிகாரா . . . மனம் திரும்பத் திரும்பச் சொல்லிக் கொண்டிருந்தது. அந்த நடு இரவில் மணிக்கு நூற்று நாற்பது கிலோமீட்டர் வேகத்தில் பாலஸ்தீனி டிரக் வண்டியை ஓட்டிக் கொண்டிருந்தான்.

11

இந்தியன் எம்பஸி நாட்டின் தலைநகரமாக இருக்கும் ரியாத்தில் இருந்தது. ஜித்தாவில் இந்தியர்கள் பரவலாக இருந்ததால் இந்தியன் கான்ஸ்லேட் தனியாக இயங்குகிறது. அடையாளமற்றுத் திரியக் கூடியவர்கள், பல்வேறு பிரச்சனைக்குட்பட்டவர்கள் கான்ஸ்லேட்டில் நேரடியாகப் போய் முறையிடலாம். மற்றபடி அடையாள அட்டை, பாஸ்போட் இவைகள் இல்லாமல் போலீஸில் மாட்டிக் கொள்ளக் கூடியவர்கள் ஷரஃபியா பாலம் அருகே உள்ள கிளைச் சிறையிலும் ஒன்றிரண்டு நாட்களுக்குப் பிறகு புரைமான் சிறையிலும் அடைக்கப் படுகின்றனர். புரைமான் சிறைக்கு வாரம் ஒருமுறை அல்லது இரண்டு வாரங்களுக்கு ஒருமுறை சிறையில் கிடப்பவர்களின் அதிர்ஷ்டத்தைப் பொறுத்து கான்ஸ்லேட் அதிகாரிகளின் வருகை நிகழும். குற்றங்களுக்கான தண்டனை பெற்றவர் களைத் தவிர மற்றவர்களை அதிகாரிகள் கலந்து பேசி இந்தியன் என்பதை உறுதிசெய்து புகைப் படம் எடுத்துக் கொண்டுபோய் எமர்ஜென்சி பாஸ்போட் தயார்படுத்திக் கொடுத்தால் அவர்கள் புரைமான் சிறையிலிருந்து நேரடியாக விமான நிலையம் அல்லது கப்பல் துறைமுகம் எது வாய்ப்பாக இருக்கிறதோ அங்கே கொண்டுபோய் இந்தியாவின் பம்பாய்வரை அனுப்பி வைக்கப் படுவார்கள். கான்ஸ்லேட்டில் நேரடியாகப் போய் எமர்ஜென்சி பாஸ்போட் பெற்றுக்கொண்டு நேரடி யாக ஸ்டாம்பிங் செய்யும் சாமர்த்தியம் உள்ளவர் கள் சிறைக்குச் செல்லாமல் போய்விடலாம். இது

எளிதான காரியமல்ல. இங்கு பெரும்பான்மையானவர்கள் சிறைக்குச் சென்றே நாடு திரும்புகின்றனர். சிறைவாசம் என்பது இருபத்தியொரு நாட்களிலிருந்து அதிகபட்சமாக மூன்று மாதம்வரையான காலத்துக்குள் இருக்கலாம். இவை எல்லாம் சந்தர்ப்பத்தைப் பொறுத்தது. மம்மலி பூஃபியாவில் வேலை பார்த்த அலவி மாட்டிக்கொண்டபோது நேரடியாகப் புரைமான் சிறைக்கு அவனைக் கொண்டு போயிருக்கிறார்கள். அவன் புரைமான் சிறைக்குப் போன மறுநாளே கான்ஸ்லேட் அதிகாரி களின் சிறை வருகை நாளாக அமைந்திருந்தது அவனின் அதிர்ஷ்டமாக இருந்திருக்கிறது. இதனால் அலவி ஏழாம் நாளே பம்பாய் போய் சேர்ந்துவிட்டான். எல்லாவற்றையும் வரிசையாக ஒன்றன்பின் ஒன்றாக ஆலோசித்துக்கொண்டுதான் நேற்று மாலையே குமரி இக்பாலும் மொய்தீனும் ஃபைசலோடு பிரபுவின் லிமோசினில் புறப்பட்டுப் போனார்கள். குமரி இக்பாலின் உறவினர் ஒருவர் கான்ஸ்லேட்டில் கடைநிலை ஊழியராக இருந்தார். கான்ஸ்லேட் மூடப்படுகிற நேரமானதால் சில விண்ணப்பக் காகிதங்களைப் பூர்த்தி செய்துகொடுத்து பிரபுவையும் ஃபைசலையும் அறிமுகம் செய்துவிட்டு நாளை காலை இவர்கள் வரும்போது உதவும்படி வேண்டிக்கொண்டு விடைபெற்று வந்துவிட்டனர்.

ஜித்தா கான்ஸ்லேட்டில் ஃபைசலுக்கான எமர்ஜென்ஸி பாஸ்போர்ட்டு கிட்டத்தட்ட தயாராகிவிட்டது போலத்தான். ஃபைசல் இந்தியன் என்பதற்காக குமரி இக்பாலும் வீரபுத்திரன் பிரபுவும் தாங்களின் பாஸ்போர்டு பிரதியை வழங்கி நேற்றே உறுதி கையொப்பம் இட்டிருந்தனர். மறுநாள் காலை சந்திப்பில் பிரபுவும் ஃபைசலும் போனபோது குமரி இக்பாலின் உறவினர் பாஸ்போர்டு வழங்க வேண்டுமானால் இந்தியாவுக்கான விமான டிக்கெட் ஃபைசலின் பெயரில் ஓப்பன் டிக்கெட்டாக எடுத்துக்கொண்டு வரும்படி கான்ஸ்லேட் அதிகாரி சொல்லிய தாக சொல்லிவிட்டுப் பிறகு ஃபைசலை அதிகாரி முன்பு அழைத்துப் போனபோது கூடவே பிரபுவும் போனான். அதிகாரி தலைநிமிர்ந்து பார்க்காமல் சலனமற்ற நீதிபதியைப் போல அமர்ந்திருந்தார். அவரின் இருப்பும் பார்வையும் ஒரு மனிதனை இதற்கு மேல் அவமானப்படுத்த முடியாது என்பது போல இருந்தது.

குமரி இக்பால் இருந்தால் சிறப்பாக இருந்திருக்கும். ஆனால் இன்று அவருக்குக் காலை ஆறு மணியிலிருந்து மதியம் இரண்டு மணிவரையிலான காலை ஷிஃப்ட். கம்பெனி வேலை என்பதால் எட்டு மணிநேரம் மட்டுந்தான் வேலை. அதிகபட்சமாக ஓவர் டைம் நாலுமணிநேரம். ஓவர் டைமுக்கு தனிச்சம்பளம் உண்டு

என்றாலும் குமரி இக்பால் ஓவர் டைம் பார்ப்பதில்லை. அங்கேயே சும்மா சுற்றிக்கொண்டிருப்பார் அல்லது உகந்த காதுகள் கிடைத்தால் எதாவது பேசிக்கொண்டேயிருப்பார். அவர் கம்பெனியில் கூடவே வயது மூத்த ஒரு மிஷிரி கிழவன் இருக்கிறான். அந்த மிஷிரியோடு கம்பெனியின் உள்ளிருந்த சூடானியின் தரமான உணவு விடுதியில் நேரத்தைப் போக்கிக் கொண்டே மிஷிரியிடமிருந்து நிறைய செய்திகளை இக்பால் சேகரித்துவிடுவார். அவருக்கு இங்கு எதையாவது பேசிக் கொண்டிருக்க வேண்டும். தனக்கு வெளியேயான புதியதை அல்லது பழையதை யோசித்துக்கொண்டிருக்க வேண்டும் அல்லது படித்துக்கொண்டிருக்க வேண்டும். இல்லையென்றால் தனித்து கிடக்கும் இந்த நெடிய ஜீவிதத்தில் நொம்பலங்கள் புகுந்துவிடும். ஊரைக் குறித்தும், உறவுகளைக் குறித்தும் சிந்திக்கத் துவங்கினால் அவ்வளவுதான். மனசை எளிதில் மீட்டெடுத்து விட முடியாது. இரண்டு மணிக்கு டூட்டி முடிந்து அறைக்குப் போனால் அறையில் யாரும் இருப்பதில்லை. ஓவர் டைம் பார்க்கலாம் என்றால் இக்பாலுக்கு அது இஷ்டப்படாத விசய மாகிப் போய்விட்டதால் ஏகதேசம் இதே மனநிலை கொண் டிருந்த, மூத்த மிஷிரியோடு பேச்சு சுவாரஸ்யத்தை வைத்துக் கொள்வார். இந்தியாவின் செய்திகளை இக்பால் பேசிக் கொண்டிருக்கும்போது அது போன்ற எகிப்திய செய்திகளை மிஷிரி பேசுவார். உணவு விடுதியிலுள்ள சூடானி . . . "நீங்கள் இவரும் மூத்தவர்கள் என்பதால் நமது கபீல் பாவம் பார்த்துப் பிழைத்துப் போகட்டும் என்று வேலையில் வைத்துள்ளார். நீங்கள் என்னவென்றால் நிறைய பேசுகிறீர்கள்."

"நண்பனே . . . அசுத்த ஆவிபோல நீ எங்களுக்குள் நுழைய வேண்டாம். உன் வேலையைப் பார்."

சூடானி சிரித்துக்கொண்டே "அய்வா[1] . . . கிழவர்களோடு எனக்கு என்ன பேச்சு."

கிழவன் என்ற சொல் மிஷிரியை ரொம்பவும் கோபம் கொள்ளச் செய்துவிடும். கோபத்தில் சூடானியை 'நீ மோசமான ஜின் . . .' எனத் திட்டும் போது இக்பால் அவரின் ஆத்திரம் நிலைத்துவிடாமல் பார்த்துக்கொள்ளும் மனநிலையோடு ஜின் என்றால் என்ன . . . சரியாகச் சொல்லுங்கள். என அவரைப் பேச்சுக்குள் கொண்டுவருவான். மிஷிரி பேச்சுக் குள் வந்தபடியே . . .

ஜின் மனிதரும் வானவரும் அல்லாத ஒரு இனம். ஜின் இனம் நெருப்பால் படைக்கப்பட்டது. கண்ணுக்குத் தெரியாத

1. ஆமாம்.

காற்றாகவும் மனிதன் உட்பட பல விதமான உயிரினங்களின் சாயலிலும் ஜின்கள் தங்களை மாற்றிக்கொள்ளும். மனிதனுக்கு முன்னமே இந்த இனம் உண்டு. சாத்தானின் தந்தையான இப்லீஸ் இந்த இனத்தில் பிறந்தவன் ஆவான்.

நல்லவேளை சூடானி கிட்ட இல்லை. மிஷிரி கிழவனுக்குக் கோபத்தில் யார் முன்னால் நின்றாலும் அவர்கள் ஜின்தான். மிஷிரியிடம் எகிப்தின் பாரம்பரிய விசயங்கள் நிறைய உண்டு. மூசா நபியிலிருந்து துவங்கி சமகாலம்வரையிலான விசயங்கள் வரை பேசிக்கொண்டிருப்பார். இக்பால் எல்லாவற்றையும் கேட்டுக்கொண்டு மம்மலி அறையில் அஷரபைக் கேள்விகளால் துளைக்கும்போது அவனுக்கு எதுவும் புரியாது. அவனுக்கு மட்டுமல்ல அறையிலிருக்கும் யாருக்குமே புரியாது. பல நேரங்களில் அறைக்கு வராமல் நாடகச் சிந்தனைகளில் இக்பால் மூழ்கிக் கிடப்பதைக் கேள்விப்பட்டு மம்மலிதான் எரிச்சல் பட்டு சொல்லுவான்.

“ஒரு பைசாக்கு பிரயோஜனம் கிடையாது. நாடகம் மயிருன்னு பேனாவ எடுத்து அலவுல குத்திட்டு ஆலோசிக்கத பாத்தா புண்டையாண்டி பெரிய ஷேக்ஸ்பியருக்க மச்சான். மூலத்துல தீய வைக்க, ஓவர் டைம் பாத்தாம்னா நாலு சக்கரமாவது வரும்.”

மம்மலி இப்படி சில நேரங்களில் எரிச்சல்பட்டுப் பேசும் போது குமரி இக்பால் இருந்தால் எல்லோரையும்விடக் கூடுத லாகச் சிரிப்பார். குலசேகரம் கோபகுமார், திருப்பத்தூர் மணிமாறன், ஜலாலின் மச்சான் ஆரிபு என எல்லோரும் நாலுமணி நேரம் தாண்டி ஓவர் டைம் என்றாலும் பார்க்கும் மனநிலையில் இருந்தனர். வருசம் ஒருமுறை கிடைத்துவிடுகிற விடுமுறையில் ஊர் போய் வரும் செலவும் கம்பெனியுடையது தான். விமான நிலையத்திலிருந்து இருநூறு கிலோமீட்டர் தூரத்தில் வீடு என்றால் இதற்கான பயணச் செலவையும் கம்பெனியிடம் பெற்றுக்கொள்ளலாம். திருப்பத்தூர் மணி மாறனும் ஆரிபுவும் சென்னை விமான நிலையம் என்பதால் அவர்களுக்கு இச்சலுகை உண்டு. குலசேகரமும் கோபகுமாரும் திருவனந்தபுரம் விமான நிலையம் என்பதால் அவனுக்கு இச்சலுகைக்கான வாய்ப்பு இல்லாமல் போய்விட்டது. பிரபு முப்பத்தேழாவது மாடி அறைவாசிகளின் வேலை பாக்கியத்தைக் குறித்து அங்கலாய்த்து விடுவான்.

“கம்பெனி வேலையின்னா பெரிய கரைச்சல் கிடையாது. பின்னே வசமில்லாம பலதியா[2] விசாவுல வந்துட்டானுவோ . . .

2. முனிசிபாலிட்டி.

செத்தானுவோ ... வேற ஒண்ணு ரெண்டு லேபர் காண்டிராக்டிங் கம்பெனி இருக்கு. ஏகதேசம் கடலூர் ஜெயில்ல கிடக்கது மாதிரிதான். கடலூர்க்காரன் ஒருத்தன் இருக்கான். அக்ரிமென்ட்ல மூவாயிரம் ரியாலு சம்பளம். சாப்பாடு அக்காமடேசன் எல்லாம் பிடிச்சிட்டு எழுநூறு ரியாலு கையில கொடுப்பான். வந்து மாட்டுற இடம் நல்லா இருந்தா இந்த ஊரு சொர்க்கம்தான். உன் துவைஜி மாதிரி ஆளுகள்ட்ட மாட்டிக்கிட்டா." சிரித்தான்.

கான்ஸ்லேட்டுக்கு வெளியே ஃபைசலோடு ஆலாசித்துக் கொண்டு பிரபு லிமோசினை கந்தராவுக்குத் திருப்பியபடி மம்மலியைப் பார்த்து விசயத்தைச் சொல்லலாம் என்றான். மம்மலியின் பூஃபியா மதியம் பனிரெண்டு மணிக்கெல்லாம் காற்று வாங்கிக்கிடந்தது. அந்த நேரம் அப்படித்தான். இங்கு பகலும் இரவும் கலந்த வாழ்க்கை. இரவு பனிரெண்டு மணிக்குப் பிறகும் சகஜமாக மனிதர்கள் இயங்கிக்கொண்டிருப்பார்கள்.

மம்மலியின் பூஃபியாவில் ஆளுக்கொரு ஸ்ஸேண்ட்விச்சை எடுத்துக்கொண்டு அமர்ந்திருந்தனர். பிரபுவிடம் லிமோசின் கார் எப்போதும் இருக்கும். வாகனம் ஓடினாலும் ஓடா விட்டாலும் தினமும் நூற்று இருபது ரியால் கம்பெனிக்குக் கட்டிவிட வேண்டும். இதிலுள்ள லாப நட்டம் எல்லாம் அவனுக்குத்தான். சில நேரங்களில் முந்நூறு ரியால் நானூறு ரியால் சம்பாதித்து விடுவான். எக்கச்சக்கமான லிமோசின்கள் ஓடுகின்றன. இங்கு மனிதர்களின் எண்ணிக்கைவிட வாகனத் தின் எண்ணிக்கை அதிகமாக இருக்கக்கூடும். பிரபு வேலை பார்க்கும் நிறுவனத்தில் முந்நூறுக்கு மேற்பட்ட லிமோசின்கள் இருக்கிறது. அது போல ஜித்தாவில் முன்றோ நான்கோ கம்பெனிகள் உண்டு. ரமலான் மாதத்தில் கொஞ்சம் சம்பாதிப் பான். இந்த ரமலானில் வீட்டு வேலையை முழுவதுமாக பூர்த்தி செய்துவிட்டால் சவுதிக்கு டாட்டா சொல்லிவிட்டுப் போய்விட வேண்டும் என்பதுதான் அவனின் திட்டமாக இருந்தது.

மம்மலி இக்பாலைப் பிடித்துவிடும் முனைப்பில் தொலை பேசியை மாறி மாறி தட்டிக்கொண்டிருந்தவன் பிரபுவிடம் 'ஃபைசலின் பணம் அறையில் என் பெட்டியில் இருக்கிறது. அதில் டிக்கெட்டுக்குத் தேவையான பணத்தை எடுத்துக் கொள்ளச் சொல்லிக்கொண்டிருக்கும்போதே சூடானியின் உணவு விடுதி தொலைபேசியில் குமரி இக்பால் சரியாக தொடர்புக்கு வந்தபோது சூடானி சொன்னான் "இருக்கிறார். கூடவே அந்த கோபக்கார கிழவனும் உண்டு." சூடானி

நலன் விசாரித்துக்கொண்டே "நண்பனே ... நீ இந்த கிழவனைக் கொஞ்சம் தொலைபேசியில் சூடாக்கிவிட முடியுமா" என்றான்.

"சூடானி நண்பனே ... இப்போது நேரம் இல்லை. நாளை வேண்டுமானால் செய்கிறேன். எனக்கும் கிழவன்களை கேலி செய்து ரொம்ப நாளாகி விட்டது. இப்போது இக்பாலை கூப்பிடு."

இக்பாலோடு பேசி முடித்துவிட்டு "எமெர்ஜென்ஸி பாஸ்போர்ட்டு பதினைந்து நாட்கள்தான் சொல்லுபடியாகும். இன்றைய தேதியில் துவங்குகிறது. டிக்கெட்டைக் காட்டி எமர்ஜென்ஸி பாஸ்போர்ட்டை வாங்கிவிடலாம். இங்குள்ள ஜவாஸாத்தில் முத்திரை வைத்தால் மட்டுமே ஃபைசல் முறைப்படி வெளியேற முடியும்."

"ம் . . . சரி" என்றபடி குமரி இக்பால் பார்த்துக்கொள்ள லாம் என்று சொல்லியிருக்கிறார். "முதலில் டிக்கெட்டை எடுப்போம். பலத் டிராவல்ஸில் மலையாளி ஜேம்ஸிடம் போனால் போதும். பாஸ்போர்ட்டை வாங்கிவிட்டுப் பேசலாம்" என அரபியில் சொல்லிக்கொண்டே மம்மலி பிரபுவையும் ஃபைசலையும் ஷரஃபியா அறைக்குப் போகச் சொன்னான். ஷரஃபியா அறைக்கு வந்து பணம் எடுத்துக்கொண்டு அங்கிருந்து உடனடியாகப் பலதுக்குப் புறப்பட்டுப்போய் ஜேம்ஸிடம் மம்மலியை முன்மொழிந்து, விசயத்தைச் சொல்லி காத்திருந்த கொஞ்ச நேரத்தில் ஜித்தாவிலிருந்து பம்பாய், பம்பாயிலிருந்து திருவனந்தபுரம் ... ஃபைசல் பெயரில் ஓப்பன் டிக்கெட் பெற்றுக்கொண்டபோது விவரிக்க இயலாத சந்தோஷம் சரீரம் முழுவதும் பரவிக்கொண்டது.

"ஐஞ்சரை வருமாச்சில்லா ஃபைசலே. நல்ல தோரணையா போய் ஊர்ல இறங்கு. குடும்பத்தையெல்லாம் ஏர்போட்டுக்கு கூப்பிடு." பிரபு சிரித்துக்கொண்டே வண்டியைக் கான்ஸ்லேட் நோக்கி ஓட்டினான். சாலையில் ஒரு போலீஸ் வாகனம் கடந்துபோனது. திடீரென ஃபைசல் கேட்டான்.

"பிரபு இப்போ என்ன போலீஸ் பிடிச்சா . . ?" பிரபு மௌனமாக லிமோசினை ஓட்டிக்கொண்டிருந்தான்.

"ஒண்ணும் பண்ண முடியாது. ரியால் ஜட்டி போட்ருக்கியா . . ?" சிரிப்பினூடே "ஒரு வருசத்துக்கு முன்னால மலப்புரம் மலையாளி அலவி. மம்மலி ரூமில் உம்ரா விசாவில் வந்து சமையல் வேலை செய்தான். நல்ல பையன். ஜாலியா பேசுவான். அவன்ட இருந்துதான் நான் மலையாளம் படிச்சேன். அவன் என் கார்ல இருந்துதான் மாட்டினான். அவன ஒரு

தடவை கார்ல கூட்டிட்டுப் போனேன். மக்கா குபுரிக்குக் கிழே செக்கிங். அவன்ட்ட இக்காமா கிடையாது. போலீஸ் சட்டையப் பிடிச்சி இழுத்துக்கொண்டு போனான். அலவி கதறிட்டான். போலீஸ்காரன் எங்கிட்ட கேட்டான். இரண்டு பேரும் இந்தியர்கள்தானே ... உனக்கு அவனைத் தெரியுமா ... என்றான். எனக்கு அவனை தெரியாது. அவன் என் காரில் வந்த பயணின்னு சொன்னேன். மனசு ஒடஞ்சி போச்சி. நான் என்ன செய்ய முடியும். இங்க வேற வழி கிடையாது. நான் தெரியாதுன்னு சொன்னத அலவி கேட்டுட்டுதான் போனான். ஒரு மாசத்துக்குப் பிறகு ஊர்ல இருந்து மம்மலி ரூமுக்குப் போன் பண்ணினான். என்னைத் துரோகின்னு சொன்னானாம். என்ன பண்ண முடியும். என் கொப்பன் வீரபத்திரனுக்க நாடா. சரி நம்ம நாட்ல சேந்துட்டாம்னு சந்தோசப்பட்டேன். அவ்வளவுதான். உன்னைய இப்போ பிடிச்சாலும் பிடிக்கலாம். உன்னுடைய பெரிய தாடி உனக்கு முன்னாடி பாதுகாப்பா இருந்திச்சி. இப்போ தாடியில்லாமல் ஹீரோ மாதிரி இருக்கே."

ஃபைசல் சிரித்துக்கொண்டான்.

எமர்ஜென்ஸி பாஸ்போர்டுக்கான ஆலோசனை நடந்த இரவு குமரி இக்பால், மொய்தீன், பிரபு, மம்மலி, சவுக்கத், நாசர் என எல்லோரும் வழக்கம் போல வட்டமிட்டுப் பேசிக் கொண்டிருந்தனர். குமரி இக்பால் அதற்கான வழிமுறைகளை வகுத்துக்கொண்டே படுக்கையின் கீழே கால் நீட்டி அமர்ந்த படி வாசல் கதவு திறந்து வைக்கப்பட்ட நிலையில் புகைத்துக் கொண்டிருந்தார். அவரின் இருப்பும் புகைப்பும் சற்று வினோத மாக இருந்தது சிரத்தையான விசயம் பேசுவதால் அப்போது மொய்தீனும் நாசரும் அவரைப் பரிகாசமடிக்காமல் இருந்தனர். மீறி பரிகாசமடித்தாலும் கோபப்பட மாட்டார் ஆனாலும் விசயத்தின் சாராம்சம் வேறுபாடுக்குப் போய்விட்டால் மம்மலி 'பொத்திட்டு கெடங்கலே ...' என்பான்.

எல்லோரின் பார்வையும் ஃபைசல்மீது மையம் கொண்டிருந்தது. திடீரென "ஃபைசலே நமக்கு ஒண்ணு தாடியெடுத்தாலோ" என்று நாசர் தொடங்கியபோது அந்த அபிப்ராயம் எல்லோருக்கும் பிடித்துப்போனது. "ஐஞ்சாறு போட்டோ எடுக்கணும். பாஸ்போட்டுக்கு கொடுக்க தாடிய எடுக்கலாமா ... என்னா ஒனக்க முகத்த ஒண்ணு முழுசா பாக்கட்டுடே" என்றார் இக்பால். அவ்வளவுதான். மம்மலி உட்பட எல்லோரும் ஃபைசலின் தாடியை மாற்றிவிடும் ஆவல் கொண்டு பேசப் பேசப் பேச்சு தாடிக்குள் சிக்கிக்

கொண்டது. ஃபைசல் விருப்பப்படவில்லை. ஆனாலும் அடியாளத்தில் அவன் முகத்தை மீட்டெடுக்கும் விருப்பம் உள்ளே கிடந்தது.

காலையில் உ.பி.க்காரனின் ஸ்டுடியோவில் ஃபைசலின் நீண்ட தாடியோடு ஐந்தாறு போட்டோக்கள் எடுத்துக்கொண்ட பிறகு மலையாளியின் சலூன் கடையில் மொய்தீனும் பிரபுவு மாக நுழைந்தனர். சலூன் கடை பக்கர் பழக்கமானவன்தான் என்றாலும் ஃபைசலை பார்த்த மாத்திரத்திலேயே கண்டு பதறிவிட்டான்.

“படச்சரப்பே ... இது யாது சாதனமா ... இது தங்கள் மாறுவளே காட்டிலும் கூடுதல் உண்டல்லோ. எடா ... நாடாயால் ஈ ... வேசத்தினு கொரச்சி காசு உண்டாக்காம்.”

“இப்போ நாட்ல ஈ வேசம் சிக்கலாக்கும். முஸல்மா னாயால் இப்போ நாட்ல தீவிரவாதியின்னு போலீஸ் கொண்டு போவும். குசு விடுன்னது முஸ்லீங்களாயால் போலீஸ் ஸ்போடன[3] கேஸில் பொக்கும்.”

“அங்கன பொக்கியால் தன்னே ராஷ்ட்ரியம் முன்னோட்டு போவும்.”

“பக்காரக்கா ... சம்சாரத்தினே ஒழிவாக்கி வேகம் அடிச்சி மாற்றனும்.”

“இது நம்மள கொண்டு பற்றுவுல்லே ... கேட்டோ வல்ல பொக்லைன விழிச்சாலோ ...”

சிரித்துக்கொண்டே ஃபைசலை குசன் கசேரியில் ஒய்யார மாய் அமர்த்தி சுற்றிவந்தவன் டிரிப்பிள் ஃபைவ் புகைத்துக் கொண்டு நீண்ட ஆலோசனைக்குப் பிறகே ஒரு பக்கத்தி லிருந்து கத்திரியால் வெட்டத் துவங்கினான். முதலில் ஒரு நீளத்துக்கு வெட்டி ஒதும்பாடாக்கிவிட்டு இரண்டாம் கட்ட மாகப் பணியைத் துவங்கினான். முக்கால் மணி நேரத்தில் பக்கர் இடையே இரண்டு சிகரட்டும் வலித்து பெரும்பாடு பட்டுப் போனான். வேப்பமரத்தின் கிளை தழைகளை வெட்டி அகற்றும் ஒரு மரம் வெட்டியின் முஸ்திபோடு அவன் நிறைவு செய்தபோது நீண்ட இடைவெளிக்குப் பிறகு தனது சௌந்தர்ய முகத்தைக் கண்ணாடியில் கண்டவுடனே ஃபைசல் வெட்கப் பட்டான். சிரித்துக்கொண்டே தாடிக்குள் மூழ்கிக் கிடந்த தனது முகம் பழுத்துத் தாமரை இதழாய் வசீகரம்

---

3. குண்டு வெடிப்பு.

கொண்டிருந்ததை நீண்ட நேரம் பார்த்துக்கொண்டான். முகம் ரோஜா மலரைப் போலச் சிவந்துபோய் இருந்தது. வெயில் படாமல் வெளுத்துக் கிடந்த முகத்தில் கடையின் குளிர்ந்த காற்று பயணித்துப் புகுந்து காது மடலின் மேல்புற மாக ஊடுருவிக் கடந்துபோனது. குசன் கசேரியில் சாய்ந்த நிலையிலேயே கடையின் கண்ணாடிச் சுவரை நோக்கி கண்மூடி அமர்ந்திருந்தான். கசேரியின் கீழே அவனின் காலடியில் சுற்றிலும் மழித்து எறியப்பட்ட ரோமங்கள் குவிந்து குவிந்து சருகான மலர்களைப் போலச் சித்திரம் காட்டி சிதறிக் கிடந்தன.

இரண்டாம் முறையாகப் புகைப்படம் எடுத்த உ.பி.க்காரன் நம்பவே இல்லை. முதலில் படம் எடுத்தவன் இவன் இல்லை என்றான். மொய்தீனின் பிடிவாதத்தால் ஃபைசல் டைகட்டி கோட்டுப் போட்டுப் பாஸ்போடு சைஸ் புகைப் படம் எடுத்துக்கொண்டு அறைக்கு வந்தபோது குமரி இக்பால் கொஞ்ச நேரம் அப்படியும் இப்படியுமாகப் பார்த்துவிட்டு

"நம்ம புதிய படத்துல ரஜினி கிடையாது. எதுக்கு அவசிய மில்லாம அந்த கிழவன ஹீரோவா போடணும். நீ தாண்டே ஹீரோ. உன்ன வச்சி லவ் சப்ஜெக்ட் பண்ணப்போறேன்."

அரபு வாழ்க்கையில் அவன் மனம் குளிர்ந்து சந்தோசமாகச் சிரித்த சில தருணங்களில் இதுவும் ஒன்றாகிப் போனதால் அது அவனின் எல்லா வலிகளையும் மறக்கச் செய்திருந்தது. அவன் தொடர்ச்சியாக முகம் பார்த்துக்கொண்டிருந்தான். வசிப்பிடத்தின் கண்ணாடியில் குளியலறையின் டிரம்மில் நிரம்பிக் கிடந்த நீரில், உணவுப் பாத்திரத்தில், பிரதிபலிக்கும் எல்லாவற்றிலும் பார்த்து ரசித்துக்கொண்டிருந்தவன் வசிப்பிடத்தி லிருந்து வெளியேறி வாசலில் நின்ற பிரபுவின் லிமோசின் கண்ணாடியிலும் முகம் பார்த்தான். முகம் பளிச்சென அலங்கார மாய் இருந்தது.

இரண்டாவது நாளாக ஜித்தா கான்ஸ்லேட்டிற்குப் போன போது மாலை நாலு மணி கடந்துவிட்டதால் இன்றும் அதிகாரி இல்லை எனச் சொல்லிக்கொண்டே குமரி இக்பாலின் உறவின ரான நண்பர் டிக்கெட்டைப் பார்த்துவிட்டுக் காலையில் வந்தால் நான் வாங்கித் தந்து விடுகிறேன் என உறுதி சொன்ன போது சிறிய ஏமாற்றமாகிப் போனது.

"ஃபைசலே பாப்போம். ஒண்ணுமில்லே. இன்னும் பத்து பதினைஞ்சு நாள். டீஸண்டா போவலாம்" என்றபடி பிரபு வசிப்பிடத்தின் வெளியே லிமோசினை நிறுத்தி ஃபைசல் இறங்கியபோது

“ஃபைசலே வெளியே போகாதே. ரூம்லயே இரு” எனச் சொல்லிக்கொண்டே பிரபு லிமோசினில் கிளம்பிப் போன பிறகு வசிப்பிடத்தின் தனிமை அவனில் ஒட்டிக் கொண்டது. எப்படியும் எல்லோரும் வர இரவு பணிரெண்டு மணிக்கு மேலாகிவிடும். சமீப நாட்களாகத் தனிமை ரொம்பவும் கடின மானதாகத் தோன்றுகிறது. அதுவும் ஜாஸ்மீன் புகைப்படத்தைப் பார்த்துக்கொண்டே இருப்பது, புகைப்படம் நோக்கிப் பேசுவது, பிறகு நீண்ட நேரம் கண்ணாடிப் பார்ப்பது, எனத் தொடரும் நிலைப்புத் தன்மையற்ற தனது செயல்பாட்டை அவன் பரிகசித்துக் கொண்டான். சவரம் செய்யப்பட்ட தனது பளிங்கு முகத்தை மீண்டும் மீண்டும் பார்த்துக்கொண்டிருந்தவனுக்கு உ.பி.க்காரன் எடுத்த தாடி வைத்த போட்டோ நினைவில் வந்தபோது தனது படுக்கையின் கீழ் கிடந்த பெட்டியிலிருந்து அதை எடுத்து ஒருமுறை பார்த்தான். அரூஷா விரல்கோதி விளையாடிய தாடி. துவைஜி குடும்பத்தோடு பகரைன் போயிருந்தபோது வீட்டிலிருந்த வேலையாட்கள் மகிரிபி பெண், மிஷிரிப் பெண், எல்லோர் கண்களையும் மறைத்துக் கண்கட்டி வித்தைக்காரியைப் போல துவைஜியின் படுக்கை அறைக்குத் தாய் பூனையாக மாறிக் கழுத்தைக் கவ்வி எவ்வளவு துணிச்சலாக இழுத்துக்கொண்டு போனாள்.

“நாம் எதற்கு அவன் படுக்கை அறைக்குப் போகிறோம்.”

“இது ஒரு விளையாட்டு” என்றாள். தனக்கு எங்கிருந்து வந்தது தைரியம் துவைஜியின் அலுமினிய அறைச் சிறையில் பிலிப்பைனி தப்பிப்போன பிறகு நாலுநாட்கள் பட்ட கடினங் களின் நினைவு மனம் முழுவதும் விகாரம் கொண்ட பெரும் பூதமாய் பயப்படுத்தியபோதும் துவைஜியை துட்சமாகக் கருதி அவன் படுக்கையறைக்குள் எப்படி தன்னால் நுழைய முடிந்தது. தனிமையான தருணங்களில் அதை நினைக்கும்போதெல்லாம் நெஞ்சம் நடுங்கிப் பொட்டிவிடும் போல இருந்தது. துவைஜி தன்னைக் கொன்று எங்காவது பாலைவன மணலில் புதைத்துப் போட்டால் யாருக்குத் தெரியும். பாஸ்போட்டை ஜவாஸாத்தில் ஒப்படைத்து ஒரு இந்தியன் என்னிடமிருந்து ஓடிப்போய் விட்டான் என்றால் கதை முடிந்தது. துவைஜிக்கும் படைச்சவனுக் கும் மட்டுமே தெரிந்த ரகசியமாகவே இருக்கும். மஹ்சர் மைதானத்தில்தான் பார்க்க வேண்டும். மஹ்சர் மைதானம் பற்றி துவைஜி ஒருமுறை ஃபைசலோடும் பிலிப்பைனியோடும் பெருமை பேசிக்கொண்டிருக்கும்போது ‘நாங்கள் சவுதிகள். நபியின் வாரிசுகள். நீங்கள் அப்படி அல்ல அஜ்னபிகள். நாங்கள் சொர்க்கத்துக்கு நேராகப் போய்விடுவோம். எங்கள் பாவங்கள் மன்னிக்கப்படும். ஆனால் நீங்கள் தப்ப முடியாது. வானவர்கள்

கழுத்தைப் பிடித்துத் தூக்கிவிடுவார்கள். மஹ்சர் மைதானத்தில் எல்லோரும் வரிசையில் நிற்கும்போது முன்னமே நாங்கள் சொர்க்கத்தை நோக்கி வரிசையாக நடந்துவிடுவோம். பிறகு பிரிப்பைனியை தனித்துப் பார்த்தபடி ஃபைசலைக் காட்டிச் சொன்னான். “இவனுக்காவது கொஞ்சம் வாய்ப்புண்டு. நீ அவ்வளவுதான்.”

இருவரும் பதில் பேசவில்லை. அவனோடு பேசமுடியுமா அந்த இரவில் பிலிப்பைனி கேட்டான்.

“ஃபைசல் நீயும் அவனும் இஸ்லாமியர்கள். துவைஜி சொல்வது உண்மையா . . . நாங்கள் அவ்வளவுதானா . . .”

“சதீக் அவனுக்குப் பைத்தியம்” என்றான். பின்னர் முகம் பார்த்துக்கொண்டிருந்த பிலிப்பைனியிடம் பேசத் துவங்கினான்.

“துவைஜி எவ்வளவு மோசமானவன் என்பதை நீ அறிவாய். ஆதியில் பெரும் காட்டுமிராண்டிகள். அதனால்தான் இறைவன் இறுதி நபியை இங்கு தோன்ற வைத்தான் இவனுகளை நல்ல மனிதனாக்க. மஹ்சர் மைதானத்தில் நபி எங்களைப் போன்ற ஏழைகளின் பக்கம்தான் இருப்பார். எங்களுடைய பாவங்களைத் தான் மன்னிப்பார். பணக்காரன் சொர்க்கம் புக முடியாது. பணக்காரனின் செல்வங்கள் நெருப்பால் உருக்கப்பட்டு அவன் கழுத்தில் மாலையாகப் போடப்படும் பூமியில் இதைத்தானே கட்டிக்கொண்டு அழுதாய் என்று செல்வந்தன் கேள்விக் கணைகளால் துளைக்கப்படுவான். எவன் கேள்விக் கணைகளால் துளைக்கப்படுகிறானோ அவனுக்கு நாசம்தான். அவன் அரபியில் படித்திருக்கும் பலவற்றையும் நானும் எனது மொழியில் படித்திருக்கிறேன். சொர்க்கமும் நரகமும் வாக்குவாதம் செய்து கொண்டன. நரகம் சொன்னது: பெருமையடிப்பவர்களுக்காகவும் அக்கிரமக்காரர்களுக்காகவும் நான் தேர்வு செய்யப்பட்டுள்ளேன் என்று. உடனே சொர்க்கம் சொன்னது: எனக்கு என்ன நேர்ந்ததோ தெரியவில்லை, மக்களில் பலவீனர்களும் அவர்களில் கீழ்நிலையினரும் அப்பாவிகளுமே அதிகமா எனக்குள் நுழைவார்கள் என்று கூறியது. குர்ஆனில் ஒரு வசனம் வருகிறது. ‘எனவே இப்பொழுது நீங்கள் நரகத்தில் நீண்ட காலம் தங்குவதற்காக அதன் வாயில்கள் வழியாக நுழையுங்கள். நிச்சயமாகப் பெருமையடிப்பவர்களின் தங்குமிடம் மிகக் கெட்டதாகும்.’ துவைஜி பெருமையடிப்பவன், பணக்காரன், அக்கிரமக்காரன். ஒவ்வொரு பணக்காரனின் செல்வத்திலும் ஏழைக்கான பங்கு உண்டு. ஏழையின் ரத்தங்கள்தான் பணக்காரன்களின் கஜானா பெட்டியில் செல்வமாக உறைந்து கிடக்கிறது. துவைஜியின் பெட்டியில் என் ரத்தம்,

உன் ரத்தம், மகிரிபியின் ரத்தம், ஸ்ரீலங்கா குமாரின் ரத்தம் எல்லாம் உறைந்து கிடக்கிறது. அந்த உறை கட்டிகளைத்தான் அவன் சுகித்துக் கொண்டாடுகிறான். ஏழைகள் பணக்காரனின் ஒளியாக இருக்கின்றனர். பணக்காரன் ஏழைகளுக்கு உதவினால் தான் அந்த ஒளியில் நன்மை பெறுவான். ஏழைகளின் பசியை உணவால் நிரப்பினான் என்றால் பணக்காரனின் வயிறு நிறைந்து பசியடங்கும். அப்படி செய்யாமல் அவன் தனது வயிறை வெறும் உணவுகளால் நிரப்பினான் என்றால் நாளை இறைவன் அவன் வயிற்றை நெருப்பால் நிரப்புவான். ஏழைக்கு உணவு கொடுப்பது என்பது பிச்சை போடுவது அல்ல. அவன் ஏழ்மையையே போக்கிவிடுவதுதான். ஒரு லட்சத்து இருபத்து நாலாயிரம் நபிமார்களை இறைவன் அனுப்பியிருக்கிறான். முகமது நபியை இறுதி நபியாக மனிதவர்க்கத்தைச் செம்மைப் படுத்த இறைவன் படைத்தான். குர்ஆனில் இருபத்து நாலு நபிமார்களைப் பற்றிய விபரம் உண்டு. ஆனால் ஒரு லட்சத்து இருபத்தி நாலாயிரம் நபிமார்களை இறைவன் இந்த பூமியில் படைத்திருக்கிறான். மிச்சம் நபிகள் எங்கள் இந்தியாவிலும் தமிழ்நாட்டிலும் உங்கள் பிலிப்பைனியில், ஜஹார்த்தாவிலும் கூட இருந்திருக்கலாம். மஹ்சர் மைதானத்தில் துவைஜியும் நீயும் நானும் சமம். இங்குதான் அவன் பணக்காரன், அரபி எல்லாம்."

ஃபைசலின் பேச்சு பிலிப்பைனியை புருவம் விரிக்க வைத்திருந்தது. இவ்வளவு பேசுகிறானே என்பது போலப் பார்த்தான். நீ அவ்வளவுதான் எனத் தன்னைக் குறிவைத்து துவைஜி சொன்னது அவனுக்கு எரிச்சலை ஏற்படுத்தியிருந் தது. ஃபைசலின் பேச்சை உன்னிப்பாகக் கவனிப்பதன் மூலம் அவனை மேலும் மேலும் பேச உற்சாகப்படுத்தினான். அவனால் புரிய முடியாத வார்த்தைகளை ஆங்கிலம் அரபி என மாற்றி மாற்றிக் கேட்டு புரிந்துகொண்டபோது ஃபைசல் தொடர்ந்து பேசுவதற்கான மனநிலையில் இருந்தான்.

நாங்கள் இறைவனின் அடிமைகள். இவர்கள் அமெரிக்கா வின் அடிமைகள். யாருக்கு இறைவன் அருள் புரிவான் சொல்.

எங்கள் நபி பத்து லட்சம் சதுர பரப்பளவு கொண்ட இந்த தேசத்தின் சக்கரவர்த்தியாக மாறி மக்கமா நகருக்குள் நுழையும்போது அவருக்கு இரண்டு கிழிந்த உடுப்புகள் மட்டுமே சொந்தம். ஆனால் துவைஜிக்கு, இவன் அமிர்களுக்கு, இவன் மன்னர்களுக்கு அளவற்ற அருளாளனும் நிகரற்ற அன்புடை யோனுமாகிய அல்லாஹ் பார்த்துக்கொண்டிருக்கிறான்.

அந்த இரவு பேசிப் பேசிப் பேச்சு நீண்டு போய்க்கொண்டே யிருந்தது. அந்த உரையாடலின் நினைவுகளும் துவைஜியின் படுக்கையறையில் அரூஷாவோடு உறவாடிய நினைவுகளும் படபடத்துப் பறந்து திரிந்து உருவமாய் பின்னிப்பிணைந்து உருண்டுபுரண்டபோது அவன் உள்ளுக்குள் அச்சப்பட்டு பயந்து கிடந்தான். மீண்டும் மீண்டும் அரூஷா பயமூட்டினாள். இப்போதும் தாடியோடு கூடிய ஃபோட்டோ அவனுக்குள் திடீரெனப் பாய்ந்து உடல் முழுவதும் பதட்டத்தைப் பரப்பியது. கண்ணாடியில் தன் சௌந்தர்ய முகம் பார்ப்பதை பயத்தால் தவிர்த்தான். வசிப்பிடத்தின் தனிமை அவன் பயத்தை உருவ மாக்கிவிடும் போலத் தோன்றியது. பின்னால் அரூஷா நிற்கிறாள். அவளைத் தொடர்ந்து துவைஜி துரத்துகிறான். பயத்தால் கதவைத் திறந்துகொண்டு பாகிஸ்தானி கடைக்குப்போய் விடலாமா என்று தோன்றியது. தனிமைக்கும் பயத்துக்கும், தனிமைக்கும் காமத்துக்குமான ஒட்டுதல் என்பது சட்டென நிகழ்ந்து விடுகிறது. ஏ.சி. இயந்திரத்தின் சத்தம்கூட அவனைப் பயமுறுத்தியது. பார்வையின் பக்கவாட்டிலிருந்த நீர் நிறைந்த டிரம் மெல்ல மெல்ல முற்றிலும் அரூஷாவாகத் தோன்றிய போது, படச்சரப்பே... என... பளிச்சென அறைக் கதவைத் திறந்து மூடி பயந்தவனாய் வெளியேறியபோது மக்ரிபுக்குப் பள்ளிவாசலிலிருந்து பாங்கு சொல்லும் சத்தம் கேட்கத் துவங்கியது.

12

ருக்கையா அக்காவின் மகன் கருத்தான் காதர் இன்று வரப்போகிறான் என்ற செய்தி மூன்று தினங்களுக்கு முன்னமே அல்ஹாசா, அனக் தொடங்கி தமாம், தெஹ்ரான், ரியாத், கத்தார், ஓமன், துபாய், உகாண்டா, தான்ஷானியா என தகவல்கள் கிட்டத்தட்ட துனியா முழுவதும் வேகமாகப் பரவிவிட்டது. எல்லாத் தகவல்களும் குசும்பன் அப்துல்சலாம் மூலமாகப் பரப்பட்டதை டெய்லர் அஹமது ஷியா அரபி அலியின் குடோனில் துணிகளுக்கிடையே கிடந்த ஃபைசலிடம் ரகசிய வழியாக போய்ச் சொன்னான்.

“இது அவனுவளுக்க குடும்ப நோய். பாத்துக்கோ. ஒண்ணையும் மனசுல வைக்க மாட்டானுவோ.” டெய்லர் அஹமதுவின் கணிப்பு வாஸ்தவமானதுதான். ஊரில் யாராவது சத்தமாகக் குசு போட்டாலும் அப்துல் சலாமின் குடும்ப உறுப்பினர்கள் போன்போட்டு தகவலைச் சொல்லி விடுவார்கள். கோள் மூட்டுபவன் சொர்க்கம் புக முடியாது என்பது நபியின் வாக்கு. ஆனால் அப்துல்சலாமும் பள்ளிவாசல் இமாமும் கோள் மூட்டுவதில் பெரிய கில்லாடிகளாக உருப் பெற்றிருந் தனர். கருத்தான் காதர் வருகிற செய்தியோடு விட்டுவிடவில்லை. இதை சந்தர்ப்பமாக எடுத்துக் கொண்டு கருத்தானின் பழைய கதைகளை மல்லிகாவிலிருந்து துவங்கி மது அடிமைகள் மறு வாழ்வு மையம்வரை அவனளவில் முடிந்த மட்டும் ஊதிப் பரப்பியிருந்தான்.

காதர் தெஹ்ரான் விமான நிலையத்தில் சுட்டெரிக்கும் உச்சி வெயிலில் வந்திறங்கினான். அவன் அண்ணன் செய்யது தமாமில் நல்ல வேலையில் இருந்ததால் காதரை ஃபிரி விசாவில் கொண்டுவந்து நல்ல கம்பெனி விசாவில் அல்லது தான் வேலை பார்க்கும் கம்பெனியிலேயே எது சவுரியமோ அதற் கேற்ப பணியிலமர்த்திவிடலாம் என்பதுதான் திட்டம். மம்மனிபா விசா ஏற்பாடு செய்து கொடுத்த வகையில் எப்படியும் கணிசமாக சில்லறை பார்த்திருப்பான். அவன் காதருக்கு விசா ஏற்பாடு செய்தது ஆச்சரியமான முணுமுணுப்பை இங்கு பலரிடமும் ஏற்படுத்தியிருந்தது. அவன் விசயத்தில் எப்போதும் முணு முணுப்புக்குப் பஞ்சம் கிடையாது என்பதால் மம்மக்கண்ணி லிருந்து டெய்லர் அஹமது வரை இது குறித்து ரகசியமாகக் கதைத்துக் கொண்டனர். மம்மனிபாவின் அரபியின் சொந்தத்தி லுள்ள அல்லது பழக்கமான அல்லது பழக்கமானவனுக்குப் பழக்கமான இன்னொரு அரபியின் ஏற்பாட்டில் உண்மையில் யார் நிஜமான கபில் என்பதை அவனும் அறியவில்லை என்பதை பின்னர் கருத்தான் காதர் தமாம் சிறையில் மிகப் பரிதாபமாக சிக்குண்டு கிடந்தபோதுதான் தெரிந்துகொள்ள முடிந்தது. ஒன்றிலிருந்து இன்னொன்று அந்த இன்னொன்றி லிருந்து வேறொன்றாக கைமாறிக் கைமாறி வந்த விசா. ஆனால் மம்மனிபாவோ தனது சொந்த வாப்பாவிடமிருந்து நேரடி யாக விசா பெற்றவனைப் போல அப்போது நடந்துகொண்டான். பாலைவனத் தோட்டத்தில் ஈச்சமரத் தோப்பில் மரம் ஏறும் விசா. ஒன்றும் கவலைப்பட வேண்டாம். காதர் வந்து இறங்கிய உடன் இக்காமா கையில் வாங்கித்தருவதாகவும் காதருக்கு நல்ல வேலை கிடைத்தால் உடனடியாக ரிலிஸ் வாங்கித் தந்துவிடுவதாகவும் மம்மனிபா ஒப்புக்கொண்டிருந்தான். இந்தியாவில் தன்னுடைய வீட்டில் ஒரு லட்சத்துப் பத்தாயிரம் இந்திய ரூபாய் வழங்க வேண்டும் எனவும் டிக்கெட் மெடிக்கல் செலவு என இருபத்தி ஐய்யாயிரம் மொத்தம் ஒரு லட்சத்து முப்பத்து ஐய்யாயிர இந்திய ரூபாய்க்கான ரியாலை செய்யது ஏற்பாடு செய்து அவனுடைய வாப்பா மலுக்கு சாயிபு மூலமாக இந்திய பணம் மம்மனிபாவின் வீடுபோய் சேர்ந்த பிறகுதான் விசா பேப்பரைக் கொடுத்திருந்தான். மம்மனிபாவின் குட்டி யாப்பா தான் ஊரில் விசா, ஸ்டாம்பிங், எமிக்கிரேசன் எல்லாம் கவனித்துக்கொண்டார். மம்மனிபாவின் குட்டியாப்பா முன்பு ரியாத் தமாம், ஏரியாவில் கரைகண்டவர். அவர் ஊரில் ஒதுங்கி நான்கைந்து வருடமாகிவிட்டது. இப்போது விசா கச்சோடம் செய்யும் அவருக்கு பரிச்சயமான அரபிகள் அடிக்கடி இந்தியா வந்து திருவனந்தபுரம் கோவளத்தின் பிரதான அறையில் தங்கி சுகிப்பதும் ஆட்களைத் தேர்வு செய்வதுமாக

தடாலடியாக நிறைய விசயங்களை நடத்தி முடித்திருந்தார். மம்மனிபாவின் மீதும் அவனின் குட்டியாப்பாவின் மீதும் செய்யதுக்கு நல்ல அபிப்ராயம் இல்லையென்றாலும் காதர் தமாம் வந்துவிட்டால் வேலை சரி செய்துகொள்ளலாம் என்ற வலுவான நம்பிக்கையினாலும் மம்மனிபா இக்காமா மற்றும் ரிலிஸ் விசயத்தில் உறுதி சொல்லிக்கொண்டே ரிலிஸ் கிடைக்க வில்லையென்றால் பணத்துக்கு அவன் பொறுப்பேற்றுக் கொண்டதுமான அதீத நம்பிக்கையின் பொருட்டாகத்தான் எழுதாத ஒப்பந்தத்திற்கு செய்யது ஒப்புக்கொண்டிருந்தான்.

காதரைப் பற்றிய பல அபூர்வ செய்திகள் அப்துல்சலாம் புண்ணியத்தில் கால் முளைத்து ஓடிக்கொண்டிருந்ததால் அல்ஹாசா மம்மனிபா வசிப்பிடத்துக்கு அவன் வருகைக் காகப் பலரும் ஆவல் கொண்டிருந்தது போலவே ஃபைசலும் காதரின் வருகையை மிகுந்த ஆவலோடு எதிர்நோக்கினான். அப்போது அவனுக்கு டெய்லர் அஹமதின் ஷியா அரபியின் குடோனில் வேலை. எழுநூறு ரியால் சம்பளம். சாப்பாடுக்கு எல்லாம் சேர்த்து மம்மனிபா இருநூறு ரியால் பெற்றுக்கொள் வான். இதுபோக குடோனை ஒட்டிய ஒரு குடியிருப்பில் இரண்டு அரபியின் வீடுகளில் கார் சுத்தம் செய்வதில் மாதம் இருநூறு ரியால் கிடைத்ததையும் சேர்த்து மாதம் ஆறாயிரம் இந்திய ரூபாய் உறுதியாகிவிட்டது. காதர் வருகிறான் என்பது ஃபைசலுக்கு விருப்பத்திற்குரிய ரொம்ப சந்தோசமான தகவலாக இருந்தது. வசிப்பிடத்தில் போன வியாழன் இரவு உரையாடல் வழியாக காதர் எட்டாங்கல்குத்தியிலுள்ள வலைக் கம்பெனி யில் வேலைக்குப்போகும் மல்லிகா தேவி மீது தீவிரமாகக் காதல் கொண்டு அவளோடு சுற்றிக்கொண்டிருந்தான் என்பதை முன்னமே அவன் ஊரில் அறிந்துகொண்டதுதான் என்றாலும் அவனின் வாப்பா அவசரமாக அவனுக்குப் பெண்பார்த்துக் கல்யாணம் முடித்துவிட்டார் என்பதுதான் புதிய தகவலாக இருந்தது. கல்யாணம் முடிந்தபிறகும் நாகர்கோவில் தியேட்டர் களில் காலைக்காட்சி படம் பார்க்க அவளோடு அவன் போகும் அளவுக்கு அவனின் போக்கு சரி இல்லை என்பதால் செய்யதுவிடம் சொல்லியபோது தம்பியின் எல்லா கூறுகளை யும் அவனின் வினோத நடவடிக்கைகளையும் நினைவுபடுத்திக் கொண்டே அவனை எப்படியாவது மீட்டெடுத்துவிட வேண்டியதையும் குடும்ப கௌரவம், தம்பியின் தனிப்பட்ட வாழ்க்கையென எல்லா நிலைமைகளையும் ஆலோசித்தே செய்யது இந்த அவசர ஏற்பாட்டுக்கு சம்மதித்து மம்மனிபா விடம் பணத்தை எடுத்துக் கொடுக்கத் துணிந்தது. காதருக்கும் ஃபைசலுக்கும் ஊரில் நல்ல பரிச்சயமுண்டு. சம வயதுக்காரன்.

காதருக்குப் பெண் கட்டிக் கொடுப்பதைவிட அந்த பெண்ணை நடுக் கடலில் வீசி எறிவது நன்மை தரும் செயலாகும் என்று ஊரில் பேசப்பட்ட எல்லா பேச்சுகளையும் மீறி கல்யாணம் முடிந்த கையோடு வந்து சேரப்போகிறான். அவன் அண்ணன் செய்யது இங்கு நல்ல ஆள்பலம் உள்ளவன் என்பதால் நிச்சய மாக காதரின் வாழ்வு இரட்சிக்கப்பட்டுவிடும் என்ற நம்பிக்கை வசிப்பிடத்தில் எல்லோருக்கும் ஏற்பட்டிருந்தது.

காலையிலேயே ஃபைசல் டெய்லர் அஹமதின் ஷியா அரபியின் குடோனுக்கு வேலைக்காகக் கிளம்பும்போதே . . . விமான நிலையத்துக்கு மம்மனிபாவும் செய்யதும் காதரை அழைத்துவர கிளம்பிப் போயிருந்தனர். எப்படியும் இரவு குடோனிலிருந்து திரும்ப வரும்போது காதரைப் பார்க்கலாம். ஊர் கதைகளைப் பேசலாம். முட்டம் லைட் ஹவுஸ் பக்கம் மல்லிகாவோடு நின்றவனைத் தேடிப் போய் வழி சொல்லி விட்டு புறப்பட்டு வந்த பிறகான கதைகளைக் கேட்கலாம். அவனோடு பேசுவதற்கு இன்னும் நிறைய செய்திகள் இருக்கும். ஊரிலிருந்து வந்து ஒரு வருடம் கடந்துவிட்ட நிலையில் ஊரில் என்ன என்பது குறித்துப் பரபரப்பான மனோநிலை ஏற்பட்டிருந்தது. ஊர்க்காரனைச் சந்திக்கப்போகும் பரபரப் பில் அவனிடம் என்ன பேச வேண்டும் என்பதை மனதில் ஒத்திகை பார்த்துக்கொண்டபோது ஷியா அரபியின் குடோனில் ஃபைசலுக்கு இருப்பு வரவில்லை. மதியத்துக்குப் பிறகு டெய்லர் அஹமதிடம் ஸலா நேரத்தில் மம்மனிபாவின் அறைக்குப் போன் செய்து காதர் அறைக்கு வந்துவிட்டானா? என்பதை உறுதிசெய்து கொண்டபோது இன்னும் உற்சாகம் அதிகப்பட்டு போனது. வாப்பா அவனிடம் கடிதம் எதுவும் கொடுத்து விட்டிருக்கலாம் என்பதால் அசருக்குப் பிறகே அறைக்குப் போய்விடலாம் என்று யோசித்துக்கொண்டே அஹமதிடம் மெல்ல பேசியபோதுதான் அன்று கறுப்பர்களுக்கும் வெள்ளையர் களுக்கும் கல்லடிச்சண்டை நடைபெறுவதை தெரிந்துகொண்டு இருட்டிய பிறகு போவதுதான் நல்லது என்றான். அன்று இருட்டுக்காகக் காத்திருக்க வேண்டியதாகிப்போனது.

மம்மனிபாவின் அறையிலிருந்து சரியாக எட்டுத் தெரு தாண்டினால் எட்டாவது தெரு முனையில் மூணு முக்கு சந்திப்பு. அது ஒரு மைதானம் போலவும் கிடக்கும். மைதானத்தில் சிறுவர்கள் கால்பந்தாட்டம் ஆடுவார்கள். அரபிகளின் முதன்மை யான விளையாட்டாக கால்பந்தாட்டம் இருந்ததால் நாடு முழுவதும் சின்னதும் பெரிதுமாக பல அணிகள் புற்களைப் போல முளைத்துக் கிடந்தன. கால்பந்தாட்டத்தில் மோகமற்ற எந்த அரபியும் இங்கு இல்லை. அரபுச் சிறுவர்களும் சாலையில்

தெருவில் கிடக்கும் தெர்மாகூல் பெட்டிகள், குப்பிகள், டின்களென எது கிடைத்தாலும் பந்தாகப் பாவித்துக் கால்பந் தாட்டத்தைத் துவங்கிவிடுவார்கள். தனியாக நடந்துவரும் அரபிச் சிறுவன் தெருவில் கிடக்கும் டின்னை எட்டி உதைக்கும் போது எங்கிருந்தோ எதிரில் வரும் மற்றொரு சிறுவன் பதிலுக்கு உதைத்தால் கொஞ்ச நேரத்திலெல்லாம் ஒவ்வொருவனாக பெருகிப் பெருகி சாலையிலோ தெருவிலோ எந்த முன்திட்ட மும் இல்லாமல் ஒரு அணி உருவாகிவிடும்போது தெருவோ, சாலையோ மைதானமாக வேசம் கட்டிக்கொள்ளுகிறது. நடந்தோ, வாகனத்திலோ கடந்துபோகும் மனிதர்கள் இடையூ றின்றி விலகிக்கொள்வதும் அல்லது ரசிகர்களாக மாறி தீவிர ரசனையோடு உற்சாகக் குரலைக் கூவிக் கொக்கரித்து ஆனந்தக் கூத்தாடும் விளையாட்டாகக் கால்பந்தாட்டம் அமைந்திருந்தது. இந்த விளையாட்டு முறையில்தான் எட்டாவது தெருமுனையில் உருவாகிக்கொண்டிருந்த மைதானம் பிரதானமானது. விளையாட்டு எப்படி முடியும் என்பதை முதலிலேயே தீர்மானிக்க இயலாது. ஆர்ப்பரிக்கும் கொண்டாட்டமாகவோ அல்லது நிறவெறிச் சண்டையாகவோ மாறக்கூடிய சாத்தியம் உண்டு. விளையாட்டில் ஒரு கறுப்புச் சிறுவனை வெள்ளைச் சிறுவன் தள்ளிவிட விழுந்த கறுப்புச் சிறுவன் எழுந்து பதிலுக்கு அங்கே கிடந்த கல்லால் எறிந்ததைத் தொடர்ந்து கறுப்பனோடு ஒருவனும் வெள்ளையனோடு சிலருமாக தெருவின் மறைவு களில் நின்றபடி மெல்ல கல்லெறியத் துவங்குவார்கள். இது இங்கே அதிசயமான நிகழ்வு என்று சொல்ல முடியாத அளவுக்கு அடிக்கடி நிகழும் வழக்கமான நிகழ்வுகளில் ஒன்றுதான். இந்தக் கல்லெறி நிறவெறியோடு தொடர்புகொண்டு தொடங்கி விட்டால் யாரும் கிட்டே போவதில்லை. அஜ்னபிகள் கடந்து போனால் இரண்டு குழுக்களுக்கும் எங்கிருந்துதான் புது ரத்தம் பாய்ந்தோடும் என்பது தெரியாது. கரம்கோர்க்காமல் பகைவர்களாகத் தனித்து நின்றுகொண்டே அஜ்னபிகள்மீது கல்லெறிவார்கள். ஆரம்பத்தின் அடையாளத்தைப் பொறுத்து மெல்லமாகத் துவங்கும் கல்லெறி நேரம் போகபோக உச்சம் பெறும். கடந்து போகும் காவல் வாகனமும் விசயம் அறிந்தால் வேறு பாதைக்குப் போய்விடும்போது கறுப்பர்கள் யார் வந்தா லும் கருப்பரோடு கலந்துகொள்வார்கள். வெள்ளையர்களும் அப்படித்தான். வெள்ளையன் ஒருவன் தனது தபா[1]பில் கற்களைக் கொண்டுவந்து வெள்ளைச் சிறுவர்களுக்குக் குவித்து வைத்துக் கொடுத்திருந்த தகவல் கொஞ்சம் கொஞ்சமாகப் பரவப் பரவ இரண்டு பக்கமும் நல்ல கூட்டம் கூடிவர வர கற்கள் ஆகாய

1. தபாப் – டெம்போ மாதிரியான வாகனம்.

வெளியில் பரஸ்பரம் இலக்கற்ற பறவைகளாய் பறந்து திரியும். சில கார்களின் கண்ணாடிகள் உடைந்து சிதறி பரஸ்பரம் ரத்த காயங்களை உண்டாக்கும். இந்த கல்லெறிச் சண்டை இருட்டும்வரை நடைபெற்று இருட்டத் துவங்கிய பிறகு சண்டை நிறைவடைந்து அதோடு முடிந்தும் விடலாம் முடிந்துவிட முடியாத அளவுக்கு வன்மம் உக்கிரமாக இருந்தால் மறுநாள் காலையும் தொடரலாம். இரண்டாம் நாள் தொடர்ச்சி என்பது முதல் நாள் முடிவின் வலி அல்லது வன்மத்தைப் பொறுத்தது. திட்டங்களோடு துவங்கும் இரண்டாம் நாள் தொடக்கம் என்பது கறுப்பனோ வெள்ளையனோ ஏதும் அறியாமல் கடந்துபோகும் எதிர் நிறத்தவனை மறைவிலிருந்து வெளிப் பட்டுக் கடுமையாகத் தாக்கத் தொடங்குவான். கும்பலான இந்த தாக்குதல் அறியப்பட்டால் அவ்வளவுதான். அது தெருவைத் தாண்டி முக்கிய சாலைக்கும் வந்துவிடும்போது பகல் நேரத்தில் கூட அஜ்னபிகள் நடமாடாமல் மறுநாள் காலையிலும்கூட பாதையை முற்றிலும் மாற்றிக்கொள்வார்கள். ஒருமுறை டெய்லர் அஹமது இடையில் சிக்கி கல்லெறி வாங்கியிருக்கிறான். டெய்லர் அஹமது சிகப்பானவன் என்பதால் அநேகமாகக் கறுப்பர் களால் தாக்கப்பட்டிருக்கக் கூடும். இந்த அனுபவம்தான் டெய்லர் அஹமதுவை சமயோசிதக்காரனாக மாற்றியிருந்தது. என்ன எழவோ தெரியவில்லை. பல நேரங்களில் அடிவாங்கு கிற இடத்திலெல்லாம் டெய்லர் அஹமது இருப்பான். என்னத்த சொல்ல எல்லாம் நெசிபு[2] . . .

எட்டு மணிக்குப் பிறகு அஹமது ஷியா அரபியிடம் விசயத்தைச் சொல்லியதும் அவனே காரில் அழைத்துக் கொண்டுபோய் மம்மனிபா வசிப்பிடத்தின் வெளியே சாலையில் விட்டான். ஃபைசல் எப்போதும் போலல்லாமல் வேகமாக அறைக்குள் நுழைந்தபோது காதர் நடுநாயகமாக உட்கார்ந்து கதையடித்துக் கொண்டிருந்தான். பழைய காதராக இல்லாமல் அவனில் நிறைய மாற்றங்கள் ஏற்பட்டிருப்பதைப் போல் அப்போது தோன்றிய எண்ணம் வேகமாகத் தோற்றுப் போனது. உடலமைப்பு முகப்பொலிவு இவைகளில் ஏற்பட்டிருந்த மாற்றத்தைத் தாண்டி அவன் அவனாகவே இருந்தான். துருக்கிக் கார்பெட்டில் அவனின் இருப்பு ஏகதேசம் குருசு பாறையில் தெறித்து விழும் அலைக் கச்சத்தில் அவன் அமர்ந்திருக்கும் முந்தைய இருப்புப் போலவே இருந்தது. சிரிக்கச் சிரிக்க எல்லோரும் அவனிடம் பாடுகேட்டுக் கொண்டிருந்தனர். செய்யது காதரை விமான நிலையத்திலிருந்து அழைத்து வந்து மம்மனிபா அறையில் விட்டுவிட்டு இக்காமாவோடு காதரை

2. விதி.

தன்னிடம் ஒப்படைக்கும்படி சொல்லிவிட்டுப் போயிருந்தான். அண்ணன் இல்லாத தைரியத்தில் சகட்டுமேனிக்குப் பாடுகளைப் பேசிக்கொண்டிருந்த காதர் ஃபைசலைக் கண்டவுடன் எழுந்து தாவி அணைத்துக் கன்னக்கவளில் முத்தமிட்டபோது அவனின் முத்தத்தின் ஈரம் ஃபைசலுக்கு ஒருமுறை இந்தியாவில் ஊருக்குப் போனது போல இருந்தது.

“எப்படி மாப்ளே இருக்கே . . ?”

“அதான் பாக்கேல்லா. வாப்பா எப்படி இருக்கு . . ?”

“நல்லா இருக்காரு. நேத்து இதே நேரம் பள்ளிகிட்ட வச்சி விசாரிச்சாரு. உனக்கு லெட்டர் உண்டு. ஒரு சாரம் ரெண்டு குற்றாலம் துண்டு. சிப்ஸ்யெல்லாம் தந்து உட்ருக்காரு. ஊர்ல நல்ல மழை. நிறைய கதை இருக்கு.”

இருவரும் மம்மனிபாவின் ரெடிமேட் குடோன் அறைக்குப் பக்கத்தில் ஒதுங்கிப் போனார்கள்.

“சொல்லு நீ எப்படி இருக்கே . . ?”

ஃபைசலுக்கு அழுகை வந்துவிட்டது.

“கவலைப்படாதே மாப்ளே. ஏர்போட்ல இருந்து வரும் போது அண்ணனும் மம்மனிபாவும் உன் கதையச் சொன்னா னுவோ. ஊருலயும் மம்மனிபாக்க குட்டியாப்பா மத்த பிராடு பேசிட்டு நடக்கான். மயிரே மாத்திரம். பாத்துக்கலாம்” என்ற படி காதர் உள்ளேபோய் பெட்டியிலிருந்து ஃபைசலின் கடிதத்தைக் கொண்டுவந்து கொடுத்தபோது ஃபைசல் கடிதத்தைப் பிரித்துப்படித்தான் வாப்பா கிட்டே இருந்து பேசியது போல இருந்தது கடிதத்தைப் படிக்கப் படிக்க ஈரமான கண்களில் திறண்ட அழுகையை காதர் பார்த்து விடக் கூடாது என லாவகமாகத் துடைத்துக்கொண்டான்.

“அப்புறம் மாப்ளே உன் கல்யாணம் . . . கேள்விப்பட்டேன்.”

காதருக்கு வெட்கம் வந்துவிட்டது.

“அத ஏன் கேக்கே . . . எங்க வாப்பா நெலயழிஞ்சி நின்னுட் டாரு. எனக்கு இங்க வர பிடிக்கலே. உனக்குத்தான் தெரியுமே. நான் ஒரு போக்குல போய்ட்டிருந்தேன் ஒரு பெண்ணையும் கட்டி வச்சு என்னைய தொலைச்சு போட்டானுவோ. எனக்க வாப்பாதான் பிடிச்சி தள்ளிட்டாரு. நல்ல வேலையின்னா நிப்பேன். எதுனாலும் என் மனசுக்கு பிடிக்கணும் இல்லென்னா மாஸலாமா.”

காதரோடு பேசிக்கொண்டிருந்தால் நேரம் போவது தெரியாது. பல நேரங்களில் ஞானியின் பேச்சைப் போலவும் மனநிலை பிறழ்ந்தவன் பேச்சைப் போலவும் இரண்டு பக்கக் கூர்மை கொண்ட ஆயுதமாகக் குறிபார்த்து நின்றுவிடும். குருசு பாறையில் கஞ்சா போதையில் அவன் அந்திப் பொழுது களில் அமர்ந்திருக்கும்போது அவன் பேச்சும் மொழியும் அப்படி ஒரு வினோதம் கொண்டிருக்கும். பள்ளிக்கூட விடுமுறை யில் வள்ளியாற்றில் மீன் பிடிக்க அவன்தான் தலைமையேற்று வருவான். எல்லா எழவுக்கும் முன்னே நிற்பான். பாதியிலேயே எதுவும் பேசிக்கொள்ளாமல் போய்விடுவான். அடுத்த சந்திப்பில் அதுபற்றிக் கேட்டால் அவன் மீன்களைப் பற்றிப் பேசுவான். பேச்சு ஒன்றிலிருந்து ஒன்று தொடர்பற்று இருக்கும். யாரோ ஒருவன் ஃபைசலைத் தனியாக அழைத்து அந்த கஞ்சா கிருக்கனோடு என்ன பேச்சு என இழுத்துக்கொண்டு போய் விடுவார்கள். காதல், கல்யாணமென வேகமாக எல்லாம் நிகழ்ந்துவிட்டது. அவனின் வாப்பா பண்டு வட்டியில் பெருஞ் சம்பாத்தியம் செய்துகொண்டபோது சம்பாத்தியங்களை புத்திசாலித்தனமாக சொத்துகளாக மாற்றிக்கொண்டார். தோப்புத் தொறவும் வீட்டுமனைகளாகவும் வாங்கிப் போடப் போட அதுவே அவருக்கு லகரியாகிப் போனதால் அந்த லகரியிலிருந்து அவர் இன்னும் விடுபடவில்லை. செய்யதுவின் சம்பாத்தியங்களையும் சொத்தாகத்தான் மாற்றிக்கொண்டிருக் கிறார். போதாதக் குறைக்கு இப்ப தொழுகையாளி வேறு. மலமும் நீரும் போகிற பாதையில் அடைப்பு வந்தால்தான் மனிதன் அல்லா . . . அல்லா . . . என்று அந்திம காலங்களில் பள்ளிவாசலுக்கு வருகிறான் என்று வெள்ளிக்கிழமை பயானில் ஆலிம் ஒருமுறை அவரைக் குறிவைத்துதான் பேச்சை அமைத்துக் கொண்டார். கருத்தான் காதரின் வாப்பா மலுக்கு சாகிபு பாங்கு சொல்வதற்கு முன்னால் பள்ளிக்குப் போய்விடுவார். நாள்பட நாள்பட ஆலிம்சாவோடு ரொம்பவும் நெருக்கமாகி விட்டார். என்ன மாயமோ தெரியவில்லை அந்த ஆலிம் வட்டிக்காரன்களோடு சுலபத்தில் நெருக்கமாகிவிடுகிறார். கடந்த லீவில் ஊருக்குப்போன மம்மனிபாவுக்கும் மலுக்கு சாகிபுக்கும் ஒரு சொத்து முடிப்பதில் லேசாக முட்டிக் கொண்டது. உள்ளுக்குள் கிடந்த அந்த பகைமையின் விளைவாக காதருக்கான விசா மம்மனிபா ஏற்பாடு செய்கிறான் என்பதை அவரால் முதலில் சகிக்க முடியவில்லை.

“பாரம்பரியமும் தாரதரமும் இல்லாத பிச்சை எடுக்க பயலுவள்ட்ட போணுமாடே.” செய்யதிடம் ஆதங்கப்பட்டா லும் காதர் ஊரில் நாற்றிவிடக் கூடாது என்கிற பயமும்

அவசரமும் அவரை மௌனமாக யோசிக்க வைத்தபோது என்ன ஆனாலும் பரவாயில்லை காதர் நாடுகடந்தால் போதும் என்கிற மனநிலையில் அவசர அவசரமாக நாலு நல்லது பேசி அவனை அனுப்பி வைத்திருக்கிறார்

இன்று மம்மனிபாவின் அறை காதரின் வருகையைக் கொண்டாட சிறப்பு விருந்துக்கான அவசர ஒப்பனை சூடிக் கொண்டது. காதர் கொண்டுவந்த சிப்ஸ்தான் சாராயத்தின் துணைப்பலகாரமாக மம்மனிபாவும் பணியடிமையும் முன்னே வைத்துக்கொண்டிருந்தனர். ஃபைசல் லேசாகக் கவனித்துக் கொண்டே கடந்துபோய் குழிமுறியில் குளித்துவிட்டுத் திரும்ப வரும்போது காதர் அனேகமாக இரண்டாவது ரவுண்டு குடித்துக் கொண்டிருந்தான்.

“காக்கா எனக்க அண்ணனுக்குத் தெரியப்புடாது.”

“இதெல்லாம் எவனாவது சொல்லுவானாடே . . .”

குடியும் பேச்சுமாக வேறு வேறு லோகத்துக்கு தாவிப் போகும் சூழல் ஃபைசலுக்குப் புரிந்து போனதால் இனிபோய் இப்போது காதரோடு பேசினாலும் நன்றாக இருக்காது என சமையலறைக்குச் சென்று சாப்பிடப்போகும் முன்னால் சம்பிரதாயமாகக் காதரைப் பார்த்து “மாப்ளே நான் சாப்பிட்டுட்டு உறங்குறேன். காலையில பேசுவோம்” என்ற போது காதரை முந்தி அவசரமாக மம்மனிபா “சரி.” என்றான்.

சமையலறையின் வாசலருகே அமர்ந்து சாப்பிட்டபடி ஃபைசல் காதை சூதாட்ட அறை பக்கமாக வைத்துக்கொண் டிருந்ததால் அவர்களின் பேச்சு கேட்டுக்கொண்டே இந்தது.

“வியாழக் கிழமைன்னா நம்மரூம்ல எல்லாவனும் வருவா னுவோ. பாக்கத்தானே போறே.”

“காக்கா இங்கே எல்லாம் கிடைக்குமா . . ?”

“பைசா உண்டும்முன்னா வாப்பா உம்மாவத் தவிர எல்லாம் கிடைக்கும்.”

“ஒரு திருட்டு உண்டுமா ஒரு மது உண்டுமா ஒரு அனாச்சாரம் உண்டுமா . . . மா . . .மா . . .மான்னு அரபியா ரொம்ப யோக்கியம்னு எங்க ஆலிம்ஷா போன வெள்ளிக் கிழமை பயான் பண்ணுனாரு.”

“இங்க பிரம்மாண்டமான ரகசிய உலகம் கெடக்கு. அது அவனுவளுக்குத் தெரியாது அவனுவள இங்க கொண்டு வந்து ஈச்சமரத்தில ஏத்தி உட்டாத் தெரியும். வெதை வெளியே

பிலுங்கிரும் காதரே. பீத்துனாலும் பீத்து சாதாரண பீத்தா பீத்தானூவோ."

மூணாவது ரவுண்டு குடிக்கும் முன்னால் பணியடிமை எழுந்துபோய் பொரித்து வைத்திருந்த ஐதாரபாத் அல் அரபி ஆட்டுக்கறியை எடுத்துவர சமையலறைக்கு வந்தபோது ஃபைசலிடம் மெதுவாக மெல்லியக் குரலில் சொன்னான்.

"பிண்டாச்சிமவன் . . . காதருக்குக் கொளம் தோண்டுதான் பாத்துக்கோ."

"ஒண்ணும் நடக்காது. காதரு வெளஞ்ச சாதனம். அவன மம்மனிபாவுக்குத் தெரியாது ஊர்ல ஓதிப்பாக்க வந்த ஆலிம்சாக்கே கருத்தான் ஓதிப்பாத்தவன். போ . . . போ . . ." ஃபைசல் முணங்கிக்கொண்டே தலை நிமிராமல் உணவில் கவனம் கொண்டிருந்தான். பணியடிமை திரும்பப் போனபோது கர்ப்பிணிப் பெண்களோடு ஆண்கள் கலக்கும் நீலப்படம் தொலைக்காட்சிப் பெட்டியில் ஓடிக்கொண்டிருந்தது.

"காக்கா இத நான் இந்தியாவிலே பாத்தது இல்லே."

"இங்கே எல்லாமே உண்டுடே. எல்லாமே ஒசத்தியானது தான்."

காதர் டீவியில் பார்வையை நிலைக்குத்தி வைத்திருந்தான். "என்னா மாதிரி எடுத்துருக்கானுவோ. மொத மொதலா பத்தாம் கிளாஸ் பரீச்சை லீவுல கண்ணா பிள்ளை தலைமை யில ஐஞ்சஞ்சு ரூபாய் பிரிச்சி, டி.வியும் டெக்கும் வாடகைக்கு எடுத்து பீருக்க பாய் குடோன்ல வச்சி போட்டானுவோ. ஒரு மாதிரி வெட்டி வெட்டி தெரிஞ்சி. அதுக்கு பொறவு ஒருக்க சூசோட்டி பக்கத்துல ஷபிர் சாயிப்புக்க வீட்ல கரண்டு களவாண்டு சாமத்துல இடிஞ்ச வீட்ல வச்சி பாத்தது. இது பிரிஂட் சூப்பரா இருக்கு."

காதர் சிலாகித்துக்கொண்டிருந்தான். பணியடிமை பேச வில்லை காட்சிகளில் கண்ணைச் செலுத்திவிட்டால் அவனுக்குத் தலையில் எவனாவது மோண்டாலும் தெரியாது. பேச்சு முட்டிப் போய் இதயத் துடிப்பின் வேகமும் உடலின் உஷ்ணமும் உச்சத்துக்குப் போய்விடும். பத்துப் பதினைந்து நிமிடம் வசிப்பிடம் கண்களை விரித்து வைத்துக்கொண்டு வாய் பொத்தி மௌனமாக இருந்தது. பிறகு மீண்டும் கவனம் மது பக்கம் திரும்பிக் கொண்டது. பித்துப் பிடித்தவனாக இருந்த பணி யடிமையை உசுப்பி "பன்னிக்கு பொறந்தவலே . . . அங்க என்ன

மயிரயா பாக்கே. அதான் முடிஞ்சில்லா. கப்புல ஊத்து” என்ற மம்மனிபாவின் வலிச்சமான பேச்சில் சொரணைக்கு வந்தவனாகப் பணியடிமை மதுவை கப்பிலிட்டு நிரப்பினான்.

வசிப்பிடத்துக்கு வரவேண்டிய அறைவாசிகளில் சிலர் இன்னும் வந்திருக்கவில்லை. நேரம் போகப் போக கருத்தான் காதர் நல்ல போதையில் இருப்பதை உறுதிப்படுத்திக் கொண்டு மம்மனிபா பெரிய மயிராண்டி போலக் கண்களைக் காட்டிக் கொண்டு போதையில் பேசுபவனைப் போல அவனின் சொந்த விசயத்தில் காதரின் மனம் அறிய

“உனக்க வாப்பா போன லீவுல நான் முடிக்கப்போன சொத்த கணபதிபுரம் பக்கத்துல விலையை ஏத்தி உட்டு என்ன வாண்டாம ஆக்குனாரு. ஆனா நான்தான் உனக்கு விசா ஏற்பாடு பண்ணுனேன். வட்டிக்காரனுக்கும் வியாபாரிக் கும் உள்ள வித்தியாசத்தப் பாத்தேல்லா.”

“மன்னிச்சிடுங்கோ காக்கா ...” என்பான் என எதிர்பார்த்த மம்மனிபாவை காதர் கண்களால் கூர்தீட்டிப் பார்த்தபடி “போலே ... மண்டச்சி மவனே ... நீ ஒண்ணா நம்பர் ஃபிராடு தாயழி ...” என்றபோது வார்த்தை அவனைக் குத்தி மறுபக்கம் போனது. பணியடிமை கவனிக்காதவன் போல அப்போது முகத்தைத் திருப்பி இருந்தான். மம்மனிபா திசைமாற்றும் யுக்தியோடு தனக்கு முன்னாலிருந்த சாராயம் நிரப்பப்பட்ட டம்ளரை அவன் பக்கம் நீட்டிக்கொண்டே

“குடி ...”

“எனக்கா ...”

“குடி காதரே. வேற என்ன இருக்கு துணியாவுல. நீ லவ் பண்ணுன பிள்ளே எப்படி இருக்கா .. ?”

“அவளும் எனக்கு பொண்டாட்டியாகத்தான் இருக்கா. இருப்பா. அவளுக்குப் பணம் அனுப்பித்தாறேன்னு சொல்லிருக்கேன்.”

“ஊர்ல பிரச்சனை வராதே ...”

“என்ன பிரச்சனை வரும். டெய்லர் கடை ராஜா இஸ்லாமானவள கூட்டிட்டுப் போய் கெட்டினான். நோன்பும் பிடிச்சி பர்தாவும் போட்டுட்டுச் சுத்துனவ போன வாரம் ரெண்டு தெரு தாண்டி பைபிள தூக்கிட்டு சர்ச்சிக்கு போனா. ஊர்ல இவனுவோ” என்றபடி கையின் நடுவிரலை மம்மனிபா வின் முகத்துக்கு நேராக அவலச்சணமாக ஆட்டிக்கொண்டே

“அவளுக்க வாப்பா அனக்கமில்லாமதான் இருக்காரு. நம்ம சுல்தான், சேரியில ஒருத்திய கூட்டிட்டு போய் ஒரு பொட்டபிள்ளையும் பெத்து துரத்திவிட்டான். இன்னைக்கு அந்த தள்ளயும் பிள்ளையும் அனாதையா நிக்கி. கேட்பார் கேள்வி உண்டுமாடே. கத்தார்ல இருந்தாம்புலா அந்த காதருந்தவன் அவன் பொண்டாட்டி ஒருத்தன்கூட கெடந்து மாட்டுனா. உனக்க மாமா மவன்.”

“காதரே வேண்டாம் பேச்ச வுடு. மோசமான ஒண்ணு ரெண்டு பேருக்க கதைய பீ குடிக்காரன் மாதிரி பேசாதே.” மம்மனிபா காதரை அனத்திப் பார்த்தான். எந்த அனத்தலுக்கும் காதர் அடங்குவதாகத் தெரியவில்லை.

“பேசவுடு. ஏன் அவன் யோக்கியமா அவன் தண்ணிக்காரிக்க மொவ சின்னப் பிள்ள. அந்த பிள்ளைய போய் ச்சீ ஊறே காறி துப்பிச்சி. நீ என்னா மரிச்சா போனா . . . இவ்வளவு என்ன காக்கா . . . இஷாக் ஆலீம்ஷா . . . ஓதிப்பாக்கப் போன எடத்துல ஹைருன்னிஷாக்க பெட்டக்ஸ்ல தட்டுனாரா இல்லியா. எல்லா லூசு பயலுவளும் மனசு முழுவதும் பாக்குற பொம்பிளைக்க சாமானத்தக் கற்பனையில நெரப்பி வச்சிட்டு நெடுவ கெடந்து அலையுதானுவோ. லே . . . பணியடிமை குப்பிய எடுலே.”

குளிரூட்டப்பட்ட அறைக்குள் வியர்த்து ஊத்தியதில் நனைந்து போயிருந்த மம்மனிபாவுக்கு காதரோடு அடி நடத்தும் நிலை வந்துவிடும்போலத் தோன்றியது. ஆனால் பணியடிமைக்கு மனம் முழுவதும் மகிழ்ச்சி வலியாறாகப் பெருக்கெடுத்து ஓடிக்கொண்டிருந்தது. அடித்து ஊத்திய மழையின் புதுவெள்ளம் குப்பைக் கூளங்களை, சாக்கடையை செத்த நாயை, பேண்ட பீ என எல்லாவற்றையும் அடித்துக் கொண்டு சுற்றிச் சூழல்கிறது. மம்மனிபாவின் மாமா மகன் கதை ஊரில் பணியடிமையும் அறிந்ததுதான். அவன் இப்போது பெரும் யோக்கியன். காறி மூஞ்சிக்கு நேராகத் துப்பிவிடலாம் என்றால் இங்கிருந்து அதை நடத்த இயலாது. காதர் சின்னவனென்றாலும் மம்மனிபாவின் நாக்கைப் பிடுங்கி வெளியே இழுக்கும் கேள்விகளை முகத்துக்கு நேராக எந்தச் சலனமுமில்லாமல் தூக்கிப்போடுகிறான். இந்த உரையாடல் இன்னும் கொஞ்சம் நீடித்துப்போக வேண்டுமாய் மனதுக்குள் பணியடிமை விரும்பிக்கொண்டிருந்தான்.

காதர் குடிப்பான் என்பது மம்மனிபாவுக்குத் தெரியும் என்றாலும் அவனின் குடியின் குரூரம் இப்படியானதாக இருக்குமென்பதை அவன் முன்னமே அறிந்திருக்கவில்லை.

திட்டமிடாமல் தன்னால் வெட்டப்பட்டக் குழியின் ஆழத்தில் இப்படிச் சிக்குண்டு போவோம் என்பதை கற்பனைச் செய்ய வில்லை. பத்து பதினான்காண்டு கால அரபு வாழ்வில் அவன் பல வினோதமான குடிகாரர்களைக் கண்டிருக்கிறான். குடித்தால் எதுவும் பேசாதவன், குடித்தால் வெறி கொள்கிறவன், குடித்தால் திரும்பத் திரும்பப் பெண்களைப் பற்றிப் பேசுகிறவன், குடித்தால் அழுகிறவன், கழுத்து வீங்கி கபூர் குடித்தால் அழுகிறவன். ஆனால் காதர் இதற்கு முன் எப்போதும் கண்டிராதத் தனி ரகமாக இருக்கிறான். குடிபோதையில் கண்கள் மங்கி தலை வெட்டினாலும் வார்த்தைகளைத் தெளிவாகப் பேசுகிறானே அவனின் பேச்சை நிறுத்த முடியாமல் இடைவெளி ஏற்படுத்திப் பார்ப்போம் என எழுந்தவன் தட்டுத் தடுமாறிக்கொண்டே

“காதரே மோண்டுட்டு வாறேன்” என எழுந்துகொண்டே நடந்தபோது

“போ . . . போ . . . நல்ல மோளூ. எல்லாவனும் இங்க கெடந்து மோளுங்கோ. ஊர்ல ஒங்க . . . ஒங்க . . .” மம்மனிபா கேட்காதவன் போல பாத்ரூமை நோக்கிப் போய்க்கொண்டிருந் தான். பாத்ரூமில் அவன் மோள மோள ரத்தம் கொதித்துக் கொண்டிருக்க வெளியேறிய மூத்திரத்தின் உஷ்ணம் மீண்டும் உடலேறி படுத்தியது. இந்த சின்ன பயவுள்ளயோடு குடித்து விட்டோமோ எனத் தனக்குள்ளே குமுறிக் கொண்டவனால் தாங்க முடியாமல் கக்கூஸ் முறிக்குள் முதன்முதலாக அழுது கொண்டிருந்தான் மம்மனிபா.

காதர் தனது இருப்பை முன்னயோ பின்னையோ மாற்றிக் கொள்ளாமல் அப்படியே இருந்தான். அவன் கண்ணுக்கு முன்னால் குருசுப் பாறைக்குத் தெற்கே கடல் படர்ந்து கிடந்தது. இன்னும் உன்னிப்பாகப் பார்த்துக்கொண்டிருந்தவன் அறையில் தனித்துப் பேசத் துவங்கினான்.

‘இன்றைக்கு அலை மிதமாக அடிக்கிறது. என்னுடைய ஆசை எல்லாம் இதுதான். இந்தக் கடல் நடுவே அழகான ஒரு பெரிய சாலை இந்த பூமிப் பந்தைச் சுற்றிலும் அமைக்க வேண்டும். அதில் பிரயாணம் செய்ய, கண்கள் வழியாக இந்த உலகத்தைப் பார்க்க, எவனுக்கும் அனுமதி கிடையாது.’ தொடர்ந்து பேசிக்கொண்டிருந்தவன் தனது தனித்துவமான இருப்பில் இருந்தபடி தனது இரண்டு கால்களையும் பின்னி வயிறை உள் எக்கிக்கொண்டு இரண்டு கைகளையும் வாயருகே கொண்டுபோய் வட்டமாக்கி இழுத்து உறிஞ்சினான். அவன் தோற்றம் வினோத கோலம் கொண்டிருந்தது. எதிரில் அமர்ந் திருந்த பணியடிமை பகுதி திறந்த கண்கள் வழியாகப் பார்த்த

போது காதர் இன்னொருவனாக அமர்ந்திருப்பதைப் பார்த்து பதறியபடி மது குப்பியைத் தனது முதுக்குப் பின்னால் மறைத்துக் கொண்டான். பிறகு காதர் தனது இருப்பிலிருந்து வெளிப்பட்டு நீண்ட மூச்சை இழுத்து விட்டுக்கொண்டே பணியடிமையை முறைத்துப் பார்த்தபோது வெப்பம் தாங்காமல் பணியடிமை தனது முதுகுப் பின்னாலிருந்த சாராயக் குப்பியை காதரின் முன்பக்கம் தூக்கி வைத்தான்.

"தேங்ஸ் காக்கா. நான் அஞ்சாறு நாள்ல ஊருக்குப் போயிருவேன். உரிமை இல்லாத நாட்ல நம்மால வாழ முடியாது. இந்தியாவுல பொழைக்கவா வழி இல்லே. பணம் பவிசு அதிகாரம் இந்த மயிரெல்லாம் தாண்டி என்னமோ ஒண்ணு கெடக்கு. அத கண்டுபிடிக்கணும். தொடர்ந்து ஒண்ண செய்திட்டு இருக்கக் கூடாது. என் நாட்டில ராஜா மாதிரி வாழுவேன். இந்தியா எனக்க உம்மாக்கா நாடு." எழுந்து கைகளை மல்லாந்து பறக்கும் பறவையின் சிறகைப்போல விரித்து உக்கிரமாகக் கத்தினான். பின்னர் மூச்சை இழுத்து சுவாசம் விட்டுக் கொண்டே மெல்ல அமர்ந்தான். "எந்த பன்னிக்குப் பொறந்தவனும் என்ன கேக்க முடியாது. எனக்கு பொழைக்க ஆயிரம் வழி உண்டு. லேட்டஸ்டா பெஷ்ட் வியாபாரம் எது தெரியுமா . . ?"

பணியடிமை தலையை நிமிர்த்திப் பார்த்தான்.

"ஹஜ் வியாபாரம் பத்துபேர ஹஜ்ஜிக்கு அனுப்புனாலும் பொழைக்கலாம். பாதிக்குமேல ஊர்ல பணக்காரனுவோ பாவியாத்தான் இருக்கானுவோ. அவனுவளுக்கு பாவத்த கழுவண்டமா. ரோட்டு முக்குல பெட்டிக் கடை வச்சிருந்த ரோஸ்மேரிட்டதான் துனியா இருக்குனு நடந்த ரோஜா மொதலாளியும் ஹஜ் செய்ய போணும்னு சொன்னாரு. போய் எனக்க வாப்பாவையும் ஹஜ்ஜிக்கு அனுப்பனும்."

நடப்பதைக் கவனித்துக்கொண்டு மம்மனிபா கதவோரம் நின்றபடி உள்ளே வரவில்லை. அவன் பயந்து போயிருந்தான். காதர் இப்போது உறங்கிவிட்டால் நல்லது என்று பிரார்த்தித்துக் கொண்டே பணியடிமையைக் கை சைகைக் காட்டிக் கூப்பிட்டான். மெல்ல எழுந்து வந்த அவனிடம் "அவன மெதுவா இழுத்து சீட்டு ரூம்ல கெடத்து."

"குட்டியாப்பா அவன் மோசமான சாதனம். தாயழி பயங்கர ஸ்பீடு. பன்னிக்க பொறந்தவல அடக்க முடியாது. என்னமெல்லாமோ பேசுதான். பூமிங்கான் பந்துங்கான். ஒரு மாதிரி பேபிடிச்சவன் மாதிரி ஒரு இருப்பு. வல்ல

ஆத்தங்கரை பள்ளியில கெட்டிப் போட வேண்டியவன மலுக்கு சாய்பு ஏத்தி விட்டுட்டாரு. படச்சவனே அவன பாக்கவே பேடியா இருக்கு. வாப்பாக்க வட்டி பயலுக்க தோள்ல கிடக்கு.”

“ஒண்ணுமில்லே. நீ போய் அந்த பீப்பயலே மெதுவா இழுத்துப்பாரு.”

திரும்ப வந்து பணியடிமை கிட்டே போய் காதரை மெல்லமாகப் பிடித்தான்.

“மேல இருந்து கை எடுலே. மண்டச்சி மவனே . . .” கத்திய போது ஏற்கனவே பயந்து கிடந்த பணியடிமை மீண்டும் பயந்து நகர்ந்துவிட்டான். மம்மனிபா கையைப் பிசைந்தபடி பதட்டமாகக் கக்கூஸ் அறை வாசலிலேயே நின்றான். பணி யடிமை தூங்கும் அறைக்குப் போய் ஃபைசலை கூப்பிட்டுப் பார்த்தபோது தெரிந்தே படுத்திருந்த ஃபைசல் அசங்கவில்லை. சூதாட்ட அறையில் தனித்திருந்த காதர் மீண்டும் டம்ளரில் சாராயத்தை ஊற்றி வைத்துக்கொண்டு சத்தமாகக் “காக்கா . . . காக்கா . . .” என்றபோது

மம்மனிபா பதில் சொல்லாமல் மௌனமாக மறைந்து நின்றுகொண்டான். படுக்கை அறைக்குப் போன பணியடிமையும் வெளியே வரவில்லை. காதர் ஒன்றிரெண்டு முறை “மம்மனிபா . . . மம்மனிபா” எனக் கூப்பிட்டுப் பார்த்துக் கத்தினான். பிறகு “லேய் . . . மம்மனிபா . . . மனிதக் குடலை வைத்துக்கொண்டு யானையின் உணவை திண்ணத் துடிக்கும் முட்டாப் பயலே . . . திங்க என்னமும் கொண்டாலே. நாறப் பயலே.”

காதரின் குரல் எங்கிருந்தோ கேட்பதுபோலத் தோன்றிய போது கையைப் பிசைந்துகொண்டு எத்தும் பிடியும் இல்லாமல் நிலைகுலைந்த நின்ற மம்மனிபா கதவுக்குப் பின்னால் ஒரு மையத்தைப் போல “படச்சவனே . . .” என சரிந்து விழுந்தான்.

13

அபுஹுஸைனுக்கு சொந்தமான ஏ.சி. மெக்கானிக் கடையில் வியாபாரக் கடைகளைப் போல பெரிய கூட்டமிருக்காது. பகல் நேரங்களில் வேலை அதிகமாக இருக்கும். மகிரிபுக்குப் பிறகு சும்மா அமர்ந்து சிறிய வேலைகள், உணவு, பேச்சென சுவாரஸ்யமாகப் போய்விடும். இஷா ஸலா[1]வுக்கு ஒருமுறை கடையை அடைத்து மூடி விட்டு தொழுகை முடிந்து வந்து திறந்தால் பத்து மணியோ பணிரெண்டோ நிலைமையைப் பொறுத்து கடை திறந்தே இருக்கும். அபுஹுஸைனின் நேரடி கபாலத்தில் ஷமியும் இம்ரானும் இருந்தார்கள். மம்மலியின் வேண்டுதலால் ஃபைசலுக்கு வேலை வழங்கப்பட்டிருந்தது. அபுஹுஸைனுக்கு இந்த ஏ.சி. கடை பிராதான மானது அல்ல. அவருக்கு பாப்மக்காவில் வாசனைத் திரவியம் மொத்தமாக விற்பனை செய்யும் கடையும் இன்னும் சில வியாபார நிறுவனங்களும் இருந்ததால் எப்போதாவது மகிரிபுக்குப் பிறகு வருவார். அவரின் மனநிலையைப் பொறுத்து அவரின் இருப்பு இங்கு அமைந்திருக்கும். பாரம்பரிய மான அரபி உடையில் செம்மையாக அழகுப் படுத்தப்பட்ட அழகிய தாடியோடு ஆள் அழகாக இருப்பார். ஷமிதான் கடையின் எல்லாமுமாக இருந்தான். இம்ரான் வெளி வேலைக்குப் போவது மற்றும் சிறிய வேலைகளை இருப்பிடங்களில் போய் சரிசெய்து வருவதற்குமாக வேலையில் அமர்த்தப்பட்டிருந்தான். ஃபைசல் ஷமியின்

---

1. தொழுகை

கூடவே தனக்குத் தெரிந்த வேலை உதவிகளைச் செய்து கொடுப்பான். இம்ரான் எவ்வளவு பெரிய கட்டிடமானாலும் தனியாளாய் போய் விண்டோ, ஏ.சி. இயந்திரத்தைத் தனது முதுகில் சுமந்து வண்டிக்குக் கொண்டுவந்து விடுமளவுக்கு வலிமையானவனாக இருந்தான். ஏ.சி. இயந்திரம் இங்கு அத்தியாவசியமான தேவை என்பதால் அது இல்லாமல் அறைகளுக்குள் வாழ்வதைக் கற்பனை செய்ய முடியாது. கடை ஷரஃபியா போஸ்ட் ஆபிஸ் பின்பக்கம் இருந்தது. மம்மலியின் அறையிலிருந்து வெளியேறினால் நாலாவது கட்டிடம் பள்ளிவாசல். பள்ளிவாசல் முன்பக்க ரோட்டில் போஸ்ட் ஆபிஸ். போஸ்ட் ஆபிஸைத் தொட்டார் போல பூங்கா உண்டு. பூங்காவில் வியாழன், வெள்ளி இரவு களில் நிறைய கூட்டம் சுற்றித்திரிந்து பொழுதைப் போக்கிக் கொண்டிருக்கும். எப்போதும் போலீஸ் வாகனங்கள் சுற்றி வரும் முக்கிய இடமான அந்த பிரம்மாண்டமான கடை வீதியிலும் ஜனநடமாட்டத்திற்குக் குறைவிருக்காது. ஷமியின் அரபி அபுஹுசைன் எப்போதாவது பொழுதுபோக்குக்காக இங்கு வந்து போவதால் கடையின் கணக்கு வழக்குகளிலும் பெரிய அக்கறை காட்டுவதில்லை. எப்போதாவது ஷமி பணம் நீட்டினாலும் நீயே வைத்துக்கொள். இம்ரானுக்கு நிறைவாகக் கொடு. ஃபைசல் மீதும் கருணையாக நடந்துகொள் என்பான். ஷமியையும் இம்ரானையும் ஃபைசலையும் அவன் வேலை யாளாக நடத்தாமல் நண்பர்களாகப் பார்த்துக்கொண்டிருந் தான். ஜித்தாவில் இந்த கடையில்தான் கடந்த வாரம்வரை ஃபைசல் வேலை பார்த்துக்கொண்டிருந்தான். இன்று மகிரிபு தொழுதுவிட்டு ஃபைசல் நேராக ஷமியின் கடைக்குப் போன போது நல்ல வேளை அரபியும் இருந்தான். ஃபைசலைப் பளிச்சென அபுஹுசைனுக்கு அடையாளம் தெரியவில்லை.

“லேஸ் ஹாதா ... இன்ந்த மாஃபி கொய்ஸ் ...”[2] ஃபைசலின் கண்களை கூர்ந்து பார்த்து மீண்டும் “நீ ஃபைசல்தானா . . ?” சந்தேகமாய் கேட்டுக்கொண்டே பிறகு ஃபைசலைக் கட்டிப் பிடித்து முத்தமிட்டபடி ‘தால்’ என உள்ளே அழைத்து அமர வைத்துக் கொண்டான். ஊரில் ஒருவர் விடாமல் நலன் விசாரித்துக்கொண்டே அருகே உட்காரச் சொன்னபோது அரபி இருப்பதால் போலீஸ் பிரச்சனை வராது என்கிற தைரியத்தில் ஃபைசல் மூன்று நான்கு மணிநேரத்தை அங்கேயே பேச்சில் நகர்த்திவிடத் தீர்மானித்துக்கொண்டான். சந்தோச மாய் பேசக்கூடிய அரபியாகவும் ரொம்பவும் நிறைவான மனிதனாகவும் இருந்த அவன் ஒரே மனைவியுடன் வாழ்கிறான்.

2. என்ன இது நீ அழகாக இல்லை.

நாலு பெண் மக்களும் இரண்டு ஆண்மக்களுமாக ஆறு குழந்தைகளின் தந்தையான அரபி அபுஹுசைனுக்கு ஃபைசலின் துவைஜி பற்றியும் தாய்ஃபு சூப்புக் கடை பற்றியும் மம்மனிபாவின் அல்ஹாசா அறை பற்றியும் பல உரையாடல்களின் வழியே முன்னமே நன்றாகத் தெரிந்துகொண்டிருந்தான்.

இந்தியா போகும் ஏற்பாடுகள் எப்படி இருக்கிறது என்று கேட்டபோது ஃபைசல் சொன்னான்.

"நாளை காலை இன்ஷா அல்லா எமர்ஜென்ஸி பாஸ் போர்ட் கிடைத்துவிடும் என்று நினைக்கிறேன். இந்தியாவுக்கான டிக்கெட் எடுத்துவிட்டேன். ஜவாஸாத்தில் முத்திரை வைத்துவிட்டால் பத்துப் பதினைந்து தினங்களுக்குள் புறப்பட்டுவிடலாம் எனக்காக துவா செய்யுங்கள்." அரபி அபுஹுசைன் ஃபைசலுக்காக உடனே இரு கைகளையும் தூக்கிப் பிரார்த்தனை செய்தான்.

"கவலைப்படாதே இறைவன் நாடினால் சரி செய்துவிடலாம். நாளை பாஸ்போர்ட் கிடைத்ததும் நீ இங்கே வா."

பக்கத்து பூஃபியாவிலிருந்து டீ வந்தபோது எல்லாருமாகச் சேர்ந்து குடித்துக்கொண்டே தொடர்ந்து பேசிக்கொண்டிருந்தனர். ஃபைசலுக்கு ஒரு மால்பரோ சிகரட்டைப் பத்திக் கொடுத்தபோது அவன் இழுத்துப் புகைவிட மனம் கொஞ்சம் ஆசுவாசமானது. பிறகு அபுஹுசைன் ஃபைசலின் தாடியைப் பற்றிப் பேசியபோது "உன் கண்களை வைத்துதான் அடையாளம் கண்டேன். உன்னிலிருந்து நல்லதைத் தொலைத்துக் கொண்டாயே" என்றவன் இம்ரானிடம் திரும்பி "நீ ஃபைசலைப் பார்த்தாயா" என்றபோது இம்ரான் ஃபைசலை இன்னொரு முறை உற்றுப் பார்த்துவிட்டு சிரிப்பாய் சிரிக்க அரபியும் சிரித்துக்கொண்டே

"தாடி தான் உனக்கு அழகு. முழுவதுமாக நீக்காமல் அதை நீ கத்தரித்து சின்னதாக்கி இருக்கலாம். ஒரு சுன்னத்தை தொலைத்துக்கொண்டாய்."

ஃபைசல் சிரித்துக்கொண்டே "எல்லோரும் என் முகம் பார்க்க விரும்பினார்கள். நானும் விரும்பினேன். அதுவுமில்லாமல் நான் இந்தியா போன உடன் எனக்குத் திருமணம். எனக்காக ஒரு பெண் காத்திருக்கிறாள். அவள் பெயர் ஜாஸ்மீன்."

"உனது திருமணத்துக்கும் தாடிக்கும் என்ன தொடர்பு இருக்கிறது. நீ தாடியோடு உன் மனைவியை முத்தமிடும்போது தான் அவள் சிலிர்த்துப் போவாள். அது அவளுக்கு

பேரானந்தமாக இருக்கும். இல்லையென்றால் இரண்டு முகமும் ஒன்றுபோலத்தான்."

அரபிகள் பாலியல் விசயங்களைப் பற்றி பேசுவதற்குக் கூச்சம் கொள்வதில்லை. அது மானிட வாழ்வில் முக்கியமான தேவையென்பதைப் புரிந்துகொண்டே ஜாலியாகப் பேசுவார்கள்.

"சரி இருக்கட்டும். இறைவன் உனக்கு அருள் புரிவான். இறைவன் நம் உருவங்களையோ உடைகளையோ பார்ப்பதில்லை. அவன் நம்முடைய உள்ளங்களைத்தான் பார்க்கிறான். இருக்கட்டும். நல்லது. இனி நீ முற்றிலுமாக மழித்துவிடாமல் என்னைப் போல அழகாக்கிக் கொள். இம்ரானும் இந்த விசயத்தில் சரியில்லை. என்னையும் ஷமியையும் பார்த்தாயா. சரி இருக்கட்டும். நல்லது முகமதுவிடம் (மம்மலி) என்னோடு பேசச்சொல். ஃபைசல் நீ ஊர் போக ஏற்பாடு செய்கிறேன். அல்லது நான் அவன் பூஃபியா போனால் பேசுகிறேன். உனக்கு எதாவது என்னிடமிருந்து சிறப்பாக வேண்டுமா . . ?"

"உன் அன்பு போதுமானது. துவைஜியைப் பார்த்த இதே நாட்டில் நான் உன்னைப் பார்ப்பது. இறைவன் அருளால்தான்."

அரபி சிரித்துக்கொண்டே "எல்லா புகழும் இறைவனுக்கே . . ." என்றபோது

"எனக்கு மக்கா போக வேண்டும். உம்ரா செய்ய வேண்டும் என்ற ஆசை மட்டும் நிறைவேறவில்லை. நான் நிறைய பாவங்கள் செய்திருக்கிறேன். எனவே நான் அங்கு போய் பாவ மன்னிப்புக் கோர விரும்புகிறேன்."

"துவைஜி அளவுக்கா . . . இல்லயே. உனது பாவங்களுக்காகப் பிரார்த்தனை செய். எல்லோரும் ஏதோ ஒரு வகையில் பாவங்களில்தான் வாழ்கிறோம். பிரார்த்தனை உன் பாவங்களை கழுவிவிடும். அல்லது கழுவப்பட்டதை போல நீ உணர்வாய். மக்காவில் போய்தான் பிராத்திக்க வேண்டுமென்று கிடையாது எங்கிருந்தும் பிராத்திக்கலாம்." அபுஹுசைன் நீண்ட மௌனத்திற்குப் பிறகு, "நான் உனக்கு கதை அல்லது ஒரு சம்பவத்தை சொல்லுகிறேன். துன்னூன் மிஷிரி என்கிற இறை நேசரைப் பற்றி உனக்குத் தெரியுமா . . ?"

"தெரியாது."

"நான் சொல்லுவது இன்றிலிருந்து ஆயிரத்தி இருநூறு வருடங்களுக்கு முந்தைய நிகழ்வு."

"அப்படியானால் நான் நிச்சயமாக அறிய விரும்புகிறேன்."

அபுஹுசைன் ஷமியையும் இம்ரானையும் முன்வந்து அமரச் சொன்னான். ஃபைசல் உட்பட மூவரும் சீடர்களைப் போல அவரைச் சுற்றி அமர்ந்துகொண்டனர்.

"நல்லது. துன்னூன் மிஷிரி ஒரு முறை ஹஜ் செய்ய போனார். அப்போது அவர் அரஃபாத் பெருவெளியில் பகலை முடித்துக்கொண்டு இரவு முஸ்தலிஃபாவில் தங்கியிருந்த போது இரவு முழுவதும் இறை வணக்கத்தில் சிரத்தையோடு ஈடுபட்டிருந்தார். அப்படி தங்கியபோது ஒரு காட்சியைக் கண்டார் அல்லது அவருக்குக் காண்பிக்கப்பட்டது. அந்த காட்சியில் ஷாம் நாட்டின் தலைநகரான தமாஸ்கஸைச் சார்ந்த அஹமது என்கிற ஒரு செருப்பு வணிகரின் முகத்தைக் கண்டார் அந்த ஆண்டில் அவருடைய ஹஜ்தான் இறைவனால் ஏற்றுக்கொள்ளப்பட்ட முதல் ஹஜ்ஜாகும். எனினும் அஹமது இந்த ஆண்டு ஹஜ் செய்ய மக்காவுக்கு வர முடியவில்லை என்றும் காட்சியில் அவருக்குச் சொல்லப்பட்டுள்ளது. முஸ்தலிஃபாவின் மலைக் குன்றுகளுக்கிடையேயான பரந்த பெருவெளியெங்கும் இஃகராம்[3] ஆடை அணிந்த மனிதர்களின் கூட்டத்தில் துன்னூன் எதுவும் புரியாமல் பிரம்மை பிடித்தவரைப் போல பிராத்தித்துக்கொண்டே இருந்தார். ஹஜ்ஜின் கடமை களில் ஏதேனும் ஒன்றைத் தவறுதலாகவோ மறதியாகவோ விட்டுவிட்டாலே ஹஜ் நிறைவேறாது. ஒரு மனிதனால் மக்கா வுக்கு வராமலே அரஃபாத் பெருவெளியில் முஸ்தலிஃபாவில் தங்காமல் தவாபு செய்யாமல் எப்படி ஹஜ்ஜை நிறைவேற்ற இயலும். அதுவும் இறைவனால் ஏற்றுக்கொள்ளப்பட்ட முதல் ஹஜ். காட்சியினூடே ஒலித்த குரலில் கேட்டதை நினைத்து நினைத்து மலைப்பு இன்னும் துன்னூனுக்கு அதிகப்பட்டுப் போயிருந்தது.

துன்னூனுக்கு மனம் பொறுக்கவில்லை. ஹஜ்ஜை முடித்துக்கொண்டு முதல் வேலையாக தமாஸ்கஸ் புறப்பட்டுப் போய் செருப்பு வணிகர் அஹமதுவைத் தேடிப் பிடித்து சந்தித்துக் கொண்டார். யாரோ ஒரு ஞானி தன்னைத் தேடி வந்திருப்பதை கண்ட ஏழையான செருப்பு வணிகர் அஹமது துன்னூனை ஸலாம் கூறி வரவேற்று உபசரித்து அன்பாக நடந்துகொண்ட நாளின் அந்த இரவில் துன்னூன் மெல்ல பேச்சை ஆரம்பித்தார்.

"இந்த வருடம் நீங்கள் ஹஜ் செய்ய வந்தீர்களா?" என்ற துன்னூனின் சாதாரணமான கேள்விக்கு "வரவேண்டும் என்று பேராவல் கொண்டிருந்தேன். ஆனால் என்னால் வர முடியா மல் போய்விட்டது" என்றார் ஏழை அஹமது. புன்னகைத்துக்

---

3. இரண்டு வெள்ளைத் துண்டுகளாலான ஆடை.

கொண்டே துன்னூன் தனது மனதில் தோன்றி மறைந்த காட்சியும் ஒலியும் விலக்கப்பட்ட சாத்தானின் புறத்திலிருந்து ஏற்பட்டதாக இருக்கும் என்று கருதிக்கொண்டே "ஹஜ் செய்ய பேராவல் கொண்டிருந்த நீங்கள் ஏன் வரவில்லை" என ஆவலோடு கேட்டார்.

"அது ஒரு பெரிய கதை."

"என்ன கதை என்பதை நீங்கள் விரும்பினால் நான் அறிந்துகொள்ளலாமா."

நான் ஹஜ்க்கு போக வேண்டுமென்று ரொம்ப காலமாக ஆசைப்பட்டு வந்தேன். ஆனால் அதற்கான பணம் என்னிடம் இல்லை அதனால் கொஞ்சம் கொஞ்சமாக அதற்காகப் பணம் சேர்க்க ஆரம்பித்தேன். கடைசியில் ஹஜ் செய்வதற்கான பணம் சேர்வதற்கு எனக்கு நாற்பது வருடங்களாகி விட்டது. இந்த வருடம்தான் ஹஜ் செய்யலாம் என்று நினைத்தேன். இதுதான் நாற்பதாவது வருடம் இந்த நாற்பதாவது வருடத்தில் என் ஆசையை நிறைவேற்றக் காத்துக்கொண்டிருந்தபோது ஒரு நிகழ்ச்சி நடந்துவிட்டது. பக்கத்து வீட்டுக்குப் போன என் மகன் அழுதபடி திரும்ப வந்தான். நான் ஏனென்று கேட்ட போது பக்கத்து வீட்டில் இறைச்சி சமைத்து சாப்பிட்டுக் கொண்டிருந்தார்களாம். இவன் கொஞ்சம் கேட்டிருக்கிறான். அவர்கள் தராமல் என் மகனை விரட்டியிருக்கிறார்கள். என் பிள்ளை அழுதுகொண்டே என்னிடம் வந்து சொன்னபோது இவர்கள் என்ன மனிதர்கள் சின்னக் குழந்தைக்குக் கொஞ்சம் கூட சமைத்த கறியைக் கொடுக்காமல் விரட்டிவிட்டார்களே என்று என் மனம் வருத்தப்பட்டது. அந்த வருத்தத்தோடு கோபமாக அவர்கள் வீட்டில்போய் மோசமாகக் கத்திவிட்டேன். பிறகு என் வார்த்தைகளைக் கேட்டு என் பக்கத்து வீட்டுக் காரர் என்னிடம் பரிதாபமாக வந்தார். கலங்கிய கண்களோடு நாங்கள் கடந்த ஒரு வாரமாக சாப்பிடுவதற்கு எதுவுமில்லாமல் உயிர் போய்விடும் அளவிற்கு பட்டினியாக இருந்தோம். அப்போதுதான் தெருவில் ஒரு செத்த ஆடு கிடைத்தது. அதை எடுத்து வந்து நாங்கள் உணவாக சமைத்துச் சாப்பிட்டோம். செத்த மிருகங்கள் நமக்கு ஆகுமானதல்ல. அதை உங்கள் மகன் கேட்டதால்தான் அவனை விரட்டினேன். அந்த கறியை நாங்கள் சாப்பிடாவிட்டால் செத்துப் போயிருப்போம். ஆகையால் அந்த நிலையில் அது எங்களுக்கு ஆகுமானது. ஏனெனில் எங்கள் உயிரைக் காப்பாற்றிக்கொள்ளத்தான் செத்துப் போன ஆட்டை சமைத்தோம் என்றபோது என் மனம் பதறி விட்டது. என்னால் தாங்கவில்லை. நான் அழுதுக் கதறிவிட்டேன்.

என்னால் எனது பக்கத்து வீட்டுக்காரனின் வறுமையின் கொடூர துயரத்தை பொறுத்துக்கொள்ள முடியவில்லை. என்ன உலகம் இது ... பக்கத்து வீட்டில் இப்படி பட்டினியாக ஒரு குடும்பம் இருக்கும்போது நாம் ஹஜ் செய்வதா என்று நான் நாற்பது ஆண்டுகளாக ஹஜ் செய்ய சேர்த்த பணத்தை எல்லாம் அவர்களிடம் கொடுத்து பிழைத்துக்கொள்ளச் சொல்லிவிட்டேன். அதனால்தான் இந்த வருடம் என்னால் ஹஜ் செய்ய வர முடியவில்லை. ஏழை அஹமது சொல்லி முடிக்க அதைக் கேட்டதும் துன்னூன் கதறி அழ ஆரம்பித்தார். துன்னூனுக்கு இறைவன் ஒரு உண்மையை விளங்க வைத்தான். அது அவருக்கு ஹஜ் பற்றிய தெளிவை ஏற்படுத்தியது.

ஃபைசல் நான் மீண்டும் மீண்டும் சொல்லுகிறேன். இறைவன் நம்முடைய உள்ளங்களைத்தான் பார்க்கிறான். உள்ளத்தை உயர்வானதாக வைத்துக்கொள்ளாதவனின் வணக்கங் கள் எல்லாம் வீணான வேலைதான். பார்த்தாயா ... தமாஸ்கஸ் ஏழை அஹமது எதன் மூலமாக எதை அடைந்து கொண்டா ரென்று. அடையாளங்களை முகத்தில் சூடிக்கொள்வதால் நாம் அதுவாக மாறிவிட முடியாது. அடையாளம் வெறும் வேசமாகத்தான் இருக்கும். அகத்தில் சூடிக்கொள்ளும்போது தான் நாம் அதுவாக மாறிவிட முடியும். மனிதன் இறைவனை நோக்கிப் போகப் பார்க்கிறான். ஆனால் ஏழை செருப்பு வணிகர் அஹமதுவை நோக்கி இறைவன் போய்விடுவான்.

ஃபைசலும் இம்ரானும் ஷமியும் அபுஹுசைனின் பேச்சில் கட்டப்பட்ட நிலையில் அசைவின்றி அமர்ந்திருந்தார்கள். அவர்கள் மனரீதியாக ஒரு வினோத நிலையில் கிடப்பதைக் கண்டுகொண்ட அரபி அபுஹுசைன் சிரித்துக்கொண்டே

"ஃபைசல் இறைவன் நாடினால் நீ மக்கா போவதும் நடக்கும். நாளை உன் எமெர்ஜென்ஸி பாஸ்போர்டு கிடைக்கட்டும். பார்க்கலாம். எனது பெரிய தந்தையின் மகன். போலிஸில்தான் உள்ளான். நாளை நான் அவனிடம் பேசுகிறேன். எல்லாம் நல்லதாக நடக்கும். முகமதுவிடமும் நான் பேசுகிறேன். நீ இந்தியா போனதும் உடனே புதிய பாஸ்போர்டு எடுத்துக் கொண்டு ஷமிக்குப் போன் பண்ணிச் சொல்லிவிட்டு பாஸ்போர்டு பிரதியை முகமது மூலமாகக் கொடுத்துவிடு. இறைவன் நாடினால் நான் விசா ஏற்பாடு செய்கிறேன் இறைவன் நாடினால் இதே கடையில் வேலை செய்யலாம். நீ ஏழை. நான் உன்மீது அன்பு செலுத்தினால் இறைவன் என்மீது அன்பு செலுத்துவான்."

ஃபைசல் நல்லது என்றபோது அரபி அபுஹுசைன் யோசித்துக்கொண்டே ஷமியிடம் சொல்லி தொலைபேசியை எடுத்து வரச் செய்து பேசத் துவங்கினான். போன் உரையாடல் அரபு மொழியில் இப்படியாக இருந்தது.

அஸ்ஸலாமு அலைக்கும்.

எப்படி இருக்கிறாய் . . .

தாய், தந்தையர் . . .

எல்லா புகழும் இறைவனுக்கே . . .

பக்கத்திலா . . .

அப்படியானால் எனது கடைக்கு வா . . .

நல்லது . . .

அரபி போனை வைத்துவிட்டு அமர்ந்திருந்தபோது வந்த ஒரு வாடிக்கையாளரிடம் ஷமி பேசிக்கொண்டிருந்த பத்து நிமிடங்களுக்குள் ஏ.சி. கடை முன்னால் ஒரு போலீஸ் சிறை வாகனம் வந்து நின்றது. இம்ரான் ஃபைசலை மறைவாக உள்ளே போகச் சொல்லிக் கண்ஜாடை செய்தான். வாகனத்தி லிருந்து இறங்கிய போலீஸ் அதிகாரி கடையை நோக்கி வர அரபியும் அதிகாரியும் கட்டி அணைத்துக்கொண்டே நலன் விசாரித்துக்கொண்டான். அபுஹுசைன் அதிகாரியை அமர்த்திக் கொண்டு ஃபைசல் மறைந்திருந்த கடையின் உள்பகுதியைப் பார்த்துக்கொண்டே "யா . . . சதீக் தால் . . . மஃபி . . . முஸ்கிலா . . ."[4]

அபுஹுசைனின் தைரியம் மூட்டும் அழைப்பில் தயக்கத் தோடு வெளியே வந்த ஃபைசல் அதிர்ந்து தயங்கியபடி நடுங்கிக் கொண்டே 'அஸ்ஸலாமு அலைக்கும்' என்றபோது அதிகாரி அவனை வினோதமாகப் பார்த்துக்கொண்டிருந்த அவரின் பார்வை கொஞ்சம் ஊடுருவிப்போனது. அதிகாரியின் முகத்தில் நிகழும் தேடுதலை புரிந்துகொண்டே ஃபைசல் அச்சத்திலிருந்து விலகிக் கொஞ்சம் ஆசுவாசமாகி தனது முகத்தில் சிரிப்பை வைத்துக்கொண்டான்.

தன்னை அன்று பகல் முழுவதும் வாகனத்தில் வைத்துச் சுற்றிக்கொண்டே நடு இரவில் ஷரஃபியா பாலத்துக்குக் கிழே பத்து ரியாலும் தந்து இறக்கி விட்டுவிட்டுப் போனவர் என்பதை ஒருக்கிலும் அவனால் மறக்க முடியாது. அவருக்கு ஃபைசலைப்

---

4. மஃபி முஸ்கிலா – பிரச்சனை இல்லை.

பளிச்சென பிடி கிடைக்கவில்லை என்பதைப் புரிந்துகொண்டே ஃபைசல் அபுஹுசைனிடம் விசயத்தைச் சொன்ன பிறகு அதிகாரிக்கும் அவன் தாடி எடுக்கப்பட்ட கதை சொல்லப் பட்டது அதிகாரிக்கு ஆச்சரியமாகிப்போனது. வியப்பும் மலைப்பும் மாறாமலே

“உன்னை துனியாவில் இனி சந்திப்பேன் என்று நான் நினைத்துப் பார்க்கவில்லை. மாஸா அல்லா . . . அன்று நான் உன்னை விட்டுவிட்டுப் போகும்போது எனக்குள் என்ன நடந்தது என்பது தெரியாது. இறைவன் மிகப் பெரியவன். அவன் இதை நாடியிருக்கிறான்.”

அவர் மிரட்சியிலிருந்து இன்னும் விலகவில்லை. “இந்த உலகம் ரொம்பவும் சின்னது பார்த்தாயா அதற்கிடையே ஒருமுறை சுற்றி வந்துவிட்டது.”

“நிஜம்தான்” என்றபடி இருவரும் கட்டியணைத்து முத்த மிட்டுக் கொண்டனர்.

ஃபைசலை அரபி அபுஹுசைன் தனது தம்பி போல என்று அடையாளப்படுத்தியது. அவன் கண்களைக் கலங்க வைத்திருந்தது.

அரபியின் பெரிய தந்தையின் மகனான அந்த அதிகாரி யிடம் ஃபைசல் பற்றித் தான் அறிந்த முழு கதையும் இஷாவுக்கு பாங்கு சொல்லும்வரை அரபி அபுஹுசைன் பேசிக்கொண் டிருந்துவிட்டு பிறகு எல்லோருமாக ஷரஃபியா பெரிய பள்ளிக்குத் தொழுகைக்குப் போனார்கள். தொழுகை முடிந்து வந்த பிறகும் பேச்சு நீண்டு போய்க்கொண்டிருந்தது. ஷமியிடம் சொல்லி எல்லோருக்கும் உணவு, கொண்டுவரச் சொன்ன போது ஒரு பெரிய தட்டில் சுட்ட ரொட்டியும் கோழியும் சவர்மாவும் உண்டு. வட்டமிட்டு எல்லோரும் சாப்பிடும்போது அபுஹுசைனைப் பார்த்து ‘துவைஜி ஹராமி . . .’ என்றபடி ஃபைசலோடு “உணவு இறைவனிடமிருந்து வருகிறது. உன்னை அன்றே எனக்கு ரொம்பவும் பிடித்துவிட்டது. இதற்கு நீ இறைவனுக்குத்தான் நன்றி சொல்ல வேண்டும்.”

“அல்ஹம்து லில்லாஹ் . . .”

ஒரு மனிதனை இன்னொரு மனிதனுக்குப் பிடிப்பதற்கான காரணங்கள் என்ன வேண்டுமானாலும் இருக்கலாம். அதனை எந்த வகைப்பாட்டுக்குள்ளும் அடைத்துவிட முடியாது. குமரி இக்பாலுக்கும் திருப்பூர் மணிமாறனுக்குமிடையே நீண்ட நெருக்கம் உண்டு. குமரி இக்பாலின் அறையில் மணிமாறன் தனது பெட்டியில் முத்தாரம்மன் படத்தை வைத்து ரகசியமாக

வணங்கிக்கொண்டிருந்தான். ஒருமுறை ஓர் அவசியத்துக்காக மணிமாறனின் பெட்டியைத் திறந்தபோது இக்பால் அந்தப் படத்தைப் பார்த்துவிட்டார். மணிமாறன் அப்போது அறையில் இல்லை. அன்று மாலையில் திருப்பூர் மணிமாறன் ஓவர் டைம் முடித்து அறைக்கு வந்தபோது சுவரில் முத்தாரம்மன் படம் மாட்டப்பட்டிருந்தது. பிரபு இதைத் தெரிந்துகொண்ட போது இக்பாலின் மனசை சிலாகித்துக் கொண்டான். அம்மன் படம் மாட்டப்பட்ட மறு வியாழன் இரவில் குமரி இக்பாலின் அறைக்குப்போன நாசருக்கு அது இஷ்டப்படவில்லை.

"என்ன காக்கா . . . இத கொண்டு வச்சிருக்கு." "நாசரே அது அவன் நம்பிக்கை. கூடுதல் பேசாத. உட்டுரு. மணிமாறன் எனக்கத் தம்பி."

இக்பால் மட்டும் சம்மதிப்பார் என்றால் மணிமாறன் அம்மன் படத்துக்குப் பக்கத்தில் இக்பாலின் படத்தையும் வைத்துவிடும் அளவுக்கு அவர்மீது அன்பாகிப்போயிருந்தான். அந்த அம்மன் படம் முப்பத்தியேழாவது மாடிச் சுவரில் அலங்காரமாகவும் அழகாகவும் இருந்தது. மணிமாறனோடு ஈர்க்கப்பட்டிருந்த அந்த அம்மன் படம் பிறகு கோபகுமாரை யும் எப்போதாவது சில தருணங்களில் பிரபுவையும் அது ஈர்த்துக்கொண்டது.

ஃபைசலிடமும் அரபியிடமும் ஷமி மற்றும் இம்ரானிட மும் ஸலாம் சொல்லி அதிகாரி விடைபெற்றுப் கிளம்பியபோது அதிகாரியின் அந்த வாகனத்தின் பின்பக்கச் சிறையில் சிலர் அடைபட்டுக் கிடந்தனர். கொஞ்ச நேரத்தில் அரபி அபுஹூசை னும் கிளம்பிப் போகும்போது

"எல்லாம் பொருத்தமாக அமைந்திருப்பதைப் பார்த்தால் ஃபைசல் உனக்கு நன்மை நடைபெறும். இறைவன் நாடினால் பார்க்கலாம் மா ஸாலாமா" என்றபடி அவனும் போய்விட்டான். ஃபைசல் அறைக்குப் புறப்படலாமா என்று யோசித்தபடி நேரத்தைப் பார்த்தபோது இரவு பத்துமணியைத் தாண்டி இருந்தது. ஷரஃபியா வசிப்பிடத்திற்கு சவுக்கத்துதான் முதலில் வருவான். இப்போ கிளம்பினால் அறையில் தனித்திருக்க வேண்டும். இன்னும் ஒன்றரை மணி நேரத்தை ஷமியோடு கழித்துவிட்டால் தனிமையிலிருந்து தப்பிவிடலாம். சமீப நாட்களாக ரொம்பவும் அவஸ்தைகளை ஏற்படுத்திவிடுகிற தனிமையின் குரூரம் இப்போது அறைக்குப்போனால் எப்படி யும் பாடாய்ப்படுத்திவிடும். தனித்திருக்கும் தருணங்களில் யோசனை எதுவும் புகுந்துகொள்ளவில்லை என்றால் பிரச்சனை இல்லை. திடீரென யோசனை வந்துவிட்டால் அன்றைய

தினம் அவ்வளவுதான். பிறகு எதைப் பார்த்தாலும் அதுவாகத் தான் இருக்கும். தொடர்ச்சியான உழைப்பு இருந்தால் எதுவும் தோன்றுவதில்லை. டெய்லர் அஹமதின் ஷியா அரபியின் குடோனின் தொடர்ச்சியாக வேலை இருக்கும். எதையாவது ஒன்றைத் தூக்கி அங்கே போட்டு இங்கே போட்டுப் பொழுது ஓடிவிடும். அப்படித்தான் அவனிடம் மூன்று வருடங்கள் ஓடிப்போயின. வேலை பெரிய கடினமில்லை. ஆனால் எதை யாவது செய்துகொண்டிருக்க வேண்டும். போய்ச் சேர்ந்தபோதே அஹமது சொல்லியிருந்தான். அரபி ஷியா முஸ்லிம் சும்மா நின்றால் கத்துவான். எதையாவது செய்துகொண்டே இருக்க வேண்டும். ஒன்றுமில்லை என்றால் துணி பண்டல்களை அங்கிருந்து தூக்கி இங்கேயும் இருங்கிருந்து தூக்கி அங்கேயு மாக வைத்துக்கொண்டிருக்க வேண்டும். அப்படி செய்து கொண்ருந்தால் அவனுக்கு உன்னைப் பிடித்துவிடும். 'சரி சரி' என எல்லாம் தலையாட்டிவிட்டுத்தான் வேலைக்குச் சேர்ந்திருந்தான். பிறகு எல்லாம் சில நாட்களிலேயே பழகி விட்டது. அவன் இல்லாத நேரங்களில் எதாவது பார்சலுக்கு இடையே உட்கார்ந்து கொள்ளலாம். அவன் வந்தால் டெய்லர் சமிக்கை சப்தம் செய்யும் வழக்கம் பிழையாகிப் போன ஒருநாள் ஷியா அரபி வந்து எரிச்சலுற்று கத்தியபோது வயிற்றைப் பிடித்துக்கொண்டு நடித்துச் சமாளித்த நேரத்தில் அவன் பொறுமை காத்தான். அந்த குடோனில் எப்போதும் தனிமைதான். ஆனாலும் கூப்பிடும் இடத்தில் டெய்லர் அஹமது இருக்கிறான் என்பதாலேயே அது பயமானதாக இல்லை. தாய்ஃப் சூப் கடையில் உழைப்பு உழைப்பு என்று எதையும் சிந்திப்பதற்கான பொழுதுகள் அமையவில்லை. ஆனால் மம்மனிபாவின் அறையில் நிறைய மனிதர்கள் நிறைந்திருந்தும் தனித்திருப்பதுபோலவே உள் மனம் உணர்ந்துகொண்டிருக்கும். மம்மலியின் அறையும் இப்போது ஒன்றிரண்டு நாட்களாகத் தனிமை பயமானதாக மாறிவிட்டது. அரூஷாவைக் குறித்து பயம் இப்போது உருவமாய் தனித்திருக்கும்போது அறையெங் கும் அலைகிறது. அதுவும் ஜாஸ்மீனின் புகைப்படம் கைக்கு வந்தபிறகு அரூஷாவின் அலைதல் அதிகப்பட்டுப் போனது. தாய்ஃபிலிருந்தபோதே அவள் எழுதித் தந்த தொலைபேசி எண் பதியப்பட்ட காகிதம் தொலைந்திருந்தது. அங்கிருந்து வந்தபிறகு அவள் என்ன ஆனாள் என்பது தெரியவில்லை, ஒரு வேளை ஊருக்குப் போயிருப்பாளா . . . என்னை எப்படி நினைத்திருப்பாள் . . . என் இந்திய விலாசத்தை வைத்து என்ன செய்வாள் . . . என்னை முற்றிலுமாக அவள் மறந்து போகும்படி யாக அவளுக்கு நல்ல சூழல் அமைய வேண்டும். இரண்டு கைகளையும் மேல் தூக்கி எங்கிருந்தாலும் அவளை சிறப்பாக்கி

வை ரஹ்மானே. அவள் மனதிலிருந்து வருத்தங்கள் வலிகளை அப்புறப்படுத்தி அவள் மனதை லேசாக்கி வை ரஹ்மானே. பிரார்த்தித்த இரவுகள் கொஞ்சம் ஆசுவாசமானதாக அமைந்து கொள்ளும்.

தனிமையில் மனநிலைபாதிக்கப்பட்ட சில இந்தியர்களை ஃபைசல் அறிந்திருக்கிறான். பளிங்கும், பளபளப்பும், வான் உயர்ந்த கட்டிடம், உலகத்தில் விலை உயர்ந்த வாகனங்கள், என எல்லா படோடோபங்களும் இந்த நகரின் பத்து கிலோ மீட்டர் சுற்றளவுக்குள்தான். அரிதாரம் பூசப்பட்டு அலங்கரிக்கப் பட்ட சின்ன முகம். இதன் நிஜமான பெருமுகம் காடு. வெப்பத்தின் உற்பத்திப் பிரதேசமான பாலைவனக்காடு. மின்சார மற்ற வெயிலின் உக்கிரம் கூடிய பெரும் மணல் வெளிகளும் மலைக்குன்றுகளும் ஆகாயமும் பூமி பந்தும் வெப்பத்தோடு மல்லுக் கட்டித் தோற்றுப்போய் புல் பூண்டு முளைத்திராத பெருவெளி. எங்காவது பதுக்களின் குகைவீடுகள். இப்படி அடையாளமற்றுக் கிடக்கிற இடத்தில் அரபியக் கனவுகளோடு வந்த அப்பாஸ் சிக்கிக்கொண்டிருந்தான். ஒட்டகங்களும் மலையாடுகளும் ஈச்சமரங்களுமே அவன் பார்வைக்குட்பட்ட தாக இருந்தது. ஊரில் அவனின் வீட்டில் குட்டிக்குருமால்கள் எனப் பத்துப்பதினைந்து பேர் நிறைந்து கிடக்க வாழ்ந்து பழகியவன். என்ன ஆவான். ஒருமாதம் எந்த தகவலும் இல்லை. அவனுக்கு விசா வாங்கி நல்ல விலைக்கு விற்ற நம்பாளி ஹைதர் என்னவானான் என்பதும் யாருக்கும் தெரியவில்லை. அன்சாரியும் ஷாகுலும் ஜித்தாவிலிருந்து கிளம்பிப்போய் அவனைக் கண்டடைந்தபோது அப்பாஸை மனநோயாளியாகத் தான் பார்க்க முடிந்தது. பெரும்பாடுபட்டு அவனை மீட்டெடுத்து ஊருக்கு விமானம் ஏற்றிவிட்டபோது திருவனந்தபுரம் விமான நிலையத்தில்போய் இறங்கியவன் பைத்தியமாகத்தான் நின்றிருக்கிறான். இப்போதும் அவன் மருந்து மாத்திரை தின்பதாகப் போன வாரம் மக்காவிலிருந்து மம்மலி அறைக்கு வந்த அன்சாரி சொன்னபோது ஃபைசல் பதறிப்போயிருந்தான். அப்போது தனிமையின் கொடுமை குறித்து நடைபெற்ற உரை யாடலும் அன்சாரி சொன்ன சில கதைகளும் ஃபைசலை மனரீதியாகப் படாத பாடுபடுத்திக்கொண்டிருந்தது.

அறையை விட்டு வெளியேறி சாவி எடுக்கத் திரும்பி வரவில்லையென்றால் ஹபீப் முகம்மது தூக்கில் தொங்கி மரித்துப் போயிருப்பான். அன்சாரி அறைக்குள் நுழையும் போது ஹபீப் முகம்மது கழுத்தில் சுருக்குமாட்டி செயரில் நின்று கொண்டிருந்தான். சுருக்குக் கயிறின் இன்னொரு முனை மின்விசிறியில் நன்றாகக் கட்டப்பட்டிருந்தது. அன்சாரி பதறிக்

கொண்டே அவனைப் பிடித்து என்ன என்றபோது அவன் எந்த பதட்டமுமில்லாமல்

"சும்மாதான் போட்டுப் பார்த்தேன்." கழுத்துச் சுருக்கை கழற்றிக்கொண்டு செயரிலிருந்து இறங்கியபோது அன்சாரி எதுவும் பேசாமல் மௌனமாக ஹபீப் முகம்மதைப் பார்த்த படி எரிச்சலில் எட்டி மிதிக்கத் தோன்றிய உணர்வுகளைக் கட்டுப்படுத்திக்கொண்டே "என்ன பிரச்சனை சொல்லு" என்றான்.

"ஒரு பிரச்சனையும் இல்ல மாப்ளே. சும்மாதான் போட்டுப் பார்த்தேன். தனியா இருக்கேம்லா சும்மா போட்டுப் பார்போமேனு."

"ஒரு இஸ்லாமானவன் தற்கொலை செய்யக் கூடாது."

"அதுக்கு நான் தற்கொலை செய்யலலா. விளையாட்டுக்குக் கழுத்துல மாட்டிப் பார்த்தேன்."

"விளையாட்டுக்குக் கழுத்துல இததான் மாட்டுவானா. நான் இப்ப வரலன்னா ஒரு பயல விடமாட்டானுவோ. என்ன பிரச்சனை சொல்லு."

"ஒரு பிரச்சனையும் கிடையாது. நீதான் பிரச்சனை உண்டாக்கே. சும்மா ரூம்ல இருக்கேன். தூக்கு போடுதாங்கல்லா. அது எப்படின்னு பாப்போம்ன்னுதான்."

அவன் திரும்பத் திரும்ப அப்படியே சொல்லிக்கொண் டிருந்தான். மிதித்துவிடகாலைத் தூக்கியவன் யோசித்துக் கொண்டே பிறகு அவனுக்குக் காவலாக எப்போதும் அறையில் ஒருவரை இருக்க வைத்து கண்காணிப்பைப் பலப்படுத்திப் பத்து இருபது நாட்களில் விசா ஸ்டாம்பிங் பண்ணி ஜித்தா விமான நிலையத்திலிருந்து ஏற்றிவிட்ட பிறகுதான் ... படச்சவனே என அறைவாசிகள் நிம்மதியாகத் தூங்கியது.

பதினோரு மணிக்குத்தான் ஃபைசல் பாகிஸ்தானி ஷமி யிடமும், இம்ரானிடமும் விடைபெற்றான். அதுவும் பிரபு ஷமியின் கடைக்கு வந்தபிறகு. பிரபுக்கும் ஷமிக்குமான உரை யாடலின் வேடிக்கையை ரசித்தபோது ஃபைசலின் மனம் இன்னும் கொஞ்சம் லேசாகி இருந்தது.

பிரபு கேட்டான் ஷமியிடம் "உங்க நாட்டுக்கும் எங்க நாட்டுக்கும் சண்டை வருமா ... பாய் சாப் ..."

"போட்டா போடுறாங்க ... போடலன்னா போறாங்க ..." உருதில் ஒரு சுலோகம் போலச் சொன்னான் ஷமி.

பிரபு உருது நன்றாகப் பேசுவான். மொய்தீன் இருந்தால் இன்னும் சிறப்பாக இருக்கும். பாகிஸ்தானிகளை உண்டு இல்லை என்று ஆக்கிவிடுவான். எல்லாம் ஃபைசல் இந்த கடைக்கு வேலைக்கு வந்த பிறகான பழக்கம்தான். மம்மலி தான் அவர்களின் நெடிய நாள் நண்பன்.

இம்ரான் சிரித்துக்கொண்டே "ஃபைசலின் இஸ்லாமான அழகிய தாடியை நீதான் வெட்டிவிட்டாய்."

பிரபு சிரித்துக்கொண்டே "அவன் இளைஞன். அவன் அழகாகத் தெரிவதை இஸ்லாம் தடுக்கிறதா. பர்வேஸ் முஸரஃப் தாடி வைத்திருக்கிறாரா. சதாம் உசேன் தாடி வைத்திருக்கிறார. ஹோஸ்னி முபாரக் தாடி வைத்திருக்கிறாரா." பிரபுவின் கேள்விக்கு அதே வேகத்தில் ஷமி பதில் சொன்னான் "பர்வேஸ் முஸரஃப், சதாம் உசேன், ஹோஸ்னி முபாரக் மூவரும்தான் இஸ்லாத்தின் அடையாளம் என்று நீ நினைத்திருக்கிறாயோ . . ."

"அது எனக்குத் தெரியாது. ஆனால் பின்லேடனுக்குத் தான் பெரிய தாடி. அவர் உங்கள் அடையாளமா . . ."

"அவரும் எங்கள் அடையாளம் கிடையாது. எங்கள் அடையாளம் நபி மட்டும்தான்."

"உண்மைதான். நான் ஏற்றுக்கொள்கிறேன். ஆனால் தாடி பெரிய விசயமா. தாடியைக் குறித்த கவலைய விட்டுவிட்டு ஆக்கப்பூர்வமாக யோசனை செய் எனதருமை நண்பா ஷமி." அப்போது சிரித்துக்கொண்டிருந்த இம்ரானுக்கும் தாடி இல்லை. அந்த இரவு கிளம்பும்போது ஷமி "ம் . . . பரவாயில்லை. ஃபைசல் இப்போது பாஜிகர் ஷாருக்கான் மாதிரி அழகாக இருக்கிறான். அவன் மீண்டும் இங்கு வரப் போகிறான் தெரியுமா. கபீல் விசா தருவதாகச் சொல்லிவிட்டான்."

பிரபு ஃபைசலைப் பார்த்தபோது அவன் ஆமோதித்துத் தலையாட்டினான். சிரித்துக்கொண்டே பிரபுவும் ஃபைசலும் விடைபெற்று அறையை நோக்கி நடக்கத் துவங்கினார்கள்.

மணி பதினொன்றைத் தாண்டி இருந்தது. அப்போதும் பகலின் பொழுதுபோல ஷரஃபியாவின் பிரம்மாண்டமான கடை வீதிகள் ஒளியில் நிறைந்து கிடந்தது.

14

ஷியா அரபி அலி தனது குடோனில் ரகசியக் கூட்டத்திற்கு ஏற்பாடு செய்திருந்தான். மாதம் ஒருமுறை அல்லது இரண்டு மாதங்களுக்கு ஒரு முறை இந்த ரகசியக் கூட்டம் நடைபெறுகிறது. அசாதாரணமாக அடுத்தடுத்த நாட்களிலும்கூட கூட்டத்திற்கு ஆட்கள் வருவதுண்டு. முப்பது நாற்பது பேர் பங்கெடுப்பார்கள். நாடெங்கும் சுற்றித் திரியும் உளவாளிகள் மூலமாக அரசாங்கத்துக்கு இவர்களின் நடவடிக்கை தெரியுமென்றாலும் அரசு இவர்களின் நடவடிக்கைகள்மீது வெறுமனே ஒரு கண்காணிப்பை மட்டும் வைத்திருப்பதாகவும் அஹமது சொல்லிக்கொண்டான். ஷியா முஸ்லிம்கள் முகமது நபிக்குப் பிறகு முன்னுரிமை என்பது அவரின் மருமகனான அலிக்குதான் என்பதில் துவங்கி பல நிலைபாடுகளோடு நபிக்குப் பிறகு நபி இல்லை என்பதை மறுத்து அலி ரலியல்லாஹ்தாலாவை நபிக்குரிய தகுதியுடையவராகக் கொள்கை கொண்டிருப்பவர்கள். ஷியா முஸ்லீம்களிலும் பனிரெண்டு பிரிவுகள் இருப்பதாக அஹமது பேச்சினிடையே ஒருமுறை சொன்னான்.

ஷியா அரபியின் குடோனில் ஃபைசலுக்கு மக்ரிபுக்குப் பிறகு முக்கியமான வேலைகள் இருக்காது என்பதால் குடோனை ஒட்டிய அஹமதின் டெய்லர் கடையில் அலியின் ஏற்பாட்டிலேயே ஃபைசல் மறைவாக உட்காருவதற்கான ரகசிய இடம் டெய்லர் கடையின் உள்ளேயே சில நுட்பங்களோடு ஏற்படுத்தப்பட்டிருந்தது. மறைவான இடத்தின் பின்பக்கமிருந்த ரகசியக்

கதவைத் திறந்து யாரும் அறியாமல் குடோனுக்குப் போய் விடலாம். குடோனில் போலீஸ் செக்கிங் நடைபெற வாய்ப்பு இல்லை. குடோனில் எப்போதும் பூட்டப்பட்டிருக்கும் வெளிக் கதவு அலி இருந்தால் மட்டுமே திறந்திருக்கும். மற்ற கடைகளுக் கான மொத்தத் துணிகளையும் ஃபைசல் டெய்லர் கடை வழியாகவே கொண்டுவந்து கொடுப்பான். கடையில் நினைத்திராத தருணங்களில் செக்கிங் நடைபெறும் என்பதால் ஷியா அரபியும் டெய்லர் அஹமதுவும் ஃபைசலுக்காக மறைவான இந்த ஏற்பாட்டைத் தயார் செய்திருந்தான். போலீஸ் வந்தால் கடையில் இருப்பவரிடம் இக்காமாவை மட்டும் பரிசோதிப்பதோடு விட்டுவிடுவார்கள். போலீசும் ஜவாஸாத் தும் இணைந்து வந்தால் இக்காமவிலுள்ள அரபியின் பெயரும் கடை முதலாளி அரபியின் பெயரும் ஒன்றாக இருக்க வேண்டும். இல்லையென்றால் கதையை முடித்துக்கொண்டு போய்விடுவார்கள்.

ஆறேழு கடைகளுக்கான மொத்த துணியும் அலியின் குடோனில் குவியல்களாகக் குவிந்து கிடக்கும். எல்லா கடை களுக்கும் தேவையான துணிகள் குடோனிலிருந்து எடுப்பதும் எந்தெந்தக் கடைக்கு எவ்வளவு துணி போய் உள்ளது என்கிற கணக்கு வழக்குகளுக்கெல்லாம் ஃபைசல்தான் பொறுப்பு. அலியும் அவனின் ஷியா சகாக்களும் மகிரிபுக்குப் பிறகு எப்போதாவது சில நாட்களில் ரகசியக் கூட்டம் போடுவார் கள். அடிக்கடி ஷியா அரபிகள் அரசால் காவல்துறையில் முத்தவ்வாக்களால், மிகக் கடுமையாகத் தாக்கப்படுவதுண்டு. அவர்களின் ரகசியக் கூட்டம் நடைபெறும்போது ஃபைசல் அவர்களுக்கு டீ தயாரித்துக் கொடுக்கப் பலமுறை அனுமதிக்கப் பட்டிருக்கிறான் என்பது போல சில முறை அனுமதி மறுக்கவும் பட்டிருக்கிறான். அவர்கள் ரகசியமாகச் சில பள்ளிவாசல் களும் வைத்திருக்கிறார்கள் என்பது அவர்களின் ரகசியக் கூட்ட விசயங்களைப் போகிற போக்கில் கேட்டுப் புரிந்து கொள்ளும் மொழி ஆற்றல் பெற்றிருந்த ஃபைசலை அலி எல்லா நேரங்களிலும் அனுமதிப்பதில்லை என்பதால் அப்படி யான தருணங்களில் மறைவிடத்துக்கு வந்துவிடுவான்.

அலியின் நண்பர்களில் ஒருவன் ஃபைசலைப் பார்த்து ஒருமுறை அலியிடம் கேட்டான்.

“இவன் பாதுகாப்பானவன் தானே . . ?”

அலி சிரித்துக்கொண்டே “இக்காமா கிடையாது. அவனால் ஆபத்து இல்லை. பாவமான இந்தியன். இப்படியான ஒருவன் தான் இந்த இடத்திற்கு நல்லது. இந்தியர்கள் நல்லவர்கள். பயந்தவர்கள்.”

என்னமோ செய்கிறார்கள் நமக்கென்ன என ஃபைசல் கண்டுகொள்ள மாட்டான். அலியின் ஷியா கூட்டம் அல்-ஹாஸாவில் நிறைய உண்டு. பல நேரங்களில் நிறையப் புது முகங்கள் வந்து போவார்கள். என்ன காரணமோ தெரியவில்லை. அலி இன்று ஃபைசலை மறைவிடத்துக்கு அனுப்பிவிட்டபோது அவன் ரகசிய கதவு வழியாக வந்து அமர்ந்துகொண்டே

"காக்கா நமக்கு ஒண்ணும் பிரச்சனை இல்லையே..."

"நமக்கென்ன பிரச்சனை. நாம் பிழைக்க வந்தவர்கள். ஒரு வேளை அலி அக்பர்னு இருந்தா பிரச்சனை. நீ முகமது ஃபைசல். ஒண்ணும் பிரச்சனை இல்லே."

"அலி அக்பர்னா..."

"அலி அக்பர்னா இப்போ அல்லாஹ் அக்பர்னு நாமோ சொல்லுவோம். அக்பர்னா பெரியவன். அலி அக்பர்னா அலி பெரியவன். நம்ம ஊர்ல நிறையப் பேர் விசயந்தெரியாம இந்த பேரவச்சிடுறான். இங்க வந்தா மாட்டிப்பான். திருவாங்கோட்டு அலி அக்பர ஏர்போட்லயே திரும்ப அனுப்பிட்டானுவோ ஷியாக்காரன் ரகசியமா பள்ளியே கெட்டிட்டான். பரஸ்பரம் ரெண்டு பக்கமும் கடுமையான வெறுப்பு இருக்கு. ஷியா அரபிகள் ஆளு மொரடனுவோ கை சட்டுனு நீளும். இதுக்குள்ள நிறையப் பிரச்சனைக் கிடக்கு." இப்படியான சந்தர்ப்பங்களில் அஹமதோடு பேச்சு நீண்டு போகும். அஹமதுவும் ஃபைசலும் நெருக்கமாகிக்கொள்ள இது ஒரு வாய்ப்பாக இருந்தது. இதில் நிறைய பேசிக்கொண்டார்கள். ஷியாக்களைப் பற்றியும் அஹமதியாக்களைப் பற்றியும் வஹாபிகளைப் பற்றியுமான அவனின் உரையாடல் பல நேரங்களில் நீண்டு போகும். ஆனால் டெய்லர் எப்போதும் பேசுவதில்லை. மனமிருந்தால் பேசுவான் இல்லையென்றால் அமுக்கரையான் போல் அமர்ந்து கொள்ளுவான். இரண்டு மூன்று வருடங்களுக்கு முன்னால் டெய்லர் கடையும் குடோனும் அஹமதின் பொறுப்பில்தான் இருந்தது. அப்போது அஹமது நாளொன்றுக்குக் குறிப்பிட்ட அளவில் துணிக் களவுகளைச் செய்திருக்கிறான் என்பது மம்மனிபா மூலமாக அறிந்துகொண்ட தகவல். ஒரு வருடத்திற்குப் பிறகுதான் ஷியா அரபி அலி, அஹமதின் பொறுப்பிலிருந்து குடோனை மாற்றிக்கொண்டான். அஹமதிடம் சிகரெட், குடி, சூதாட்டம் என எந்த கெட்ட பழக்கமும் இல்லையென்றாலும் ஒரு ஸ்ரீலங்காகாரியோடு அவனுக்குக் கள்ளத் தொடர்பு உண்டு என்றும் அவன் திருமணத்திற்குப் பிறகுதான் அந்தத் தொடர்பைத் துண்டித்துக் கொண்டதாகவும் மம்மனிபாவின்

அறையில் நிகழ்ந்த ரகசியப் பேச்சின் வழியாக அறிந்துகொண்ட கூடுதலான தகவலாக இருந்தது.

ஃபைசலுக்கு மக்ரிபுக்குப் பிறகு குடோனிலிருந்து அவன் அறைக்குப்போய் விடலாம் என்றாலும் அவன் அறைக்குப் போவதில்லை. அறையில் பணியடிமை, மாஹீன், வேறு யாரா வது இன்னொருவனென எப்போதும் ஆட்களிருப்பார்கள். அனேகமாக மம்மனிபாவும் இருப்பான். எனவே தேவையற்ற உரையாடல்களைத் தவிர்த்துக்கொள்ள ஃபைசல் தூங்குற நேரமாகப் போவதைத்தான் விரும்பினான். மக்ரிபுக்குப் பிறகு பத்துமணிவரை நேரம் போக்குக்குத்தான் டெய்லர் அஹமதோடு கடையின் எல்லா சவுரியங்களோடு கூடிய பாதுகாப்பான மறைவிடத்தில் இருப்பதை விரும்பினான். புதிய ஆட்கள் கடைக்குள் நுழைந்தால் நொடிப்பொழுதில் ஃபைசல் அங்கிருந்து ரகசியக் கதவு வழியாகத் தப்பி குடோனுக்குப் போய்விடலாம். மறைவிடம் அஹமதின் முகம் பார்த்துப் பேசும் விதத்தில் ஒரு வினோத அமைப்பாக இருந்தது. பல நேரங்களில் அலியும் டெய்லர் கடையில் இருப்பான். அவன் இருந்தாலும் ஃபைசல் அப்படித்தான் இருந்துகொள்ள வேண்டும்.

தொழுகை நேரங்களில் அஹமது பள்ளிக்குப் போகாமல் முன் கதவை மட்டும் பூட்டிவிட்டு வேலை செய்வான். ஒரு முறை இஷா தொழுகை நடந்துகொண்டிருந்தபோது வழக்கம் போலக் கதவைப் பூட்டிவிட்டு அஹமது வேலை செய்து கொண்டிருந்தான். கதவு மெதுவாகத் தட்டும் சத்தம் கேட்டது. அஹமது தெரிந்த யாரோ எனக் கதவைத் திறக்கப் போகும் முன்னால் ஃபைசலுக்கு சமிக்கை காட்ட அவன் மறைவிடத் துக்கு ரகசியக் கதவு வழியாகப் போய்விட்டான். அஹமது பகுதி அளவுக்குக் கதவை மெல்லத் திறந்து எட்டிப் பார்த்த போது இறைவனின் சாந்தியும் சமாதானமும் உன்மீது உண்டாவதாக என்ற குரலோடு அவன் முகத்தில் பலமாக விழுந்த அடியில் நிலைகுலைந்து கடைக்கு உள்ளே விழுந்தான்.

கண்ணிமைக்கும் நேரத்தில் தாக்கப்பட்டு சுருண்டு விழுந்து கிடந்த அஹமதை உள்ளே நுழைந்த மூன்று மதகுருமார்கள் உதை உதை என உதைத்தனர் பிறகு கொத்தாகப் பிடித்துத் தூக்கி மார்பிலும் முகத்திலுமாக அடித்துப் பக்கத்து பள்ளி வாசலுக்கு இழுத்துக்கொண்டு போனார்கள். பதறியபடி ஃபைசல் துவாரம் வழியாகப் பார்த்து நிலைகுலைந்து நின்றான். அவனுக்கு என்ன செய்வது என்று புரியவில்லை. கண்ணெதிரே அஹமது முத்தவ்வாக்களால் மூர்க்கமாகத் தாக்கப்படுவதைக் கண்டு பதறியவன் அலிக்கு சொல்லலாமா என யோசித்து அசைவற்று

எவ்வளவு நேரம் நின்றான் என்பது அவனுக்கே தெரியவில்லை. கொஞ்ச நேரத்திலெல்லாம் இஷா தொழுகை முடிந்து அஹமது நொண்டி நொண்டி கடைக்கு வந்தவன் மறைவிடக் கதவைத் தட்டி ஃபைசலை அழைத்துக்கொண்டே கண்கள் கலங்கி தேம்பித் தேம்பி அழுதுகொண்டிருந்தபோது ஃபைசல் பதட்டத் தோடு டீ போட்டுக்கொண்டு வந்தான். டீயைக் குடித்துவிட்டு நீண்ட நேரம் அஹமது துணிக்குவியலுக்கிடையே மல்லாந்து கிடந்துவிட்டத்தைப் பார்த்துக்கொண்டிருந்தான். ஃபைசல் எதுவும் பேசவில்லை. அஹமதின் மல்லாந்த நிலை ஒரு மணி நேரம்வரை நீடித்தது. பிறகு அஹமது எழுந்து முகத்தை நன்றாக கழுவிவிட்டுத் தையல் இயந்திரத்தில் அமர்ந்துகொண்டான். மௌனம் நீண்டு போனது. இருவரும் பேசிக்கொள்ளவில்லை. நீண்ட நேரத்திற்குப் பிறகு டெய்லர் அஹமது தலைகுனிந்த படியே பேசினான்.

"ஃபைசல் இத மம்மனிபா ரூம்ல யார்ட்டையும் சொல்லிராதே. என்னய கேவலப்படுத்திப்போடுவானுவோ." பிறகு அவன் எதுவும் நடாவாதவன் போல வேலையைத் துவங்கினான். ஃபைசல் மௌனமாக அமர்ந்திருந்தான். நீண்ட நேரமாக எதுவும் பேசிக்கொள்ளாமலிருந்த மௌனத்தை உடைக்க முயன்றான்.

"அலியிடம் சொல்லலாமா என்று யோசித்தேன்."

"நல்லவேளை நீ சொல்லவில்லை. இல்லன்னா அவனும் வந்து அடிப்பான். ஷியாக்கள் தனியாகச் சிக்கினால் முத்தவ்வாக்கள் அடித்துத் துவைத்து விடுவார்கள். ஆனால் ஷியாக்களின் வலுவான சில பகுதிகளில் முத்தவ்வாக்கள் வாலாட்டுவதில்லை. வாலாட்டினால் ஷியாக்கள் அடித்துத் துவைத்துக் காணாமல் செய்துவிடுவார்கள். ஷியாக்கள் பாவம். இனிமேல் புதிய விசா ஒப்புதல் பெறுவது போன்ற முறைகளைப் பயன்படுத்த முடியாது என்றுதான் அலியும் சொன்னான். வேலை கிடையாது. அரசு பணி கிடையாது. அடையாளமிடப்பட்டுப் புறக்கணிக்கப்படக் கூடியவர்கள். வன்முறையாளராக மாறுவதைத் தவிர வேறு வழியில்லை என்பது உண்மையானது தான். என்ன அடிச்ச முத்தவ்வா... அரபியில ஏதோ சொன்னான். எனக்குப் புரியல. ஒருவேளை அலிமேல உள்ள எரிச்சலா இருக்கும்னு நினைக்கேன்." திடீரென டெய்லர் அஹமது பயங்கரமாகச் சிரிக்கத் துவங்கினான்.

"ஏன் இப்படி சிரிக்கே..?"

"வேற சிரிக்காம என்ன செய்ய சொல்லே."

“இல்லே இவ்வளவு அடிவாங்கிட்டு வந்து சிரிக்கியளே. அதான் பாக்கேன்.”

“நான் அப்படித்தான் சிரித்துவிடுவேன்.”

அஹமதின் சிரிப்பு வினோதமாக இருந்தது. மம்மக்கண் கடைக்கு வரும்வரை அவன் சிரிப்பு நிற்கவில்லை. அந்த வியாழக்கிழமைதான் பத்து மணிக்கு அஹமதின் கடைக்கு மம்மக்கண் வந்த உடனே “ஃபைசல் எங்கே” என்றான்.

சிரிப்பை விட்டுவிட்டு அஹமது மௌனமாக மறைவிடத்தை நோக்கிக் கண்களைச் சாடை காட்டியதும் மம்மக்கண் உள்ளே வந்து ஃபைசல் பக்கத்தில் அமர்ந்துகொண்டே நலன் விசாரித்தான். பின்னர் மெல்ல “உனக்கு எம்மேல வருத்தம் உண்டா?”

“வருத்தமா . . . எதுக்கு காக்கா . . .”

“இல்லே ஜெயிக்கதுல பாதி தாறேம்னு சொன்னானே. அப்படியே போய்ட்டானேன்னு.”

“ஐயே நீங்க தானே. சொன்னியோ. நான் கேட்கலயே.”

கொஞ்சம் பதட்டமாக வந்த மம்மக்கண்ணுக்கு ஃபைசலின் சாதாரணமானப் பேச்சு ஆசுவாசமாக இருந்தது. அப்படியே அஹமதைப் பார்த்துக்கொண்டே “அஹமது ஏன் ஒரு மாதிரி இருக்கான். என்னலே முகமெல்லாம் ஒரு மாதிரியா இருக்கு.”

“ஒண்ணுமில்லே. நடையில கால்தட்டி விழுந்துட்டேன்.”

ஃபைசல் சிரிப்பைத் தவிர்த்துக்கொள்ளும் விதமாக முகத்தைத் திருப்பிக்கொண்டபோது மம்மக்கண் பொதுவாகப் பேசினான்.

“ஊர்ல சுடுகாட்டுப் பக்கத்துல பத்து சென்டு எடம் வாங்குனேன். நேத்துதான் ஊர்ல எழுத்து முடிஞ்சி . . . கஞ்சிகுடி பாட்டுக்கு என்னமும் பாக்கணும்லா. ஃபைசல் உனக்கு எதாவது வேணும்னா கேளு. ரூமுக்குப் போவோமா அஹமது. நானும் ஃபைசலும் மம்மனிபா ரூமுக்கு போறோம். நாமோ முன்னே நடப்போமா.”

“சரி. ஃபைசலை பாத்து கூட்டிட்டு போ. கிரவுண்டுக் கிட்டோட போகாதே. நாலாவது தெரு வழியா போ” எனச் சொல்லிக்கொண்டே ஃபைசலும் மம்மக்கண்ணும் வெளியேறிய போது டெய்லர் அஹமது “ஃபைசலே ஒரு நிமிசம்” என ஃபைசலைத் தனியாக அழைத்து “சொல்லிராதே.”

ஃபைசல் தலையாட்டியபடி இறங்க, இருவரும் நடந்தனர். கூரா மைதானம் தாண்டி நாலாவது தெருவில் நுழைந்த

உடன் பாதுகாப்பு வளையத்துக்குள் வந்துவிட்ட திருப்தியில் மம்மக்கண் மெல்ல கேட்டான்.

"நான் இன்னைக்கு ஜெயிப்பனா . . ?"

"காக்கா அது நான் அன்னைக்கு சும்மா சொன்னது. நீங்க வேற நான் என்ன ஜோசியக்காரனா . . ?"

"ஜோசியக்காரன் இல்லடே. உனக்க வாய் முழுத்தம் கொள்ளாம் அதான். சரி நீ இன்னைக்கு எனக்கு பக்கத்துல இருக்கணும்."

"காக்கா எனக்கு சாராய வாடை பிடிக்காது. அந்த ரூம்ல புகையும் சாராயமும் சேந்து நாத்தம் சகிக்காது. என்ன எழவுன்னு அதுல இருக்கியோ . . ?"

"என்னைக்குமா வாரத்துல ஒரு நாளு."

ஒட்டி நடந்துகொண்டிருக்கும்போதே ஃபைசல் கேட்டான் "காக்கா நாமெல்லாம் முஸ்லீம்லா சராயம் குடிக்கலாமா . . ?"

மம்மக்கண் மௌனமாகக் கொஞ்ச தூரம் நடந்த பிறகு ஃபைசலின் முகம் பாக்காமல் பேசினான்

"நம்மோ பாவத்தையெல்லாம் இறைவன் மன்னிப்பான்."

"சூது, குடி ரெண்டும் பெரிய பாவமாக்கும். ஆனா ரெண்டுலயும் உங்களுக்கு ரொம்ப இஷ்டம். காக்கா இது இபுலீஸுக்க வேலை."

மம்மக்கண்ணுக்கு ஃபைசலின் பேச்சு எரிச்சலூட்டினாலும் எரிச்சலை வெளிக்காட்டிக்கொள்ளவில்லை.

"ஃபைசலே துபாயிலயும், பகரைன்லயும் குடி உண்டு தெரியுமா. லைசன்ஸ் வாங்கிக் குடிக்கானுவோ. துபாயில எல்லா எழவும் உண்டு. நம்ம ஊர்ல இப்ப நூத்துக்கு எம்பது பேர் குடிக்கானுவோ. நிறைய பேர் ரகசியமாக குடிக்கானுவோ. நூகு சாயிபுக்க கொக்கா மடியில இருந்து கோட்டர் பாட்டில் உழுந்து ஒடஞ்சி நாறுனது தெரியுமா உனக்கு. இங்கயே ஒண்ணுரெண்டு அரபியோ மலையாளியள வச்சி ரகசியமா சாராயங் காச்சி வச்சிருக்கானுவோ. அமெரிக்கா கேம்புல என்ன எழவெல்லாம் நடக்குது தெரியுமா."

"எப்படினாலும் பாவம் பாவந்தான காக்க . . . நூத்து எம்பது பேரு குடிச்சா குடி சரின்னு ஆவுமா. குடிய நியாயப் படுத்திப் பேசாதிங்க காக்கா."

"ஃபைசலு விடு. எப்படினாலும் நீ எம்பக்கத்துல இருக்கணும். போன வியாழக்கிழமை நீ எம்பக்கத்துல இருந்தே ... எனக்கு நல்ல சீட்டு சாடி வந்து ... இன்னைக்கு நான் ஜெயிச்சா உனக்கு பாதி தருவேன். வாப்பான சத்தியம்."

"எனக்கு வேண்டாங் காக்கா."

"அப்படிச் சொல்லாத. பொழைக்க வந்திருக்கோம். கிடைச்சா எடுத்துரணும். உனக்க டெய்லர் அஹமது டெயிலி பத்து மீட்டர் துணியாவது அடிச்சு மாத்திருவான் தெரியுமா. ஒரு யமனிதான் வித்துக் கொடுப்பான். ரெண்டு பேரும் பங்கு போட்டு ஆளுக்கு பாதி எடுக்கானுவோ."

"காக்கா நான் திருடனும்னா தாய்ஃபுல பாகிஸ்தானி கடையில நல்ல வாய்ப்பு இருந்தது. பட்டரையில என்னைய நம்பி உடுவான். பத்து ஐம்பது ரியால் அடிச்சாலும் தெரியாது. எனக்கு மனசு கேக்கல."

ஃபைசலுக்கு அலியின் குடோனில் திருடுவதற்கு நல்ல வாய்ப்பிருந்தது. கூட்டு சேர்ந்து அஹமதோடு இணைந்து கொண்டால் போதுமானது. பத்தோ இருபதோ மீட்டர் துணிகளை கிழித்து விற்றால் யாருக்கும் தெரியாது. ஃபைசல் விருப்பப்படவில்லை. துவைஜியின் வீட்டிலிருந்து உயிர் பிழைத்து வந்தபிறகு அவனில் நிறைய மாற்றங்கள் ஏற்பட்டிருந்தது. இறைவனைக் குறித்து அச்சப்பட்டான். அரூஷா விசயத்தில் அவனுக்குள் எரிந்துகொண்டிருக்கும் வலியும், மனப்பாரமும் அவனைத் தொடர்ந்து துரத்திக்கொண்டுதானிருந்தது.

வசிப்பிடமிருக்கும் வீதி அல்லது வீதிபோன்ற ஒன்றில் நடக்க நடக்க மம்மக்கண் தொணதொணத்துக் கொண்டே வந்தான். பேசிப்பேசி எப்படியாவது குடியை நியாயப்படுத்தி விட வேண்டும் என்பதுதான் அவன் பேச்சின் சாராம்சமாக இருந்தது. வேண்டா வெறுப்பாகவே அவனோடு நடக்கும்படியாகிப் போனபோது இப்படி தெரிந்திருந்தால் இவனோடு சேர்ந்து வராமலிருந்திருக்கலாம் என்று யோசிக்குமளவுக்கு அவன் பேசிக்கொண்டிருந்தான். ஒரு இயந்திரம்போல ம் ... கொட்டிக்கொண்டே நடந்து இருவருமாக அறைக்கு வந்த போது கழுத்து வீங்கி கபூர் வசிப்பிடத்திலிருந்தான். அவன் முகத்தில் வெறி தாண்டவமாடியது. கழிந்த வியாழன் இரவு தோற்ற ரியாலை இன்று எப்படியும் மீட்டெடுக்க வேண்டுமென்ற தவிப்பு மம்மக்கண்ணைக் கண்டபோது கூடிப்போய் அவன் முகம் கங்காக சிவந்துகொண்டிருந்தது. அந்த இரவு இளங்கடை மிட்டாய் மற்றும் பிரதான களிகாரர்கள் ஒன்றிரெண்டு பேர்

என எல்லா தலைசிறந்த களிகாரர்களும் அறையில் இடம் பிடித்திருந்தனர். மாஹினைப் போன்ற சில்லரைக் களிகாரன் கள் ரெம்மியென்றால் ஒன்றிரெண்டு ஆட்டம்வரை தாக்குப் பிடிப்பார்கள். சில நேரங்களில் தப்பித் தப்பி ஆட்டம் நீண்டு போகும். கடைசியில் பெருங்கிடங்கில் விழுந்து எழும்பும்போது உடுதுணி இல்லாத நிர்வாண முண்டமாய் பணியடிமையோடு கதையடிக்க வேண்டியதுதான். புகைமண்டலத்தை வீசி வெளியேற்ற, சாராயம் ஊற்றிக் கொடுக்க பழைய கெட்டை ஒதுக்கிப் புதுக்கெட்டை ஆட்டையில் போட்டு மேசை பிரிக்க வென பணியடிமைக்காவது ஒரு வேலை இருந்தது. மாஹினுக்கு அதுவுமில்லாமல் போய்விடும்.

இந்திய நேரப்படி இரவு இரண்டரை மணிக்கு அன்றைய ஆட்டம் கார்டு ரெம்மியில் துவங்கியது. வலுக்கட்டாயமாக ஃபைசலை மம்மக்கண் பக்கத்திலமர்த்திக் கொண்டபோது சீட்டைக் கமுத்து வீங்கி கபூர் கலைத்துப்போட்டான். மொத்தம் ஆறு கை. கலைத்துப்போட்ட சீட்டை எடுக்கும் முன்னால் மிட்டாய் பெரிய கார்டுக்குப் பணம் வைத்தார். பத்துரியால் என்பதால் மாகீனைத் தவிர ஐந்து கைகள் பணம் இறங்கிய போது ஆட்டையில் தனியாக ஐம்பது ரியால் கிடந்தது. கலைத்துப் போட்ட கமுத்து வீங்கி ஒப்பன் கார்டை மலத்திப்போட்டான் ஆட்டின் ஏழு. ஆட்டின் ஜாதியில் யாரிடம் பெரிய சீட்டோ அவர்கள் ஐம்பது ரியாலை எடுத்துக்கொள்ளலாம். பெரிய சீட்டு என்பது ஏஸ், ராஜா, ராணி, ஜாக், பத்து என வரிசை யாக இறங்கு வரிசையில் அமைந்திருக்கும். மம்மக்கண் சிரிப்புடன் ஆட்டின் ஏஸ் கார்டை கைகளின் பார்வைக்குக் வைத்தவன் ஐம்பது ரியாலைத் தன்பக்கம் இழுத்துக்கொண்டான். முதல் வருவாய் அவனுடையதாக இருந்தது. ஆட்டம் மாறி மாறி சமநிலையில் போய்கொண்டிருந்த நேரத்திலும் மம்மக்கண் ஃபைசலை நகர சம்மதிக்கவில்லை.

ஆறாவது களியில் அவனின் ஆட்டம் வந்தபோது மம்மக்கண் ஃபைசலிடம்

"ஃபைசலே . . . தட்டி உன் கையாலே ஒரு கார்டு எடு . . ." என்றபோது ஃபைசல் ஒரு கார்டு எடுத்துக் கொடுத்தான். ரெம்மன் சூட்[1]டுக்குக் காத்திருந்த மம்மக்கண்ணுக்கு ஃபைசல் எடுத்த கார்டு ஆட்டின் ஏழுக்கும் ஒன்பதுக்குமிடையே எட்டாகப் பொருந்த அதைக் கை சீட்டில் இடம் பார்த்துப் பொருத்திக் கொண்டு ஒரு கார்டை கமுத்தி பதிமூனு கார்டை சைனீஸ் பேரழகியின் விசிறிபோல பரத்தினான். மம்மனிபாக்கு மேசை

1. ஒரு கார்டில் வெற்றிபெறும் நிலை.

பத்துரியால் போக நானூற்று அறுபது ரியாலைத் தன்பக்கம் இழுத்துக்கொண்டவன் ஃபைசலின் காதில் மெல்ல கிசுகிசுத்தன்.

“ஒரு பெக் போட்டுக்கிடுதேன்.”

பணியடிமை ஊற்றிக் கொடுத்தபோது சாராய நொடி ஃபைசலின் நாசியில் பரவியது. அந்த ஆட்டத்தோடு மாஹீன் வெளியேறினான். மம்மக்கண்ணின் பக்கத்தில் ஒட்டி உட்கார்ந் திருக்கும் ஃபைசலை மம்மனிபா ஆத்திரமாய் முறைக்க ஆரம்பித்தபோது எப்படி நகர்ந்து போவதென ஃபைசல் யோசிக்க ஆரம்பித்திருந்தான். தொடர்ச்சியான மூன்று ஆட்டங் களில் மம்மக்கண் ஜெயித்துக்கொண்டிருந்ததால் மம்மனிபா வின் எரிச்சலான முகம் ஃபைசலைப் பொசுக்கிவிடும் போல இருந்தது. என்ன இருந்தாலும் மம்மனிபாவின் தயவிலிருப்ப தால் அவனின் எரிச்சலுக்கு ஆளாவதை ஃபைசல் விரும்ப வில்லை. மம்மக்கண்ணுக்கு நல்ல வார்த்தையைச் சொல்லி விட்டு எழுந்துவிடுவதுதான் நல்லதென்று யோசித்துக்கொண்டே மம்மக்கண் காதில் மெல்ல ஆறுதலாகச் சொன்னான்.

“காக்கா நீங்க இன்னைக்கு நல்லா ஜெயிப்பியோ . . . நான் உறங்கப்போறேன்.” எழுந்து கொண்டவன் நேராக தூங்குமறைக்குப் போய்விட்டபோது பக்கத்துப் படுக்கையில் தூங்காமல் விட்டத்தை வெறித்தபடி கிடந்த மாஹீன் மிதமான போதையில் இருந்தான். சுத்தமாகத் தோற்றுப்போன வலி அவனின் முகத்தை இருட்டாக்கி இருந்தது.

“ஃபைசலே ஏன் வந்துட்டே . . ?”

“ஒறக்கம் வருவு காக்கா . . . அதான் . . .”

“ஒனக்கு சீட்டு விளையாடத் தெரியாதா . . ?”

“அந்த எழவு எனக்கு மனசிலாவ மாட்டேங்கு காக்கா.”

மௌனமாகக் கிடந்த மாஹீன் மெல்ல தலையைத் தூக்கி “ஃபைசலே ஒரு இருநூறு ரியால் இருந்தா கடனா தா. இரண்டு நாள்ல தாரேன்.”

“எங்கிட்ட ஏது காக்கா. போன வாரந்தான் உண்டியல்ல பணம் கொடுத்துவுட்டேன். லைட்ட அணைப்போமா . . .”

“வேண்டாங் கெடக்கட்டு.”

ஃபைசல் தலையோடு மூடிக்கொண்டான். மாஹீன் புரண்டு கொண்டு கிடப்பது படுக்கை அசைவின் வழியே உணர முடிந்தது. மாஹினின் படுக்கையிலிருந்து கேட்கத்

துவங்கிய வினோத சப்பதத்தை கவனித்த ஃபைசல் போர்வையை விலக்கிப் பார்த்தபோது மாஹீன் தேம்பித் தேம்பி அழுது கொண்டிருந்தான். அது மிகக் கொடூரமான அழுகை இது வரையிலான அல்ஹாஸா வாழ்வில் அவன் மாகீனை இதற்கு முன் இப்படிப் பார்த்தது இல்லை. குழந்தையைப் போல அழுகிறான். கூடவே புலம்பல் வேறு. புலம்பும் வார்த்தைகளை அழுகைத் தின்றதால் அவை வார்த்தைகளாக வெளிப்பட வில்லை.

“காக்கா . . .” ஃபைசலின் சப்தத்தில் திரும்பிய மாகீனின் அழுகை முற்றிலுமாக நின்று போயிருந்தது. ஃபைசல் பதட்ட மாய் எழுந்துகொண்டே “காக்கா என்னாச்சி . . . ஏன் அழுதியோ . . .”

“நான் எங்க அழுதேன். சிரிக்கல்லா செய்யேன்.”

“காக்கா அழுகைக்கும் சிரிப்புக்கும் வித்தியாசம் தெரியாதா எனக்கு.”

“ரெண்டுக்கும் வித்தியாசம் கிடையாது. ஒண்ணுபோலத் தான் இருக்கும். நான் போய் கொஞ்சம் குடிச்சிட்டு வாறேன்.” எழுந்தவன் சீட்டாட்ட அறையை நோக்கிப் போனான்.

படச்சரப்பே . . . ஃபைசல் படுக்கையில் சாய்ந்த கொஞ்ச நேரத்திலெல்லாம் மீண்டும் அறையில் சாராய நெடி குப்பெனப் பரவியது. மாகீனும் பணியடிமையுமாக உள்ளே வந்தார்கள். மம்மக்கண் தொடர்ந்து ஜெயித்துக்கொண்டிருப்பதாக அவர்கள் பேசிக்கொண்டபோது ஃபைசல் அசந்து தூங்குபவனைப் போலத் தனது முகத்தை வைத்துக்கொண்டான்.

15

அறை கடும் குளிராக இருந்தது. எப்போதும் இப்படிதான் ஏ.சி. அறை அதிகாலையில் கடும் குளிராகிவிடும். ஏ.சி. இயந்திரத்தின் பச்சை பொட்டு விளக்கின் மெல்லிய ஒளியால் அறை நல்ல நிலாக் கால இரவை நினைவூட்டியது. மாஹீன் படுக்கை யில் கிடந்தபடியே புரண்டுகொண்டு கிடந்தான். அவன் தூங்குகிறானா அல்லது விழித்திருக்கிறானா என்பதைத் துல்லியமாக அறிய முடியாதபடி எப்போதுமே அவன் படுக்கை அப்படித்தானிருக்கும். பணியடிமை மாகீனின் கட்டிலுக்குக் கீழே சுருண்டிருந்தான். கழுத்து வீங்கி கபூர் மூலையில் பிணம் போலக் கிடந்தான். இன்னொரு பக்கத்தில் தலையோடு மூடியபடி கிடப்பவன் யார் என்று தெரியவில்லை. ஃபைசல் கூர்ந்து கவனித்தபோது உருவ அமைப்பை வைத்துப் பார்த்தால் ஒன்றில் டெய்லர் அஹமதாக இருக்க வேண்டும் இல்லை யென்றால் மம்மனிபாவாக இருக்க வேண்டும். தலைமாட்டிலிருந்த ரேடியம் கடிகாரத்தில் மணி எட்டரையாக இருந்தது. மெல்ல எழுந்து அறை யைத் திறந்து வெளியே வந்தபோது சூதாட்ட அறையின் வாசலில் மம்மனிபா கிடப்பதைப் பார்த்து அப்படியானால் அறையின் உள்ளே கிடப்பது டெய்லர் அஹமதுதான் என்பதை உறுதிப் படுத்திக்கொண்டான். சூதாட்ட அறையின் வாசலில் நின்றபடி உள்ளே எட்டிப் பார்த்தபோது விளக்கு எரிந்துகொண்டிருந்தது. மிட்டாய், மம்மக்கண், இன்னும் நாலைந்து பேர் சூதாட்ட அறையில் ஆடை விலகிய நிலையில் ஒழுங்கு இல்லாமல் கிடந்து உறங்கிக்கொண்டிருந்தனர். இன்று வெள்ளிக்

கிழமை என்பதால் எப்படியும் பனிரெண்டு மணிக்குப் பிறகு தான் விடியும். சமையலறைக்குப்போய் சாயா போட்டுக் குடித்துக்கொண்டு மம்மனிபாவின் குடோன் வாசலில் அமர்ந்து கொண்டபோது கொஞ்சம் கொஞ்சமாக சூடு உடம்பில் ஊர்ந்து கொண்டிருந்தது. இங்கு காலை எட்டரை மணிக்கே வெயில் கொதிக்கத் துவங்கிவிடும். சாயாவைக் குடித்துக் கொண்டிருந்த போது பணியடிமை மெல்ல எழுந்து வந்துவிட்டான்.

"காக்கா சாயா இருக்கு எடுத்துட்டு வாங்க." சாயா போடுவது பணியடிமையின் வேலைதான் என்றாலும் எல்லா வெள்ளிக்கிழமையும் ஃபைசல் எழுந்து மொத்தமாய் போட்டு வைத்துவிடுவான். பணியடிமையும் சமயலறைபோய் சாயா வோடு வந்து அமர்ந்துகொண்டே நேற்றைய இரவின் மிச்சங் களை சொல்லிவிடும் ஆவல்கொண்டிருந்தான்.

"ஃபைசலே மம்மக்கண்ணுக்கு நல்ல ஜெயம். நம்ம பிண்டாச்சி மவனுக்கு பயங்கர அடி. மிட்டாய்க்க ஜட்டிய கழற்றிட்டானுவோ. இன்னொரு விசயம் யார்ட்டையும் சொல்லாதே." அருகே வந்தபோது ஃபைசல் என்ன என்பது போலப் பார்த்தான்.

"மாஹீன் ராத்திரி டெய்லர் அஹமதுட்ட இருந்து நூறு ரியால களவாண்டுட்டு போய் விளையாடுனான்."

"என்னாச்சி..."

"ஆயிரத்து நானூறு ரியால் ஜெயிச்சிட்டான். வெளியே சொல்லப்புடாதுன்னு எனக்கு நூறு ரியால் தந்தான். பழயது போல நூறு ரியால பேன்று பாக்கெட்ல வச்சிட்டான்."

"அப்போ மாஹீன்ட்ட இன்னைக்கு நல்ல கோளுதான்."

"என்ன மண்ணாங்கட்டிக்கு... எல்லாந் தாய்லாந்து லாட்டரியில மண்ணா போவும். சம்பாதிக்க சக்கரத்த எல்லாத்தையும் அதுலதான் நாசமாக்கான். என்னமும் சொன்னா கிருக்கன் கணக்க பேசுவான். நேத்து பயங்கர குடி. பைசா இல்லனா அழுவான். கேட்டா சிரிக்கேன்னு சொல்லுவான். பைசா வந்தா கண்ணுமண்ணு தெரியாது. ஃபைசலே இப்போ வாரேன்" என பணியடிமை கக்கூசுக்கு எழுந்து போனான்.

பத்தரை மணிக்கு டெய்லர் அஹமது எழுந்து வந்தான். உடம்பெல்லாம் நல்ல வலிப்பதாக ஃபைசலிடம் சொன்னபோது ஃபைசல் சொன்னான் "மலையாளி பக்காலா[1]'வில்

---

1. மளிகைக் கடை.

காயத்திருமேனி தைலம் இருக்கு. வாங்கி நல்லாத் தேய்ச்சிக் குளிங்கோ காக்கா.”

“ஃபைசலே இப்போ தைலத்த தேய்ச்சி குளிச்சோம்னா எல்லாவனுக்கும் தெரிஞ்சிடும். மம்மனிபா சீட்டுகளி ரூம்ல ஃஸ்பிரே இருக்கு. லேசா எடுத்து அடிச்சி விடு.”

அனக்கமில்லாமல் போய் புளூ ஃபிலீம் சி.டிக்குப் பின்னா லிருந்த ஸ்பிரேயை எடுத்துக்கொண்டு வந்து ஃபைசல் அடிக்கும் போது பணியடிமை கக்கூசிலிருந்து வந்துவிட்டான்.

“என்ன டெய்லராக்கா . . . முதுவுல சவுட்டுன தடம்போல தெரியுவு.” ஃபைசலுக்கு சிரிப்பு வந்தது.

“ஒறக்கத்துல என்னமும் பட்டிருக்கும்னு நெனைக்கேன்.” டெய்லர் சொன்னபோது பணியடிமை கூர்ந்து பார்த்துக் கொண்டே தொட்டுத் தடவியும் பார்த்தான். முதுகில் வலது தோளின் செப்புக்குக் கீழே லேசாய் ரத்தக் கெட்டாய் தெரிந்த தைப் பார்த்து “டெய்லரே . . . எங்கேயோ நல்லா சமுட்டு வாண்டுன மாதிரி தெரியுவு.” பணியடிமை சந்தேகமாய்க் கேட்டபோது “நீ போய் சாயா கொண்டா. போ . . . போ. . .” பணியடிமையை விரட்டிவிட்டான்.

மம்மனிபாவின் வசிப்பிடத்தில் குளியலறையும் கக்கூஸ் அறையுமாக சேர்ந்து ஒன்றுதான் இருந்தது என்பதால் வெள்ளிக் கிழமை காலை பத்து மணியிலிருந்தே ஒவ்வொருவராக சென்று வந்தால்தான் பனிரெண்டரை மணிக்கெல்லாம் தொழுகைக்குப் போக முடியும். மம்மனிபா அறையில் யாரும் ஐந்து நேரத் தொழுகையாளிகள் கிடையாது. வெள்ளிக்கிழமை மட்டுந்தான். மற்றபடி தொழுகை நேரத்தில் பஜாரில் மாட்டிக்கொண்டால் அல்லது வேறு வழியில்லாமல் தொழுதால்தான் உண்டு. பணியடிமை தரம் பார்த்து எழுப்பிவிடுவான். மம்மக்கண்ணை எழுப்பினால் சிலநேரம் மௌனமாகப் பார்ப்பான். சில நேரங்களில் தள்ளைக்கு விழிப்பான். உறக்கமும் விழிப்பும் சூதாட்டம் எப்படி முடிந்தது என்பதைப் பொறுத்தது. யாரை எப்படி எழுப்ப வேண்டும் என்கிற வித்தையைப் பணியடிமை பூரணமாகப் புரிந்து வைத்திருந்தான். இந்த புரிதலுக்குள்ளிருந்து பதினொரு மணிக்கு மம்மக்கண்ணை எழுப்பியபோது அவன் மெல்லப் பார்த்துக்கொண்டே

“சாயா இருக்காடே . . .”

“ம். இருக்கு எடுத்து குடி.” சுற்றிலும் பார்த்துக்கொண்டே “ம். மாகீன எங்கே காணலே . . .” என்றான்

“தாய்லாந்து லாட்ரி எழுத போயிருக்கான். கண்ணூர் காக்காயும் அவனும்.”

“ஃபைசல்.”

“ம். உண்டு.”

மம்மக்கண் எழுந்து டீ குடித்து உலாவிய கொஞ்ச நேரத்திலெல்லாம் வசிப்பிட வாசலை சொந்த சாவி கொண்டு திறந்து வெளியே போன மாஹினும் கண்ணூர் காக்காவும் வந்துவிட்டார்கள். ஒரு மாதிரியாகப் பார்த்துக்கொண்டே மம்மக்கண் கேட்டான் “என்ன நம்பர்டே எழுதுனா ...”

“345.”

“எவ்வளவு?”

“500 ரியால் வந்தா மலை போன எம் மயிரு.” வெப்ராள மாக சொன்ன மாகீனைப் பார்த்து அவன் மனம் வாசிக்கும் முயற்சியில் தோற்றுப்போய்

“345 என்ன கணக்கு ...” என்றான் மம்மக்கண்.

“மூணு நாலு அஞ்சு.”

“ஓ ... தள்ளே ஒவ்வொருத்தனுக்க கணக்கும் ... ஏஜெண்டு போயிட்டானா ...”

“தொழுகை முடிஞ்ச உடனே வருவான். ஏன் நீ எழுதப் போறியா ..?”

“ஆமா.”

“என்ன நம்பர் ..?”

“அது ரகசியம்.”

“அப்போ என்ன மயிருக்கு நான் எழுதுன நம்பர கேட்டா ..?” என மாஹீன் எரிச்சலோடு உள்ளே போனபோது பார்த்துக்கொண்டிருந்த ஃபைசல் மெல்ல மம்மனிபாவிடம் கேட்டான்.

“காக்கா தாய்லாந்து லாட்டிரி என்னது ..?”

ஃபைசலும் மம்மக்கண்ணும் சாயாவோடு குடோன் வாசலுக்கு வந்தனர். மம்மக்கண் ஃபைசலுக்கு அதனை விளக்கிச் சொல்லுவதன் மூலமாக அவனோடு உள்ள நெருக்கத்தைக் கூட்டிக் கொள்ளவே விரும்பினான். “ஃபைசல் தாய்லாந்து கவர்மெண்டு நடத்துற லாட்டரி. அவனுவள விட இங்க உள்ளவந்தான் கூடுதல் எழுதுறான். இங்க உள்ளவனுவனா

அரபி இல்லே. நம்ம நாட்டுக்காரன்தான் கொஞ்சம் பங்களா தேஷியோ, கொஞ்சம் பரட்ட பாகிஸ்தானியோ ... ம் ... இங்க ஒருபாடு ஏஜெண்டு உண்டு. ஒருத்தன் மாத்தி ஒருத்தன்னு அவன்ட்ட கேட்டா இவன் ஏஜெண்டுங்கான். இவன்ட்ட கேட்டா வேற ஒருத்தன்னு சொல்றான். ஒரு மாதிரி மர்மமா கிடக்கு நாமோ சைபர் இல்லாம மூணு நம்பர எழுதிக் கொடுக்கணும். நாமோ இப்போ 354ன்னு ஒரு நம்பர எழுதி 1 ரியால் கொடுத்தா இதே நம்பர் விழுந்தா நமக்கு 400 ரியால் கிடைக்கும். இதுக்கு பேரு சீத ... 354க்கு பதிலா ... 453, 543, 353, 435, 454 இப்படி எதாவது விழுந்தா இதுக்க பேரு உல்டா ... உல்ட்டா ...ன்னா 1 ரியாலுக்கு 80 ரியாலு கிடைக்கும்."

"அப்போ ... மாஹீன் 345க்கு 500 ரியால் எழுதிருக்கான் சீதா விழந்தா ... 2 லட்சம் ரியால் கிடைக்குமா ... நம்ம ரூபாய்க்கு கிட்டத்தட்ட 22 லட்ச ருபாயாச்சே."

அவ்வளவுதான் பதறிவிட்டான் மம்மக்கண். அந்த பதட்டத் தோடு "வாயக்கழுவு ஃபைசலே. அவனுக்கு 22 லட்சம் கிடைச்சா ... கிங் பகதுட்டேயே ரெம்மி போட வாறியான்னு கேப்பான்." பணியடிமையும் சேர்ந்து சிரித்தான்.

நல்ல வேளை மாஹீன் கேட்கவில்லை. அவன் நான்கைந்து வருடங்களுக்கு முன்னால் கத்தாரில் கொடிகட்டிப் பறந்தவன். அப்போதெல்லாம் மாஹீன் கத்தார் பாரில் குடித்து நீச்சல் குளத்தில் குளித்து மசாஜ் கிளப்புகளில் அழகிகளோடு சரீரத்தை சுகப்படுத்திக்கொண்டு நடந்தவன். அங்கு வெள்ளைக்காரன் கம்பெனியில் வேலை இந்திய ரூபாய்க்கு மாதம் எண்பதாயிரம் பக்கத்தில் சம்பளம். காணாதவன் கண்டால் சும்மா கிடப் பானா ... சுற்றி இருந்தவனை எல்லாம் எவ்வளவு கேவலமாகப் பார்க்க முடியுமோ அவ்வளவு கேவலமாகப் பார்த்தான். ஊரில் லீவுக்குப் போனால் அங்கு மோளப் போவதற்கும் பேலப்போவதற்கும் வாடகைக் கார் வைத்துக்கொண்டான். எவன் வேண்டுதல் பலித்ததோ எல்லாம் ஒரு விடியலில் மண்ணாய் போனது. மாகீனுக்கு வேலை வாங்கிக் கொடுத்த உறவினர் ஒருவரின் ஏற்பாட்டிலேயே வேலை பறிபோனது. ஒரு வருடம் இந்தியாவில் பல தொழில்களிலும் கைபோட்டுப் பார்த்தான். ஒன்றும் புடுங்க முடியவில்லை. கத்தார் வெள்ளைக் காரன் கம்பெனியில் வேலை பார்த்தபோது நல்ல சம்மந்தங்கள் கூடி வந்தது. மதப்பிலிருந்த மாஹீன் கட்டினால் நக்மாவைத்தான் கட்டுவேன் என்று பிடிவாதமாக மறுத்து வந்தவனின் மனதுக் குள்ளிருந்து வேலை பறிப்போன பிறகுதான் நக்மா வெளியேறி னாள். நீண்ட சோகத்திற்குப் பிறகு மம்மனிபாவின் ஏற்பாட்டில்

சொந்த வியாபாரம் என்கிற கற்பனையோடு அல்ஹாசாவில் மம்மனிபா அறையில் இப்போது கடலை வறுத்துக்கொண்டிருக் கிறான். கடந்த லீவுக்கு முந்திய லீவில் அவனுக்குத் திருமணம் நடந்தது. திருமணம் முடிந்து அவன் வந்து ஏழாவது மாதத்தில் ஊரில் அவனுக்கு முதல் குழந்தை பிறந்தது. இரண்டாவது லீவில் போய் வந்த பிறகும் அவனுக்கு இப்படித்தான் இரண்டாவது குழந்தையும் பிறந்தது.

மம்மக்கண் ஃபைசலிடம் சொன்னான். “ஃபைசலே தலமறந்து எண்ணெய் தேய்க்கப் புடாது.” நல்லவேளை சொல்லி விட்டு மம்மக்கண் எழுந்து போகவில்லை. போனால் எவனாவது அவன் கதையைத் தொடர்ந்து விடுவான். ஃபைசல் உரையை மீண்டும் தாய்லாந்து லாட்டரியில் கொண்டுவந்து விட்டான்.

“உங்களுக்கு இதுக்கு முன்னால தாய்லாந்து லாட்டரி அடிச்சிருக்கா . . .”

“பத்து தடவை. ஒவ்வொரு நம்பர்ல தப்பிட்டு. அடிக்கும். அடிக்காம எங்க போயிரும்” என்றபடி கைகளைத் தலைக்கு மேலே தூக்கி உடம்பை நெளித்துக் கொண்டவனின் உடுதுணி உருவிக் கீழே விழ நழுவியபோது பளிச்செனக் கைகளைக் கைலியோடும் மர்ம உறுப்போடும் சேர்த்து பிடித்தான்.

ஃபைசல் சிரித்துக்கொண்டே சிரிப்பினூடே கேட்டான்.

“காக்கா நேத்து சீட்டு விளையாட்ல எப்படி . . .”

“கொள்ளாம். சுமாரா . . .”

“சுமாரான்னா எவ்வளவு ஜெயிச்சிருப்பியோ?”

அவ்வளவுதான் பாத்ரூம் காலியானதைத் தெரிந்து கொண்டு பளிச்சென மம்மக்கண் எழுந்துகொண்டே “ஃபைசலே குளிச்சிட்டு வாறேன். பொறவு பேசலாம்” என்றபடி அவன் வேகமாகக் கக்கூஸ் அறைக்குள் நுழைந்துகொண்ட போது பணியடிமை நெருக்கத்தில் வந்து மெல்லமாகச் சொன்னான்.

“ஃபைசலே எப்படியும் ஆறு ஏழாயிரம் ரியால் கிட்டே ஜெயிச்சிருப்பான். ஃபைசலே இவ்வளவு பேசுதானே. இவன் கழிச்சிப் போட்ட வெறுவாக்கிலி கெட்டவன் பாத்துக்கோ. தலமறந்து எண்ணெய் தேய்க்கத பத்தி இவன் சொல்லுதான். தாயழி ஒண்ணா நம்பர் ஃபிராடு. வந்த புதுசுல ஒரு வயசான அரபிக்க வீட்டுல ரெண்டு மாசம் வேலை பாத்தான். மாப்பிளையும் பொண்டாட்டியும் ரெண்டும் வயசான கெளடுவோ. இவன் என்ன பண்ணுவான் கரண்டு பீஸ புடுங்கி வச்சிருவான். அரபி கரண்டு இல்லாம ஏ.சி. ஓடாம

ஐயோ அப்போனு சத்தம் போட்டு எவனயாவது எலக்ட்ரிசன கூட்டிட்டு வான்னு சொன்னா இவன் அங்க ஒரு மலையாளிய கூட்டு பிடிச்சி வச்சிருந்தான். அவன் ஒரு ஸ்குரு டிரைவர எடுத்துட்டுபோய் ஒரு அரை மணி நேரம் வேலை பாக்கவன போல பாவலாப் போட்டுட்டுக் கடைசியில பீஸ போட்டு உட்டுகிட்டு போவான். அரபிட்ட நூறு ரியாலு இருநூறு ரியாலுன்னு வாங்கி ரெண்டு பேரும் பங்கு பாத்துக்கோ. கடைசியில அந்த அரபிக்க மொவன் விசயந் தெரிஞ்சி இவன அடிச்சி விரட்டிவிட்டான். பெரிய யோக்கியன்." ஃபைசலின் காதில் தொடர்ந்து பேசிக்கொண்டிருந்த பணியடிமை மம்மக்கண் கக்கூஸிலிருந்து வந்தபிறகு பேச்சை நிறுத்திக்கொண்டான்.

ஜும்மா தொழுகைக்குப் பள்ளியில் பாங்கு சொல்லும் சத்தம் அறை முழுவதும் மிகத் துல்லியமாகக் கேட்டுக்கொண் டிருந்தது. வேக வேகமாக உடை மாற்றி சல்லா[2]வைத் தூக்கிக் கொண்டு தொழுகைக்கு ஒவ்வொருவராக வெளியேறிப் போய்க் கொண்டிருந்தனர். கடைசியாக மம்மனிபா ஓட்டமும் நடையு மாகப் போய் நின்று தொழுதுவிட்டு முதல் ஆளாகத் தொழுகையை முடித்துக்கொண்டு வந்துவிட்டான். நேற்றிரவு உ.பி.காரன் இஷாம் கொண்டுவந்து கொடுத்த மம்மனிபா மேல்விலாசத்திலுள்ள கடிதங்களை மெல்ல நோட்டமிட்டான். ஃபைசலுக்கு ஒரு கடிதம், டெய்லர் அஹமதுக்கு, மம்மக்கண் ணுக்கு, ரொக்கையா அக்காவின் மகன் கருத்தான் காதருக்கு, அவன் வாப்பா எழுதிய கடிதம், அவனின் புது மனைவி எழுதிய கடிதம் என இரண்டு கடிதமும் இருந்தன. கருத்தான் காதரின் இரண்டு கடிதங்களையும் மறைத்துக்கொண்டான். அவன் அண்ணன் செய்யது நேற்று மாலையில்தான் தனது தம்பியை தமாமில் அவன் அறைக்கு அழைத்துக்கொண்டு போயிருந்தான். அவனின் இக்காமா இன்னும் சரியாகவில்லை. அது குறித்த பதட்டம் மம்மனிபாவுக்கு உண்டு. இன்று மாலை கருத்தானை அவன் அண்ணன் செய்யது இங்கு கொண்டு வருவான். கருத்தானின் கபீல் அல்லது பேப்பர் தந்திருந்த அரபி, நேற்று வியாழன் இரவு என்பதால் கடல் பாலம் வழியாகப் பகரைனுக்குப் போயிருப்பதாக மம்மனிபா இன்னொரு அரபி மூலமாக அறிந்திருந்தான். தெஹ்ரானுக்கும் பகரைனுக்கும் இடையே இரண்டு நாடுகளையும் இணைந்து கடலில் ஐம்பது மைல்கள் தொலைவுக்குப் போடப்பட்டிருந்த உலகின் பிரம்மாண்டமான பாலத்தில் வியாழன் இரவு இங்கிருந்து அரபிகள் அங்கும் அங்கிருந்து பலர் இங்கும்மாக அந்த பாலத்தைக் கடப்பவர்களின் எண்ணிக்கை அசாதாரண

---

2. தொழுகை விரிப்பு.

மானது. இங்கிருந்து அங்கு போகிறவர்களில் குறிப்பிட்டளவில் குடியர்கள் என்றும் பகரைனில் மது குடிப்பதற்கான வாய்ப்புகள் பெருமளவில் இருந்ததால் பாலத்தில் பயணிப்பவர்களின் பயணத்தில் பிராதானமானது குடிதான் என்றும் பலராலும் பேசப்படுகிறது. மதுக்குப்பிக்கும் வாய்க்கும் இடையே உள்ள உரிஞ்சிக் குழல்போல அந்த பாலம் கடல் நடுவே கம்பீரம் குறைவின்றி காட்சித்தரும். பகரைனிலிருந்து இங்கு வருகிற பலரும் பொருட்களை வாங்குவதற்காகவும் வியாபாரக் கொள்முதல்களுக்காகவும் வருவதுண்டு. இதில் கள்ள உறவு கொள்ள வருகிறவர்களும் இருக்கக் கூடும். இவைகளை அறிந்தும் அறியாதவர்களைப் போல அரசும் சட்டமும் மெல்லிய மயக்கத்தில் கண்மூடிக் கிடந்தன. மக்களை இறுக்கத்தில் வைக்க அரசு விரும்பவில்லை. அரசுக்கு எதிரான குரல்கள் பெருக்கெடுத்துவிடாமல் பார்த்துக்கொள்ள இப்படியான மயக்கநிலை மனோபாவங்களை இங்கு எல்லாவற்றிலும் பார்க்க முடியும். தொழுகை நேரங்களில் தொழுகைக்குப் போகாமல் நடமாடும் அஜ்னபிகளை மட்டும்தான் முத்தவ்வாக்களால் தாக்க முடியும். அரபிகளை தாக்கினால் பல நேரங்களில் அவர்கள் திரும்பித் தாக்க கூடும். ஷியா முஸ்லிம்கள் விசயத்தில்கூட கண்டும் காணத தன்மை உண்டு. ஆனால் ஒரு ஷியா முஸ்லிம் அரபி எக்காரணத்தைக் கொண்டும் அரசு பணிகளில் இடம்பிடித்துவிட முடியாது. அஜ்னபிகள் இல்லை என்றால் அரசு சிக்கலுக்குள்ளாகிவிடும். போலீஸுக்கும் சட்டத்துக்கும் மதகுருமார்களுக்கும் அஜ்னபிகள் கிடைத்துக் கொண்டிருப்பதால் அவர்கள் தங்கள் பொழுதுகளை நகர்த்தி விடுகின்றனர். உலகின் பல நாடுகளைச் சேர்ந்தவர்கள் உரிமையற்ற அஜ்னபிகளாக சுற்றித் திரிவதிலுள்ள நன்மைகளை அரசு நன்றாகப் புரிந்து வைத்திருக்கிறது. உலகின் எல்லா நாடுகளும் தனது சொந்த மக்களை ஏதோ ஒரு மயக்கத்தில் ஆழ்த்திவைக்கத்தான் விரும்புகின்றன. இங்கு மயக்கத்திலாழ்த்தும் ஒரு நல்ல பொருளாக ஏராளமான அஜ்னபிகள் கிடைத்திருக்கிருக்கிறார்கள். அஜ்னபிகள் இல்லாத நாடுகளில் பலவிதமான உள்நாட்டுப் பிரச்சனைகள் இருப்பதைப் பார்க்க முடியும். எகிப்திலும் சிரியாவிலும் சூடானிலும் லிபியாவிலும் ஈராக் ஈரானிலும் பெருமளவில் அஜ்னபிகள் இல்லாததால் சட்டம் தனது சொந்த மக்கள்மீதே தனது கடமையைச் செய்யும் நிலைக்கு ஆளாகிப் போகிறபோது சொந்தமக்கள் அரசுக்கு எதிரானவர்களாக மாறிப்போகும் நிலைப்பாட்டின் வெளிச்சத்தில் இங்கே அரசு நன்றாகக் கற்றுக்கொண்டிருக்கிறது. இங்கு சட்டம் தனது கடமைகளை செய்ய அஜ்னபிகள் நிரம்பிக் கிடப்பதால் சொந்த மக்கள் ஆளாளுக்குப் பல அடிமைகளின்

முதலாளியாக அடிமைகளை மேய்ப்பதில் நேரங்களைப் போக்கி விடுகின்றனர்.

வெள்ளிக்கிழமை மதியம் உணவருந்தும்போது அபூர்வ மான தருணங்களில் உணவோடு உணவாகப் பரஸ்பரம் பேசித் தீர்த்துவிடுவார்கள். டெய்லர் அஹமது கொஞ்சம் ஞானமுள்ளவன். அவன் தனது அமுக்கரை தன்மைக்குள் இருந்து விடுபடுகிற தருணங்களில் நுட்பமான விசயங்களைத் தொகுத்து வழங்குவான். பி.ஏ.வரலாறு படித்துவிட்டு டிரைவர் விசாவில் வந்து இங்கு டெய்லர் வேலையைப் படித்து அலியிடம் இப்போது அவன் முதன்மை டெய்லராக இருப்பதைக் குறித்த பிரம்மிப்பு அவனுக்கே இருக்கிறது.

எல்லோரும் வட்டமிட்டுச் சாப்பிட அமர்ந்திருந்தனர். மம்மனிபா மட்டும் வரவில்லை. அவன் கருத்தான் காதரின் இரண்டு கடிதங்களையும் படித்துவிடுவது எனத் தீர்மானித் திருந்தான். தொழுகை முடிந்து மற்றவர்களின் வருகை துவங்கி விட்டதைப் புரிந்தவனாகக் கடிதத்தைப் பதுக்கிக்கொண்டான். பணியடிமை பக்காலாவில் கணக்கெழுதித் தயிரும் செவனப்பும் வாங்கி வருவான். உணவு அறையில் சுற்றிலும் எல்லோரும் அமர்ந்துகொள்ளும்போது நடுவில் இருந்து பணியடிமைதான் உணவு பரிமாறுவதும் பாத்திரப் பண்டங்களை எடுத்து மாற்று வதென எல்லாம் அவனின் வேலைதான். வங்கியில் பியூன் வேலை என்று வந்தவன் மம்மனிபாவுக்குப் பியூனாக இருப்பதிலுள்ள நொம்பலம் பழகிப்போனதால் அவன் முன்பு போல சுரணையோடு இப்போது இல்லை.

சுற்றி அமர்ந்து சாப்பிடும் முன்னால் கழுத்து வீங்கி கபூரும் மம்மக்கண்ணும் சூதாட்ட அறைக்குச் சென்று குடித்து விட்டு வந்தனர். பணியடிமை மீன் பிரியாணியைப் பக்குவ மாகத் தயார் செய்திருந்தான். வட்டமாக வெட்டப்பட்ட நெய்மீன் துண்டுகள் சாப்பாட்டினூடே உடையாமல் கிடந்தன. கொள்ளையத்த ருசி மணக்க மணக்க இன்னொரு சட்டியில் ஹைதராபாத் அல் அரபியை வரட்டி வைத்திருந்தான். அதைத் தொட்டுக்கொள்ள கிண்ணத்தில் எடுத்துக்கொண்டு உணவுக்கு முன்னால் ஒரு ரவுண்டு குடித்துவிடும் நோக்கில் மாகீனும் சூதாட்ட அறைக்குப் போனான்.

“கழுத்து வீங்கி கபூர் . . . சாப்பிட்டுட்டு களி போடனும். பிளாஸ் . . . சரியா . . .” என்றபோது மம்மக்கண் குடிகப்பைக் கீழே வைத்தபடி “மொதல்ல சாப்பிடுவோம்.”

நடு அறையில் சாப்பாடு மும்முரமாகப் போய்க் கொண்டிருந்தது. மம்மனிபாவைத் தேடினார்கள். "நிங்கோ சாப்பிடுங்கோ. நான் வாறேன்." சத்தம் மட்டும் வந்தது.

பணியடிமை மூணு நெய்மீன் துண்டுகளை எடுத்துக் கொண்டு சூதாட்ட அறைக்குப் போகும்போது மம்மனிபா மால்பரோவைப் புகைத்துக்கொண்டே கருத்தான் காதரின் இரண்டு கடிதங்களையும் ரகசியமாக எடுத்துக்கொண்டு கக்கூஸ் முறிக்குள் நகர்ந்து போனான். கருத்தான் காதரின் வாப்பா மலுக்கு மும்மதின் கடிதம், புது பொண்டாட்டி சீனத்தின் கடிதம். இதில் எதை முதலில் படிப்பது. சட்டென யோசித்தபடி அவனின் இடது கை ஆள்காட்டி விரலையும் நடுவிரலையும் நீட்டியபடி வலது கையின் நடுவிரால் சுற்றி ஒன்றைத் தொட்டவன் மலுக்கு மும்மதின் கடிதத்தைத் தண்ணி தொட்டுத் தடவி மெல்ல மெல்ல தனது வழமையான யுக்தியோடு பிரித்தான்.

அஸ்ஸலாமு அலைக்கும்

அன்பு மகன் காதர் அறிவது

இங்கு நான், உம்மா, அக்கா, மைனி, அண்ணன் மகன் மற்றும் உனது மனைவி அனைவரும் இறைவன் அருளால் நலம்.

உனது நலனுக்கு வல்ல இறைவனிடம் துவா செய்கிறேன்.

உனது மாமனார் வீட்டிலிருந்து இருநூற்று ஒன்று அச்சப்ப மும் ஒரு குத்துபோணி சுத்து முருக்கும் வந்தது. திரும்ப நான் ஆடரவிளை நாகமணியிடம் சொல்லி ஒரு செந்தொழுவன் குலை கொடுத்துவிட்டேன். நீ ஒன்றி ரெண்டு வருடங்கள் எப்படியும் தாக்குப்பிடித்து நிக்க வேண்டும். அண்ணன் போனில் எல்லாம் சொன்னான். மம்மனிபாவிடமிருந்து சீக்கிரமாக நிலைமைகளை சரி செய்துவிட்டு அண்ணனிடம் போய்விடு. அந்த பயலுவளுக்க சாவாசம் நமக்கு வேண்டாம். விசம் பிடிச்ச பயலுவோ. உனக்குப் பைசாக்கு ஒரு குறைவும் வராது. நீ கவலைப்பட வேண்டாம். உனது மனைவியை நல்ல முறையில் பாத்துக் கொள்வோம். நீ எந்த காலத்திலும் குடும்ப மானத்தைக் கொடுத்துவிடக் கூடாது. வாப்பாவுக்கு உன்னால் நிறைய மனச்சங்கடங்கள் ஏற்பட்டுவிட்டது. இனியாவது நீ எனக்கு மன சமாதானம் தர வேண்டும்.

உம்மா சலாம் சொல்லச் சொன்னாள். அடுத்த வாரத்தில் நல்லநாள் பார்த்து சேனாப்பள்ளிக்குக் கிடாய் கொண்டு

அஜ்னபி

போகலாம் என்று இருக்கிறோம். அதற்கு உன் மனைவி வீட்டில் அனைவரையும் அழைப்போம்.

மற்றவை உன் பதில் கடிதம் கண்டு.

உன் நீடிய ஆயுளையும் நிறைவான வாழ்வையும் விரும்பும்
அன்பு வாப்பா **மலுக்கு மும்மது**

மம்மனிபா கொஞ்ச நேரமாக அப்படியே நின்றுவிட்டான். அண்டம் கலங்கியதாலோ என்னமோ அவனையறியாமலேயே ஒன்றிரெண்டு குசு கழிந்து போனது. பிறகு கடிதத்தை லாவக மாக ஒட்டினான். காதரின் புது மனைவியின் கடிதம் தந்த கிளுகிளுப்பில் அவனின் வாப்பாவின் விச வரிகள் ஏற்படுத்தி யிருந்த வலியை சமன்படுத்திக் கொண்டான்.

"உள்ளே என்னடே செய்யே . . ."

மிட்டாய் கக்கூஸ் அறையின் வெளியே நின்று கத்தினார்.

மம்மனிபா தண்ணீரால் முகத்தைக் கழுவிக்கொண்டு ஈரம் சொட்டச் சொட்ட வெளியே வந்தபோது தாய்லாந்து லாட்டரி ஏஜெண்டு பேப்பரும் பென்னுமாகக் காத்திருந்தான். அவன் மம்மனிபா முகத்தைப் பார்க்க மம்மனிபா நாடியை சொறிந்துகொண்டே பணியடிமையைக் கூப்பிட்டான். "என்ன குட்டியாப்பா . . ." என வந்தவனிடம், ஐஸ் வாட்டர் கேட்டான். ஏஜெண்டு பார்வையை விலக்கவில்லை. மம்மனிபா ஒரு குப்பி வெள்ளத்தையும் குடித்து முடித்தான். மம்மக்கண், மாஹீன், ஃபைசல், கழுத்து வீங்கி கபூர் என எல்லோரும் சுற்றிலும் உண்டு.

615 பத்து ரியால்

732 பத்து ரியால்

237 பத்து ரியால்

ஏஜெண்டு எழுதிக்கொண்டிருந்தான். திடிரென மம்மனிபா ஃபைசலைப் பார்த்து "ஃபைசலே மூணு லக்கத்தில ஒரு நம்பர் சொல்லு."

"678."

"678க்கு ஒரு நூறு ரியால்."

மம்மக்கண் ஒரு தினுசாகப் பார்த்துக்கொண்டிருந்தான். ஒன்றும் ஓடவில்லை. ஏஜெண்டு காகிதத்தில் நம்பர் எழுதிக் கொடுத்துவிட்டுப் பணமும் பெற்றுக்கொண்டு போய்விட்டான்.

15ஆம் தேதி ஒரு முறை 30, அல்லது 31 இன்னொரு முறையுமாக மாதம் இரண்டு முறை ரிசல்ட் வரும். மதியம் இரண்டு மணிக்கெல்லாம் ரிசல்ட் வந்துவிடும். நல்ல தகவல் என்றால் ஏஜெண்டு ஓடி வருவான். டெய்லர் அஹமது இன்று தொடர்ந்து நல்ல பேசும் மூடிலிருந்தான். ஆனால் எவனும் கேட்கத் தயராக இல்லை என்பதை புரிந்துகொண்டு "ஃபைசலே நான் போய் படுக்கேன்." பிறகு ஃபைசலிடம் மெல்ல சொன்னான் "ஓடம்புவலி இன்னும் மாறலே. தாயழியோ எருமைமாடு மாதிரி மூணுபேரு சுத்தி நின்று சமுட்டுனதுலா."

சாயங்காலம் ஐந்து மணிவாக்கில் கருந்தான் காதரும் அவன் அண்ணன் செய்யதும் அறைக்கு வந்தார்கள். செய்யதுக்கும் மம்மனிபாவுக்கும் காதரின் இக்காமா குறித்து வாக்கு வாதம் தனியாகக் குடோன் அறைக்குள் நடைபெற்றுக் கொண்டிருந்தது. மம்மனிபா காதரின் பேப்பர்களை சரி செய்ய இன்னும் பத்து நாட்கள் அவதி கேட்டான்.

"மம்மனிபா . . . நீ வாக்க காப்பாத்தனும். எல்லாரையும் போல எங்கிட்ட . . ."

மம்மனிபா கோபமாகப் பதில் பேசினான். ஏற்கனவே கக்கூஸ் முறியில் வாசித்து அவனின் வாப்பாவின் கடிதம் அவனின் உடம்பை உஷ்ணப்படுத்தியிருந்தது.

"செய்யதே . . . நம்ம ஊரு பஞ்சாயத்து இல்ல பாத்துக்கோ. சவுதி பத்து நாளு பொறு. பேப்பர நான் மடியில கட்டிட்டு நடக்கலே. அரபி பகரைனுக்கு குடிக்கப் போயிருக்கான். வரட்டும் பார்க்கலாம். இது என்னா வட்டி வியாபாரமா? மசி உருட்டி எடுத்தோம் கொடுத்தோமுன்னு செய்ய. பொறு."

மசி உருட்டல் என்ற வார்த்தை மலுக்கு சாயிப்பை அடையாளப்படுத்தக் கூடியது. இந்த குத்தல் பேச்சால் உஷ்ணப் பட்ட காதர் சாடிப்போக தயாரானபோது செய்யது சத்தம் போட்டு காதரை "நீ போல அங்க . . ." எனப் பின்னுக்குத் தள்ளிவிட்டான். அறை நிசப்பதமாக இருந்தது. கழுத்து வீங்கி கபூரும் மம்மக்கண்ணுக்கும் குடித்த சாராய போதை அறையில் செய்யதின் வருகையையொட்டி ஏற்பட்ட உஷ்ண சூழலில் முற்றிலும் இறங்கிப் போயிருந்தது.

"இன்னும் பத்து நாள்ல வருவேன்." காதரிடம் நூறு ரியால் கொடுத்துவிட்டு இறங்கிப் போகும்போது வாசலில் நின்றபடி "அவனுக்கு பணம் தேவைப்பட்டா கொடு. அவன் சாப்பாட்டுக்கும் செலவுக்கும் கணக்கு வச்சிக்கோ" என்றபடி செய்யது போய்விட்டான்.

வெள்ளிக்கிழமை ஃபைசலுக்கு ஷியா அரபி அலியின் குடோனில் வேலை கிடையாது. ஆனால் டெய்லர் அஹமதுக்கு சாயங்காலம் கடை உண்டு. மற்றவர்களும் சாயங்காலம் அசருக்குப் பிறகு போய்விடுவார்கள். இன்று கழுத்து வீங்கியும் மம்மக்கண்ணும் வேலைக்கு மட்டம் போட்டு இங்கேயே தங்கிவிட்ட போதிலும் மற்றவர்கள் வேலைக்காகக் கிளம்பி விட்டனர். மம்மனிபா கிளம்பியவர்களிடம் கடிதம் கொடுத்து விட்டதைப் போல காதரின் கடிதத்தையும் கொடுத்தான்.

சூதாட்ட அறையில் மம்மக்கண் பணியடிமையிடம் சும்மா பேச்சுவாக்கில் கேட்பவனைப் போலக் கேட்டான்.

“காதர் சீட்டு கழிப்பானா . . ?”

“தெரியலே. ஆனா குடிப்பான். அவங்கூட குடிச்சயள்னா உங்களுக்கு நல்ல நேரம் போவும். கண்டிப்பா ஒருநாள் அவன் கூட குடிச்சிப் பாருங்கோ.” அவ்வளவுதான் மம்மக்கண் போன் பண்ணி சாராயத்துக்கும் சொல்லிவிட்டான். பணியடிமை கோழியின் கல்மாங்கா, சங்கு ஈரல் ரோஸ்ட் தயார் செய்ய சமையலறைக்குப் போய்விட்டான். காதரோடு மம்மக்கண் பேசத் துவங்கியபோது பேச்சை லேசாகக் கவனித்துக்கொண்டே பணிக்குப் புறப்பட்ட மாஹீன் எல்லாவற்றையும் போட்டு விட்டு சமையலறைக்கு வந்தபோது பணியடிமை பத்து ஐம்பது கல்மாங்காவைக் கழுவி வைத்திருந்தான். மாஹீனைப் பார்த்து பணியடிமை சிரித்துக்கொண்டே

“கேட்டியளா காக்கா. இன்னைக்கு எழவுதான். நேரம் போவும். கருத்தான் பயங்கர சாதனமாக்கும். மம்மக்கண்ணு இன்னைக்கு சீலையோட மோளுவான் பாருங்கோ.”

“உள்ளதா . . .”

“பின்னே . . . படச்சவனே . . . அவன் வந்த அன்னைக்கே மம்மனிபா அல்லோ வாப்பான்னு அலறுனான். என்னா வசனமுனுங்கியோ . . . அவனுக்க உடம்புல ஆவி கெடக்கு.”

“ஆவியும் மயிருந்தான்.”

“நம்பலைன்னா பாருங்கோ. அவன் மோசமான வித்து.”

“ம் . . . பாப்போம். ஃபைசல எங்க காணலே?”

“அவன் டி.வி. பாக்கான். நீ வேலைக்கு போவலயா?”

“இல்லே. பத்து எழுநூறு ரியாலு கையில இருக்கும். இன்னைக்கு அத இவனுவள்ட்ட கொடுத்தா தான் மனசு சமாதானப்படும்.”

மக்ரிபுக்குப் பள்ளியிலிருந்து கேட்ட பாங்கு சத்தம் இனிமை யாக வசிப்பிடத்தில் கேட்டுக்கொண்டிருந்தபோது கருத்தான் காதர் சமையலறைக்குள் வந்தான்.

"தள்ளே ... இது என்ன கல்மாங்கா. ஊர்ல ரசாக்குக்க மருமவன் கடையில ஒண்ணுகூட கேட்டா மூக்கால அழுவான். பத்து நூறு காணும் போல இருக்கு."

"காதரே ... இது அரபியா. இங்கே எல்லாம் கிடைக்கும். கழுத்து தனியா காலு தனியா நெஞ்சு தனியா ஈரல் தனியா, நெஞ்சுக் கறி, குஞ்சிக் கறி ஆட்டுக்க மணி ..."

"ஆட்டுக்க மணிண்னா .. ?"

"கொட்டை ... கொட்டை ... கொட்டை பயங்கர பலம்ல. பக்கத்துல பாகிஸ்தானி கடையில தனி கொட்டையா வச்சிருக் கான். நாளைக்கு வச்சித்தாறேன். காதரே நீ சீட்டு களிப்பாயா ..."

"எல்லா எழவும் களிப்பேன்."

"அப்போ இன்னைக்கு ஒண்ணு இறங்கி விளையாடு."

"அவ்வளவுதான பாத்துருவோம்."

16

செய்யது இன்னும் அதிர்ச்சியிலிருந்து மீள வில்லை. காதரை உடனே போய் பார்க்கலா மென்றால் அது இப்போது இயலாத காரியம். புரியாத ஆவலில் தம்பியைப் பார்க்க வேண்டு மென மனம் துடித்துக்கொண்டு கிடந்தது. ஆனாலும் அடுத்த வியாழன் இரவுதான் போக முடியும். மம்மனிபாவின் அறைக்கும் செய்யதுக்கு மிடையே குறைந்தது இருநூறு கிலோ மீட்டர் தூர இடைவெளி இருந்தது. யாத்திரை என்றாலும் ஒரு மணி அல்லது அதிகபட்சமாக ஒன்றரை மணி நேரத்தில் போய்விடலாம். ஆனால் அலுவலகத்திலிருந்து வெளியேறுவது சிரமம். எட்டு மணி நேர வேலை. அதன்பிறகு அலுவலகத்தில் இருக்கும் ஒவ்வொரு மணித்துளிகளும் கணக்கி லெடுத்துக்கொள்ளப்படும். ஒவ்வொரு அரைமணி நேரமும்கூட பத்துப் பதினைந்து நாட்களில் இன்னொரு எட்டு மணி நேரமாக மாறிவிடுகிறது. கார்டை தேய்க்காமல் உள்ளே போகுவதும் வெளியே வருவதும் சாத்தியமில்லை. தொழுகைப் பள்ளி வாசல் அலுவலகக் கட்டிடத்திலேயே இருந்தது. பணியாளர்களுக்குத் தொழுகை நடத்துவதற்காக இரண்டு இமாம்கள் பணியில் அமர்த்தப்பட்டிருந் தனர். தொழுகைக்குப் போகாமல் யாரும் தப்பித்துக் கொள்ள முடியாது. சின்ன அசைவுகளையும் அலுவலகம் முழுவதும் கண்களாய் முளைத்திருக்கும் காமிரா காட்டிக் கொடுத்துவிடும். அரபி நிறுவனம் என்றாலும் ஐரோப்பிய முறையில் அமைக்கப்பட்ட நிர்வாகம். அலுவலக கசேரியில் அமர்ந்தால் அசைய முடியாது. கம்பெனி வசிப்பிடத்திலும் நிறையக்

கட்டுப்பாடுகள். பார்த்தால் ஒரு புத்தகக் கடை, கற்பனை செய்ய முடியாத அளவுக்கு பெரிய நிறுவனம். ரியாத், ஜித்தா, தமாம், ஒமான், கத்தார் துபாய், குவைத்தென அதன் கிளைகள் பரந்து விரிந்து கிடந்தன. ஆண்டுக்கு ஒரு மாதம் விடுமுறை. மூன்றாண்டுகளுக்கு ஒருமுறை இடமாறு தல். காய்ச்சலுக்கு மாத்திரை என்றாலும் கம்பெனி கொடுத்துவிடும். செய்யது அந்த வேலையைத் தனக்கான அதிர்ஷ்டம் என்றுதான் நம்பினான். மம்மனிபா இக்காமா வாங்கிக் கொடுத்துவிட்டால் காதரை எப்படியாவது தனது கம்பெனியிலேயே வேலையில் சேர்த்துவிடலாமெனத் திட்டமிட்டு எகிப்து மேலாளரிடம் சொல்லியும் வைத்துவிட்டான். இங்குள்ள கட்டுப்பாடு, தொழுகை போன்றவைகள் காதரை நல்ல மனிதனாக மாற்றிவிடும் என்பதை அவன் உணர்ந்திருந்தான். மிஷிரிக்கும் செய்யதுக்குமான ஆழமான நட்பினால் மிஷிரி மேலாளர் "ஒன்றும் பிரச்சனை இல்லை ஜித்தா கிளையில் உனது தம்பிக்கு வேலை சரி செய்து விடலாம்" என்றிருந்தான்.

காதரை மம்மனிபாவோடு சேர்த்து வைத்திருப்பது ஊரில் அவன் வாப்பா மலுக்கு முகமதுக்கு கொஞ்சமும் இஷ்டப்பட வில்லை. அது நீண்ட நெடிய கால குடும்பப் பகை. பிரச்சனை யின் அடியாழத்தைத் தேடிப் போனால் அதன் தொடக்கம் கிடாய்கறிப் பிரச்சனையாகத்தான் இருக்க வேண்டும். தொடர்ந்து வரும் தலைமுறைகளிலும் அது எங்கும் சரி செய்யப்படவில்லை. உப்பா வாப்பாவுக்கும் வாப்பா மகனுக் கும் எனச் சொல்லிச் சொல்லி வளர்க்கப்பட்ட வளர்ப்பு முறையில் வன்மம் தொடர்ந்துகொண்டே இருக்கிறது. இரண்டு குடும்பத்துக்கும் பொதுவான கோள் மூட்டியாக காஜா பகை வளர்க்கத் துணை நின்றான். என்ன மாயமோ தெரியவில்லை காஜாவின் மகன் ஜின்னாவும் இந்த கோள் மூட்டுவதிலிருந்து தன்னை மாற்றிக்கொள்ளவில்லை. கோள் மூட்டுபவன் சொர்க்கம் போக முடியாது என்ற நபியின் வாக்கை ஜின்னா ஒரு பொருட்டாக எடுத்துக்கொள்ளவில்லை. வன்மமும் பகையும் மூன்றாம் தலைமுறையிலும் தொடர்கிறது. செய்யதுக்கும்கூட காதர் மம்மனிபாவோடு இருப்பது கொஞ்சமும் விருப்பமில் லாமல்தான் இருந்தது. எல்லாம் ஒரு தற்காலிக நிர்ப்பந்தம் என்ற அளவில் சமாதானப்பட்டுக் கொண்டான்.

காலையில் அலுவலகத்தின் தனது தனியறை செயரில் வந்து அமர்ந்த ஐந்து நிமிடங்களுக்குள் போன் மணி அடித்து விட்டது.

"அண்ணே நான் காதரு."

"என்னா . . ?"

"வந்து . . ."

"என்னலே சொல்லு."

"ஏங்கிட்ட ஒரு பதினாலாயிரம் ரியால் இருக்கு. என்ன செய்யே . . ."

"பதினாலாயிரம் ரியாலா . . ."

செய்யதுக்கு வியர்த்துவிட்டது. பதட்டத்தில் செயரில் இருந்து எழுந்துவிட்டான்.

"என்ன பண்ணதுக்கு சொல்லு . . ."

"யாதுலே. பதினாலாயிரம் ரியாலு களவாண்டியா . . . உண்மையச் சொல்லு."

"சீட்டுகளியிலே ஜெயிச்சேன்."

செய்யது கொஞ்ச நேரம் பேசவில்லை. பதினாலாயிரம் ரியால் சீட்டு விளையாட்டில் ஜெயிக்க முடியும் என்பதை செய்யது இப்போதுதான் அறிகிறான். இந்திய ரூபாய்க்கு ஒன்றரை லட்சம். தனது மூன்று மாதச் சம்பளம். நேற்று சாயங்காலம் ஐந்து மணிக்கு அவனை விட்டுவிட்டு வந்தேன். காலை ஒன்பது மணிக்கு ஒன்றரை லட்சம் சம்பாதித்துவிட்ட தாகச் சொல்கிறான். செய்யதுக்கு ஒன்றும் ஓடவில்லை. அவன் பதட்டமாகித் தண்ணீர் குடித்தான். தன்னை நிதானப்படுத்திக் கொள்ள அவனுக்கு அவகாசம் தேவைப்பட்டது. பின்னரும் அவனுக்கு நம்பிக்கை வரவில்லை. காதர் ஊரில் சீட்டு விளையாடுவான் என்பது தெரியும். அவை எல்லாம் பொழுது போக்குக்கானது என்றுதான் அவனளவில் அறிந்திருந்தான். பதினாலாயிரம் ரியால். செய்யதால் கற்பனை செய்ய முடிய வில்லை.

"உண்மையா பொய்யா . . ."

"உண்மைதான்."

"யாரெல்லாம் விளையாடுனியோ . . ?"

"நானும் மம்மனிபாவும் மம்மக்கண்ணு மிட்டாய் பாய், மாஹீன் கழுத்து வீங்கி கபூர்."

"யாரு தோத்தது . . ?"

"எல்லாவனும் தோத்தானுவோ. மம்மனிபாக்கு கூடுதலு. எப்படியும் ஏழாயிரம் ரியாலு தோத்திருப்பான்."

மம்மனிபாவிடம் காதரின் விசாவுக்காகக் கொடுத்த தொகை பனிரெண்டாயிரம் ரியால். காதர் ஒரே இரவில் பதினாலாயிரம் ரியால் சம்பாதித்திருக்கிறான். அதுவும் மம்மனிபாவிடமிருந்தும் ஏழாயிரம் ரியால். இது நல்லதா கெட்டதா என்று அவனால் யோசிக்க முடியவில்லை. மலைப்பு மாறாமல் சொன்னான்.

"நான் வாப்பாட்ட பேசிட்டு உன்ன கூப்பிடுதேன்."

"சரி."

செய்யது வாப்பாவுக்குப் போன் பண்ணினான். கேட்ட மாத்திரத்தில் மலுக்கு மும்மது சாகிபு போதங் கெட்டுப் போனார். பிறகு நிதானித்துக் கொண்டவரின் கெமையும் சிரிப்பும் அவர் குரலில் தெரிந்தது. செய்யதும் சிரித்துக் கொண்டான். வாப்பாவோடு பேசிய பிறகு செய்யது டெய்லர் அஹமதுக்குப் போன் பண்ணி தனது தம்பியிடம் பதினா லாயிரம் ரியால் இருப்பதாகவும் அதைப் பெற்று கருனாகப் பள்ளி உண்டியல் குஞ்ஞாலிக்காக்காவிடம் சொல்லி ஊரில் தனது வாப்பாவிடம் பணம் கிடைக்கச் செய்யும்படி வேண்டி னான்.

மம்மனிபாவின் அறை நேற்றைய வெள்ளி இரவு வினோத மாகத்தான் துவங்கியிருந்தது. பொதுவாக வெள்ளி இரவு வெறிச்சோடிப் போய்விடும். ஆனால் மாறாக ஆட்கள் குறைவு என்றாலும் வியாழன் இரவுக்குரிய எல்லா பொலிவும் சூடிக் கொண்டது. சாராயம் கொண்டு வந்த மலையாளி கேட்டான்.

"எந்தா . . . இன்னு பதிவில்லாது . . ."

"ஏய் . . . விறுதே . . . சிறிய பார்ட்டி."

மம்மனிபா சாராயக்காரனை அனுப்பிவைத்து விட்டு அவன் கழுத்து வீங்கி கபூரை ரெடிமேட் குடோனுக்குக் கூட்டிப் போய் திட்டமிட்டுப் பேசினான்.

"அவனுக்க கொப்பன் என்ன வெசம்னுங்கான். நான் வெசமுன்னு உள்ளத காட்டணும். கருத்தான் காதர சீட்டு களிக்குக் கூப்பிடு. எவ்வளவுனாலும் நான் கடன் கொடுப்பேன். தூத்து வாரிரனும்."

இஷாவுக்குப் பிறகு மம்மனிபாவின் சூதாட்ட அறை வட்டம் கட்டியது. பணியடிமை சாராயக் குப்பி, கப்பு, கோழியின் கல்மாங்கா ரோஸ்ட் எனப் பக்கத்தில் சுற்றிலும் பரப்பினான். மம்மக்கண் ஒரு கப்பில் சாராயத்தை நிறைத்து காதரை நோக்கி நீட்டினான்.

“காக்கா வேண்டாம். சூதுன்னா சூது. போதைன்னா போதை. நான் கழி முடிச்சிட்டு குடிக்கேன்.”

“குடிடே ... குடிச்சிட்டே கழிச்சா நல்லாத்தான் இருக்கும்.” காதர் மறுத்துவிட்டான்.

ரெம்மியில் துவங்கியது. காதர் பெரிய கார்டுக்குக் கிளாவர் குலானை மலத்தி இருநூறு ரியாலைத் தன் பக்கம் இழுத்துக் கொண்டான். மாஹீன் பெரிய கார்டுக்குப் பணம் வைக்க வில்லை. ஆட்டம் தொடங்கிய ஆறாவது நிமிடத்தில் காதர் டிக்கடித்தான். அது இருநூற்றம்பது ரியால். எட்டாவது ஆட்டத்தில் மாஹீன் சுத்தமாக தோற்று கழியைவிட்டு வெளியேறி குடிக்கத் தொடங்கியபோது பணியடிமை ஏ.சி.யை அணைத்துப் புகையை தேவுசா மூடியால் வீசி வெளியேற்றினான். மம்மனிபா பணியடிமையிடம் கண்சாடைக் காட்டப் பணியடிமை சாராயக் கப்பை கருத்தான் காதரிடம் நீட்டினான்.

“வேண்டாம். நான்தான் சொன்னேன்லா. நான் குடிக்கதா இருந்தா நீங்களே விளையாடுங்கோ. குடிச்சா விளையாட மாட்டேன்.”

அப்போதுவரை காதர் ஆயிரம் ரியால் அளவு ஜெயித்திருப் பான் அதைப் பிடுங்க வேண்டுமென்பதுதான் மம்மனிபாவின் மனக்கணக்காக இருந்தது.

“லே ... அவன்தான் வேண்டாங்காம்புலா விடு” என்ற மம்மனிபாவின் தந்திரப் பேச்சை புரிந்துகொண்டே பணி யடிமையே அதைக் குடித்துக்கொண்டான்.

ரெம்மியிலிருந்து ஆட்டம் பிளாஸ்க்கு மாறியது. மொத்தம் நாலு கை. ஆட்டம் மாறி மாறிப்போய்க் கொண்டிருந்தது. காதர் பணத்தை மறைத்து வைக்காமல் தனக்கு முன்னே வைத்திருந்ததால் ஒரு கட்டத்தில் காதரின் கையிருப்பு இருநூறு ரியால் அளவுக்கு வந்துவிட்டதை மம்மனிபா புரிந்துகொண்டே “பணம் வேணும்னா கூச்சப்படாம கேளு.”

“கண்டிப்பா வேணுமின்னா கேப்பேன். இப்போ முன்னே கெடக்குல்லா தீரட்டு.”

சொல்லி முடித்துவிட்டு அந்த ஆட்டத்திலேயே காதர் அள்ளி எடுத்துக்கொண்டான். தொடர்ந்து நாலு ஆட்டம் வரிசையாக காதரின் கட்டுக்குள் இருந்தது. கழுத்து வீங்கி இடம் மாறி இருக்க வேண்டும் என்றபோது காதர் எதுவும் பேசாமல் தனக்கு முன்னால் கிடந்த ரியாலைக் குப்பையைப் போல செத்திவிட்டுக்கொண்டே இடம் மாறிக்கொண்டான். மம்மக்கண் சுத்தமாகக் காலியானபோது மணி இரவு

பனிரெண்டரை இருக்கும். கொஞ்ச நேரம் வெறித்துக்கொண் டிருந்தவன் சகிக்க முடியாமல் மம்மனிபாவிடம் தயக்கத்தோடு ஆயிரம் ரியால் கடனாகக் கேட்டபோது “சூதுல கடன் வாங்கப் படாது” என்றான்.

“அவன்ட்ட மட்டும் கேட்டே கடன் வேணும்மான்னு.”

“அது வேற கணக்கு. உனக்கு கடன் கிடையாது.”

மம்மக்கண் எழுந்து துயரமாய்ப் பார்த்துக்கொண்டே வெளியேறி தூங்கும் அறைக்குள் நுழைந்தபோது ஃபைசல் தலையை மூடித் தூங்கிக்கொண்டிருந்தான். வழக்கம்போல விட்டத்தை வெறித்தபடி கிடந்த மாஹீன் தள்ளாடி பலஹீன மாக வந்த மம்மக்கண்ணைப் பார்த்து “என்னாச்சி . . .” என்ற போது

“கருத்தான் பீயச் சமுடிட்டு வந்துட்டான்” என்றான்.

“சரக்கு மிச்சமிருக்கா . . ?”

“ஒரு குப்பி காலி. இன்னொரு குப்பிய கருத்தான் கிட்டே வச்சிருக்கான். வா போயி பாப்போம்.”

மனம்பொறுக்காமல் இருவரும் எழுந்து சூதாட்ட அறைக்கு வந்தனர்.

மம்மனிபா நல்ல போதையில் இருந்தான். இரண்டு மணி தாண்டிக் கொண்டிருந்தது. மம்மனிபாவின் கடைசி ஆட்டம் மேசைபிரித்த ரியால் எல்லாவற்றையும் எண்ணி ஆட்டத்தில் தள்ளிவிட்டு காதரிடம் ஸோ என்றான்.

காதர் ஒவ்வொரு கார்டாக வீசினான். இஸ்பேடு ஆஸி, இஸ்பேடு கிங், இஸ்பேடு குயின். காதர் வீசிய மூன்று கார்டு களும் நாகமாய் படம் எடுத்து மம்மனிபாவின் நெற்றிப் பொட்டில் ஒரு போடு போட்டது. விசம் ஏறி வாயில் நுறை தள்ளி மம்மனிபா சரிந்து விழுந்தான். காதர் கழுத்து வீங்கி கபூரிடம் கேட்டான்.

“எப்படி . . . கழிப்பமா . . . முடிப்பமா . . .”

கழுத்து வீங்கி மௌனமாக இருந்து யோசித்தான். தொடர்ந்து இவனோடு விளையாடுவது நல்லதில்லை என்பதைப் புரிந்துகொண்டே “முடிப்போம்” என்றான்.

காதர் பணியடிமையிடம் “ஃபைசலை ஒண்ணு கூப்பிடுங்கோ காக்கா” என்றபோது பணியடிமை எழுந்து போன கொஞ்ச நேரத்திலெல்லாம் ஃபைசல் கண்களைக்

கசக்கிக்கொண்டே "என்ன மாப்ளே..." என சூதாட்ட அறைக்குள் வந்தான்.

"மாப்ளே இந்த பணத்தையெல்லாம் எண்ணுலே."

ஃபைசல் ரியாலை எண்ணத் துவங்கியபோது காதர் பெரிய கப்பில் சாராயத்தை நிரப்பி ஒரே மடக்கில் குடித்து விட்டு மால்பரோலை பத்தி வாய்க்குள் குவிந்த புகையைப் போதங்கெட்டுக்கிடந்த மம்மனிபாவின் மூஞ்சியில் பூ...வென ஊதினான். அசைவற்றுக் கிடந்த மம்மனிபாவைக் கூர்ந்து பார்த்துவிட்டு பணியடிமையிடம் சொன்னான்.

"மரிச்சிட்டான் போல இருக்கு. பாரு. கசப்பெறக்கி... கபன் பொதிஞ்சி மைய்யத்த அடக்கிருவோமா..?"

பணியடிமை உள்ளுக்குள் சிரித்துக்கொண்டிருந்ததால் அறை நிசப்தமாக இருந்தது. கழுத்து வீங்கி அப்படியே உட்கார்ந் திருந்தான்.

"காக்கா... இந்த கல்மாங்காய லேசா சூடாக்கித் தாங்கோ. ஃபைசலே சட்டுபுட்டுன்னு எண்ணு."

காதர் இரண்டாவது ரவுண்டும் கணிசமாகக் குடித்தான். சூடு பறக்க கல்மாங்காய் வந்துவிட்டது.

"மாப்ளே பதினைய்யாயிரத்து முன்னூற்றி தொன்னூத்தி ஐஞ்சு ரியாலு."

"மாஹீன் நீ எவ்வளவு தோத்தே..?" கேட்டுக்கொண்டே காதர் மாஹீனைக் கூர்ந்து பார்த்தான்.

"அறுநூற்றம்பது ரியாலு."

"ஃபைசலே அவன்ட்ட அறுநூற்றம்பது ரியால கொடு."

"மாப்ளே..."

"கொடு."

ஃபைசல் அறுநூற்றம்பது ரியாலை மாகீனிடம் நீட்டினான். மாகீனுக்கு ஏக சந்தோசம். மனதில் காதரை உச்சத்துக்குக் கொண்டு வைத்துவிட்டான். மம்மக்கண் பரிதாபமாக காதரைப் பார்த்தபோது காதர் அவன் பார்வையைப் பொருட்படுத்த வில்லை.

"ஃபைசலே நீ ஐநூறு ரியாலு எடுத்துக்கோ."

"வேண்டாமாப்ளே."

"அட... எடு மாப்ளே."

ஃபைசல் ஐநூறு ரியால் எடுத்துக்கொண்டான்

பணியடிமையைக் காட்டி "காக்காவுக்கு ஒரு இருநூறு ரியாலு கொடு." பணியடிமை இருகரம் நீட்டி வாங்கி ரியாலை முத்திக்கொண்டான்.

"எனக்கு என்னமும் தரப்புடாதா..."

மம்மக்கண் பரிதாபமாகக் கேட்டான். அதை காதில் வாங்கிக்கொள்ளாதவனைப்போல காதர் குடித்துக்கொண் டிருந்தான். கழுத்து வீங்கி மெல்ல எழுந்து தளர்ந்து தூங்கும் அறைக்குப் போய்விட்டான். தனது குடிபோதைக்கு யாரை பேச்சுக்கு இழுக்கலாம் என சுற்றிலும் பார்த்தபோது ஒவ்வொரு வராக விலகிப்போனார்கள். பணியடிமை மட்டும் பாவம் போல இருந்தான். பாவம் என்ன பேசினாலும் தாங்குவான். ஆனாலும் காதர் அவனிடம் எதுவும் பேசவில்லை. சாராயக் குப்பியை காலி செய்வதில் முனைப்பாக இருந்தான்.

பணியடிமை திடீரென அழத் தொடங்கினான். அந்த நடு இரவில் அவனின் அழுகை ஒலி வினோதமாக மெல்லிய ஓசையுடன் வெளிவந்தது. உயர்ந்த மரத்திலிருந்து உதிர்ந்து விழும் இலையைப் போல அவனின் அழுகை ஒலி அறையில் அலைந்து கொண்டிருந்தது. சூதாட்ட அறையில் யாருமில்லை. நீலம் பாவித்துக் கிடந்த மம்மனிபா மரித்துக் கிடக்கிறானா, உயிரோடு கிடக்கிறானா என்பதை அறிய முடியாத அளவுக்கு அவன் சடலம் சலனமற்றுக் கிடந்தது. காதர் அமைதியாகக் குடித்துக் கொண்டிருந்தபோதே பணியடிமையின் அழுகை கொஞ்சம் கொஞ்சமாக நின்று போனது. அவன் தலை குனிந்து புகைத்துக் கொண்டிருந்தான்.

"ம்... காக்கா... என்னா..."

"ஒன்னுமில்லே. வீட்டு ஓர்மை. பிள்ளையளுக்க ஞாபகம் வந்திச்சி."

"எத்தனை பிள்ளையோ..?"

"மூணு பொம்பள பிள்ளே."

"வந்து எவ்வளவு நாளாச்சி..?"

"மூணு வருசம்."

"இங்க கெடந்து இவனுவளுக்க மயிரப்புடுங்கதுக்கு பேசாம ஊருக்கு போவ வேண்டியதுதானே."

அஜ்னபி

“வந்த கடனே தீரலே. அரேபியாவுல புழுத்திரலாம்னு சொன்னானுவோ . . . ம் . . . ஆளுக்கு ஐம்பது ரியாலு. ஏழு பேரும் சேர்ந்து முன்னூற்று ஐம்பது ரியால் தருவானோ. நம்ம ரூபாய்க்கு 4000 ரூபா கெடைக்கும். ஒண்ணும் பண்ண முடியலே.”

“வேற வேலை பாக்க வேண்டியதுதானே.”

“அதெல்லாம் நடக்காது காதரு. இக்காம அடிச்ச கடன்ல மூவாயிரம் ரியால் மம்மனிபாக்கு கொடுக்கணும். அத தந்துட்டு, டிக்கெட்டு ரூவாய ரெடிபண்ணு. அரபிட்ட சொல்லி ஊருக்குப் போவ ஏற்பாடு பண்ணுதேன்னு சொல்றான். ம் . . . பாப்போம். இளைய மொவ மொகம் ஓர்மையா கெடக்கு.”

இன்னொரு முறை குடித்துக்கொண்டு சிகரெட் புகைத்தான்.

“இவன் ரூம்ல சிக்குனா வெளங்க முடியாது. சாப்பாடு பிரச்சனை இல்லே. குடிக்க குடி . . . வெளியே போனாலும் என்னால பொளைக்க முடியாது. ஆள்பிடி வேணும். எனக்கு ஒருத்தனையும் தெரியாது. அரபி தெரியாது. போறதுவரைக்கும் போட்டு. இப்போ வெளியே போறேம்னு சொன்னாலும் மூவாயிரம் ரியால தந்துட்டு போன்னு கேப்பான். ம் . . .”

பணியடிமையின் பேச்சு குழரலாக வெளிப்பட்டு முற்றிலுமாகப் பேச்சு நின்றபோது அவன் தலைகுனிந்திருந்த கொஞ்ச நேரத்தில் மெல்லச் சரிந்து அப்படியே துருக்கி கார்பெட்டில் தூங்கினான். அரை முழுவதும் புகை மண்டலமாக சுவாசிக்கச் சிரமப்படுத்திக் கொண்டே இருந்தது. கொஞ்ச நேரம் தனித்து அமர்ந்திருந்த காதர் வினோதமாக ஒரு இருப்பை ஏற்படுத்திக் கொண்டு கைகளைத் தலைக்கு மேலே தூக்கிக்கொண்டு என்னவெல்லாமோ செய்தான். கடைசியாக மம்மனிபாவின் முகத்துக்கு நேராக காலை நீட்டிக்கொண்டே சரிந்தான்.

“படச்சவனே . . . உன் காவல்.”

விடிந்த பிறகும் மம்மனிபா படுக்கையிலிருந்து எழும்பவில்லை. அந்த இடைவெளியில்தான் காதர் அவன் அண்ணன் செய்யதுக்குப் போன் பண்ணிச் சொல்லியிருந்தான். ஒன்றிரெண்டு நாட்கள் கடந்த பிறகும்கூட கிட்டத்தட்ட ஐந்தாறு நாட்களுக்கு மேலானது மம்மனிபாவின் உடம்பில் பரவியிருந்த பாம்பின் விசம் இறங்க. தொடர்ந்து வந்த நாட்களிலெல்லாம் நீலம் பாவித்துத் தளர்ந்துதான் நடமாடினான். வியாபாரத்துக்கும் செல்லவில்லை. இரண்டு மூன்று நாட்களுக்குப் பிறகே அவன் காதரின் முகம் பார்த்துப் பெரிய சிரத்தை இல்லாமல்

பேசினான். மம்மனிபாவின் அறை வழக்கமான பொலிவுகளைச் சூடிக்கொள்ளவில்லை. போதாத குறைக்கு மம்மனிபா அறையின் தொலைபேசியில் ஓயாத துட்டி விசாரிப்பு. தான்ஷானியாவிலிருந்து ஃபாரூக் பேசினான். அவனிடம் தோஹாவிலிருந்து இப்ராஹீம் சொன்னானாம்.

"தாயழியோ ... துனியா முழுவதும் எம்பாடுதானா ..." எரிச்சலோடு பணியடிமையிடம் சொன்னான் "இந்த போன் வயர புடுங்கிப்போடு. தாயழியளுக்கு எப்படித்தான் தகவல் போவுன்னு தெரியலே."

பதினைந்தாம் தேதி மதியம் இரண்டரை மணிக்கு தாய்லாந்து லாட்டரி ஏஜெண்டு கண்ணூர் அப்துர்ரஹீம் வந்தபோது அவனின் பார்வை மம்மனிபாவின் மீது நிலை குத்தியது.

கோளடிச்சி ... 678க்கு நூறு ரியாலு உல்டா. மம்மனிபா பேய் முழி முழித்துப் பின்னர் கலங்கிப் பதறி சுவாசித்தவன் பிறகு நெடுஞ்சிரிப்புச் சிரித்தான். நிரம்பித் ததும்பும் கோளாம்பியைப் போல அவன் வாயிலிருந்து எச்சில் ஒழுகியது. அந்த எச்சில் வழியாகத்தான் அவன் உடலில் ஏறியிருந்த விசம் வெறியேறிச் சாடியது.

"எட்டாயிரம் ரியாலு."

பணியடிமை சமையலறையிலிருந்து ஓடி வந்தான். மம்மனிபாவின் சிரிப்பு தீரவில்லை. தொடர்ச்சியான சிரிப்பின் ஒலி ரெடிமேடு குடோன் அறை வாசலில் அவன் கட்டிப் போட்டிருந்த உலக உருண்டையில் பட்டு அது மெல்ல சுற்றத் துவங்கியது.

17

திருவனந்தபுரம் நாசரின் வாப்பா ஊரில் மௌத்[1]தாகிப்போனதாக மம்மலியின் பூஃபியா வுக்குப் போன் வந்தபோது வேகவேகமாக பூஃபியா வின் கண்ணாடிக் கதவை மட்டும் அடைத்துப் பூட்டிக்கொண்டு பக்கத்து லூ . . . லூ . . . கடை யமன்காரனிடம், அபு அப்துல்லாஹ் வந்தால் சாவியைக் கொடுக்கும்படி சொல்லிவிட்டு மம்மலி லிமோசின் பிடித்துப் பதட்டமாக ஷரஃபியா அறைக்கு வந்துவிட்டான். வசிப்பிடத்தில் ஃபைசல் இன்னும் தூக்கத்திலிருந்து எழும்பவில்லை. பனிரெண்டு மணிக்கு பிரபு திரும்ப வருவதாக வும் அதன் பிறகு காண்ஸ்லேட்டில் போய் எமெர்ஜென்ஸி பாஸ்போர்ட்டை வாங்கிக் கொள்ளலாமென அவன் சொல்லிச் சென்றதால் இன்னும் எழும்பாமல் படுக்கையிலேயே கிடந்தான். மெல்ல எழுப்பி மம்மலி விசயத்தைச் சொன்ன போது ஃபைசல் அசைவற்று படுக்கையில் அமர்ந் திருந்தான். பலதில் குமரி இக்பாலின் அறையில் போன் ஒலித்துக்கொண்டே இருக்கிறது. எல்லோ ரும் வேலைக்குப் போயிருப்பார்கள். நாசரின் மக்ரோனா கடை போனில் அவனிடம் எப்படி விசயத்தைச் சொல்ல. நாசர் நேற்று இரவுதான் வாப்பாவுக்குக் கடிதமும் அல் ராஜ் பேங்கில் ஐயாயிரம் இந்திய ரூபாய்க்கான டிராப்ட்டும் இணைத்து மொய்தீனிடம் சொல்லி அவன் மூலமாகத் தபாலில் அனுப்பியிருந்தான்.

---

1. மரணம்.

"ஃபைசலே அவன எப்படி சமாதானப்படுத்தது . . ." மம்மலி எதுவும் புரியாமல் தவித்துப் போயிருந்தான். குமரி இக்பால் பக்கத்தில் இருந்தால் நல்லது என்று தோன்றியது. அவருக்கான தொலைபேசி அறையிலும் சூடானியின் உணவு விடுதியிலும் எடுக்கப்படவில்லை. மம்மலியின் பதட்டம் அதிகப் பட்டுப் போய்க்கொண்டிருந்தது.

"பிரபு எப்போ வருவான் . . ?"

"பனிரெண்டு மணிக்கு வாறேம்னு சொன்னான். அனகேஷ் போயிருக்கலாம். ஒரு வேளை மொய்தீனின் மிஷின் அறையில் இருக்கலாம். துருக்கி முதலாளிக்கு ஆர்டர் உண்டு. மொய்தினோடு போய்விட்டு வருவேன்னு நேற்று போகும்போது சொன்னான்."

மம்மலி அடுத்த கணம் குறித்துத் தெளிவற்று நின்றிருந்தான். அவனுக்கு என்ன செய்வதென்று தெரியவில்லை. முகம் அரண்டு போயிருந்தது. போன வாரம்கூட பூஃபியாவுக்கு போன் பண்ணினார். 'மொவன் எப்படி இருக்காம்னு . . .' மம்மலியின் பூஃபியாதான் அறையிலுள்ள பலருக்கும் தகவல் தொடர்பு இடமாக இருந்தது. அறையின் தொலைபேசி எண்ணில் பகல் பொழுதில் ஆட்கள் இருப்பதில்லை. பணி செய்யும் கடையின் எண்களும் பலரின் உபயோகத்தில் இருப்பதால் நண்பர்களின் வீடுகளில் உள்ளவர்களுக்கு மம்மலியின் பூஃபியா எண்தான் வசிப்பிடவாசிகளின் குடும்பங்களுக்கு முக்கிய தொடர்புச் சாதனமாக இருந்தது. காலையிலிருந்து இரவு பனிரெண்டு மணிக்கு மேல் வரை பூஃபியா போனில் மம்மலியை சுலபமாகப் பிடித்துவிடலாம். நாசர், சவுக்கத், மொய்தீன், ஃபைசல், இக்பால் வீட்டிலும்கூட முக்கியமான தகவல்கள் மம்மலியின் பூஃபியா போனுக்குத்தான் வரும். நாசரின் வாப்பா ஃபைசலின் வாப்பா, சவுக்கத்தின் வாப்பா என எல்லோரும் மாதம் ஒருமுறையாவது மம்மலியோடு பேசி விடுவதால் முகம் தெரிந்த, தெரியாத நிலையிலும் எல்லா குடும்பங்களிலும் மம்மலி நல்ல உறவு கொண்டிருந்தான்.

நாசரின் வாப்பாவுக்கும் மம்மலிக்கும் நல்ல பரிச்சய முண்டு. நாசரின் வாப்பா அப்துர்ரஹ்மான் சாயிப்பு மம்மலி யோடு நாலு வருடம் ஷரஃபியா அறையில் இருந்தவர். அவர் அரபியாவை முடித்துக்கொண்டு போனபிறகுதான் நாசர் இங்கு வந்தான். அவரின் ஏற்பாட்டில்தான் ஷரஃபியா அறை யில் நாசர் இடம்பெற்றுக் கொண்டது. அப்துர்ரஹ்மான் சாயிப்பும் இக்பாலும் ரொம்பவும் நெருக்கமான நண்பர்கள் இக்பாலின் கம்பெனி உணவு விடுதியில் சூடானிக்கு முன்பாக ஒன்பது பத்து வருடங்கள் வேலை பார்த்தவர். அவருக்கு

உடல் நிலை முடியாமல் போனபோது இக்பால்தான் சொன்னார். "காக்கா ... மதி ... இனி நாட்ல போய் ரெஸ்ட் எடுங்கோ. இந்த வெக்கயில வெந்தது போதும்."

"நானும் நெறைய நாளா அததான் ஆலோசிக்கேன்."

மம்மலி அப்போது ஹைபாவின் வாப்பா அப்துல்லாஹ் விடம் பூஃபியாவில் வேலை பார்த்துக்கொண்டிருந்தான். சாயங்கால நேரங்களில் இக்பாலும் கம்பெனியிலுள்ள மிஷிரியும் அப்துர்ரஹ்மானுமாக பூஃபியாவுக்கு வருவார்கள். உணவு விடுதியிலேயே தங்கியிருந்த அப்துர்ரஹ்மானுக்கு ஒரு மாற்றம் வேண்டி இக்பால்தான் மம்மலியின் ஷரஃபியா அறைக்கு அனுப்பி வைத்தார். அப்போது ஷரஃபியா அறையில் மம்மலி ஆரிது, அப்துர்ரஹ்மான், சவுக்கத்தின் தாய் மாமன் ஷாலி என நால்வரும் இருந்தனர். ஷாலி இப்போது கத்தாரில் இருக்கிறார். அப்துர்ரஹ்மானுக்கு மகன் நாசரை நன்றாகப் படிக்க வைத்து அரசாங்க வேலையில் அமர்த்திவிட வேண்டும் என்பதுதான் கனவாக இருந்தது. நாசர் ஊரில் படிக்காமல் சுற்றி அலைந்து எல்லாவற்றையும் பாழ்படுத்திக் கொண்டபோது தனது கனவுகள் தொலைந்துபோன நொம்பலத்தோடு பூஃபியா முன்னால் வைத்து இக்பாலோடும் மம்மலியோடும் அழுது கண்ணீர் விட்டு அவர் பேசிய நீண்ட பேச்சு மம்மலிக்கு மனம் முழுவதும் பசுமையாகக் கிடக்கிறது.

"இக்பாலே ... இந்த அரபியா ஜீவிதத்துல நம்மோ தனிப்பட்ட வாழ்க்கை நாசமா போச்சி பாத்தியா. எம் மொவன் படிப்பத் தொலைச்சிட்டான். வீட்ல நம்ம பொம்பளையளுக்கு வெவரம் போதாது. அதுகள நாமோ அப்படித்தான் வச்சிருக்கோம். இரண்டு வருசத்துக்கு ஒருக்கப் போறோம். பிள்ளைங்களோட வளர்ச்சி மாற்றம் எதையும் தெரிய முடியலே. பத்து இருபது வருச பேள்ஷீயா[2] லைஃப்ல சொந்த குடும்பத்துல ஒரு விருந்தாளிய போல ஆயிட்டோம். போச்சி இக்பாலே ... எல்லாம் போச்சி. கஷ்டப்படுறோம். அடுத்த தலைமுறையாவது தப்பி பிழைச்சிரும்னு பாத்தா ... பிள்ளைங்களுக்குப் புரியலே. பதிமூணு, பதினாலு வயசுல அவனுவளுக்குப் பருவ மாற்றம் வரும்போது நாமே பக்கத்துல இல்லாம போயிடுறதுனால. அந்த நேரந்தான் மதவாதியோ குடிகாரனோ வேற மோசமானவனோ வழிகெடுத்துடுறான். ஊர்ல கூலி வேலை செய்யுறவன் பிள்ளைங்களெல்லாம்கூட நல்ல படிச்சி சிறப்பா போயிடுறாங்க. அவன் பிள்ளைங்கள தினமும் பார்க்கிறான். கூடவே நடக்கிறான் ராத்திரி எட்டு

2. வெளிநாடு.

மணிக்குப் பொறவு காணலேன்னா தேடிப் போறான். நமக்கு இங்க கிடந்து எதுவும் முடியலே பாத்தியா. கேப்பார் கேள்வி இல்லாம நம்ம புள்ளைங்க போயிடுறாங்கோ. எம் மொவன் நாசருக்கு விசா பாக்கா சொல்லுதா எம் பொண்டாட்டி இந்த இருபத்திரெண்டு வருச குடும்ப ஜீவிதத்துல எம் பொண்டாட்டிக்கூட நான் உண்டாக்குனது நூறு தடைவகூட இருக்காது. பிள்ளைங்களாவது நல்லா வருவானுவனு பாத்தா பன்னிக்கு பொறந்தவலுவோ கனவுல சாவத்திரியானுவோ. என்ன எழவ செய்றதுக்கு ... குவைத்துல கெடந்தாம்லா மத்த ஜலாலு ... பேள்ஷியா வாழ்க்கைய முடிச்சிட்டுப் போய் ஊர்ல ஹார்ட் அட்டாக்குல மரிச்சான். அவனுக்க மொவன் ஒண்ணாம் நம்பர் தொட்டிப் பயலா போயிட்டான். குடி, ஊசி எல்லா ஹராம் பொறப்பும் பயலுக்க கையில உண்டு. இப்போ ஒவ்வொரு ஊர்லயும் மதப்புனிதம் பேசி நடக்குற மதவாதிகளால பத்துப் பேராவது ஜெயில் கைதியா கெடக்கிறான். அவன் சொல்றான் இவன் மோசமுன்னு, இவன் சொல்றான் அவன் மோசமுன்னு இவனுவோ எல்லாவனும் நம்ம பிள்ளையள ஆளுக்கு கொஞ்சமா பங்கு வச்சிட்டு படிக்க உடமாட்டேங்கான், பொழைக்க உடமாட்டேங்கான் வாழ விடமாட்டேங்கான் ஒரு நல்ல நாள ஒண்ணு போல கொண்டாட விடமாட்டேங்கான். மனசு வெறுத்துப் போச்சு இக்பாலே. எனக்க மொவன் நாசர் கொஞ்சம் படிச்சிட்டாம்னா எவனயாவது பிடிச்சி என்னத்தை யும் கொடுத்தாவது வேலையில ஏத்தி உட்ரனும்னு நெனைச்சேன். இனி கண்டுதான் பாக்கணும். நான் கரமன ஸ்கூல்ல படிக்கும் போது என்கூட நாப்பது பேர் படிச்சானுவோ நாங்க பதினாறு பேரு சாயிப்பு மீதி இருபத்தி நாலு பேரு இப்போ சர்கார் உத்தியோகத்துல சேர்ந்து படிப்படியா நல்ல உயர்ந்த பொறுப்புல போயிட்டானுவோ. அதுல ஒரு நாயரு. அவருதான் போன லீவுல ஊருக்குப் போகும்போது வழியில கண்டு சொன்னாரு. அப்துர்ரஹ்மான் மகன நல்ல படிக்க வை பாத்துக்கலாமுன்னு. நாங்க சாயிப்பு பதினாலு பேரும் இப்ப எப்படி இருக்கோம் தெரியுமா ... இதுல நாலு பேரு புரோட்டா மாஸ்டர். ஒருத்தன் ஆக்கர் வியாபாரம். நாலு பேரும் மரிச்சாச்சு. ஒருத்தன் பள்ளியில மோதியாரு. இன்னொருத்தன் பீமா பள்ளியல வட்டா கெடக்கான். இரண்டு பேரு பத்தி வியாபாரம். ஜெயினு லாப்தீனும் ஜவாஹிருல்லாவும் இந்த உலகத்துல எப்படி பொழைக்கணும்னு தெரிஞ்சதுனால ஏதோ கொஞ்ச நல்ல வியாபாரியா இருக்காங்க. ரொம்ப பரிதாபம் இக்பால்."

அன்றைய அப்துர்ரஹ்மானின் பேச்சில் இக்பாலோ மம்மலியோ எந்த மறுவார்த்தையும் பேசிக்கொள்ளாமல்

மௌனமாக வருத்தத்தோடு நின்றிருந்தனர். இடையிடையே மம்மலியின் பூஃபியாவில் போன் பேசும்போது எல்லா பழைய நண்பர்களின் நலனும் விசாரிப்பார். இக்பாலின் கம்பெனி உணவு விடுதியில் வேலைக்குச் சேரும் முன்பே மிஷிரி கிழவனும் அப்துர்ரஹ்மானும்தான் பழைய கூட்டாளிகள். பின்னர்தான் இக்பால் மிஷிரி கிழவனோடு இணைந்துக் கொண்டது.

மம்மலிக்கு அப்துர்ரஹ்மானின் மரண செய்தி தனிப்பட்ட முறையிலும் பெரும் வருத்தத்தை உண்டு பண்ணியிருந்தது. இப்போது மணி காலை பதினொன்று. நாசர் அரைமணிக்கு முன்னால்தான் போய் கடை திறந்திருப்பான். அனேகமாக அரபி கடையிலிருந்தால் சொல்லி அழைத்து வந்துவிடலாம். ஒருவேளை நாசர் ஊருக்குப் போக வேண்டும் என்று சொன்னால் . . . ஒரே மகன் வாப்பாவின் மையத்தைப் பார்க்க வேண்டுமென்று விருப்பப்பட்டால் . . . அரபி பேப்பர் களை வேகமாகச் சரி செய்வானா என்பதும் தெரியவில்லை. நாலுமணிக்கு ஸ்ரீலங்கா விமானத்தைப் பிடித்தால் அதிகாலை யில் திருவனந்தபுரம் போய்விடலாம் இது சிக்கலான விசயம் இல்லை. ஆனாலும் எல்லாம் மின்னல் வேகத்தில் நடக்க வேண்டும். குமரி இக்பாலின் வாப்பா மரணத்துக்கு அவர் அப்படித்தான் போனார். அப்துர்ரஹ்மான் எல்லா உதவி களையும் அப்போது செய்து கொடுத்திருந்தார். இக்பால் ஊர் போனபோது மையத்தை ஐஸ் பெட்டியில் வைத்திருந் தார்கள். அவர் போய் பார்த்த பத்தாவது நிமிடத்தில் குளிப்பாட்ட எடுத்து கபன்பொதிந்து அடக்கத்துக்குக் கொண்டு போனார்கள்.

மம்மலி எழுந்துகொண்டே "ஃபைசலே நீ இரு. நான் அனகேஷ் போறேன். பூஃபியாவுக்கு யாரு வந்தாலும் யமனி சொல்லிடுவான். வேற யாராவது வந்தா சொல்லி உட்கார வை. நான் பிரபுவைக் கூட்டிக்கொண்டு எப்படியும் இக்பாலை யும் பாத்துட்டு, மக்ரோனா போறேன் நீ சவுக்கத்துக்குப் போன் போட்டு விசயத்தைச் சொல்லு."

மம்மலி அறையிலிருந்து வேகமாக வெளியேறிப் போன மறு நிமிடம் ஃபைசல் அழத் தொடங்கினான். அவன் மனம் முழுவதும் அவனின் வாப்பாவின் முகம் வந்து போய்க்கொண் டிருந்தது. ஊரிலிருந்து வரும்போது வாப்பா உம்மா அடங்கிய குடும்ப போட்டோவைக் கொண்டு வந்திருந்தான். துவைஜி யிடமிருந்து தப்பியோடிய அந்த இரவில் அவனால் எதையும் எடுத்துக்கொள்ள இயலவில்லை என்பதால் துவைஜியைப் போலவே அவனிலிருந்து அவன் குடும்ப போட்டாவும்

தொலைந்து போனது. நினைவுகளோடே இப்போது அவனின் வாப்பா மையத்தாகக் கிடப்பதைப் போல திரும்பத் திரும்ப கற்பனையான காட்சிகளாக ஓடிக் கொண்டிருந்தது. "தூ . . . சைத்தானே . . . தூ . . . சைத்தானே . . ." என கற்பனையை விலக்கித்தள்ளத் துப்பினான். துப்புதலில் விலகி ஓடாமல் கொக்கலித்துக் கொண்டே சைத்தான் அவனின் கற்பனையை இன்னும் விரிவுபடுத்திக் காட்டியபோது வாப்பா . . . வாப்பா . . . என அழத் தொடங்கினான். அழுகையினூடே அறையிலிருந்து வெளியேறி சமையல் செய்யும் இடத்தில்போய் சுவரோடு நெருக்கமாக முகத்தை வைத்துக்கொண்டிருந்தபோது அறையின் போன் மணி ஒலித்தது. மீண்டும் அறைக்குள் நுழைந்து போனை எடுத்தபோது பரிகாசமான குரலில் பேச்சைத் தொடங்கிய பிரபு ஃபைசலின் அழுகுரலில் நடுங்கிப்போனவன் "என்ன ஃபைசலே . . ." என பதட்டமானபோது

"நாசருக்க வாப்பா ஊர்ல இறந்துட்டாராம். மம்மலிக்கா உன்ன தேடி அனகேஷு வாராரு."

பிரபுவிடம் பதில் இல்லை. போன் துண்டிக்கப்பட்டிருந்தது.

மம்மலி அனகேஷ் போய் பிரபுவையும் மொய்தீனையும் சேர்த்துக்கொண்டு அப்படியே துருக்கி முதலாளியின் சாக்கோடு லிமோசினில் சூடான் எம்பஸி அருகிலிருந்த இக்பாலின் கம்பெனிக்குப்போய் இக்பாலை அழைத்துக்கொண்டு வரும் வழியிலேயே துருக்கி முதலாளியின் ஹிந்தாவியா கடையில் சரக்கை இறக்கிவிட்டு வேகவேகமாக மக்ரோனா வந்து சேர்ந்தபோது மணி பனிரெண்டு. பரபரப்பான பிரயாணத்தில் இக்பால் அப்துர்ரஹ்மானின் நினைவுகளைக் குறித்துப் பேசிக் கொண்டிருந்தார்.

நல்லவேளையாக நாசரின் கடையில் அரபி இருந்தான். மம்மலிக்கும் அவனுக்கும் பரிச்சயம் உண்டு.

"அஸ்லாமு அலைக்கும் . . .யா. . . முஹம்மது . . . நலமா . . ?"

"எல்லா புகழும் இறைவனுக்கே."

நாசர் வியப்போடும் எல்லோரும் கூட்டாக ஏன் வந்திருக்கிறார்கள் என்ற சிந்தனையோடும் பார்த்துச் சிரித்துக்கொண்டிருந்த அவனிடம் செய்தியைப் பக்குவமாக இக்பால் சொல்ல நகர்ந்தபோது மம்மலி அரபியிடம் பேசத் துவங்கினான்.

"நாசரின் தந்தை இன்று காலை ஊரில் மரணமடைந்து விட்டார்."

அரபி சற்று மௌனமாக இருந்தான். பிறகு அரபி மொழி யில் இப்படிச் சொன்னான். "இது இறைவன் நாட்டம் ... அவன் நாடியபடி எல்லாம் நடைபெறுகிறது."

கண்ணாடிப் பெட்டியின் பக்கவாட்டில் முகம் புதைத்துக் கொண்டு நாசர் குலுங்கி குலுங்கி அழத் தொடங்கியிருந்தான். இக்பால் அவனை கொஞ்சநேரம் அழட்டும் என விட்டுவிட்டுப் பிறகு 'நாசரே ...' என அவனை அணைத்துப் பிடித்துக்கொண் டிருந்தபோது அரபி மிக சாதாரணமாக நாசரைப் பார்த்து

"நாசர் ஏன் அழுகிறாய் ... இறைவனிடம் பிரார்த்தனை செய். அழக்கூடாது."

நாசர் அழுகையினூடே அரபியைப் பார்த்து மலையாளத் தில் சொன்னான்.

"மரிச்சது எனக்க வாப்பாடா."

"லேஸ் ... (என்னா ...)"

இக்பால் மெல்ல அவனைத் தோளோடு அணைத்துக் கொண்டே பேசினார்.

"நாசரே நீ பொறுமையா இருக்கணும். இந்த அரபு வாழ்க்கையில் எவ்வளவோ வலிகள் இருக்கு. நீ இப்போ ஊருக்கு போறியா ... அரபிட்ட பேசுவோம். செலவப் பத்தி கவலைப்படண்டாம். என்னா ..."

"எனக்க வாப்பாய பாக்கணும் காக்கா. எனக்கு போவணும்" என்றபடி கதறி அழுதுகொண்டிருந்தான். நாசரின் அழுகை பிரபுவையும் மொய்தீனையும் அழ வைத்திருந்தது. மம்மலி தன்னைக் கட்டுப்படுத்திக்கொண்டே அரபியோடு பேசிக் கொண்டிருந்தான். பேச்சு துவங்கிய கொஞ்ச நேரத்திலேயே லுஹர் ஸலாவுக்கு பாங்கு அழைப்பு அபுபக்கர் சித்திக் மஸ்ஜிதுவிலிருந்து கேட்கத் துவங்கியது.

அரபி சொன்னான் "யா முஹமது முதலில் தொழுகை. தொழுகையை முடித்துவிட்டு நாம் பேசுவோம்."

பிரபுவை மட்டும் கடைக்குள் வைத்து பூட்டிக்கொண்டு மக்ரோனா மார்கெட்டுக்குள்ளிருந்த பள்ளிவாசலில் அனைவரும் லுஹர் தொழுதுகொண்டு லுஹருக்குப் பிறகு எல்லோரும் கடைக்கு வந்தபோது நாசரை ஆதரவாகக் கடையினுள் ளிருந்து பிரபு பிடித்துக்கொண்டான்.

“அவன் நாட்டுக்குப் போணும்னு விரும்புகிறான். பதினைஞ்சு நாள் ரிட்டன் அடிச்சிக் கொடுங்க.” மம்மலி ஆரம்பித்தபோது அரபி எதுவும் பதில் சொல்லாமல் ஆலோசனையாக இருந்தான். நிசப்தத்தை நாசரின் மெல்லிய அழுகுரல் கீறிக்கொண்டிருந்தது.

“ஊருக்கு தகவல் சொல்ல வேண்டும். நாசர் போவதாக இருந்தால் மையத்தை வைத்திருப்பார்கள். நீங்கள் எப்படி யாவது இறைவனுக்காக அவன் நாடு செல்ல விரைந்து ஏற்பாடு செய்ய வேண்டும்.”

“அவன் போகவில்லையென்றால் . . .” அரபியின் மறு கேள்விக்கு மம்மலியிடம் அந்த நேரத்தில் பதில் இல்லை. மம்மலியின் மௌன இடைவெளியில் அரபி அமெரிக்கக் கம்பெனியின் சிகரட்டைப் புகைத்துக்கொண்டு நிதானமாக பேசத் துவங்கினான்.

“முகம்மது மரணம் எல்லோருக்கும் உண்டு. இந்த துணியா வில் நமக்கு முன்னால் உறுதியானது மரணம் மட்டும்தான். நான், நீ, அவர், நாசர் எல்லோரும் மரணிப்பதற்காகத்தான் பிறந்திருக்கிறோம். நாசர் இந்தியா போவதால் எதுவும் மாறி விடாது. எதாவது மாறுமா நீ சொல். மாறாது நண்பர்களே. இறைவனிடம் துவா செய்யுங்கள். நாசர் மூன்று நாட்கள் விடுமுறை எடுத்துக்கொள்ளட்டும். அவன் தந்தைக்காக இங்கு ஜனாஸா தொழுகை நடக்கட்டும். நாளை மக்காவில் போய் அவன் தந்தைக்காக உம்ரா செய்துவர நான் ஏற்பாடு செய்கிறேன். இனி அவன் இன்று புறப்படுவது சாத்தியமில்லை.”

“நீங்கள் நினைத்தால் சாத்தியம் நாசர் அவனின் தந்தையின் ஒரே மகன். நாசரின் தந்தையை உங்களுக்குத் தெரியும். பெயர் அப்துர்ரஹ்மான் சில வருடங்களுக்கு முன்னால் எனது பூஃபியா வுக்கு முன்னால் பார்த்திருப்பீர்கள் உங்களைப் போல் அல்ல. இந்தியர்களாகிய எங்களுக்கு மரணம் துக்ககரமானது.”

“இறைவன் மன்னிப்பானாக. நாம் இஸ்லாமியர்கள் நமக்கு மரணம் துக்ககரமானது அல்ல. அது நிஜமான நிகழ்வு. இறை நம்பிக்கையாளர்கள் மரணத்தை விரும்ப வேண்டும்.”

“உண்மைதான் நண்பரே . . . மரணம் அடைந்தது நாசரின் தந்தை. நாசரை அவர் எப்படியெல்லாம் வளர்த்தி இருப்பார். மார்பில் சுமந்து மடியில் கிடத்தி நீர், மலம் அள்ளி . . . இல்லையா . . . ஒரு தந்தையின் மரணம் எத்தனை வலி நிறைந்தது என்பதை நான் உணர்ந்தவன். நாசர் இனி எப்போதும் இந்த உலகில் அவன் தந்தையின் முகத்தைக்

காணப் போவதில்லை. இந்த நிலையில் நீங்கள் மனது வைத்தால் தான் சாத்தியம். தயவு செய்து இறைவனுக்காக அவன்மீது அன்பு காட்டுங்கள்.”

“நான் நினைத்து எதுவும் இல்லை. மையத்தைக் காத்திருக்கச் செய்வது பாவமானது என்பதை நீயும் அறிவாய். இப்போது அவனை அறைக்கு அழைத்துக்கொண்டு போங்கள்.” மற்றொரு சிகரெட்டைப் புகைக்க ஆரம்பித்தபடி அவன் பேச்சை முடித்துக்கொண்டபோது அவனிடம் இக்பாலும் பேசிப்பார்த்தார்.

“நாம் இது விசயமாக நிறைய பேசுவது நல்லதல்ல. பேச்சை முடித்துக்கொள்வோம். என அவன் தனது ஆலோசனைதான் சிறப்பானது என்றபடி மறுநாள் நாசர் மக்கா போய்வர தனது விலாசமிட்ட காகிதத்தில் அனுமதி கடிதம் எழுதத் துவங்கியவன் எழுதி முடித்துக் கடிதத்தையும் நூறு ரியாலை யும் நீட்டியபடி நாசரிடம் “இறைவன் நாடினால் உன் மனம் அமைதி அடையும் மா . . . ஸலாமா . . .” என்றான். அவ்வளவுதான்.

ஃபைசலின் ஜித்தா அனுபவத்தில் வசிப்பிடம் இதற்கு முன் இப்படி இயல்பைத் தொலைத்துக் கொண்டதில்லை என்பதால் ஃபைசலுக்கு நாசரை எப்படி எதிர்கொள்வது என்பது தெரிந்திருக்கவில்லை. அழுது கனத்த முகத்தோடு படுக்கையில் சுவரைப் பார்த்து ஒருக்கழித்துக் கிடக்கும் அவனிடம் என்ன பேசுவது என்பதும் தெரியவில்லை. நேற்றிரவு எவ்வளவு பரிகாசமாகப் பேசினான் வளைய வளைய . . . ஜாஸ்மீனை முதலிரவில் எப்படி அணுக வேண்டும் என்பதைக் குறித்து அவன் அபிநயம் ஜீவிதத்தில் ஒருக்கிலும் மறக்க முடியாது. திருமணம் முடிந்த பிறகு எப்போதாவது ஜாஸ்மீனோடு இதை பகிர்ந்துகொள்ளும் எண்ணத்தை ஃபைசல் மனதில் அப்போது ரகசியமாகப் பதுக்கி வைத்திருந்தான். பேச்சும் அபிநயமும் நாசரிடம் கலந்து கிடப்பதால் அது மிகச் சுலபமாகக் காட்சியாகிவிடும்.

“ஃபைசலே சவுக்கத்தானு இப்போள் ஜாஸ்மீன் . . . நல்லது போல . . . நீ ஒன்னு நோக்கு.”

ஃபைசல் வெட்கத்தில் முகம் பொத்திக்கொண்டிருந்தான். “எடா ஃபைசலே . . . ஆணுகளுக்கு இத்தர நாணம் பாடில்லா. இவட நோக்கடா புல்லே. இங்கன பெதுக்க தொடணும்.”

சவுக்கத் முற்றிலும் ஜாஸ்மீனாக மாறிக்கொண்டு நெளிந்த படியெ தொண்டையை இறுக்கிக்கொண்டு ம் . . . ஹீம் . . . என வளைய வந்தான்.

“இங்கன தொட்டு . . . இங்கன பிடிச்சி . . . பெதுக்க ஒரு உம்ம வைக்கணும். ஃபைசலே மாந்தி பொழிக்கல்லே.” சவுக்கத்தை அணைத்துப் பிடித்துக்கொண்டே “சவுக்கத்தே பெட்ல கேறி கெட” என்றபடி சவுக்கத்தோடு நாசர் படுக்கையில் படுத்துக்கொண்டான்.

“நின்ன எனிக்கு ஒருபாடு இஸ்டமாயி. ஃபைசலே கால்நோக்கிக்கோ. இங்கன கால் கொண்டு வருடணும்.”

சவுக்கத் நிஜமாகவே நெளிந்தபோது அறையில் சிரித்துத் தீரவில்லை. எப்படிப் பார்த்தாலும் காலத்தின் அளவில் பனிரெண்டு மணிநேரம் கடந்துபோய் இருக்கலாம். இந்த துணியா ஒரு முழு சுற்றுக்கூட சுற்றி இருக்காது. இந்த இடைவெளியில் கற்பனை செய்ய முடியாத அளவுக்கு அவனுள் நிகழ்ந்திருக்கும் மாற்றம் நினைத்துப் பார்க்க முடியவில்லை. அவன் மனம் என்னபாடு படும். ஐயாயிரம் மைல் தூரம் தாண்டி அவனின் ஊரில் அவன் வாப்பாவின் மையத்தைச் சுற்றிலும் உறவுகள் காணும். கல்யாணம் என்றால் வீடியோ கேசட்டில் வந்துவிடும். வசிப்பிட அறையில் விருந்து வைத்து பலது, கந்தரா, ஷரஃபியா எனப் பல பகுதிகளிலும் நிறைந்து கிடந்த நண்பர்களை அழைத்து மம்மலி அவனின் மூன்று தங்கைகளின் கல்யாணத்தைப் பிரிதொரு நாளில் வீடியோ காட்சியை முன்வைத்து நடத்தியிருக்கிறான். வாழ்வின் வலி, துக்கம், சந்தோசம் எல்லாவற்றையும் இந்த அரபு தேசம் கற்பனை காட்சிகளாகவே காட்டிவிட்டுப் போய்விடுகிறது.

நாசர் திடீரென அழுவதும் பிறகு அவனாக அமைதி கொள்வதுமாக வசிப்பிடம் விசித்திர சூழலில் சிக்கிக்கொண்டது. யாராலும் சகித்துக்கொள்ள முடியவில்லை. “எனக்க செல்ல வாப்போ . . .” என அவனின் கதறல் எல்லா நெஞ்சங்களையும் தாறுமாறாகக் கீறி ரணபடுத்திக்கொண்டிருந்தது. குமரி இக்பாலும் மம்மலியும் வெளியேபோய் ஊருக்குப் போன் பண்ணி சொல்லிவிட்டு நாசரால் அங்கு வர முடியாது என்ற செய்தியைச் சொல்லிக்கொண்டு ஊரில் அசர் தொழுகைக்குப் பிறகு கபர் அடக்கம் என்கிற தகவலையும் கொண்டு வந்திருந்தனர். மொய்தீன் இந்தியாவில் ஊரிலிருந்த தனது அண்ணன் ஆரிதுக்குப் போன் பண்ணி நாசரின் வாப்பா மரணத்திற்குப் போய்வரும்படி தகவல் சொன்னான். மொய்தீனின் தகவலைக் கேட்ட உடனேயே ஆரிது போனில் திருவனந்தபுரம் களைக் கூட்டத்திலுள்ள நாசரின் வீட்டுக்குப் புறப்பட்டுப் போவதாக சொல்லியிருந்தான். இதுபோல பலரும் வீட்டில் தகவல் சொல்ல குமரி இக்பாலின் குட்டியாப்பா சவுக்கத்தின் உறவினர்கள்

மம்மலியின் மச்சான் என பலரும் போவதாகச் சொல்லியிருந் தார்கள். அறையில் பாகிஸ்தானி ஷமியும் இம்ரானும் வந்து நாசரின் படுக்கை அருகே சற்றுநேரம் அமர்ந்திருந்தார்கள். திருப்பத்தூர் மணிமாறன், குலசேகரம் கோபகுமார், திருச்சி ஜலால், ஜலாலின் மச்சான் ஆரிபு என பலது, வசிப்பிட வாசிகள் மாலை ஆறு மணிக்கு டூட்டி முடிந்து நேராக வந்துவிட்டனர். இக்பால் உணவு விடுதி சூடானியிடம் போன் பண்ணி சொல்லி மிஷிரி கிழவனும் அறைக்கு வந்து சேர்ந்திருந்த போது அவர் நாசரிடம் சொன்னான்.

“நாசர் . . . அழாதே உனது தந்தை எனது நீண்ட நாள் நண்பன். நீ பிறந்த செய்தியை அவன் என்னிடம்தான் இனிப்பு தந்து முதலில் சொன்னான். காலம் உருண்டோடிப் போய் விட்டது. நீ கலங்காதே உன் தந்தையின் ஞாபகம் என் நெஞ்சம் முழுவதும் நிறைந்து கிடக்கிறது” என்றபடி மிஷிரி கிழவனும் அழத் தொடங்கிவிட்டான். அறையில் மிஷிரி அஷரபு, எரித்திரியா அப்துல்காதர், பாலஸ்தீனி முர்ஷித் எல்லோரும் சேர்ந்து மிஷிரி கிழவனை அப்புறப்படுத்தினார்கள். இஷா தொழுகைக்குப் பிறகு இரவு எட்டரை மணிக்கு மம்மலியின் அறையில் மையத்துத் தொழுகைக்காக எல்லோரும் வந்து சேர்ந்திருந்தனர். ஷமியின் அரபி அபுஹுசைனும் சாராவின் கணவன் அபுஅப்துல்லாவும் நாசரின் அரபியும் அறைக்கு வந்திருந்தார்கள். இமாமாக மிஷிரி கிழவன் நின்று தொழுகை யைத் துவங்கியபோது கிட்டத்தட்ட இருபத்து ஐந்துபேர் இருந்தனர். மணிமாறான், கோபகுமார், பிரபு, மூவரும் தொழுகை வரிசைக்குப் பின்னால் அமர்ந்து கொண்டனர். நாசர் முன் வரிசையில் நின்று சலாம் சொன்னபோது மிஷிரி கிழவனுக்கு அருகில் நின்றுகொண்டே மம்மலி தொழுகை முறையைத் தமிழில் விளக்கிச் சொன்னான்.

மிஷிரி கிழவன் “அல்லாஹ் அக்பர்” என்று தக்பீர் கட்டி தொழுத மையத்துத் தொழுகை மூன்று நிமிடங்களுக்குள் நிறைவு பெற்ற பின்னும் அறை நிசப்தமாகவே இருந்தது.

நாசரை சகஜ நிலைக்குக் கொண்டுவரும் வித்தை அப்போது யாருக்கும் வசப்படவில்லை. சிலர் நாசரின் அருகே நின்றும் அவன் கரங்களைப் பற்றியும் விடைபெற்றுக் கொண்டார்கள். பாலஸ்தீனி முர்ஷித் சற்று நேரம் நாசரை அணைத்துப் பிடித்துக் கொண்டிருந்தான். நாசர் சில நேரம் சத்தமாகவும் சில நேரம் மௌனமாகவும் அவன் படுக்கையில் கிடந்து அழுதுகொண் டிருந்தான். வாப்பாவின் விரல் பற்றி நடக்கத் துவங்கிய காலத்திலிருந்தே காட்சிகள் அவன் கண்முன்னே விரிந்து

விரிந்து போய்க் கொண்டிருந்தன. வாப்பாவும் அவனும் வினோத நிலையில் ஆட்டம் நிகழ்த்தியிருப்பதை அவனால் இந்தத் தருணத்தில்தான் புரிந்துகொள்ள முடிகிறது. நாசரின் இரண்டாவது வயதில்தான் வாப்பாவின் முக தரிசனம் நிகழ்ந்த நினைவு அவனுக்கு எங்கோ மர்மமாகவே கிடக்கிறது. ஒவ்வொரு இரண்டு ஆண்டுகளுக்குப் பிறகே வாப்பாவின் முகம் கண்ட வாழ்க்கை கடைசியாகத் தனது இருபத்து மூன்றாவது வயதில் வாப்பா ஊரில் தனது இருப்பை உறுதிப்படுத்திக் கொண்ட மூன்றாவது மாதத்தில் நாசரின் பயணம். பிறகு வாப்பா அவனிடத்திலும் அவன் வாப்பா இடத்திலுமாக இடப்பெயர்ச்சி செய்திருந்தார்கள். வாப்பாவின் இடத்தை இந்த உலகில் எதைக் கொண்டும் நிரப்பிவிட முடியாது. ஒரு விடுமுறைக்கும் இன்னொரு விடுமுறைக்கும் இடையே எத்தனையோ மரணங் கள் ஊரில் நிகழ்ந்துவிடுகின்றன. செய்திகளாக வந்து சேருகிற போது வருத்தம் அல்லது இறந்தவரின் நினைவுகள் இழுத்து வைத்துக்கொள்ளும். அப்படியான இழப்புகளிலிருந்து விடுபட்டு விலகி வந்துவிடும் மனம் வாப்பாவின் நினைவுகளிலிருந்து பொசுக்கென வெளிச்சாடிவிட முடியாது. இறைவனின் படைப்பில் வாப்பாதான் அற்புதம். வாப்பாவைப் போன்ற அற்புதம் உலகில் வேறு எதுவும் கிடையாது. இந்த உலகின் எல்லாவற்றையும் கொட்டி குவித்து வைத்தாலும் அவைகளெல் லாம் வாப்பாவுக்கு ஈடாகிவிட முடியாது. அது தொடர்ந்து வரும் அற்புதம். எல்லா நேரங்களிலும் எதாவது ஒன்றில் தனது அசைவுகளில் மொழியில், என தனது மரணம் வரையிலும் வாப்பாவின் நினைவுகளை மனிதனால் விட்டு விலகிவிட முடிவதே இல்லை. அழுகையினூடே நாசர் சொன்னான் "எனக்க வாப்பா . . . கடைசிவரைக்கும் என்ன குழந்தையாத்தான் பாத்தாரு."

அறையில் மொய்தீனும் பிரபும் ஃபைசலும் மட்டும் இருந்தனர். மம்மலி பூஃபியாவைப் பூட்டிவிட்டு வருவதாகப் போனான். மிகுந்த சிரமப்பட்டு மிஷிரி கிழவனை, மிஷிரி அஷரபு அழைத்துக்கொண்டு போனான். குமரி இக்பாலின் பலது அறைவாசிகள் அனைவரும் கம்பெனி டூட்டி நேரத்துக்குக் கிளம்பிப் போயிருந்தனர். பாகிஸ்தானி ஷமியின் அரபி அபு ஹீசைன் இஷாவுக்குப் பிறகு மீண்டும் வந்துவிட்டுப் போனார்.

சவுக்கத் நாசருக்குக் கட்டன் சாயா போட்டுக் கொண்டு வந்தான். "நாசரே . . . நாசரே . . ." சில முறை உசுப்பி மெல்ல எழுப்பினான். படுக்கையிலிருந்து எழுந்துகொண்ட நாசர் சுவரோடு சாய்ந்துகொண்டான். அழுது அழுது அவன் முகம் வீங்கிப்போய் இருந்தது. ஆறுதல் சொல்லுவதற்கான வார்த்தை

யாரிடமும் இல்லாமலிருந்தது. ஒருவரை ஒருவர் மௌனமாக பார்த்துக்கொண்டிருப்பதைத் தவிர வேறு ஒன்றும் அவர்களால் செய்ய இயலவில்லை. சவுக்கத்துதான் கொஞ்சம் முஸ்திபு எடுத்து நாசரைக் கட்டன் சாயா குடிக்க வைத்தான். சிகரட்டைப் பற்ற வைத்துக்கொடுத்தான். புகைக்கத் துவங்கியவன் சொன்னான்.

"எனக்க வாப்பாட்ட நேத்துக்கூட பேசினேன். இங்க கெடந்து ஒரு பாடு கஷ்டப்பட்ட மனுசன். என்னய பொன்னு போல வளத்தினாரு. நான் எனக்க கண்ணுல வச்சு பாக்கணும்னு நெனைச்சேன். என்ன பெத்த வாப்போ" என அலறி அழத் துவங்கினான். மொய்தீனும், பிரபுவும், பைசலும் கூடி அவனைப் பிடித்துக்கொண்டனர். தெவங்கித் தெவங்கிக் கதறி அழுதவன் போதங் கெட்டுச் சரிந்து விழுந்தபோது அவன் உடம்பு சுட்டுக் கொதித்தது.

மொய்தீன் மம்மலிக்குப் போன் செய்து விஷயத்தைச் சொன்னபோது மம்மலியின் யோசனைப்படி பிரபுவின் லிமோசினில் மொய்தீனும் சவுக்கத்துமாய் ஷரஃபியா பாலத்துக்குக் கீழே உள்ள ஆஸ்பிட்டலுக்கு நாசரை அழைத்துக் கொண்டு போக அறையைவிட்டு வெளியேறியபோது அறையில் தனிமையாக ஃபைசல் அமர்ந்திருந்தான். அவனுக்கு ஒன்றும் ஓடவில்லை. பயம் . . . பயம் . . . அவனுக்கு வெளியே போய் வாப்பாவோடு போனில் பேசினால் நல்லது போலத் தோன்றியது. ஆனாலும் இது உகந்த நேரமில்லை. கண்களை மூடி அமர்ந் திருந்தான். வசிப்பிடம் முன் எப்போதுமில்லாத அளவுக்கு பயமானதாக இருந்தது. நாசரின் வாப்பாவை அவன் புகைப் படத்தில் பார்த்த ஞாபகம். நாசர் அவனின் வாப்பா பற்றிய பல காட்சிகளை அவனுள் முன்னமே புகுத்தியிருந்தான். நேரில் பார்த்திருக்கவில்லை என்றாலும் புகைப்படம் வழியாகப் பதிந்துகொண்ட அந்த மனிதரின் முகம் மறப்பதற்கானதல்ல என்பதால் முகம் அகத்தில் பதிந்து கிடந்தது. ஃபைசலுக்கு இந்த ஐந்தாண்டுகளில் அவனின் ஊரில் நிகழ்ந்த மரணங் களும் அந்த மனிதர்களும் வரிசையாக ஓர்மையில் வந்தார்கள். அறையில் யாருமில்லாத நிலை அவனைப் பயப்படுத்தியது. அறையைவிட்டு வெளியேறுவது அவனுக்கு நல்லதல்ல. ஆனாலும் அவனுள் கிளம்பிய பெரும் பயத்தில் படுக்கையி லிருந்து எழுந்து கதவருகே நடுங்கியபடி நின்றுகொண்டிருந் தான். கதவைத் திறந்து வைக்கும் பழக்கமில்லாத நாடு. எப்போதும் கதவுகளை பூட்டப்பட்ட நிலையிலே இருக்க வேண்டும். படச்சவனே யாராவது ஒருவரை அனுப்பி வை.

அவனின் இதயம் வேகமாகத் துடிக்கத் துவங்கியது. துவைஜியின் வீட்டு மாடியின் பக்கவாட்டு அறையின் கண்ணாடியை விலக்கி அரூஷா விசித்திரமாகச் சிரிக்கிறாள். எதற்காக இப்போது துவைஜியின் வீடும் அரூஷாவும் மனங்களில் புகுந்து கொண்டார்கள். ஒரு நினைப்பு தனக்கு ஏன் ஏற்படுகிறது என்று அவன் எப்போதும் நினைப்பதுண்டு. இந்தியாவில் அவன் நினைப்புகளுக்கான காரணங்களைத் தேடி மனதை அலையவிட்டதாக அவனுக்கு நினைவு இல்லை. ஆனால் இங்கு எல்லாவற்றையும் ஏதோ ஒன்று தேடியலைகிறது. முன் எப்போதுமில்லாத அளவுக்கு அரூஷாவின் முகம் உக்கரமாக இருந்தது. இதற்கிடையில் ஊரில் மரணித்த மனிதர்கள் பலரும் சுற்றிக் கொண்டிருந்தனர். புகைப்படத்தில் பார்த்துப் பதிந் திருந்த நாசரின் வாப்பாவும் இருந்த அந்த கூட்டத்தினூடே தான் அரூஷாவும் சுற்றிக்கொண்டிருக்கிறாள். கண்களை முடிந்த மட்டும் திறந்து வைத்துக்கொண்டே கதவின் லென்ஸ் வழியாகத் தெரிந்த உலகைப் பார்த்துக்கொண்டிருந்தான். அந்த இரவில் அவன் நீண்டநேரம் லென்ஸிலிருந்து தனது கண்களை மாற்றிக் கொள்ளவில்லை. பலமுறை அரூஷா அவன் பின்னாலிருந்து அவனை ஜாவா கடற்கறைக்கு அழைத்துப் பார்த்தாள். ஒருமுறை அவள் அவனைத் தொட்டு அழைத்தது போலவும் இருந்தது. அவன் நடுங்கிக்கொண்டே பல்லியைப் போல கதவில் அப்பிக் கொண்டவன் தனது பார்வையை லென்ஸிலிருந்து எடுக்கவே இல்லை.

அஜ்னபி

18

நாளை எமர்ஜென்ஸி பாஸ்போர்ட்டில் ஸ்டாம்பிங் செய்துவிடலாமென்று முன்னமே தீர்மானித்துக்கொண்டிருந்த முடிவு நாசரின் வாப்பா அப்துர்ரஹ்மானின் மரணச் சூழ்நிலையில் நடைபெறாமல் போய்விட்டது. காலம் தன்னை மீண்டும் மீண்டும் சுழற்றி அலைகழிப்பதாக நொம்பலப்பட்டுக் கொண்டே ஃபைசல் மரண வீட்டிற்குரிய எல்லா சாராம்சங்களையும் சூடிக்கொண்ட வசிப்பிடத்தின் தன்மையைப் புரிந்துகொண்டவனாய் அதுபற்றி யாரிடமும் பேசிக்கொள்ளவில்லை. ஊரில் என்ன நிலை என்பதும் தெரியவில்லை. கண்களுக்கு முன்னால் எல்லாம் சூன்யமாகக் கிடக்கிறது. தன்னைச் சுற்றிலும் என்ன நடைபெறுகிறது என்பதை அறிய முடியாத நிலை என்பது சிறை வாழ்க்கையைவிட கொடுமையானது. சிறை மனிதனைத் தனிமைப் படுத்துகிறது. நீண்ட உயரமான மதில்களுக்கு வெளியே என்ன என்பதைக் காட்டித் தருவதில்லை. இப்போது வசிப்பிடத்தின் ஜன்னலற்ற சுவர்கள் அறிந்திராத சிறையின் அடையாளச் சுவர்களைப் போலத்தான் இருக்கிறது. யாரோடும் எதற்காகவும் எரிச்சல் ஆத்திரம் போன்ற உணர்வுகளை இங்கு காட்டிவிட முடியாது. அழுவதாக இருந்தாலும் கக்கூஸ் அறைக்குள்போய் அழுவதுதான் உத்தமம். நாசர் ஷரஃபியா பாலத்துக்குக் கீழே உள்ள மருத்துவமனையில் உள் நோயாளியாக இருக்கிறான் என்பதால் வசிப்பிடத்தில் யாரும் இல்லை. வசிப்பிடத்திலிருந்து மனிதர்களை விட்டு வெளியேறிப் போய்விடவும் இயலவில்லை. ஆகாயம்

தெரியாத வசிப்பிடத்தின் படுக்கையில் எவ்வளவு நேரம்தான் கிடப்பது. படுக்கை அறை, சமையலறை, கக்கூஸ், சமையலறைக் கும் படுக்கை அறைக்கும் பக்கத்திலுள்ள காலி இடத்தில் வரிசையாக இருந்த தண்ணீர் டிரம்கள் என எல்லாவற்றையும் மீண்டும் மீண்டும் சுற்றி வந்துகொண்டிருந்தான். எப்படியும் ஒவ்வொருவராகவோ அல்லது எல்லோருமாகவோ வசிப்பிடத் துக்கு வந்துசேர நடு இரவு ஆகிவிடும்.

மதியம் லுஹர் தொழுகை முடிந்தபோது வசிப்பிடத்தில் ஒலித்த தொலைபேசியின் சத்தம் அவனைத் திடுக்கிட வைத்து விட்டது. நடுங்கிக்கொண்டே எடுத்தபோது டெய்லர் அஹமது போனில் பேசினான்.

“காக்கா எனக்கு பைத்தியம் பிடிச்சிடும் போல இருக்குது.”

டெய்லர் அஹமது கேட்ட மாத்திரத்திலேயே பதறி விட்டான் “என்ன ஃபைசல்.”

“எப்படியாவது உகண்டாவில் சுலைமானுக்குப் போன் செய்து மம்மலி அறை எண்ணுக்கு என்னிடம் பேசச் சொல்லுங்கோ.”

சரி என்றபடி ஆறுதலாகப் பேசிவிட்டுப் போனை வைத்தான். உகாண்டாவிலிருந்து பெரியப்பாவின் மகன் சுலைமான் போன் பண்ணினால்தான் ஊரிலுள்ள குடும்பத் தகவலை ஓரளவுக்கு அறிய முடியும். மம்மலியின் அறையி லுள்ள தொலைபேசி வெளிநாட்டுக்குப் பேசும் வசதி கொண்ட தல்ல. போன் செய்ய வேண்டுமானால் வெளியேதான் போக வேண்டும். வீட்டிலும் போன் இல்லை. செருப்புக் கடைக்குப் பேசினால் அவர் ஆள் சொல்லிவிட்டு கூப்பிட்டு நேரம் கடந்து போய்விடும். வாப்பாவிடம் நேரடியாகப் பேசி ஆறு மாதங்களுக்கு மேலாகிவிட்டது. மம்மனிபா அறையில் இருந்து ஜித்தா தப்பி வருவதற்கு முன்னால் பேசியது. இந்த ஆறு மாதமாக மம்மலிதான் பேசுகிறான். உகாண்டாவிலிருந்து சுலைமான் வீட்டு விபரங்களை சொன்னால்தான் உண்டு. அவன் அங்கு குஜராத்காரன் கம்பெனியில் வேலை செய்கிறான். எப்போதாவது போன் பேசினாலும் ஏதாவது குஜராத்திகள் போனை எடுத்துக்கொண்டு சரியாகப் பேசுவதில்லை. ஃபைசலின் யோசனையான இருப்பை காலையில் பூஃபியாவுக்குப் போகும் போதே மம்மலி புரிந்துகொண்டுதான் வெளியில் போனான்.

நேற்றிரவு ஃபைசலின் வாப்பா மம்மலி பூஃபியாவுக்குப் போன் பண்ணி அழுத அழுகை மம்மலியை ரொம்பவும் சிரமப்படுத்தியிருந்தது. வயது மூத்த மனிதனின் அழுகை ஒலி

உலகில் ரொம்பவும் கொடுமையானது. அவர் கூடுதலாகச் சொன்ன தகவலை மம்மலி இன்னும் ஃபைசலிடம் பகிர்ந்து கொள்ள மனம் ஒப்பவில்லை. அவன் ஜாஸ்மீன் விசயத்தில் எவ்வளவு தூரம் கனவுகளை வைத்திருக்கிறான் என்பதைத் தெரிந்துகொண்ட மம்மலியால் அவனோடு அவன் வாப்பா சொன்ன தகவல்களை உடனடியாகக் கொட்டிவிட முடிய வில்லை. ஜாஸ்மீன் ஃபைசல் திருமண ஏற்பாடுகள் தடை பட்டுவிட்டன என்றும் அந்தத் திருமணம் நடப்பது இனி அவ்வளவுதான். மாப்பிள்ளையின் வருகை உறுதி இல்லாத தால் கிட்டத்தட்ட அந்தச் சம்மந்தம் மாறிவிட்டதாக அவனின் வாப்பா அழுதுகொண்டே சொல்லியிருந்தார்.

"எனக்கு ஒண்ணும் வேண்டாம் வாப்பா. என் புள்ளைய கண்ணுகொண்டு பாத்தா போதும். நான் இங்க ரூஹ்[1] பிடிச்சிக் கிட்டு கெடக்கேன். அவன ஒண்ணு எப்படியாவது அனுப்பி வை. படச்சவனுக்கு பொறவு நீதான் உதவணும்."

எப்படியும் ஃபைசல் பத்து நாள்ல வந்துடுவான். நீங்கோ பேசி அவன் கல்யாணத்த உறுதிப்படுத்துங்கோ. நாளைக்கு நான் போன் பண்ணுதேன் என்றபடி மம்மலி போனை துண்டித்துக்கொண்டே ஏதாவது நன்மை நடந்துவிடும் பொறுமை காப்போம் எனக் காத்திருக்கிறான்.

நாசர் இன்றிலிருந்து மக்ரோன கடைக்குப் போவதாக ஏற்பாடு செய்யப்பட்டிருந்தது. நேற்றைய முன்தினம் நாசர் உள்நோயாளியாக இருந்த அந்த இரவிலேயே ஷரஃபியா பாலத்தின் கீழ் உள்ள மருத்துவமனையில் மலையாளி டாக்டர் நாசருக்குக் குளுக்கோஸ் போட்டு இரவு இரண்டு மணிக்கு அவனை அழைத்துக்கொண்டு போகச் சொல்லிவிட்டார். நாசருக்கு ஒரு மாறுதல் இருக்கட்டும் எனக் கருதிக்கொண்டே குமரி இக்பால் பலதில் அவரின் அறைக்கு அழைத்துக் கொண்டு போய் ஒரு நாள் முழுவதும் அவனோடு அறையிலிருந்து பின்னர் மிஷிரி கிழவனையும் அழைத்து பல கதைகளையும் நினைவுகளையும் பேசிப் பேசி நாசரை ஓரளவுக்கு சரி செய்து பிறகு மறுநாள் மகிரிபுக்குதான் நாசர் ஷரஃபியா அறைக்கு வந்தான். நாசர் கிட்டத்தட்ட ஓரளவு நல்ல மனநிலைக்கு வந்திருந்தான். "அறையிலிருக்க வேண்டாம். கடைக்குப் போய் விடு. வியாபாரம் . . . கடையில் பல மனிதர்களின் வரவு. முகம் பார்த்தல் இவைகளின் வாயிலாகக் கடினங் களைக் கடந்து போய்விடலாம். தண்ணீரில் மூழ்கி இருப்பது . . .

1. உயிர்.

துக்கத்தில் மூழ்கி இருப்பது ... இரண்டிலிருந்தும் வேகமாக வெளியேறிவிட வேண்டும். என் அன்பு நண்பனின் மகனே ... நீ உன் மன பாரங்களில் இருந்து வெளியேறு. இறைவன் போதுமானவன்." சொல்லிவிட்டு மிஷிரி கிழவன் நாசரின் நெற்றியில் முத்தமிட்டுக் கடைக்கு அழைத்துக்கொண்டுபோய் நாசரின் அரபியிடம் இவனிடம் அன்பாக நடந்துகொள்ளும் படி வேண்டிவிட்டு வந்திருந்தான். அது போலவே அந்த இரவில் நாசரை அரபி ஷரஃபியா அறையில் கொண்டுவந்து விட்டுவிட்டுப் போனான்.

அறையில் மொய்தீனும் பிரபுவும் அவர்களின் வசிப்பிடத் திற்குப் போகாமல் தடபுடலாக சமையல் செய்து ரசனையான பாடுகளின் பக்கம் நாசரை கொண்டுவந்து கொண்டிருந்தனர். இடையிடையே ரசனைக்காக ஜாஸ்மீனையும் விட்டு வைக்க வில்லை. மிஷிரி அஷரபும் பாலஸ்தீனி முர்ஷித்தும் பணி நிமித்தமாக ஒருவாரப் பயணமாய் மக்கா போயிருந்தனர். ஃபைசல் ஆள் உடைந்து போயிருந்தான். துவைஜியின் வீட்டி லிருந்து அவன் தப்பிய பிறகு சந்தித்த இரவுகளின் வரிசையில் நாசர் ஷரஃபியா பாலத்தின் கீழ் உள்ள மருத்துவமனையில் சேர்க்கப்பட்ட இரவை ஒரு கொடுமையான இரவாக அவனால் உணர முடிந்தது. இரண்டு மணிக்கு நாசரை குமரி இக்பாலின் பலது அறைக்கு அனுப்பிவைத்துவிட்டு இரண்டரை மணிக்கு மம்மலி வந்தபோதுதான் ஃபைசல் கதவின் லென்ஸிலிருந்து விலகினான் என்றாலும் அவனால் இயல்பாக இருக்க முடிய வில்லை. எல்லாவற்றையும் உடைத்தெறிந்துவிட்டு இந்த நொடிப் பொழுதிலேயே அவனுக்கு இந்தியா போய்விட வேண்டும். இந்தியக் காற்றை சுவாசித்தால் ஒழிய தனது இதயம் எந்த வகையிலும் ஆறுதல் கொள்ளாது. என்பதான உணர்வு மூளை யில் நிரம்பிக் கிடந்தது.

"என்ன ஃபைசலே ... பேடிச்சியா ..?"

"ஆமா காக்கா ரொம்ப பேடிச்சிட்டேன்."

"சின்ன பிள்ளையா நீ. போய் முகத்தக் கழுவு."

மம்மலி சொன்னபோது ஃபைசல் முகம் கழுவ அவனைத் துணைக்கு அழைத்துக்கொண்டு கதவருகே காத்து நின்ற தருணத்தில்தான் ஃபைசலின் பயத்தின் உச்சத்தை அப்போது மம்மலியால் புரிந்துகொள்ள முடிந்தது. ஃபைசலை நெருக்க மாகப் பிடித்துக்கொண்டே அந்த இரவின் எஞ்சிய பகுதிக்குள் அவன் ஃபைசலின் உம்மாவாக மாறிப்போனான்.

மாறுநாள் காலையிலும் எல்லோரும் நேரமே போய் விட்டதால் ஃபைசல் எழுந்தபோது அறையில் யாருமில்லை. ஆனாலும் நேற்றைய இரவு போல பயம் இல்லை. பயமும் படபடப்பும் சற்று குறைந்திருந்த போதிலும் அவன் யோசனை யோடு படுக்கையில் படுத்துக்கிடந்துகொண்டே மம்மக்கண் ணின் அறையில் தங்கிய மறக்க முடியாத ஓர் இரவின் நினைப்பு அவனுள் படர்ந்து விரிந்தது.

அது ஒரு வியாழன் இரவு. டெய்லர் அஹமதின் ஷியா அரபியின் சூடானில் வேலைக்குச் சேர்ந்த ஒரு வருடங்களுக்குப் பிறகு, குறிப்பாக அது மம்மனிபாக்கு தாய்லாந்து லாட்ரியில் 678க்கு உல்டாவாக எட்டாயிரம் ரியால் கிடைத்த மறு வியாழன் இரவாகவும் இருக்கலாம். ஷியா அரபி அன்றைக்கு நேரமே போயிருந்தான். அவர்கள் ஒரு ரகசியப் பள்ளிவாசலைத் துவங்கியிருந்தார்கள். அது தொடர்பான உரையாடலுக்காக ஷியா அரபியின் சகாக்கள் சிலபேருமாக அசர் தொழுகைக்குப் பிறகு ஃபைசலை அஹமதோடு கடைக்கு அல்லது அறைக்கு போகும்படி சொல்லிவிட்டுக் குடோனை வெளியே பூட்டிக் கொண்டனர்.

ஃபைசல் அஹமதோடு டெய்லர் கடையின் ரகசிய இருப்பிடத்தில் வந்து அமர்ந்து கொண்டபோது மகிரிபுக்குப் பிறகு கடைக்கு வந்த மம்மக்கண் ஃபைசலோடு எடுத்த எடுப்பி லேயே சொன்னான்.

“ஃபைசலே எனக்கு தாய்லாந்து லாட்டரிக்கு ஒரு நம்பர் சொல்லு.”

“என்ன நம்பரு . . .”

“போன வாரம் மம்மனிபாவுக்கு நீ சொன்ன நம்பர்ல தான் எட்டாயிரம் ரியாலு உல்ட்டா தட்டுனான்.”

“தட்டுனா தட்டிட்டு போறான். நமக்கென்ன . . ?.”

“அப்படி விட முடியாது ஃபைசலே.”

டெய்லர் அஹமது மம்மக்கண்ணைப் பார்த்துச் சிரித்துக் கொண்டே “ஏன் தாய்லாந்து லாட்டிரிய ஒனக்க வாப்பாயா நடத்தாரு இவ்வளவு வெப்பிராளப் படுதே.”

“நீ போடே. ஃபைசலே நம்பர சொல்லு.”

“காக்கா நீங்க வேற. என்ன நம்பர சொல்ல.”

“இல்லடே உனக்கு நல்ல ராசி உண்டு.”

“சும்மா போங்கோ காக்கா நானே கள்ளப் பயலப் போல வாழுதேன். ராசியும் மயிருந்தான்.”

ஃபைசலின் எரிச்சல் மம்மக்கண்ணுக்கு என்னமோ போல ஆகிவிட்டது. ஒவ்வொரு முறையும் ஜெயிக்கதுல பாதி உனக்குத் தான் என சொல்லிச் சொல்லி பல முறை ஏமாற்றி வந்ததைக் குறித்து யோசிக்க ஆரம்பித்துக்கொண்டே பிறகு இவனை இன்று தன்னுடைய அறைக்கு அழைத்துக்கொண்டு போய் நல்ல விருந்து அளிக்க வேண்டுமென மனதில் தீர்மானித்துக் கொண்டே தொடர்ந்து பேசிக்கொண்டிருந்தபோது அழைப்பை நேரடியாகச் சொல்லிவிட்டான்.

“வேண்டாம் காக்கா.” ஃபைசல் மறுத்துவிட்டபோது “ஃபைசலே இன்னைக்குப் ஃபிரி தானே ... ஒண்ணு போயிட்டு வா. நான் மம்மனிபாட்டச் சொல்லுதேன்.” டெய்லர் அஹமது சொன்னபோதும் ஃபைசல் இஷ்டப்படவில்லை. அதுவுமில்லாமல் மம்மக்கண் அறைக்குப் போனால் அது மம்மனிபாவுக்குப் பிடிக்காது என்பதால் இப்போதைய சூழ்நிலையில் மம்மனிபாவின் பிடித்தம் முக்கியமானது என்பதை நன்றாகப் புரிந்துகொண்டிருந்த அவன் மறுப்பு சொல்லிய பிறகும் மம்மக்கண் விடவில்லை. விடாப்பிடியாகக் கடைசியில் மம்மக்கண் மம்மனிபாவுக்குப் போன் பண்ணி ஃபைசலை அறைக்கு அழைத்துப்போக அவனிடமே அனுமதி கேட்டபோது மம்மனிபாவுக்கு அது மனநிறைவாக இருந்த தோடு ஃபைசல் தனது அனுமதியில்லாமல் வர மறுத்த விசயமும் மம்மக்கண் தன்னிடம் அனுமதி கேட்பதும் தனது முக்கியத் துவத்தை உறுதி செய்யும் அந்த செயல் அவனுக்குப் பிடித்த மானதாக இருந்தது. அந்த வியாழன் இரவு மம்மக்கண்ணும் ஃபைசலும் அறைக்கு வராமல் இருப்பது ஒருவகையில் நல்லது தான். கருத்தான் காதரின் விசா சிக்கலுக்கு அன்று இரவு மம்மனிபாவின் அறையில் தமாமிலிருந்து வந்துள்ள செய்யது தலைமையில் பேச்சுவார்த்தை சண்டையாக மாறுவதற்கான வாய்ப்பு உண்டு என்பதால் எல்லாம் கணக்கிட்டுப் பார்த்து “மம்மனிபா பாதுகாப்பாக கூட்டிட்டுப்போய் அதுபோல பாதுகாப்பா கொண்டு உடணும்” எனச் சொல்லிக்கொண்டே ஃபைசலை அழைத்துப் போக அனுமதி கொடுத்தான்.

இஷாவுக்கு முன்னரே மம்மக்கண்ணின் அறைக்கு ஃபைசலும் அவனுமாக வந்து சேர்ந்திருந்தனர். அல்ஹாசாவில் மம்மனிபாவின் அறைக்கு வந்தபிறகு ஃபைசல் மம்மனிபா வின் அறையை விட்டு வெளியே தங்குவது இதுதான் முதல் முறை என்பதால் ஃபைசலுக்கு முன்னமே ஏற்பட்டிருந்த

பேராவல் மம்மக்கண்ணின் அறையில் நுழைந்த தருணத்திலேயே தகர்ந்துபோனது.

ஃபைசலுக்கு அந்த வசிப்பிடம் கொஞ்சமும் பிடிக்கவில்லை. வசிப்பிடத்திற்குண்டான எந்த அம்சமும் இல்லாமலிருந்தது. உயரமான ஏணிப் படியின் கீழே வாசலும். அவன் வசிப்பிட அறையின் கீழே முற்றிலும் மூடப்பட்ட தண்ணீர் தொட்டி என்பதாலும் நடக்கும்போது எழுந்த வினோத ஒலி பயப் படுத்தும்படியாக இருந்தது. தனித்திருந்தால் ஒரு மனிதனைப் பெருமளவில் அச்சமூட்டுவதற்கு இந்த ஒலியே போதுமானது.

வசிப்பிடம் ஒரு சூனியக்காரனின் குகைபோல வடிவமற்ற தன்மையோடு ஊனமுற்றிருந்தது. அறைக்குள் பரவி நின்ற துர்நாற்றம் சகிக்க முடியாமலும் பின்னால் ஏ.சி. இயந்திரம் இயக்கப்பட்ட பிறகு மெல்ல மெல்ல சகித்துக்கொள்ளும்படி யாக இருந்தது. கூம்பு வடிவில் நீண்டு இருந்த அறையின் ஒரு மூலையில் சமையல் பாத்திரங்கள் சிதறிக் கிடந்தன. மண்பானைபோல தள்ளிக்கொண்டு நின்ற சுவரை ஒட்டி ஒரு ஒற்றைப் படுக்கை. படுக்கையை எடுத்துக்கொள்ளும்படி ஃபைசலிடம் சொல்லிவிட்டு ஒரு விரிப்பை அவனுக்குத் தயார் செய்துகொண்டு வேகமாக சமையல் பாத்திரங்களைக் கழுவிக் கழிவுநீரை ஒரு டிரம்மில் கொட்டினான்.

“ஃபைசலே லெபனான் ரொட்டி நாலஞ்சணம் இருக்கு. கறி மட்டும் வச்சிடலாம்” என சொல்லிக்கொண்டு காத்திராமல் மூலையிலிருந்த இடுப்பளவு உயரமான ஃபரிட்ஜிலிருந்து ஹைதராபாத் அல் அரபி ஆட்டுக் கறியை எடுத்துத் தண்ணீரில் போட்டான். ஃபிரிட்ஜில் ஆட்டுக் கறியின் சில பொதிகள் மற்றும் சில கோழிகளின் நெஞ்சு பாகமும் கூடவே முக்கால் பாகம் மது நிரம்பிய மது குப்பிகளும் இருந்தன. மம்மக்கண் அவனிடமிருந்த மது குப்பியிலிருந்து கொஞ்சம் குடித்துக் கொண்டான்.

“நீங்கோ ஒத்தைக்குதானா . . . கூட யாருமே இல்லையா . . .”

“ஃபைசலே நான்கூட எவனையும் சேக்கமாட்டேன். என் ரூமுக்கே எவனும் வந்தது இல்லே. நீதான் எனக்கு மொத கெஸ்ட்.”

“கூட யாரயாவது சேத்துக்கலாமே. தனியா கெடக்கது ரொம்பக் கஷ்டம்.”

“நீ வேற தனியாக இருக்கதுதான் நல்லது. எந்த தொல்லை யும் கிடையாது. நம்மகூட யாராவது இருந்தா . . . ரெண்டு

மாசம். ரொம்ப கூடினா ஆறு மாசம். விரோதியாயிடுவான். பரஸ்பரம் ஒருத்தன் மனம் இன்னொருத்தனுக்குத் தெரிஞ்சிடும். தேவையில்லாம ஒருத்தன்கூட பகையாளி ஆவதுக்கு தனியா கெடக்கது கொள்ளாம்லா."

ஃபைசல் சிரித்துக்கொண்டே அறையை நோட்டமிட்டுக் கொண்டிருந்தான். டி.வி.யும் அதன் அருகில் தொலைபேசி யும் இருந்தது. பின்னால் ஒரு அட்டைப் பெட்டியில் நிறையக் கேசட்டுகளும் சி.டிக்களும் கிடந்தன. சுற்றிச் சுழலும் ஃபைசலின் பார்வையைப் பார்த்துக்கொண்டே "ஃபைசலே எல்லா மத்ததுதான். பாக்கியனா... பாரு."

"இல்ல காக்கா வேண்டாம்."

"இதெல்லாம் பாக்க மாட்டியா..."

"பாக்க மாட்டேன்னு இல்லே. மம்மனிபா ரூம்ல பாத்துருக்கேன்."

"நான் பாக்காத நாளே கிடையாது. நேரம் போணும்லா..." நகர்ந்து போனவன் மீண்டும் கொஞ்சமாகக் குடித்துக்கொண் டான்.

மம்மக்கண் நேர்த்தியான சமையல்காரனைப்போல தலையில் துண்டைக் கட்டிக்கொண்டு பரபரவெனத் தண்ணீரில் விரைப்புத் தன்மை மாறிக் கிடந்த கிடாய் கறியை வெட்டி துண்டுகளாக்கிக்கொண்டு இஞ்சி, பச்சைமிளகு, பூண்டு, மூன்றையும் சப்பாத்திக் கட்டையில் வைத்துத் தல்லி சதைத்துக் கொண்டு எண்ணெயில் வதக்கியபோது அறையில் வாசனைப் பரவிக் கொண்டது. பளிச்சென அதில் வெங்காயத் துண்டுகளைப் போட்டு சின்ன இடைவெளிக்குப் பின் தக்காளியை வெட்டிப் போட்டு லேசாக மஞ்சள் பொடி தூவி கிளறினான்.

"மஞ்சள் பொடி லேசா போடணும். மஞ்சள் அவுசதமாக்கும். சர்வ ரோக நிவாரணி. ம்... ஃபைசலே லேசா கிளறிவிடு" என்றபடி தள்ளி நின்று அளவாகக் குடித்துவிட்டு அதே வேகத்தில் கிராம்பு, ஏலம், கருவாப்பட்டையை சாப்பாத்திக் கட்டையிலேயே பொடித்துத் தூவினான். அளவாக உப்பிட்டுக் கொண்டு கழுவி வைத்திருந்த கறியைத் தட்டி நன்றாகக் கிளறி விட்டுக்கொண்டிருந்தவன் புன்னகைத்துக் கொண்டே "ஃபைசலே நீ மம்மக்கண்ணுக்க கை பக்குவத்த இன்னைக்குப் பாக்குறே."

மால்பரோவைப் பற்றி புகைத்துக்கொண்டான். வத்தல், மல்லி, பெருஞ்சீரகம் என மசாலா பொடிகளை நேரடியாகப்

அஜ்னபி 253

பாத்திரத்தில் கொட்டாமல் மம்மக்கண் ஒரு கப்பில் கொட்டி நீரில் கலக்கி அந்த நீரையே கறியில் கலத்திக்கொண்டான்.

"என்ன காக்கா . . . இது புதுமையா இருக்கு . . ."

"இதான் ஃபைசலே நம்ம டேஸ்ட்" என்றவன் பத்தாவது நிமிடத்தில் கெட்டியாக கறிவைத்து இறக்கிவிட்டான். வெளியே ஒரு உலகம் உண்டுமா இல்லையா எனத் தெரியாத அளவுக்கு அடைபட்டுக் கிடந்த அந்த பாதாள அறையில் கிடாய் கறியின் மணமும் மது மற்றும் புகையின் மணமும் பரவி இருந்தது. அதே வேகத்தில் ஐந்தாறு துண்டு கோழிகளைப் பொரித்தெடுக்க அவன் மசாலாவோடு இரண்டு கரண்டி தயிர் சேர்த்துக் கொண்டது புதுமையாக இருந்தபோதிலும் ஃபைசல் கூடவே நின்று சிறிய உதவிகளைச் செய்து கொடுத்தபடி அவன் பாடுகளுக்கு உம் கொட்டிக்கொண்டிருந்தான். பாடுகள் அனேக மாக மம்மனிபாவைக் கழுவிக் குடிப்பதாக அமைந்திருந்தது.

"மம்மனிபா ஒன்னா நம்பர் கள்ளன் பாத்துக்கோ."

ஆமோதிப்பதா மறுப்பதா என ஃபைசலுக்கு அவனின் நீண்ட பேச்சு முழுவதிலும் குழப்பமாகவே இருந்தது. பிறகு திடீரென முன்பின் தொடர்பற்று "அவனால இங்க ஒண்ணு ரெண்டு அரபியோ பிச்சைக்காரனுவளா ஆயிருக்கான். தெரியுமா?"

ஃபைசல் கேட்டுக்கொண்டிருந்தான். பதில் பேசவில்லை. எவ்வளவு நேரம்தான் வெறுமையாகக் கேட்பவனை நோக்கி அவனால் பேச முடியும். பேச்சு ரசப்படவில்லை. மம்மக்கண் சமையல் முடிக்கும் முன்னால் நாலு தடவை குடித்துக்கொண்ட போதிலும் மிதமான போதையில்தான் இருந்தான். பிறகு இருவருமாக சாப்பிட்டுவிட்டு ஃபைசலுக்கு படுக்கையும் அவனுக்குக் கீழே விரிப்புமாகப் போட்டு சாய்ந்துகொண்டே பேச்சைத் துவங்கியபோது ஃபைசல் பதில் பேசுவதில்லை என்பதில் பிடிவாதமாக இருந்ததால் மீண்டும் அவனுக்குப் பேச்சு வசப்படவில்லை. பேச்சு வசப்படாமல் போய்விட வேண்டும் என்றுதான் ஃபைசல் விரும்பினான். ஆனால் மம்மக்கண்ணின் சமையல் அற்புதமான சுவை நிரம்பியதாக இருந்தது. துவைஜியிடமோ பாகிஸ்தானியின் சூப்புக் கடையிலோ மம்மனிபாவின் அறையிலோகூட இவ்வளவு சுவை நிரம்பிய உணவை உண்டதாக நினைவில்லை. மம்மக்கண் சொன்னது போலவே சமையலில் அவன் நல்ல கைப்பக்குவக் காரனாக இருந்தான். அவனைப் பாராட்டிச் சொன்னபோது அவன் அதை ஏற்றுக்கொண்டு தொடர்ந்து வரும் வாரங்களில்

இன்னும் சில விதவிதமான உடம்புக்கு பலம் தருகிற உணவு களை செய்து தருகிறேன் என்றான். மம்மக்கண்ணின் உணவின் சுவை போல இல்லாமல் அவன் வசிப்பிடம் பயந்து நடுங்கிக் கிடக்கும்படியாகவே இருந்தது. "ஃபைசலே நீ ஒறங்கு. நான் டி.வி. பாக்கேன்." சொல்லிக்கொண்டே சி.டியை இயக்கியபோது மோசமான நீலப்படம் ஓடத் துவங்கியது. மலைப்பாங்கான பின்னணியில் காருக்கு வெளியே வெள்ளை நிறத்திலான ஆணும் பெண்ணும் ஆயத்த வேலைகளை மெல்ல துவங்கிய போது அறையில் நல்ல குளிர் பரவியிருந்தது.

"ஃபைசலே இதெல்லாம் வந்த புதுசுல பாக்கும்போது உடம்புல ஒரு மாதிரியா இருக்கும். இப்போ பாத்து பாத்து நாடகம் பாக்கது போல ஆயிட்டு."

சிரித்தான்.

"மம்மனிபா தமிழுன்னா சாவான். எனக்கு தமிழ் மலையாளம் பிடிக்காது. மலையாளமாவது பரவா இல்லே. தமிழ் எனக்கு கண்ணு கொண்டு காணப்புடாது. கிருக்கு பயலுவளுக்கு ஒழுங்கா எடுக்க தெரியலே. கண்டராவி பாக்க சகிக்காது. இவனுவள பாரு. எவ்வளவு நீற்றா எடுத்துருக்கானு வோன்னு. ஒரு கலை நயம் இருக்கு பாத்தியா. ஃபாரின்காரன் ஃபாரின்காரன்தான். அமெரிக்காக்காரன் கில்லாடி. எல்லாம் பப்ளிக்குலதான். போன வாரம் மிஷிரி ஒரு கேசட்டு தந்தான். எங்கெயோ ஒரு கடற்கரையில எடுத்துருக்கானுவோ. அதுவும் கூட்டத்திலேயே எடுத்துருக்கானுவோ. எனக்கு ஒரு மாதிரி தலை வெடிச்சி போச்சி. இந்த பணியடிமை இருக்கான் பாத்தியா இருபத்திநாலு மணிநேரம்னாலும் பாப்பான். ஆள் கிட்ட இல்லன்னா கேசட்ட தின்னு போடுவான். துக்கே... மூணு பிள்ளையும் பெத்தாச்சி."

ம்... ம்... ம்... என ஃபைசல் தலையோடு சேர்த்து மூடிக்கொண்டு தூக்கம் வராமல் தவித்துக்கொண்டே அசை வற்றுக் கிடந்தான். அசைவுகள் தென்பட்டால் மம்மக்கண் பேச்சு கொடுக்கக் கூடும் என்பதால் அவன் போர்வைக்குள் அசைவற்று கிடப்பதையே அப்போது விரும்பினான்.

"படச்சவனே இந்த ராத்திரிய எப்படியாவது கழிச்சரணும்."

"என்னா ஃபைசல் தூங்கிட்டியா...?"

"ஒறக்கம் வந்துட்டு காக்கா."

"நீ கொள்ளாம்புடே. படுத்த உடனே ஒறங்கே. எனக்கெல் லாம் ஒறக்கம் வராது."

அறையின் இருட்டின் அளவை டி.வி.யின் வெளிச்சம் வேறுவேறு அளவுகளில் மாற்றிக்கொண்டே இருந்தது. தலையோடு மூடப்பட்ட போர்வையை மீறி தொலைக்காட்சியின் ஒளி மாறுபட்டு மாறுபட்டு வசிப்பிடத்தில் அலை பாய்ந்து கொண்டிருந்தது. அவன் டி.வி.யில் மெல்ல சப்தம் வைத்திருந்தான். அறை முழுவதும் ஈன சுரத்திலும் உக்கிரமாகவும் மாறி மாறி மூச்சினூடே முயக்க சப்தங்கள் எழுந்து கொண்டிருந்தன. காட்சிகளிலிருந்து விலகிக்கொண்ட ஃபைசலால் சப்தங்களிலிருந்து சுலபமாக விலக முடியவில்லை. ஒரு வினோதமான ஒலியில் அவன் போர்வையை விலக்கிப் பார்த்தான். கார் அருகே இப்போது இன்னொரு பெண்ணும் நின்றாள். இவள் எப்போது வந்தாள் என யோசித்துக்கொண்டே தலைதூக்கிப் பார்த்தபோது இரண்டு பெண்களில் ஒருத்தி அருஷா போல இருந்தாள். பதறியவன் கூர்ந்து பார்த்தபோது அருஷா இல்லை என்பதை உறுதிப்படுத்திக்கொண்டு மீண்டும் போர்வையால் மூடிக்கொண்டவனுக்கு மம்மக்கண்ணின் படுக்கை இப்போது அருவருப்பூட்டுவதாக இருந்தது. முக்கால் மணி நேரத்துக்குப் பிறகு மம்மக்கண் டி.வி.யை அணைந்தபடி தொலைபேசியை அவன் தலைமாட்டின் பக்கத்தில் வைத்துக் கொண்டு படுத்துக்கொண்டான்.

அறையில் அடைந்து கிடந்த பெரும் இருட்டை ஏ.சி. இயந்திரத்தின் பச்சை ஒளி மெல்ல மெல்ல மீறி தனது இருப்பைப் பரப்பிக் கொண்டிருந்தது. ஃபைசல் தூக்கத்தைத் தொலைத்து போர்வைக்குள் கண் திறந்து கிடந்தான். கண்களை மூடுவதும் திறப்பதும் ஓதுவதுமாக ஏதாவது ஒரு புள்ளியில் தூக்கம் தழுவிக்கொண்டால் நல்லதெனத் தவிப்பாய் தவித்துக் கிடந்தபோது சிந்தனைகள் ஒன்றிலிருந்து இன்னொன்றுக்காகத் தாவித் தாவி பயம் மனம் முழுவதும் பரவத் துவங்கியது. அறையின் மேற் கூரை இறங்கி வந்து அவனை அப்படியே அமுக்கிக்கொள்வதைப் போல இருந்தது. போர்வையை மெல்ல கண்கள்வரை இறக்கிக்கொண்டு – பயமாகத்தான் கண்களை உருட்டிப் பார்த்தபோது அறையில் விரிப்பின்மீது அமர்ந்திருந்த மம்மக்கண் காதோரத்தில் தொலைபேசியை வைத்திருந்தான். மங்கலாகத் தெரிந்த அவன் உருவம் பயப்படுத்தும்படி இருந்தது. மம்மக்கண்ணைக் கூப்பிடலாமா என்று பார்த்த ஃபைசலுக்கு அவனின் வினோத முனகல் பயமூட்டியது. உம்... ஒ... ஒ... ஒ... என சற்று முன்னால் அறையில் பரவி நின்ற ஒலி அவனில் கலந்திருந்தது. அவன் என்னவெல்லாமோ பேசுகிறான். மெல்லமாக வினோத ஒலியும் முத்தமிடும் சப்தமாகவும் அவனிலிருந்து கேட்டுக்கொண்டிருந்தது. ஃபைசல்

பயத்தினூடே காதுகளை கூர்மையாக்கினான். மம்மக்கண்ணின் அசிங்கம் அசிங்கமான பேச்சால் ஈரக் குலை நடுங்கிப் போனவன் நிதானித்துக்கொண்டே விலக்கப்பட்ட சைத்தானிடமிருந்து பாதுகாவல் தேடினான்.

"யாரப்பே... யா... நாயனே..." பிரார்த்தித்துக்கொண்டே இந்த நடு இரவில் யாரிடம் பேசுகிறான் இவ்வளவு மெல்ல மாக, உடல் துடிக்கத் துடிக்க இவனை பிசாசு பிடித்துக் கொண்டதா, பிசாசு என்ற அவனின் நினைப்பு மேலும் அவனை பயமூட்டியது. இப்போது மம்மக்கண் ரீசிவரை எடுத்துக்கொண்டு மெல்ல எழும்பியவன் படுக்கையில் கிடந்த ஃபைசலை உற்றுப் பார்த்தான். மிக நெருக்கமாகக் கூர்ந்து பார்த்தான். ஃபைசல் ஆழ்ந்து உறங்குபவனைப் போல கிடந்து கொண்டே மம்மக்கண்ணை எட்டி மிதிப்பதற்குத் தனது சக்திகளை எல்லாம் இரண்டு கால்களிலும் நிலைநிறுத்தி வைத்துக்கொண்டே நடுங்கிக் கிடந்தான். ஆனால் மம்மக்கண் அவனிலிருந்து பார்வை விலக்கி மெல்ல விலகிக்கொண்டான். ஏ.சி. இயந்திரத்தை ஒட்டிய சுவரில் முன்பக்கமாகச் சாய்ந்து கொண்டே சுவரில் ஊர்ந்து ஏறிவிட முயற்சிப்பவன் போல நெளிந்தான். அவன் முழுவதுமாகத் தெரியவில்லை. ஆனாலும் மம்மக்கண் நிர்வாணமாக இருப்பதை உணர முடிந்தது. அவன் சுவரில் ஊர்ந்து ஏறிவிடுவான் போலத்தான் தெரிகிறது.

நோ... நோ... கெட்டவார்த்தைகளைப் போனில் கொட்டிக் கொண்டிருக்கிறான். சுவரில் ஊர்ந்து ஏறிவிடும் முயற்சியில் அவன் வெல்வதாகத் தோன்றியது. அவன் கால்கள் தரையி லிருந்து உயர்ந்திருந்தது. பிசாசுகளுக்கு கால்கள் நிலம்பாவாது என்று வாப்பும்மா சொன்ன கதையின் வழியாக முன்பு கற்பனையில் கிடந்த பிசாசு இப்போது உருவமாய் உலாவு வதைக் கண்டபோது ஃபைசல் தன்னிடமே சொன்னான். இவன் சூனியக்காரன்தான். சூனியக்காரனைத் தவிர வேறில்லை.

நடுங்கிக் கிடந்த ஃபைசலின் நடுக்கம் மம்மக்கண்ணின் காதிலிருந்த போன் ரிசீவர் நழுவி விழுந்து அவன் சுவரிலிருந்து விலகிக்கொள்ளும்வரை அவனில் நீடித்திருந்தது. சுவரோடு ஏதோ ஒன்று இருப்பதைப் போலத் தோன்றியது தெளிவற்ற நிலையில் ஃபைசல் புரியாமல் பயந்து கிடந்தபோது மம்மக்கண் எதுவும் நடவாதவன் போலப் படுக்கையில் வந்து விழுந்தவன் மிருகம்போல சப்தமெழுப்பிக்கொண்டே தூங்கினான். மிச்ச இரவில் ஃபைசல் வினோத பயம் கொண்டு முற்றிலுமாகத் தூங்காமல் கிடந்தான்.

அஜ்னபி

“ஃபைசலே நல்லா தூங்கினியா . . ?”

காலையில் எழும்பிய மம்மக்கண் இரவின் எந்த சுவடும் இல்லாமல் டீ கப்பை ஃபைசலிடம் நீட்டியபடி இயல்பாகக் கேட்டபோது

“ஆமாம் . . .” என்று சொல்லிக்கொண்டே எழுந்து மம்மக்கண் இரவு ஊர்ந்து ஏற முயன்ற சுவர் அருகே பார்த்தபோது சுவர் அருகே கடையில் உடை அணிந்து காட்சிக்காக வைக்கப் படும் தலையற்ற பெண் பொம்மையின் உருவம் உடையற்று விழுந்து கிடந்தது.

அந்த இரவின் மீதான பயம். நினைக்கும் எல்லா தருணங் களிலும் ஃபைசலுக்கு அந்த இரவாகவே மாறிவிடுவது உண்டு. அந்த ஒரு இரவுதான் மம்மக்கண்ணின் வசிப்பிடத்துக்கு ஃபைசல் முதலும் கடைசியுமாகப் போனது. பிறகு பல தருணங் களில் மம்மக்கண்ணின் அழைப்பை ஃபைசல் மனதில் பதறிய படி மறுத்திருக்கிறான். மம்மனிபா போய் வரும்படி சொன்ன போதும்கூட ஃபைசல் இஷ்டப்படவில்லை.

டெய்லர் அஹமதோடு ஒருமுறை ரசகிய இருப்பிடத்தில் பேசிக்கொண்டிருக்கும்போது அவன் சொன்னான்.

“ஃபைசலே ஒவ்வொரு மனுசனுக்குள்ளேயும் ஓராயிரம் மிருகங்கள் உண்டு.”

டெய்லர் அஹமதின் வார்த்தை இப்போதும் காதருகே அவன் நின்று சொல்வதுபோல இருக்கிறது. பல நினைப்பு களோடு படுக்கையில் புரண்டு கிடந்தவன் ஷரஃபியா அறையில் லுஹர் பாங்கு சத்தம் கேட்கும்வரை படுக்கையிலிருந்து எழும்ப வில்லை. நேற்றிரவு இந்த அறையில் தன்னுடைய இருப்பு குறித்த காட்சிகள் மீண்டும் முன்னோக்கி நகர்ந்து வந்ததை விலக்கித் தள்ளிவிட்டு முகம் கழுவி தேயிலை போட்டுக் குடித்துக்கொண்டு லுஹர் தொழுகையை அறையிலேயே தொழுது கொண்டான். தொழுகை முடிந்து துவாவுக்காக விரித்த கைகளின் மத்தியில் தெரிந்த வாப்பாவின் முகத்தை நீண்ட நேரம் பார்த்துக்கொண்டே கைகளை மெல்ல முத்தமிட்டுக் கொண்டான்.

19

உகண்டாவிலிருந்து சுலைமானின் தொலை பேசி அழைப்பு ஷரஃபியா வசிப்பிடத்தில் ஃபைசல் வெறுப்புற்றிருந்த நேரத்தில் வந்தபோது வலது பக்கக் காது சூடாகிப் போகுமளவுக்கு கிட்டத் தட்ட ஒன்றரை மணி நேரம் போனில் பேசிக் கொண்டான். டெய்லர் அஹமதோடு போனில் பேசியபோது அவன் நாளை காலை சவுதி நேரப்படி பத்தரை மணிக்கு ஃபைசலை கூப்பிடுகிறேன் என்றது போல சரியான நேரத்தில் சுலைமான் பேசினான். அவன் கம்பெனி பணியாளன் ஒருவன் நேற்றிரவு சில வழிப்பறி கொள்ளையர்களால் சுட்டுக் கொல்லப்பட்டதால் இன்று முழுவதும் அவன் வேலையின்றி இருப்பதாகச் சொல்லிப் பேசினான். பேச்சு சக பணியாளன் சுட்டுக் கொல்லப்பட்ட கதையிலிருந்து துவங்கியது. கொல்லப்பட்டவன் கம்பெனியின் வசூல் மேலாளராக இருந்திருக்கிறான். அவன் தினம் அதிகாலை மூன்று மணிக்கு சந்தைக்குப் போய் விடும் பழக்கமுடையவன். நமது நாட்டில் கார், ஆட்டோ போல உகண்டாவில் வாடகை இரு சக்கர வாகனம் முக்கியமானது. கொல்லப் பட்டவன் தினமும் அதிகாலை மூன்று மணிக்கு அவனின் நம்பிக்கைக்குரிய உகண்டா குடிமகனின் இருசக்கர வாகனத்தில்தான் சந்தைக்குப் போய் வருவான். நீண்ட நாட்களாக இதை கண்காணித்து வந்த கொள்ளையர்கள் குறிப்பிட்ட இரவில் அந்த வாகன ஓட்டியை வழியில் தாக்கி கட்டிப் போட்டு விட்டு அவனது வாகனத்தை எடுத்துக்கொண்டு

கொல்லப்பட்டவனின் வீட்டுக்கு வந்து இரண்டு கொள்ளையர்கள் பின்னால் பதுங்கிக்கொள்ள மூன்றாவது நபர் வாகனத்தை வாசலின் முன்பு வைத்துக்கொண்டு கதவைத் தட்டியிருக்கிறான். கொல்லப்பட்டவன் வாசலைத் திறக்காமல் உறுதிப்படுத்திக் கொள்ள ஜன்னலைத் திறந்து பார்த்துக்கொண்டே

"நீ யார்... புதியவனாக இருக்கிறாய்... அவன் எங்கே..." என்று ஆங்கிலத்தில் கேட்டான்.

"நான் அவன் சகோதரன். அவனுக்கு இன்று உடல் நிலை சரியில்லை. என்னை அனுப்பி வைத்தான். நீ வருகிறாயா... நான் போகட்டுமா..."

நம்பிக்கையோடு 'நான் வருகிறேன்' என்றபடி வாசல் கதவைத் திறந்து வெளியே வந்தபோது பின்னால் பதுங்கி யிருந்த இரண்டு கொள்ளையர்களும் துப்பாக்கியோடு வரக் கையிலிருந்த பணத்தைக் கொடுக்காமல் கொல்லப்பட்டவன் வேகவேகமாக வீட்டுக்குள் ஓடி ஒழிய முயற்சித்ததால் அவர்கள் அவனைச் சுட்டுக் கொன்றனர். ஒருவேளை பணத்தை அவன் கொடுத்திருந்தால் உயிர் பிழைத்திருக்கலாம்.

இங்கு மனித உயிர்களுக்கு மதிப்பு கிடையாது. இங்குள்ள குடிமக்களை அடிமையாக வைத்துக்கொள்வதில் நம்முடைய இந்தியர்களும் சளைத்தவர்கள் அல்ல. உகண்டா குடிமகன்களை அடிமையாக வைத்திருப்பதில் நமது குஜராத்திகளின் பங்கு முக்கியமானது. உலகத்தைச் சுரண்டுவதில் குறிப்பாக அரபு நாடுகளைச் சுரண்டுவதில் அமெரிக்காவின் பங்கு எவ்வளவு முக்கியமானதோ அதுபோல உகண்டாவை சுரண்டுவதில் சீனாவுக்குப் பிறகு இந்தியாவின் குஜராத்திகளின் பங்கு முக்கிய மானது. இந்தியாவில் பல உகண்டா பெண்கள் விசா பெற்றுக் கொண்டு வீட்டு வேலைகள் செய்கிறார்கள் என்பதை உன்னால் நம்ப முடிகிறதா. நம்ப முடியாவிட்டாலும் இது உண்மை. உகண்டா குடிமக்கள் ரொம்பவும் பாவம். நானெல்லாம் உகண்டா குடிமகனாக இருந்தால் இங்குள்ள ஆட்சியாளர் களையும் அயல்நாட்டுக்காரர்களையும் தயவு தாட்சண்யம் இல்லாமல் விரட்டுவேன். இந்த மக்களைக் கொடுமை செய்வதில் இவர்களின் நாட்டுச் செல்வங்களைக் கொள்ளையடிப்பதில் நம்முடைய இந்தியர்கள் எவ்வளவு முனைப்போடு இருக்கிறார் கள் தெரியுமா... இந்த அப்பாவி கறுப்பு ஜனங்களை புழுக்களைப் போல நசுக்குகிறார்கள். நல்ல வளமான நாடு. நம்முடைய கொடைக்கானல், ஊட்டி போன்ற குளிர் பிரதேசங்கள் தோற்றுப் போய்விடுமளவுக்கு சீரான சிறப்பான குளிர் பிரதேசம். ஆப்பிரிக்க கண்டத்துக்குள் இப்படி ஒரு குளிர்ச்சியான நாட்டை நம்மால்

காண இயலாது. மிகக் கேவலமான ஆட்சியாளர்களாலும் ஓர வஞ்சனை கொண்ட இந்த உலக நாடுகளாலும் அநியாயமாக இந்த மக்கள் சிதைக்கப்படுகிறார்கள். எல்லா கீழான வேலைக்கும் உகண்டா குடிமகன்கள், மேலான வேலைக்கு வெளி நாட்டுக்காரர்கள். இங்குள்ள சொந்த குடிமக்கள் இந்தியர்களாகிய நமக்குக் கீழேதான். ஃபைசலே ரொம்பவும் பரிதாபம். சீனாதான் இங்கு பிரதான கொள்ளையன். சாலைகள், அரசாங்கக் கட்டிடமென பல உதவிகளைச் செய்து சீனா தனது சொந்த சந்தையாக இந்த நாட்டை வைத்துக்கொண்டிருக்கிறது. சீனாவுக்குப் பிறகு நம்முடைய குஜராத்திகள் பகிரங்கமாகக் கொள்ளையடிக்கிறார்கள். ஒரு வேலை செய்கிற இந்தியனுக்கு நூறு ரூபாய் என்றால் அதே வேலை செய்கிற உகண்டாக்காரனுக்கு பத்து ரூபாய். அரபு நாட்டில் நாம் அரபுகளுக்கு கீழே உகண்டாவில் உகண்டா வாசிகள் இந்தியர்களுக்கு கீழே. இதுதான் இந்த நாட்டின் நிஜமான முகம். எல்லா நாட்டு அரசுகளும் சொந்த குடிமக்களின் இரத்தம் குடித்துதான் வயிறு வளர்த்துக் கொள்கின்றனர். சரி . . . இருக்கட்டும். என் சக பணியாளன் சுட்டுக் கொல்லப்பட்ட வருத்தம் எனக்கு நிஜமாகவே இருக்கிறது. கொள்ளையர்கள் பணத்தைக் கேட்டால் பேசாமல் கொடுத்து விடு என்று நான் அவனிடம் பலமுறை சொல்லியிருக்கிறேன். எல்லாம் முடிந்துவிட்டது. வேறு என்ன விஷேசம்.

ஃபைசலின் பெரியப்பா மகன் சுலைமான் சக பணியாளன் சுட்டுக் கொலப்பட்ட அதிர்ச்சியின் தன்மைக்குள்ளிருந்து பிடி விலகி, அப்புறம் . . . என்றபடி இயல்பாகப் பேசினான். பேச்சு உகண்டாவின் உள் விவகாரத்திலிருந்து ஊருக்கு மாறியது.

ஜாஸ்மீனுக்கும் ஃபைசலுக்குமான திருமணத்துக்கு இறைவன் நாடினால் ஊர் வருவேனென சுலைமான் உறுதி சொல்லிக்கொண்டே பேச்சு உறவுகள் சிலரின் கதையையும் செய்தியையும் சமீபத்திய பிறப்புகள், மரிப்புகள், பள்ளி ஜமாஅத் – தில் ஏற்பட்டுள்ள மாற்றம், மோதியாருக்கும் அலிம்ஷாவுக்குமான சண்டையெனப் பேச்சுகள் நீண்டு ஒரு புள்ளியில் கருத்தான் காதரிடம் வந்து நின்றது. சுலைமான் இந்தியாவுக்குப் போய் வந்து ஐந்து மாதங்கள்தான் இருக்கும் என்பதால் சுடச்சுடச் செய்திகள் வைத்திருந்தான். உகண்டாவில் விசா சம்பிரதாயம் பெரிதாக இருக்காது. விசா இல்லாமலேயே போய்விடலாம். அங்குள்ள விமான நிலையத்தில் சொற்ப டாலரைப் பெற்றுக்கொண்டு அதிகாரிகள் விசா அடித்துத் தருவார்கள். சூடான், கென்யா, தான்ஷானியா, காங்கோ ஆகிய நாடுகள் சுற்றிலும் இருக்கின்றன. கம்பாலாவிலிருந்து பத்துப் பதினொரு மணி நேர விமானப் பயணத்தில்

துபாய் வழியாக திருவனந்தபுரம் வந்துவிடலாம். தொலைபேசியில் அங்கும் இங்கும் ஓடிக்கொண்டிருந்த பேச்சில் வீட்டு நலன், வாப்பா பற்றிய பேச்சு, உறவுகள் பற்றிய விசாரிப்பு என நீண்டுபோன உரையாடல் மீண்டும் கருத்தான் காதரிடம் வந்தது. பிறகு கருத்தான் காதர் பற்றிய பேச்சுதான் மொத்தப் பேச்சின் மையமாக மாறிக்கொண்டது.

“கேட்கனும்னு நெனைச்சேன். காதர் ஊரில் எப்படி இருக்கான் . . ?”

ஃபைசலே சொன்னா நம்ப மாட்டே. இப்போ அவன் தப்லீக் ஜமா – அத்துல[1] முக்கிய ஆளு. பிகாருக்கு நாப்பது நாள் ஜமா – அத் போயிருக்கான். இருபத்தி நாலு மணி நேரமும் பள்ளிதான். மத்த ஷியமளா படத்துல சீனிவாசன் . . . ஐயப்பன் கோவிலுக்குப் போயிட்டு மாலைய கழற்றாம சாமியாராப் போவான்லா . . . ஏகதேசம் அதுமாதிரிதான்.

“உள்ளதா . . .”

“பின்னே . . . எப்போ பாத்தாலும் தஸ்பீகு கையுமாத்தான் இருக்கான். பெரிய தாடி . . . தொப்பி . . . நம்ம ஆலிம்ஸாக்கே அரபு விசயங்கள் சொல்லிக் கொடுக்காண்ணா பாத்துக்கோ. இப்போ அவன எவனும் கருத்தான் காதருன்னு கூப்பிடது இல்லே.”

“வேற எப்படி . . ?”

“எலப்ப காதரு எலப்ப காதருன்னா ஐம்பத்தி நாலு ஜமா – அத்துக்கும் தெரியும். காலத்துக்க கோலத்த பாத்தியா குடிச்ச குடி என்னா . . . கழுவி தொடச்ச மாதிரி மாறிட்டான். அரபியாவுல ஜெயில்ல கெடந்து ஊருக்குப் போனாம்லா அப்போ . . . ஐஞ்சாறு மாசம் ஒரே கவிதை எழுத்தாம். குருசு பாறையில காலையிலேயே குப்பியோட போணாம்னா பேப்பரும் பென்னும் வச்சிட்டு, தள்ளயத் தின்ன கவிதை எழுத்து. வெள்ளிக்கிழமை பயான்ல ஆலீம்ஷா காதர குறிவச்சு கவிதை எழுதுவது இபுலீஸீக்க வேலைன்னு பேசிருக்காரு காதரு வெளியே வச்சி மானதானமில்லாம பேசியிருக்கான். காதருக்க பெரியாப்பா மகன் அபுஸாலீஹ் கோவத்துல போய் காதருக்க கவிதை பேப்பரெல்லாம் கிழிச்சி போட்டுக்கிட்டே

1. தப்லீக் ஜமா – அத்துல: தப்லீக் ஜமா – அத் என்பது இறை அழைப்பு பணியைச் செய்ய கூடியவர்களின் கூட்டம் இறைவன் நம்மை படைத் திருப்பது அவனை வணங்குவதற்காகத் தான் எனவே இறைவணக்கத்தின் பக்கம் வாருங்கள் என ஊர் ஊராகச் சென்று வாய்ப்புள்ள பள்ளி வாசலில் தங்கி அங்குள்ள மக்களிடம் பிரச்சாரம் செய்யக் கூடியவர்கள்.

கவிதையும் மயிரும்தான். மொத மனுசனா நடலேன்னு சொல்லி யிருக்கான். உடனே காதர் நான் இதச் செய்யனும்னு நெனைச்சென். நீ செய்துட்டேன்னு சொல்லிக்கொண்டே கிழிந்த கவிதை பேப்பரையெல்லாம் கடலுல கொண்டு போட்டுட்டான். அப்புறம் அபுஸாலீஹ் பயலுக்கு வட்டுன்னு சொன்னான். இவன் அவனுக்கு வட்டுன்னு சொல்லிட்டு போயிட்டான். ஆனாலும் காதர் கவிதைய விடல. குடியும் கவிதையுமாத்தான் அலஞ்சிருக்கான். அப்போ அவனுக்க வட்ட பெயர் கருத்தான் கண்ணதாசன்."

ஃபைசல் கொஞ்ச நேரம் சிரித்துக்கொண்டான்.

"குடும்பம் பிள்ளைய எல்லாம் காதருக்கு . . ?"

"ம் . . . ரெண்டும் ஆம்புளை பிள்ளையோ."

"அந்த மல்லிகா என்ன ஆனா . . ?"

"அத ஏன் கேட்கே. ஆறுமாசத்துக்கு முன்னால நான் லீவுல போனம்லா அப்போதான் அவ கதை முழுசா தெரிஞ்சி, மல்லிகாவ முஸ்லிமாக்க முயற்சி பண்ணிருக்கான். அவள இரண்டாம் தாரமா கெட்டிக்கிடலாம்னு பிளான் பண்ணி காயல்பட்டணம் மதரஸாவுல சேத்து அவள ஆலிமாவா ஆக்கிறனும்னுதான் அவன் திட்டம். நல்ல வேளை அந்த பிள்ளை தப்பி போயிட்டு. இப்போ கல்யாணமாயி தூத்துக்குடி பக்கம் இருக்கா போல. ஆனாலும் காதர் ஒரு அதிசயந்தான் பாத்துக்கோ."

"படச்சவனே . . . இங்க மம்மனிபா ரூம்ல கெடந்து படாத பாடு படுத்திட்டான். எவனாலயும் அவன கட்டுப்படுத்த முடியாது. எப்படி இப்படி மாறிட்டான். என்னால இன்னும் நம்ப முடியலே."

"ஊர் ஒருத்தராலயும் நம்ப முடியலே. படச்சவனுக்குத் தான் தெரியும். ஆனாலும் லோக அதிசயம் பாத்துக்கோ. அவன் வாப்பா மலுக்கு சாயிப்பாலேயே நம்ப முடியலே. ஊர்ல ஒண்ணு ரெண்டு பேர தப்லீக் ஜமா – அத் கொண்டு போயிட்டான். பள்ளிக்கே போவாத அஞ்சாறு துக்கயளே இப்போ பக்கா தொழுகையாளியா மாத்திட்டான். ஆனா அவன் வாப்பாய ஒண்ணும் செய்ய முடியலே. அவரு அதே போலத்தான். இஷா தொழுகை முடிஞ்சா வழக்கம் போல குடி உண்டு. இவன் வாப்பாட்ட சொல்லிருக்கான். மது . . . ஹராம்னு."

"அது எனக்கும் தெரியும் டே . பன்னிக்கு பொறந்தவலே . . . யாருட்ட வந்து பேசுதே. நீ உனக்க சோலிய பாரு."

“உங்கள குடிக்காம ஆக்கதுதான் எனக்கச் சோலின்னு பேசிப் பேசி வாப்பாக்கும் மவனுக்கும் சண்டை. நம்ம களத்துப் பக்கத்துல வள்ளியூர் ஏர்வாடி மோதியாரு இப்போ ஆத்தங்கரை பள்ளியில கெடக்காரே அவருதான் இந்தக் கதைய எங்கிட்ட சொன்னது. ஏர்வாடி மோதியாருக்க கதை தெரியுமா . . . அது தனிக் கதை. ஏற்கனவே அவருக்கு மூணு பொண்டாட்டி கடைசியில மூணு பொண்டாட்டியும் சேர்ந்து அடிச்சு தொரத்திட்டாளுவோ. இவரு எழுவது வயசுல நாலாவதா ஒண்ண கெட்டத்துக்கு பிளான் போட்டு தலைவர்ட்ட போயிருக்காரு. இந்த வயசுல ஒமக்கு எதுக்கு ஓய் இப்போ கல்யாணமுன்னு தலைவர் கேட்டிருக்காரு. அதுக்கு அவரு சொல்லியிருக்காரு ‘வாப்பா எனக்கு வென்னி போட்டுத்தர ஒரு ஆள் வேண்டாமா’ன்னு.

‘வென்னி போட ஆள் தேடுயரா இல்லே . . . தானக்கேடும் பேசி தலைவர் அனுப்பி உட்டுருக்காரு. இந்த எழுவுவளே வச்சிட்டு என்ன செய்ய செல்லுதே.’ அப்போ கேளு கருத்தான் காதருக்கும் அவன் வாப்பாக்கும் சண்டை வலுத்துட்டு. கடைசியில உம்மாக்காரி வந்து வாப்பாக்கும் மொவனுக்கும் இடையில் சமாதானம் செய்து வச்சிருக்கா.’

‘அவனுக்க விசயத்துல நீங்க தலையிடப்புடாது, நீயும் அவருக்க விசயத்துல தலையிடப்புடாது, உங்க உங்க வேலைய பாருங்கோ’ன்னு . . . அதுக்குப் பொறவு வாப்பாக்கும் மொவனுக்கும் பேச்சு கிடையாதுன்னு பள்ளிக்கிட்ட பேசிக்கிட்டானுவோ.”

பேச்சினூடே இருவரும் சிரித்துக்கொண்டார்கள்.

“கருத்தான் காதருக்கக்கூட இருந்து மல்லிகா ஒரு புள்ளை பெத்தான்னும் அந்த புள்ளை மல்லிகாக்க பெரியம்மைட்ட வளருதுன்னு . . . நம்ம புராணம்” காஜா சொன்னான்.

“காக்கா எனக்கு உடனே ஊருக்கு போணும் போல இருக்கு. மத்த கோஸ்டியோ எப்படி இருக்கானுவோ . . .”

“நம்ம மரக்கட தட்டு காஜா இருக்கான்லா அவனும் நம்ம கோள் மூட்டிக்க மவனும் ஊர ரெண்டாக்க பாக்கானுவோ. கூட நாலஞ்சி பயலுவளும் உண்டு. கொடியேத்தது தப்பு. தர்ஹாக்கு போவப்புடாது . . . பாத்தியா ஓதப்புடாதுன்னு போன நோம்பு பெருநாள தனியா கொண்டாடிருக்கானுவோ. போறாத குறைக்கு ஹஜ்ஜி பெருநாள நம்ம மாவட்டத்துல ரெண்டு நாளா கொண்டாடிருக்கானுவோ. பாதிபேரு கேரளா வோட சேந்து வெள்ளிக்கிழமையும் மீதி பேரு தமிழ்நாட்டோட சேர்ந்து சனிக்கிழமையுமா போட்டு கொளப்பிட்டானுவோ.

அவனுவள சொல்லி குத்தமில்லே மார்க்க அறிஞர்கள் ரெண்டு கோஸ்டி. எல்லாவனுக்கும் கௌரவம். நான் பெரியவனா நீ பெரியவனான்னு. படச்சவன விட அவனுவோ அவனுவள பெரியவனா நெனைக்கானுவ போல. பிறை கழகம்னு நாலஞ்சு பேரு எல்லாவனும் ரஷ்யா விண்வெளி ஆராய்ச்சி மையத்துல வேலை பாத்துட்டு ரிட்டையடாயி வந்தவனுவளப் போலப் பேசுதானுவோ. எல்லா பெருநாளுக்கு முன்னாலயும் பிறை குழப்பம் தீரல. எப்ப பாத்தாலும் ராத்திரி ஒன்பது மணிக்கு கோழிக்கோட்ல பிறை பாத்தாச்சி. நாளைக்கு பெருநாள்னு சொல்லானுவோ. கோழிக்கோட்ல பாக்கானுவளோ, பாக்கலியோ தெரியாது. நம்ம பண்டிகை நாளுவள பரிகாசமாக்கிட்டானுவோ ஒண்ணும் பண்ண முடியாது. ரொம்ப பேசுதானுவோ. அவனுவள்ட்ட பேச முடியாது பாத்துக்கோ. ரொம்ப மொட்டத்தனமா சூனியக்காரனுவோ போல பேசுதானுவோ. அவனுவோ கருத்தான் காதருக்கு எதிரு."

"ஏன் . . ?"

"தப்லிக் ஜமா – அத் காரனுவள அவனுகளுக்கு பிடிக்காது போல. நம்ம ஸலாஹிக்கு சுத்தமா பிடிக்காது. நான் ஊர்ல இருந்தப்போ, நல்ல தமாஷ். ஒரு வெள்ளிக்கிழமை ஆலீம் பயான் பண்ணுனாரு. உங்கள் வீட்டு உலையில் குழம்பு கொதித்தால் அதைத் தாராளமாக வைய்யுங்கள் பக்கத்து வீட்டுக்காரனுக்கும் கொடுத்து உண்ணுங்கள்னு . . . யூதனாக இருந்தாலும் கொடுத்து உண்ணுங்கள். கேட்டுட்டிருந்த நம்ம அனிபா சாயிபு சொன்னாரு. எல்லா தெரிஞ்ச ஆலீம்ஷா பள்ளி நடையில இருந்து மோண்டாருன்னு உள்ள கதையால்லா இருக்கு. சம்பவம் சரிதான். ஆனா இவரு யோக்யதை கேரியர்ல சோறு வாங்கிட்டு வந்து பக்கத்துல படுத்துக் கிடக்க மோதியாருக்குக் கொடுக்காமத் திங்காரு. இத கேக்கப் புடாதுமான்னு ஜமா – அத் தலைவர்ட்ட சொல்ல, அவரு கமுக்கமா இருந்துட்டாரு. எல்லாவனும் எளவு கொண்டாட நடக்கானுவோ. இவனுவள பாக்கும்போது கருத்தான் காதரு எவ்வளவோ கொள்ளாம் பாத்துக்கோ. ம் . . . சரி . . . இன்ஷா அல்லா உன் கல்யாணத்துக்கு வாரேன். நீ புறப்படும்போது டெய்லர்கிட்ட சொல்லிட்டுப் போ. நான் அடுத்த வாரம் கூப்பிடுதேன்."

ஒன்றரை மணி நேர போன் உரையாடலுக்குப் பிறகு நீண்ட நேரம் ஃபைசலின் மனம் முழுவதும் கருத்தான் காதர் நிறைந்து கிடந்தான். நினைத்துப் பார்க்க முடியவில்லை. அபூர்வ மாகத்தான் மனிதன் எல்லா முனைகளிலும் அனுபவம்

பெறுகிறான். அப்படியான அனுபவம் பெற்றவனாக காதர் இருப்பதைக் குறித்து யோசித்துக்கொண்டிருந்தான். ஃபைசலுக்கு நல்ல நினைவு இருக்கிறது. காதர் அப்போது கஞ்சா பழக்கத் தில் சிக்கிக் கிடந்த நேரம் ஐ.ஆர்.இ. மணல் மலையில் உட்கார்ந்து கஞ்சா பீடியை ஆட்காட்டி விரலுக்கும் நடுவிரலுக்கும் இடையில் வைத்துக்கொண்டு பெருவிரலை மடித்து துவாரம் வழியாக இழுத்துப் புகைத்துப் புகையை வெளியே விடாமல் இதயத் துக்குள் நிறுத்தி மூளைக்குக் கொண்டுபோய் உடம்பின் நாடி நரம்புகளில் எல்லாம் பிசகில்லாமல் நகர்த்திக் கடைசியில் எஞ்சிய கொஞ்சம் புகையை வெளியே விடுவான். குருசுப் பாறையின் வடக்குப் பக்கம் நீண்ட பெரும் கடல் வெளியை வெறித்துப் பார்க்கத் துவங்கினால் அவன் பார்வை விலகாது. அலைகளை எண்ணத் துவங்குவான். ஒவ்வொரு அலையும் அதன் தன்மைகளும் அவனுக்குப் பரிச்சயமுண்டு. ஒருமுறை குருசுப்பாறைக்குக் கீழே தோடு செத்தி எடுத்துக்கொண்டிருந்த போது அவனோடு பேச நேர்ந்தது. ஊரில் காதருக்கும் அவனுக்கு மான பேச்சின் துவக்கம் அதுவாகத்தான் இருக்க வேண்டும்.

“என்ன காதரு . . . எதாவது விசேசமா கடல ரொம்ப நேரமா பாத்துட்டு இருக்கே.”

“ஒண்ணுமில்லே. இந்த கடல்ல சாடி விழுந்து ஒரு மீனுக்க வயித்துல யூனுஸ் நபி மாதிரி கிடக்கலாமானு பாக்கேன்.”

இப்படி ஒரு பதிலை எதிர்பார்க்கவில்லை என்பதால் திடுக்கிட்டுப் போகும்படியாக இருந்தது அவனின் பேச்சு. ஃபைசல் அப்போது பயந்து நடுங்கிக்கொண்டே பதில் எதுவும் பேசிக்கொள்ளாமல் மனநோயாளியிடமிருந்து விலகிப் போவது போல தப்பித்து நகர்ந்து போய்விட்டான்.

காதரோடு பேசுபவர்கள் எல்லாம் மோசமானவர்கள் என்று ஊரில் அபிப்ராயம் உலவிக்கொண்டிருந்த நேரமது. ஆனாலும் முதல் பேச்சின் பயத்திலிருந்து விடுபடாத ஃபைசல் நேரில் எதிரில் கண்டால் காதரோடு பேசிக்கொள்வான். அப்போது மல்லிகாவுக்கும் அவனுக்குமான உறவைப் பற்றி அடைத்துக் கிடந்த கடைகளின் நெரவுப் பலகையும் பாடுபேசிக் கொண்டிருந்தது. அவன் மல்லிகாவின் மீது தீவிரமான காதல் கொண்டு சுற்றித் திரிந்த பிறகு கஞ்சா போதையிலிருந்து முழுமையாக இல்லாவிட்டாலும் ஓரளவுக்கு விடுபட்டிருந் தான் என்றும் மல்லிகா அவனைக் கொஞ்சம் கொஞ்சமாகத் திருத்திவிடுவாள் என்றும் பிறகு காதர் முஸ்லிமிலிருந்து விலகு வான். மல்லிகா இந்து மதத்திலிருந்து விலகுவாள். பிறகு

இருவரும் கிறிஸ்தவத்தில் இணைந்துகொள்ளும் திட்டத்தை ரகசியமாக வைத்திருக்கிறார்கள் என்றும் ஸலாவுதீனின் கடைத் திண்ணையில் கதைகள் கால் முளைத்து ஆட்டம் போட்டுக் கொண்டிருந்தன. நல்ல பொழுது போகும். எப்படியும் காதரின் கதையை எவனாவது ஒருவன் இழுத்துவிடுவான். இத்தனைக் கும் மல்லிகா ஒன்றும் பெரிய பேரழகி கிடையாது. அவள் சின்ன வயதிலேயே முதிர்ந்த பெண்மணியின் தோற்றம் கொண்டிருந்தாள். மல்லிகாவை மலுக்கின் மருமகள் என்கிற அடைமொழியோடு கடைத்திண்ணை நண்பர்களின் கேலிப் பேச்சு அப்போது மலுக்கு சாயிப்பின் காதுகளுக்கும் போய்ச் சேர்ந்திருந்தது. மலுக்குக்கு அது பெரிய மானக்கேடு. தினமும் அவருக்குக் காதரால் பிரச்சனைதான். பிரச்சனை என்றால் வெளியே சொல்ல முடியாத அளவுக்கு விவஸ்தை கெட்டதாகவும் கூட அவர் காதுகளுக்கு வந்துகொண்டிருந்தது. சுபைர்கானின் வீட்டு வளவில் காயப்போட்டிருந்த அவன் சின்னம்மாவின் உள்ளாடைகளை கருத்தான் காதர் திருடிக் கொண்டதாகவும் அவன் பெண்களின் உள்ளாடைகளில் மோகம் கொண்ட சைக்கோ என்றும் முடிந்தால் காதரை விசம் வைத்துக் கொல்லுங்கள் என்றும் உள்ளாடை களவைக் கண்ணால் கண்ட சாட்சி அன்வர் என்றும் மலுக்கிடம் நேரடியாக சொல்லப்பட்ட பிறகு அவர் இருபது இருபத்தியோரு வயது மகனை என்ன செய்வது என்பது தெரியாமல் குடும்பத்துக்கு ஆவாத பொறுக்கிப்பயல் என முடிந்த மட்டும் சபித்துக் கொண்டார்.

ஒன்றிரெண்டு உறவினர்கள் தலையிட்டு மலுக்கு சாயிபு மகன் காதரை திருவனந்தபுரம் மணக்காட்டிலுள்ள உறவின ரிடம் சொல்லி அவனை இடமாற்றம் செய்துவிடும் முஸ்திபோடு சாலை பஜாரில் ஒரு கடையில் பணியிலமர்த்தி வைத்தார்கள். காதர் ஒன்றரை மாதத்தில் திரும்பி வந்தான். திரும்பி வருவதற்கு சில நாட்களுக்கு முன்னால் மல்லிகா அவனை திருவனந்தபுரம் போய் தம்பானூரில் வைத்து சந்தித்ததாகவும் அவள் சந்திப்புக்குப் பிறகே காதர் அங்கிருந்து நாடுவிட்டதாகவும் சொல்லப்பட்டது. வந்திறங்கிய மூணாவது நாளிலிருந்தே மலுக்கின் மனநிம்மதி மீண்டும் மண்ணாகிப் போனது.

காதரின் உம்மா மலுக்கிடம் சொல்லி வடசேரி ஆலிமிடம் காதரை ஓதிப்பார்க்கக் கொண்டு போனார்கள். அவர் பால்கிதாபு பார்த்துவிட்டுச் சொன்னார் “இன்னும் நாலுவருசம் நாலுமாசம் பயலுக்கு சமயம் சப்பட்டே. நல்லா பாத்துக்கிடுங்கோ” என ஆலிம்ஸா தகட்டில் சில சூராக்களை எழுதித் தாயத்தில் அடைத்துக் கொடுத்தார்.

"பயலுக்க இடுப்பில் கட்டி விடுங்கோ" என சொல்லிக் கொண்டு "ஓடு சைத்தானே ..." எனத் தண்ணீரை முகத்தில் வீசி அடித்துக்கொண்டே ஆலிம்ஸா கொஞ்சம் நேரம் காதரோடு பேசிப்பார்த்தார்.

"நாமேோ துனியாவுல எதுக்கு பிறந்திருக்கோம் ..."

"எங்கிட்ட கேட்டியள்னா நான் பிறந்ததுல எம் பங்கு எதுவும் கிடையாது."

காதரின் பதில் பேச்சில் அரண்டு போன ஆலிம்ஸா முடிவாகச் சொன்னார் "இவன படச்சவன்தான் காப்பாத்தணும்."

காதரின் அண்ணன் செய்யது அப்போது வடக்கன்குளத்தில் பொறியியல் கல்லூரியில் படித்துக்கொண்டிருந்தான். மாதம் ஒருமுறைதான் ஊருக்கு வருவான். ஒருமுறை ஜப்பார் அவனிடம் பேச்சுவாக்கில் காதரைப் பற்றிக் கேள்விப்பட்டது, அவருக்குத் தோன்றியதென நிறையச் சொல்லிவிட்டார். ஏற்கெனவே அவனால் அவமானப்பட்டு நடமாடிய செய்யது ஆத்திரத்தோடு காதரைத் தேடிப் போகும் வழியில்

"ஒனக்க தம்பி பொம்பளையளுக்க பாடிய களவாங்கு தாம்டே நீ ஒண்ணு சொல்லி வெலக்கப்புடாதா" என எதிரில் வந்த இன்னொருவன் கொளுத்திப்போட செய்யதின் ஆத்திரம் உச்சத்துக்குப் போய்விட்டது. குருசு பாறையிலிருந்து வீடு நோக்கி வந்த காதரை விரட்டி விரட்டி அடிக்க மூக்கு உடைந்து ரத்தம் சொட்டச் சொட்ட வெறி பிடித்தவனைப் போல ஓடிய காதர் நேராகப்போய் குருசுப்பாறைக்குத் தெற்குப் பக்கத்தில் கடலை நோக்கி நின்றுகொண்டே மூச்சை இழுத்து வயிறை எக்கிக்கொண்டு கரங்களைத் தலைக்கு மேலே தூக்கிப் பின்னியபடி "யா ... ரப்பே ... நான் உன்னிடம் வருகிறேன். இந்த துனியா எனக்குப் போதும்" கத்திக்கொண்டே அவன் குருசுப்பாறையின் அடிபக்க மரணப்பாறைக்குக் கீழே கொல்லத் துடிக்கும் கடல் அலையில் குதித்தான்.

குருசுபாறையின் சுற்றிலும் வியாபித்து நின்ற கூப்பாடுகளுக் கிடையே அறை மணி நேரத்திற்குப் பிறகு கடியப்பட்டணம் ஜார்ஜியார் தெருவைச் சேர்ந்த கிளாட்வின் கடலில் குதித்துப் பிணம்போலக் கிடந்த காதரைக் கரைக்குக்கொண்டு வந்த போது மலுக்கு சாயிப்பு குழிவெட்ட ஆள் சொல்லிவிட்டு அப்படியே கபன் துணியும் பணங்கம்பும் வாங்கும் ஏற்பாட் டோடு போனால் போகட்டும் என்று சம்பிரதாயத்துக்காக காதரை நாகர்கோவிலில் பழைய வில்லியம் ஹாஸ்பிட்ட லுக்குக் கொண்டு போனார்கள். எப்படியும் மையத்துதான்

எனக் காத்திருந்த உறவினர்களின் எதிர்பார்ப்பைப் பொய்பித்து காதர் மாலை நாலுமணிக்கு சுவாசிக்கத் துவங்கினான். இதன் பிறகுதான் மலுக்கோ செய்யதோ காதரின் உம்மாவோ உறவினர் களோ ஊர்காரர்களோ யாரும் காதரைப் பற்றி எதுவும் பேசுவதில்லை. காதர் மருத்துவமனையிலிருந்து வந்த ஒரு மாதத்தில் பழைய காதராக அவன் மனிதர்களை கடந்து போய்க்கொண்டிருந்தவன் கஞ்சாவை முற்றிலும் விட்டுவிட்டுக் குடியில் மூழ்கிக்கிடந்தான்.

ஒருமுறை குருசுப்பாறையில் வைத்து ஃபைசலிடம் சொன்னான் "மாப்ளே ... நான் பாடி களவாங்க போவலே. அன்வருக்கும் அவன் மாமிக்கும் கள்ளத் தொடர்பு என் கண்ணாலே பாத்தேன். சொந்த தாய்மாமன் பொண்டாட்டி ... அந்த லட்சணங்கெட்டவந்தான் நான் பாடி களவாங்கேன்னு என்ன பத்தி மோசமா கதை பரப்பினான்."

ஃபைசலின் வாப்பா அவனிடம் காதரோடு கூடுதல் பேச்சு வைத்துக்கொள்ளக் கூடாதென விலக்கி வைத்திருந்த போதிலும் ஃபைசல் காதரோடு நல்ல நட்பு வைத்திருந்ததான். ஒரு நேரத்தில் காதரின் மிகுந்த அன்பிற்குரியவனாக ஃபைசல் மட்டுமே இருந்தான். ஆலீம் அம்பலம் ஸலாஹி கருத்தான் காதர் கடலில் குதித்து உயிர்தப்பிய பிறகு பையன்மார் களிடம் சொன்னார்.

"அவனைப் புறக்கணிக்க வேண்டாம். அவனிடம் அன்பு காட்டுங்கள். இறைவன் நாடினால் அவன் நம்மிலும் சிறப்பான வனாக மாறுவான்."

அம்பலம் ஸலாஹி கருத்தான் காதரைப் பெரும் முயற்சி செய்து ஒரு அசர் தொழுகைக்கு அவனைப் பள்ளிவாசலுக்குக் கூட்டிப்போனார். கடை வீதியில் பலரும் புருவம் உயர்த்திப் பார்த்தார்கள். ஊரெங்கும் பாடுபொருளாக இருந்த கருத்தான் காதரின் தொழுகை அந்த அசர் தொழுகையோடு முடிந்து போனது. பின்னர் அவர் முயற்சிகள் தொடர்ந்து தோற்றுப் போனது. கஞ்சாவை முற்றிலுமாக விட்டுவிட்டு அவன் பெருங் குடியனாக மாறியிருந்த நேரம். அம்பலம் ஸலாஹியும் காதரின் வாப்பாவும் அவனை வாணியம்பாடி மது அடிமைகள் மறு வாழ்வு மையத்துக்குக் கொண்டுபோக எடுத்த முயற்சியும் தோற்றுப்போனது. அம்பலம் ஸலாஹியை விடவும் அவன் வாப்பா மலுக்கைவிடவும் மல்லிகா வலிமையானவளாக இருந்தாள். அவள் காதரின் குடியை ஓரளவுக்குக் கட்டுப் படுத்தினாள். மல்லிகாவின் விசயத்தை மலுக்கு தொடக்கத்தில்

கண்டுகொள்ளவில்லை என்றாலும் போகப் போக அதன் உக்கிரத்தை உள்வாங்கிக்கொண்டார்.

ஃபைசல் அரேபியா புறப்படும்போது மல்லிகா விசயம் தான் ஊரில் எங்கும் பேச்சாக இருந்த போதிலும் கருத்தான் காதரைத் தேடி அலைந்து, கடைசியாக முட்டம் லைட் ஹவுஸ் அருகே மல்லிகாவோடு நின்றவனிடம் போய் சொல்லி விட்டுத்தான் புறப்பட்டு வந்தான். மம்மனிபாவின் அறையில் கருத்தான் காதரை சந்தித்தபோது காலம் இரண்டரை வருடங் களைச் சுருட்டி வீசியிருந்தது.

கருத்தான் காதரின் அரேபியா இருப்பு மொத்தம் எம்பத்து ஆறுநாட்கள். இதில் மம்மனிபாவின் அறையிலிருந்த வெறும் இருபத்தாறு நாட்கள் போக மீதி நாட்களில் அவன் தமாம் சிறையில்தான் இருந்தான். கருத்தான் காதரை தமாம் சிறையி லிருந்து மீட்டெடுக்க அவன் அண்ணன் செய்யது கதறித் துடித்து எல்லா முயற்சிகளும் செய்தான். எதுவும் நடக்கவில்லை. மம்மனிபாவும் நிலைமை இவ்வளவு தூரம் கை மீறிப்போகும் என்பதை எதிர்பார்க்கவில்லை. கருத்தான் காதர் சவுதி போலீஸில் கைது செய்யப்பட்டபோது அளவுக்கதிகமான போதையில் இருந்ததுதான் பெரும் பிரச்சனையாகிப் போனது. மம்மனிபா மூலமாக விசயத்தை அறிந்த காதரின் விசா அரபி வேகவேகமாக கருத்தான் காதர் அவனிடமிருந்து வந்த மறுநாளே தப்பிப்போய்விட்டதாக தமாம் ஜவாஸாத்தில் அவனின் இந்திய பாஸ்போர்ட்டை ஒப்படைத்துவிட்டதால் மம்மனிபாவின் முயற்சிகள் எதுவும் பலனளிக்காமல் போனது.

காதர் வந்த பத்துப் பதினைந்து நாட்களுக்குப் பிறகு அறையில் அவனோடு யாரும் சீட்டு விளையாடத் தயாராக இல்லை. காதர் சூனியக்காரன் என்றும் மந்திரம் மூலமாகவும் கண்கட்டி வித்தையின் மூலமாகவும் ஜெயிக்கும் சாமர்த்தியக் காரன் என்றும் மம்மக்கண்ணால் முன்வைக்கப்பட்ட விசயம் மம்மனிபா அறையில் யாராலும் மறுக்கப்படவில்லை. பிறகு ஒன்றிரெண்டு தினங்களுக்குள்ளே காதர் மனத் தெம்பற்றவனாக அறைக்குள் அங்குமிங்கும் உலாத்தினான். வசிப்பிடத்தில் அவன் உலாத்துதல் பணியடிமையைப் பயப்படுத்தியது.

ஃபைசலிடம் கேட்டான் “மாப்ளே உன் கடைக்கு நானும் கூட வரட்டா . . .”

ஃபைசல் சிரித்துக்கொண்டே “மாப்ளே இது என்னா நம்ம ஊருன்னு நெனைச்சியா . . . நானே தலமறைவாத்தான் போவேன். கொஞ்சம் பொறுமையா இரு. இக்காமா வரட்டு.”

தமாமிலிருந்து செய்யது போன் பண்ணியபோது "உடனே எனக்கு ஊருக்குப் போவனும்" என்றான்.

செய்யது பலவற்றையும் சொல்லி சமாதானப்படுத்திய வைகள் எதுவும் பலன் தரவில்லை. மம்மனிபாவுக்கும் காதருக்கும் சண்டை மூண்டுவிடும் அபாயமும் வசிப்பிடத்துக்குள்ளே இருந்தது. தொடர்ச்சியான தர்க்கத்தால் மம்மனிபா நிறையவே பயந்துபோய் இருந்தான். வழக்கமாகத் தன்னிடம் சிக்கிக் கொள்ளும் எந்த மனிதனைப் போலவும் காதர் இல்லை என்பதை அவன் வந்த முதல் நாள் இரவே மம்மனிபா உள்ளுக்குள் புரிந்துகொண்டபோதிலும் தனது கெத்தை விட்டு விடாமல் இவனை எப்படியாவது சமாளித்து அனுப்பிவிட வேண்டும் என்பதுதான் அவனின் அபிப்ராயமாக இருந்தது. காதரின் விசயத்தில் எதாவது பிரச்சனைகள் நிகழ்ந்துவிடு மானால் அது ஊரிலும் தனது இருப்பை சிக்கலுக்குள்ளாக்கி விடும் என்பதால் அரபி வந்தவுடன் பேப்பர்களை சரிப்படுத்தி செய்யத்தோடு இவனை அனுப்பிவிட வேண்டும் என்பதில் உறுதி கொண்டிருந்தபோதிலும் காலதாமதம் அவனை மேலும் மேலும் பயப்படுத்தியது. மம்மக்கண்ணும், மிட்டாய்பாயும் டெய்லர் அஹமதும் மாஹினும் கருத்தானுக்கும் மம்மனிபா வுக்குமான சிக்கலுக்குரியச் சூழலை முன்வைத்து ரசனை களை ஏற்படுத்தியிருந்தனர். மம்மக்கண் இடையில் ஒருமுறை ரகசியமாகப் போன் செக்ஸ் பெண்ணொருத்தியின் தொடர்பை கருத்தானுக்கு ஏற்படுத்திக் கொடுத்தான். கருத்தான் துருக்கிக் கார்பெட்டில் படுத்துக்கொண்டே சூதாட்ட அறையைத் தாழிட்டுக்கொண்டு ஒரு பகல் பொழுது முழுவதும் தொலை பேசியில் சூன்யமாகிப்போனான். இதன் மறுநாள் மம்மனிபா வின் அறை தொலைபேசி துண்டிக்கப்பட்டிருந்தது. கருத்தான் காதர் காணாமல் போன இரவின் பகல் பொழுதில் நன்றாகக் குடித்திருந்தான். பணியடிமை மட்டுந்தான் அப்போது அறையில் இருந்தான். மகிரிபுக்குப் பிறகு மம்மனிபாவின் வசிப்பிடத்தின் முன் குகைக் கதவு திறந்து கிடந்தது. பணியடிமை பதறியபடி கதவை அடைத்துக்கொண்டு அறையில் கருத்தானைத் தேடிய போது கருத்தானைக் காணவில்லை. தொலைபேசி துண்டிக்கப் பட்டிருந்ததால் யாருக்கும் உடனடியாகத் தகவல் சொல்ல முடியவில்லை. இரவு பணிரெண்டு மணிக்கு மேல் டெய்லர் அஹமதுவும் ஃபைசலும் முதலில் வந்தார்கள். பின்னர் கழுத்து வீங்கி, மம்மனிபா என வரிசையாக வரவர விசயத்தின் விபரிதம் அறையில் உணரப்பட்டது.

டெய்லர் அஹமதுவும் மம்மனிபாவும் காரை எடுத்துக் கொண்டு போனவர்கள் ஒரு மணிநேரத்திலெல்லாம் திரும்ப

வந்தனர். அடித்துப் பிடித்துத் தேடப்போனவர்கள் யாராலும் கருத்தான் காதரைக் கண்டுபிடிக்க முடியவில்லை. மறுநாள் காலை பத்து மணிக்குப் பிறகுதான் செய்யதுக்கு சேதி சொல்லப் பட்டது. செய்யதுக்கும் மம்மனிபாவுக்கும் நெடுஞ்சண்டை துவங்கிவிட்டது. செய்யது போலீஸுக்குப் போவப் போவதாகச் சொன்னபோது மம்மனிபா அரபியிடம் பேசினான். அரபி முந்திக்கொண்டு ஜவாஸாத்துக்குப் போய்விட்டான். கிட்டத் தட்ட பனிரெண்டு நாட்களுக்குப் பிறகுதான் கருத்தான் தமாம் சிறையில் அடைக்கப்பட்டிருக்கும் விசயம் தெரியவந்தது. செய்யதுடன் எகிப்து மேலாளரும் செய்யதின் அரபி நண்பனு மாக தமாம் சிறையில் காதரை சந்தித்தபோதுதான் செய்யதால் எல்லாம் தெரிந்துகொள்ள முடிந்தது. விலங்கு பூட்டப்பட்டு காதர் பரிதாபமாகக் கொண்டு வரப்பட்டான். அவன் தூங்கி யிருக்க மாட்டான் என்பதை செய்யது பார்த்த மாத்திரத்தி லேயே புரிந்துகொண்டான். ஐந்து நிமிடம்தான். கம்பிகளுக்குப் பின்னால் அழுது கதறிக்கொண்டிருந்த காதரை நோக்கி . . .

“யா . . . கராமி . . . யா . . . கராமி . .“. என்றபடி வந்து அரபி போலீஸ் அவனைப் பலமாக அடித்துத்தள்ளித் தரதர வென இழுத்துக்கொண்டு போனான். இப்படியொரு பரிதாப மான நிலையில் அவனைப் பார்க்க நேரும் எனக் கனவிலும் செய்யது நினைத்துப் பார்த்திருக்கவில்லை. காதர் சிறையில் செத்துப்போவான் என்கிற பயம்தான் செய்யதுக்கு மனம் முழுவதும் ஓடிக்கொண்டிருந்தது. வாப்பாவிடம் என்ன சொல்ல முடியும். இத்தனைக்கும் அவன் அவரின் செல்ல மகன். செய்யதால் சில இரவுகள் தூங்க முடியவில்லை. மம்மனிபா அறையில் தொலைபேசி அப்போதும் இயங்காமல் கிடந்தது.

மம்மனிபா அறையில் பிறகு ஒரு இரவில் போலீஸ் முதன்முறையாக நுழைந்தது. பதினான்கு போலீஸ் இருந்தார் கள். போலீஸ் வரும் என்பதை மம்மனிபா முன்னமே எதிர் பார்த்திருந்தான். எனவே துரிதமாக சில முன்னேற்பாடுகள் அறையில் செய்யப்பட்டிருந்தது. ஃபைசலிடம் இக்காமா கிடையாது என்பதால் டெய்லர் அஹமது ஷியா அரபியிடம் பேசி, பிரச்சனை முடிவதுவரை ஃபைசல் அலியின் துணி குடோனில் தங்கிக்கொள்ள ஏற்பாடு செய்திருந்தான். பணி யடிமையை ரகசியமாக மம்மக்கண் தனது தபாபில் இரவு நேரத்தில் தனது இருப்பிடத்துக்குக் கொண்டு போய்விட்டான். பணியடிமையை மம்மக்கண் கொண்டுபோன இரவின் தொடக்கத்தில் மம்மனிபாவால் பணியடிமை கடுமையாகத் தாக்கப்பட்டதும் அடி பொறுக்காமல் பணியடிமை கக்கூஸ்

முறிக்குள் புகுந்து கதவை அடைத்துக்கொண்டு 'குட்டியாப்பா ... குட்டியாப்பா ...' எனக் கதறியதுமான பரிதாப சூழ்நிலை முதன்முதலாக மம்மனிபாவின் வசிப்பிடத்தில் ஏற்பட்டிருந்தது. பணியடிமையை மம்மக்கண்தான் அன்று காப்பாற்றிக்கொண்டு போனான். அறையில் அடையாள அட்டை உடையவர்கள் மட்டுமே இருந்துகொண்டனர். எல்லா நீலப்படமும் ஒளிநாடாக்களும் அடித்து உடைக்கப்பட்டு அப்புறப்படுத்திவிட்டனர். காலி மதுக்குப்பிகள் சிலவற்றையும் முற்றிலுமாக ஒழித்து அறையை சுத்தப்படுத்திக்கொண்டனர். கெட்டு கெட்டாக பிளாஸ்டிக் சீட்டுக் கெட்டுகளை வெளியே குமாம்[2] பெட்டியில் மாஹீன் கொண்டுபோட்டான். மம்மனிபா தனது அரபியிடம் பேசி வைத்திருந்தான். அதற்குக் கைக்கூலியாக இரண்டாயிரம் ரியால் பெற்றுக்கொண்ட அரபி பிரச்சனை என்றால் வருவேன் என உறுதி செய்திருந்தான். மம்மனிபா எதிர்பார்த்ததைப் போல வாசலை உடைத்து போலீஸ் அறையில் நுழையும்போது இந்திய நேரப்படி இரவு மூன்று மணி இருக்கும் பெரிய போலீஸ் அதிகாரி முதலில் கிடைத்த மாஹீனிடம் இந்த வசிப்பிடத்தின் தலைவர் யார் என்றார்.

அழுகை ஒலியோடு அவன் "அன மா ... ஆரீஃப்" என்றபோது மாஹீன் போலீஸ்காரனிடம் உதைபட்டு சுருண்டு விழுந்தான். பிறகு எல்லாரின் இக்காமாவும் சரிபார்க்கப் பட்டது. மம்மனிபாவை முன் நிறுத்திக் கேள்விகளைக் கேட்டுக் கொண்டிருந்தான் பெரிய போலீஸ் அதிகாரி ...

"தமாம் சிறையிலிருக்கும் மலுக்கு முஹமது காதர் யார்?"

"தெரியாது."

"இந்தியாவில் உன் வசிப்பிடம் எங்கே?"

"மதராஸ்."

"இங்குள்ள போனிலிருந்து ஒரு பகல் முழுவதும் தொலை பேசியில் பேசியது யார்? உங்கள் திட்டம் என்ன?"

"நாங்கள் ஏழைகள். எதுவும் தெரியாது."

இங்கு இப்படித்தான் பேச வேண்டும். ஏழைகள் என்பதும் இறைவனை முன்னிறுத்துவதும் அரபிகளிடம் இரக்கத்தை உண்டு பண்ணும்.

பிறகு அரபு அதிகாரி நிதானமாக "முஹமது ஹனிபா யார்?" என்றான்.

---

2. குப்பைத்தொட்டி.

"நான்தான்" என மம்மனிபா சொன்ன உடனே போலீஸ் காரன் அவனை அடித்துத் தாக்கிக்கொண்டே தலைமுடியைக் கொத்தாகப் பிடித்து மம்மனிபாவின் முகத்தை அதிகாரிக்கு முன்னால் பிடித்து வைத்திருந்தான். அப்போது இரக்கப்பட்ட அதிகாரி அந்த பிடியை விடச்சொல்லிவிட்டு

"தமாம் சிறையிலிருக்கும் இந்தியன் மொழிபெயர்ப்பாள னிடம் உன் பெயரை மட்டும்தான் சொல்கிறான்" என்றார்.

"அவனை எனக்குத் தெரியாது."

அறையைச் சுற்றிச் சுற்றி சோதனையிட்டனர். முக்கால் மணி நேர சோதனைக்குப் பிறகு நடு இரவில் மம்மனிபாவைக் கொண்டு போனார்கள்.

மறுநாள் லுஹர் ஸலாவுக்குப் பிறகு மம்மனிபா அவன் அரபியோடு அறைக்கு வந்தான். அரபி என்ன பேசினான் ஏது பேசினான் என்பது தெரியாது. அரபி போலீஸ் மம்மனிபாவை அவனது அரபியோடு அனுப்பிவிட்டனர். இதன் மறுநாள் அரபியும் மம்மனிபாவும் புறப்பட்டுப்போய் தொலைபேசியை சரிசெய்து கொண்டனர். அறையில் யாரும் யாரோடும் பேச்சு இல்லை. மையத்தை அடக்கம் செய்ய கொண்டு போகாத மரண வீடுபோல மம்மனிபாவின் வசிப்பிடம் வலுவிழந்து போனது. எல்லா தகவல்களும் ஃபைசலுக்கு டெய்லர் அஹமது மூலமாக அலியின் குடோனுக்கு வந்து கொண்டிருந்தது. ஃபைசல் மம்மனிபா அறைக்குப் போகாமல் குடோனில் தங்கி இருந்ததால் அலியோடு முன்னை விடவும் நெருக்கம் கூடிப்போனது. அந்த நெருக்கத்தால் அலி அவனுக்கு மாதச் சம்பளத்தில் மேலும் இருநூறு ரியாலைக் கூடுதலாக்கி னான். குடோனில் அவன் தங்குவதற்கு ஏற்படுத்திக் கொடுத்த இடத்தில் சில சவுகரியங்களை செய்து பழைய ஏ.சி. இயந்திரத் தையும் வைத்துக் கொடுத்தான்.

மம்மனிபா அறையில் தொலைபேசி இயங்கத் தொடங்கிய போது முதல் ஃபோன் செய்யதிடமிருந்துதான் வந்தது. செய்யது உணர்ச்சிகளைக் கட்டுப்படுத்திக்கொண்டு பேசியபோது மம்மனிபா செய்யதின் எந்த ஆலோசனைக்கும் மறுப்புச் சொல்லாமலிருந்தான்.

கருத்தான் காதர் சிறையிலடைக்கப்பட்டு ஒரு மாதங் களுக்கு மேலாகிவிட்டது. இரண்டாவது முறையாக செய்யது அவனை ஐந்து நிமிடம் சந்தித்துப் பேசினான். காதர் ஒன்றுக்குப் பாதியாக உருக்குலைந்து போயிருந்தாலும் முன்பு போல அழவில்லை. இன்னொரு முறை தன்னை சந்திக்க வந்தால்

குர்–ஆன் தமிழ் மொழிபெயர்ப்பு கொண்டுவரும்படி சொல்லிக் கொண்டே என்னோடு நைஜீரியாக்காரன் ஒருவன் கிடக்கிறான் எனக்கு அவன் மொழி புரியவில்லை. ஆனாலும் நானும் அவனும் பாவனையால் நிறையப் பேசிக்கொள்கிறோம். நான் எதற்காகவோ துரத்தப்படுகிறேன் என்றானாம்.

கவலைப்படாதே நான் முயற்சி செய்துகொண்டிருக்கிறேன். சீக்கிரமாய் ஊர் போய்விடலாம் என்று மட்டுமே செய்யதால் சொல்ல முடிந்தது. காதரோடான இரண்டாவது சந்திப்புக்குப் பிறகுதான். மம்மனிபாவும் அவன் அரபியும் தமாம் வந்து செய்யதை சந்தித்ததைத் தொடர்ந்து செய்யது பணம் வழங்கத் தயாராக இருந்தான். கருத்தானின் அரபியை சந்தித்துப் பேசி விசயத்தை சரிசெய்வதாக ஒப்புக்கொண்டு மம்மனிபாவும் அவன் அரபியும் பணத்துக்காக வேலை செய்ய பேரம் பேசி கோதாவில் இறங்கியப் பிறகும்கூட முயற்சிகள் தோற்றுப் போயின. காதரை வெளியே கொண்டு வந்துவிடும் முயற்சியில் மம்மனிபா உண்மையுடனும் அர்ப்பணிப்புடனும் பூர்வாங்க வேலைகளைச் செய்துகொண்டிருந்தான். காதர் ஆத்திரத்தில் தன்னைக் கொலை செய்துவிடுவான் என மம்மனிபா பயந்து போயிருந்ததை வசிப்பிடத்தில் பலரும் புரிந்துகொண்டனர். அப்படியான அச்சம் மம்மனிபாவுக்கும் இருந்தது. அதை முன்வைத்து நிகழ்த்தப்பட்ட பரிகாச உரையாடல்கள் மம்மனிபா முதுகுக்குப் பின்னால் அணிவகுத்துக் கொண்டிருந்தது.

மூன்றாம் முறையாக நிகழ்த்தப்பட்ட தமாம் பயணத்தில் கருத்தான் காதர்மீது பெரிய குற்றம் எதுவும் பதிவு செய்யப் படவில்லை என்பதைத் தெளிவாகப் புரிந்துகொண்ட மம்மனிபா வின் அரபி கருத்தானின் விசா அரபியோடு இணைந்துகொண்டு ஐய்யாயிரம் ரியால் தந்தால் பத்துத் தினங்களுக்குள் காதரை வெளியே கொண்டுவரலாம் என பேரம் பேசி முடிக்கப்பட்ட போது செய்யது மூன்று நாள் அவகாசத்தில் பணம் புரட்டிக் கொடுத்த பத்தாவது நாளில் சிறையிலிருந்து காதர் வெளியே வந்தான். அவன் யாரிடமும் எதுவும் பேசிக்கொள்ளவில்லை. ஆல்ஹாசாவுக்கு வரவுமில்லை. செய்யதின் தமாம் அறையி லிருந்து இரண்டு நாளில் அவன் இந்தியா கிளம்பிப் போனான். விமான நிலையத்தின் வாசலில் மம்மனிபா கருத்தானைச் சந்தித்து சில நிமிடங்கள் பேசியிருக்கிறான் "என்மீது கோவமா?" என்றபோது கருத்தான் இல்லை என்று மட்டும் சொன்னானாம்.

மம்மனிபாவின் வசிப்பிடம் பழைய பொலிவைச் சூடிக் கொள்ள மூன்று மாதங்களுக்கு மேலானது. கருத்தான் காதர் போன பத்து நாட்களுக்குப் பிறகே பணியடிமையை மம்மக்கண்

கொண்டு வந்துவிட்டான். மம்மனிபா அறையிலும் அலியின் குடோனிலுமாக முன்னிலும் வலுவான நிலையில் ஃபைசல் மாறியிருந்தான்.

மீண்டும் மம்மனிபாவின் வசிப்பிடம் நீலப்படங்களாலும் வழுக்கியோடிய பிளாஸ்டிக் சீட்டுக் கட்டுகளாலும் மதுக்குப்பி களாலும் மெல்ல மெல்ல நிரம்பத் துவங்கியபோது மம்மனிபா புதிய நம்பிக்கையான அரபி ஒருவனிடம் விசா வியாபாரத்துக் கான பேச்சுவார்த்தையைத் துவங்கியிருந்தான். வசிப்பிடத்தில் பணியடிமை மம்மக்கண்ணின் அறைக் கதைகளை தினம் ஒன்று என்கிற ரீதியில் காறித் துப்பிக்கொண்டே பேசினான். மிட்டாய் பாய் பொய் என்றபோது "காக்கா வெட்கத்தை விட்டுச் சொல்லுதேன். லூசுப் பயன் எனக்க சீலையை ஒருநாள் உரிஞ்சிட்டான்."

பெரும் சிரிப்பு எழுந்து அடங்கியது. நீண்ட நெடிய நினைவுகளில் பயணித்திருந்த ஃபைசலுக்குப் படுக்கையில் கிடந்து யோசித்துக்கொண்டே மாறாத வியப்போடு புரண்டு கிடந்தான். சுலைமானின் தொலைபேசி உரையாடலுக்குப் பிறகு அவன் மனம் கொஞ்சம் லேசாகியிருந்தது.

20

காலையில் ஒன்பது மணிக்கு நாசருக்கு விமானம். விமான நிலையத்துக்குள் இரண்டரை மணி நேரத்திற்கு முன்னமே நுழைய வேண்டு மென்பதால் காலையில் ஐந்து மணிக்கே பிரபுவின் லிமோசினில் மொய்தீனும் அஷரபும் நாசரோடு விமான நிலையத்துக்குப் போய்விட்டனர்.

நேற்று லுஹர் ஸலாவுக்குப் பிறகு கடையில் நாசர் திடீரென மயங்கி விழுந்துவிட்டான். அப்போதே அவனை மக்ரோனாவிலுள்ள மருத்துவ மனையில் சேர்த்துவிட்டு அவன் அரபி மம்மலிக்குப் போன் பண்ணியிருந்தான். வேகவேகமாக மம்மலி இக்பாலை சூடானியின் உணவு விடுதி போனில் தொடர்புகொண்டு விசயத்தை சொன்னவுடனையே மிஷிரி கிழவனும் இக்பாலும் போய் பார்த்து விட்டு "அவனை ஊருக்கு அனுப்ப வேண்டும். மூன்று மாதம் விடுமுறை கொடு. இல்லையென்றால் அவன் விசாவை முடித்துக் கொடு" என்கிற மிஷிரி கிழவனின் கோபமான உரையாடல் அரபியிடம் எடுபடவில்லை. ஆனாலும் கிழவன் திரும்பத் திரும்பப் பேசினான்.

"உன் விளக்கங்களை விட்டுவிட்டு அவனை விடுமுறையில் அவன் நாட்டுக்கு அனுப்பி வைக்க வேண்டும். தந்தையை இழந்து தவித்து நிற்கக்கூடிய இன்ஷா[1]னிடம் இப்படி நடந்துகொள்வது நியாய மானதுதானா?"

---

1. மனிதன்.

“நியாயத்தைப் பற்றி நீ எனக்கு பாடம் நடத்த வேண்டிய அவசியமில்லை. வயது முதிர்ந்த மனிதனே ... என்னோடு நீ பேசுகிற முறை நன்றாக இல்லை. இது எனது நாடு. நீ எகிப்து என்று நினைத்துவிட்டாய் போலும்.”

கிழவன் சிரித்தான். கிழவனின் சிரிப்பு அரபியை அவமதிப்பதாக இருந்தது.

“நான் அழகான ஆடை அணிந்திருக்கிறேன். பிறகு ஏன் நீ இப்படி சிரிக்கிறாய் ... மருத்துவர் உன் நாட்டுக்காரர்தான். நீ பேசிப் பார்.” நாசரின் அரபி வேகமாகச் சொன்னபோதே

“சாதாரண மயக்கம்தான் பெரிதாகப் பிரச்சனை எதுவு மில்லை. கொஞ்சம் ஓய்வு தேவை.” எகிப்து டாக்டர் சொன்னதை கெட்டியாகப் பிடித்துக்கொண்ட அரபி தனது நிலைப்பாட்டில் வழக்கம்போல உறுதியாக நின்றுகொண்டான்.

ஒருமணி நேரத்திலேயே மருத்துவமனையிலிருந்து நாசரை அழைத்துக்கொண்டு மிஷிரி கிழவனும் இக்பாலும் ஷரஃபியா வுக்கு வந்துவிட்டனர். வரும் வழியெல்லாம் கிழவன் புலம்பிக் கொண்டே வந்தான் “இவன் என்ன இஸ்லாமியன். என்ன மனிதன்.”

“நண்பரே விடுங்கள். பார்க்கலாம். அவன் கடையில் வேறு ஆட்கள் இல்லை. ஒரே ஒரு சோமாலியும் விடுமுறையில் போயிருக்கிறான்.”

இக்பாலின் சமாதானத்தை மறுத்துக்கொண்டே கிழவன் “பேசாமல் அரபியின் மீது குற்றப்பத்திரிகை தாக்கல் செய்து விட்டு நாசரை நாம், உங்களது தூதரகத்தில் கொண்டுபோய் ஒப்படைத்து விடுவோமா ..?”

நாசர் பதறிவிட்டான்.

“நண்பரே ... நாசர் சாதாரண மனிதன். எனவே தூதரகம் எதுவும் செய்துவிடாது. இப்போது தூதரகத்தைவிட அரபிதான் சிறப்பு. நாம் மம்மலியோடு பேசுவோம். மொய்தீனின் அண்ணன் ஆரிது இன்று காலையில் வந்துசேர்ந்திருக்கிறான். அவனுக்கும் நாசரின் அரபிக்கும் நல்ல நெருக்கம் உண்டு. நமக்கு முன்னால் நிறைய பாதைகள் இருக்கின்றன. நாம் எப்படியும் சரி செய்து விடலாம்.”

அறைக்கு வந்தவுடனேயே மம்மலியை வரவழைத்துக் கொண்டனர். ஆரிதுவை பிரபு லிமோசினில் அழைத்து வந்தான். ஆரிது நாசரின் வாப்பாவுடைய இறுதிச் சடங்கு நிகழ்வுகளை மெல்லிய மொழியில் பகிர்ந்துகொண்டது நாசரை மீண்டும்

சங்கடம்கொள்ளச் செய்ததென்பதால் அது பற்றிய பேச்சைத் தவிர்த்துக்கொண்டு இக்பால் ஆரிதோடு ஊர் நிலவரங்களைப் பேசத் துவங்கினார். பிரபு ஷமியை சந்தித்துவிட்டு வந்து அரபி அபுஹுசைன் அசர் தொழுகைக்குப் பிறகு கடைக்கு வருவதாகவும் பேசலாம் என்று சொன்ன தகவலோடு அறைக்கு வந்தான்.

ஃபைசல் சமையலறையில் எல்லோருக்குமான உணவைத் தயார் செய்திருந்தபோது பேச்சோடு மதிய சாப்பாடு போய்க் கொண்டிருந்தது. ஆரிதுதான் பேசிக்கொண்டிருந்தார். ஆரிதுவின் ஒன்றரை மணி நேரப் பேச்சில் அதிகமான நேரத்தைக் கருணாநிதியும் அவரது அரசும் எடுத்துக்கொண்டது. ஊரைப் பற்றிய பேச்சில் ஊர் இப்போது பெரும் பணக்காரர்களுக்கும் ரவுடிகளுக்கும்தான் உகந்ததாக உள்ளது. நடுத்தர மற்றும் ஏழை மக்கள் சிரம ஜீவிதம்தான் நடத்த இயலும். மனித மனோபாவம் முன்னே போல இல்லை. மனிதர்கள் மிக வேக வேகமாக சுருங்கி வருகிறார்கள். ஊரில் பள்ளிவாச லுக்குப் பின்னாலிருந்து ஆனைப் பாலம்வரை நீண்டு கிடந்த வயல்வெளியும் தோப்பும் வீட்டு மனைகளாகப் பிரித்துப் போட்டிருக்கிறார்கள். நம்முடைய இந்தியாவில் இயற்கையைத் தொலைத்துக்கட்டிவிடுவார்கள் போலத்தான் தெரிகிறது. தொடர்ந்து குடும்ப நலன் விசாரிப்புகள் என ஆரிது ஊரிலிருந்து கொண்டு வந்திருந்த கடிதங்கள். பொருட்களென விபரங் களைச் சொல்லிக்கொண்டே மொய்தீனுக்கு பெண் பார்த்துக் கொண்டிருப்பதாகவும் ஊருக்குப் போனவுடன் அவனுக்குத் திருமணம் இருக்கும் என்பதையும் சொன்னான். மொய்தீனுக்குத் திருமணம் முடிந்தால் ஆறு மாதம் அவன் ஊரிலும் ஆறு மாதம் நான் ஊரிலுமாக இருக்கும்படி பார்த்துக்கொள்ள வேண்டும். மொய்தீன் ஷரஃபியா அறைக்கு இன்னும் வர வில்லை இன்று எல்லா கணக்கு வழக்குகளையும் சரி செய்து கொண்டு இயந்திர அறையை நாளை காலை ஆரிதுவிடம் ஒப்படைக்க வேண்டும் என்று நேற்றே பிரபுவிடம் சொல்லி யிருந்தான். மொய்தீனின் அரபி ஸாஇதி நாளை உனது அண்ணன் வருவதாக அறிந்தேன். நிஜமாதானா என்று நேற்றிரவே கந்தரா அறைக்கு வெளியே பேசிவிட்டு போகும்போது . . .

“யா . . . ஸாஇதி . . . எனக்கு ஊரில் திருமண ஏற்பாடு நடந்துகொண்டிருக்கிறது. ஆரிது வந்தபிறகு இரண்டு மாதங் களில் நான் ஆறு மாதம் ஊரில் இருக்கும்படியாக நீ விசயங் களைச் சரி செய்து தர வேண்டும்.”

“ஆறு மாதம் என்ன . . . ஆறு வருடங்கள் வேண்டுமானாலும் நீ ஊரில் இருக்க ஏற்பாடு செய்கிறேன். நாம் சந்திக்காமல்

இருக்கிற சிரமத்தைத் தவிர வேறு எந்த சிரமமும் எனக்கில்லை. உனது திருமணத்தில் பங்கெடுக்க இந்தியா வருவேன்."

"நாம் இருவரும் இந்தியாவுக்கு சேர்ந்து போகலாம். ஒரு மாதம் மருத்துவ பரிசோதனை என்று தூதரகத்தில் உனக்கான விசாவுக்கு ஏற்பாடுகளைத் தொடங்கி விடு."

ஸாஇதிக்கும் மொய்தீனுக்கும் இடையேயான உரையாடல் பிரபுவுக்குத் தெரியும் என்பதால் ஆரிது பேசிக்கொண்டிருக்கும் போதே பிரபு சிரித்துக்கொண்டே சொன்னான் "காக்கா நீங்கோ அண்ணன் தம்பியோ ரெண்டு பேருக்கும் நல்ல அரபியோ. அரபி உங்களுக்கு விசா தந்திருக்கிறானா . . . இல்ல நீங்கோ அரபிக்கு விசா கொடுத்திருக்கியளான்னே தெரியலே." மிஷிரி கிழவன் இக்பால் மூலமாக மொழிபெயர்ப்பில் கேட்டுக் கொண்டே,

"குல்லும் நெசீபு"[2] என்றார்.

அசருக்கு பாங்கு சொல்லும்வரை பேச்சு போய்க்கொண் டிருந்தது. வழக்கம்போல பிரபுவை அறையில் விட்டுவிட்டு எல்லோரும் பள்ளிக்குக் கிளம்பிப் போனார்கள். அசர் தொழுகைக்குப் பிறகு அரபி அபுஹுசைனை சந்தித்துப் பேசி தீர்மானித்துக்கொண்டது போல மிஷிரி கிழவனை அழைத்துப் போக வேண்டாமென மம்மலியும் இக்பாலும் ஆரிதும் பிரபு வின் லிமோசினில் அபுஹுசைனோடு மக்ரோனா கடைக்குப் போனார்கள். இரண்டு அரபிகளும் கட்டி அணைத்து முத்தமிட்டுக்கொண்டே பேச்சை ஆரம்பித்தாலும் பிரச்சனை கொஞ்சம் சூடாகிப்போனது. நாசரின் அரபி தனக்கு பிடித்த மான ஆரிதுவிடம் நலன் விசாரித்து தனது அருகில் கிடந்த இருக்கையில் அமர்த்திக்கொண்டான். யமனி சாலே, நாசரின் அரபிக்கு ஹிந்தாவியாவிலுள்ள தனது மொத்த விற்பனைக் கடையிலிருந்து பொருட்களை வழங்க மறுத்தபோது ஆரிது பொறுப்பேற்றுக்கொண்டு பொருள் கிடைக்க ஏற்பாடு செய்திருந் தான் இதனால் சாலேயின் மீது பகையும் ஆரிதுவின் மீது அன்பும் நாசரின் அரபிக்கு உண்டு.

அபுஹுசைன் நாசரின் அரபியிடம் "நண்பனே முதலில் அனைவருக்கும் உணவோ பானமோ எது உகந்ததோ அதை ஏற்பாடு செய்" என்றபோது அனைவருக்கும் பழச்சாறு சொல்லி விட்டான்.

---

2. குல்லும் – எல்லாம்; நெசீபு – விதி.

“கோபம் நமது நன்மைகளை வேகமாகத் தின்றுவிடும். பொறுமை நன்மைகளைக் கொண்டுவரும். நான் இவர்களுக்கு உதவுவேன் என்ற நம்பிக்கையோடு என்னிடம் வந்திருக்கிறார் கள். இந்த இந்தியர்களின் முகத்தைப் பார்த்தாயா ...” நாசரின் அரபிக்கு அபுஹுஸைன் இந்தியர்களின் சார்பாகப் பேச வந்திருப்பது இஷ்டப்படவில்லை. ஆனாலும் அபுஹுஸைனின் பின்புலங்களைப் புரிந்துகொண்டு நாசரின் அரபி தன்னை நிதானப்படுத்திக் கொண்டான்.

“நண்பரே ... கடையின் இன்னொரு வேலைக்காரன் சோமாலி லீவில் போயிருக்கிறான். இறைவனுக்குப் பிறகு உனக்காக எனது அன்பிற்குரிய இந்தியன் ஆரிதுவும் உன்னோடு வந்திருப்பதால் சோமாலி வந்த உடன் நாசரை அனுப்பி வைக்கிறேன். சரிதானா ...” என்றபோது

எப்படி என்பது போல அபுஹுஸைன் மம்மலியைப் பார்த்த போது மன்னிப்பு கேட்டுக்கொண்டே மம்மலி அபுஹுஸைனைத் தனியாக அழைத்து “சோமாலி திரும்ப வரமாட்டான். இவனிடம் வேலை பார்ப்பதைவிட சோமாலியில் கடற்கொள்ளையனாகலா மென நாசரிடம் சொல்லிவிட்டுத்தான் கப்பல் ஏறி இருக்கிறான்.”

வெளியே அபுஹுஸைன் நீண்ட நேரம் சிரித்தார். “அவனைப் பார்த்தால் மோசமானவனாகத் தெரியவில்லை. தனது விருப்பப் படி உலகம் இயங்க வேண்டுமென விரும்புகிறான். அது சாத்தியமில்லைதான். மற்றபடி பிரச்சனையானவன் அல்ல. வா ... நாம் ... எதாவது ஒரு உடன்பாட்டுக்கு வரத் தூண்டலாம்.”

“எப்படியாவது நாசரை ஊருக்கு அனுப்பி வைக்க வேண்டும். அவ்வளவுதான்.”

“இன்ஷா அல்லா ...”

இருவரும் உள்ளே வந்து மீண்டும் பேசியபோது நாசரின் அரபி எந்த பிடிக்கும் வரவில்லை. நீண்ட பேச்சின் முடிவில் “நண்பனே ... நீ ஒரு உடன்பாட்டுக்கு வா.”

அவன் யோசித்துக்கொண்டிருந்தான். அபுஹுஸைன் “நான் ஒரு உடன்பாட்டை முன் வைக்கட்டுமா ...” என்றபோது ஒத்துக்கொண்டான்.

“மூன்று மாதம் வேலைக்காக என் கபாலத்திலுள்ள பாகிஸ்தானி இம்ரானைப் பேப்பர் எழுதி உனக்கு தருகிறேன். நாசர் ஊர்ப்போய் வந்தவுடன் இம்ரானைத் திரும்பப் பெற்றுக் கொள்கிறேன். எப்படி ஒத்துக்கொள்கிறாயா ..?”

நாசரின் அரபி யோசித்துக்கொண்டே ஆரிதுவைப் பார்த்தான். பிறகு சரி என்று ஒத்துக்கொண்டான்.

காலதாமதப்படுத்த வேண்டாம். உடனடியாக விசயங்களைச் செய்துவிடுவோம். அதே வேகத்தோடு பிரபுவின் லிமோசினில் புறப்பட்டார்கள். நாசரின் அரபி தனது காரில் ஆரிதுவை ஏற்றிக்கொண்டான். மற்றவர்கள் அரபி அபு ஹுசைனோடு பிரபுவின் லிமோசினில் பின்தொடர்ந்து மக்ரிபுக்கு முன்னால் ஜவாஸாத்தில் போய் இரண்டு அரபிகளும் முழு வீச்சில் பேப்பர் ரெடி செய்துவிட்டனர்.

ஜித்தாவிலிருந்து தெஹ்ரானுக்கும் தெஹ்ரானிலிருந்து தோஹாவுக்கும் தோஹாவிலிருந்து திருவனந்தபுரத்துக்குமாக கல்ஃப் விமானத்தில் உடனடியாக டிக்கெட் ரெடி செய்யப்பட்டது. நாசருக்கு ஏக சந்தோசம். தனது வாப்பாவின் மரண வலிகளிலிருந்து முற்றிலும் விடுபட்டவனைப் போல அவன் முகம் பொலிவு பெற்றிருந்தது. அப்படியே பலதுக்கு அழைத்துப் போய் ஆளாளுக்கு நல்ல நல்ல பொருட்களை வாங்கி நாசரின் பெட்டியை நிறைத்துக் கொடுத்தனர்.

21

ஃபைசலின் திருமணம் நின்றுபோன விபரத்தை இன்னும் அறையில் யாரும் அவனிடம் சொல்லவில்லை. எப்படிச் சொல்வது என்பதைக் குறித்து பல ஒத்திகைகள் மம்மலியின் பூஃபியா முன்னால் வழக்கமானப் பரிவாரங்களுக்கிடையே தோற்றுப் போய்க்கொண்டே இருந்தது. பரிவாரங் களில் இப்போது மொய்தீனுக்குப் பதிலாக ஆரிது உண்டு. மம்மலி ஆரிதுவிடம் சொன்னான் "கேட்டீர் களா ஆரிதுபாய். மொய்தீனும் அவன் அரபி ஸாஇதியும் பந்தக் ஸதாவில் மஃகிரிபு தொழுது விட்டு ஒரு உ.பி.க்காரனின் லிமோசினில் போனார் கள்" என்று.

ஆரிது எரிச்சலோடு "சவம் வெளங்காது" என்ற படி ஃபைசலின் விசயத்தில் மூழ்கிக்கொண்டே "அவனிடம் விசயத்தைச் சொல்லிவிடுங்கள்" என்றார். ஆனால் குமரி இக்பால் அதை அவனிடம் வெளிப்படுத்த வேண்டாமெனத் தடுத்துக்கொண்ட படி "பத்து தினங்கள்தானே. நல்ல மனநிலையில் சொல்லலாம். இப்போது அவன் மனது சிரமப் படாமல் பார்த்துக்கொள்ளலாம்" என்றார்.

ஃபைசலின் திருமணம் நின்றுபோன விபரத்தை அவனைத் தவிர ஷரஃபியா பலதில் நண்பர்கள் எல்லோரும் அறிந்திருந்தனர். ஷரஃபியா அறையிலும் பலது அறையிலும் நாசரின் பிரச்சாரத் தால் ஜாஸ்மீனின் பெயர் பிரபல்யமாக இருந்தது. இந்த பிரபல்யம்தான் அவன் திருமணம் நின்று போன செய்தியை ரொம்பவும் வருத்தத்துக்குரியதாக மாற்றியிருந்தது.

இக்பாலின் வற்புறுத்தலோடு கடைசியாகத் தகவல் அறிந்து விடும் நோக்கில் மம்மலி சற்றுமுன் தொலைபேசியில் ஃபைசலின் வீட்டுக்குப் பேசியபோது அவனின் வாப்பா “அது முடிஞ்சி போச்சி” என்றார்.

ஜாஸ்மீன் வீட்டிலிருந்து பட்டுப்புடவை, காப்பு, பலகாரம் கொண்டுபோன பாத்திரத்தில் அதுபோலவே எல்லாம் திரும்ப வந்துவிட்டதென ஃபைசலின் வாப்பா சொன்னபோது மம்மலி யால் மவுனமாக மட்டுமே இருக்க முடிந்தது. தொலைபேசி துண்டிக்கப்பட்ட பத்து நிமிடம் மம்மலிக்கு ஒன்றும் ஓட வில்லை. தொலைபேசி நிலைய அரபி கண்ணாடிக் கதவைத் தட்டிய பிறகே கண்ணாடிக் கூண்டுக்குள்ளிருந்து வெளியேறி னான். அதே வேகத்தில் பூஃபியாவுக்கு முன்னால் குமரி இக்பாலுக்குத் தகவலை முதலில் சொல்லிவிட்டு நீண்ட நேரப் பேச்சுக்குப் பிறகு வேறு வழி ஏதாவது உண்டுமா. எல்லோரும் திரும்பத் திரும்பக் கேட்டபடியே இருந்தார்கள். பத்தரை மணிக்கு அவனுடைய அரபியால் காரில் பூஃபியா முன்னால் கொண்டுவிடப்பட்ட சவுக்கத் விசயத்தை அறிந்து ரொம்பவும் சங்கடப்பட்டான். நல்ல வேளை நாசர் இல்லை. ஜாஸ்மீனின் புகைப்படத்தை வைத்துக்கொண்டு அவர்கள் இருவரும் தொடர்ந்து நடத்திய கேலியும் கிண்டலும் தூரத்தில் சூனிய மாய் உருண்டோடித் தொலைந்து கிடந்தது.

ஷரஃபியாவிலுள்ள மம்மலியின் வசிப்பிட அறையும் பலதிலுள்ள குமரி இக்பாலின் வசிப்பிடமும் ஒருவிதமான வருத்தத்தோடு மௌனம் சூழ்ந்துகொண்டதைத் தொடர்ந்து நீட்டிக்க விரும்பாமலே அவன் புறப்படும் ஏற்பாட்டை முதலில் துரிதப்படுத்தும் முயற்சியால் இறங்கிக்கொண்டனர். குமரி இக்பாலும் மம்மலியும் மறுநாள் லுஹர் தொழுகைக்குப் பிறகு பூஃபியாவைப் பூட்டிக்கொண்டபடி பல நேரங்களில் மம்மலி அசருக்குப் பிறகுதான் திறப்பான். எனவே முன்னமே திட்டமிட்டபடி பிரபுவின் லிமோசினில் ஃபைசலையும் அழைத்துக்கொண்டு போய் ஜித்தா கான்ஸ்லேட்டில் முதல் வேலையாக ஏற்கனவே தயாராகியிருந்த அவனின் எமெர்ஜென்ஸி பாஸ்போர்ட்டைக் கைப்பற்றிக் கொண்டனர்.

எமெர்ஜென்ஸி பாஸ்போர்ட்டும் டிக்கெட்டும் கையில் வந்தபோதுதான் பிழைத்துக்கொண்டோமென ஃபைசலின் நிறைவான புன்னகையை பிரபு ரசித்துக்கொண்டாலும் ஜாஸ்மீன் குறித்த விசயம் சங்கடப்படுத்திக் கொண்டேயிருந்தது. ஜாஸ்மீனின் புகைப்படத்தைப் பார்த்த தருணம் அவள் உண்மையிலேயே புகைப்படத்தில் அழகாக இருந்தாள். பிரபு

284 மீரான் மைதீன்

புகைப்படத்தைப் பார்த்துக்கொண்டிருந்தபோதே "ம் . . . நல்லா இருக்கா. உங்க பொண்ணுங்க எல்லாம் அழகுதான்." பிரபுவும் கூட ஜாஸ்மீனின் உருவத்தை வலுக்கட்டாயமாகத்தான் அவன் மனதிலிருந்து அப்போது அப்புறப்படுத்தினான்.

முன் பக்கத்தில் ஃபைசல் இருந்துகொள்ள வாகனத்தை பிரபு ஓட்டிக்கொண்டிருந்தான். பின்னால் இக்பாலும் மம்மலியும் தீவிர யோசனையில் இருந்தபோது பிரபு ஃபைசலிடம் "நீ இந்தியாவுக்குப் போய் புதிய பாஸ்போர்ட்டு எடு. சீக்கரமாக இங்கே வந்துடு" என்றபோது ஃபைசல் பிரபுவின் காதில் மெதுவாகச் சொன்னான். "இந்த நாட்டுக்கு வேலைக்குன்னு இனி வர மாட்டேன். இன்ஷா அல்லா . . . நானும் ஜாஸ்மீனும் ஹஜ் செய்ய வருவோம்."

பிரபு பதில் ஒன்றும் சொல்லவில்லை.

"மக்ரிபுக்கு பாகிஸ்தானி ஷமி கடைக்கு நீங்க போகணும். அரபி அபுஹுசைனிடம் மீண்டும் இது பற்றி இன்று பேசினால் கொள்ளாம்." குமரி இக்பாலுக்கு இன்று நைட்டூட்டி என்பதால் அவர் பத்துமணிக்குப் போனால் போதும். எனவே குமரி இக்பால் மம்மலி சொன்னதை ஆமோதித்துக்கொண்டே இறைவன் நாடினால் இன்றைக்கு எல்லாம் நிறைவு பெறும் என்றார்.

மதியம் என்பதால் அறையில் யாருமில்லை. குமரி இக்பால் சமையலைத் துவங்கியபோது "நான் அசருக்குப் பிறகு பூஃபியா போய்விடுவேன். நீங்கள்தான் எல்லாம் கவனித்துக்கொள்ள வேண்டும்" மம்மலி சொல்லி வைத்துக்கொண்டான். இக்பால் தலைமையிலான சமையலோடு தடலாடியாக விருந்துச் சாப்பாடு ரெடியானது. மதியம் ஒன்றரை மணியிலிருந்து அசர் தொழுகை வரை நாடு பகலில் ஒரு இரவை சந்தித்துக்கொள்ளும். இரவு சமையல் உறுதியாக இருப்பதைப் போல காலையும் மதியமும் உறுதியானது அல்ல. காலை சமையல் என்பது உறுதியாக இல்லாமலிருந்தது. காலையில் அவரவர் வசதிக்கேற்ப எங்காவது சேண்ட்விச் குளிர்பானம் என்கிற அளவில் போய்விடும். மதியம் யாராவது முன்னமே வந்தால் சமையல் இல்லையென்றால் பக்கத்திலுள்ள பாகிஸ்தானி கடையில் சோறு வாங்கிக்கொள்ளலாம். ஃபைசல் ஜித்தா வந்த பிறகே அறையில் மதியச் சாப்பாடு உறுதியானது. அவன் லுஹருக்குப் பிறகு சோறு சமைத்து நல்ல மீன் கறியோடு வைத்திருப்பான். ஃபைசலுக்கு முன்னால் உம்ரா விசாவில் வந்து வந்து போன மலப்புரம் மலையாளிகள் பலரும் அறையில் இரவு மட்டுமே சாப்பாடு செய்து வைக்கும் வேலையை செய்துகொண்டிருந்தனர்.

அவர்களிடம் அறையின் ஒரு சாவி இருப்பதால் சவுகரியமான நேரங்களில் தலைமறைவாக வந்து சமையல் செய்து வைத்து விட்டு கிளம்பிப் போய்விடுவார்கள். மலப்புரம் அலவி போலீஸில் மாட்டிக்கொண்ட பிறகு அப்படியானவர்கள் வசிப்பிடத்தில் அமையவில்லை. அபுஹுஸைனின் கடையில் ஃபைசலை லுஹருக்குப் பிறகு அறைக்கு அனுப்பிவிடுவதால் ஆறுமாதமாக மதியம் அவன் சாப்பாடுதான். இன்று குமரி இக்பால் களத்திலிறங்கி நன்றாகவே சமைத்து வைத்திருந்தார். அறையில் மம்மலியும் குமரி இக்பாலும் இருப்பதால் ஃபைசலுக்கு பிரபுவோடு ரகசியம் பேசிக்கொள்ள முடியவில்லை. சமையல் முடிந்து நாலுபேரும் சுற்றி அமர்ந்து பேசிக்கொண்டே சாப்பிடத் துவங்கியபோதுதான் இக்பால் துவங்கினார்.

“ஃபைசலே அபுஹுஸைன்ட்ட பேசிட்டு, உறுதியானதும் தகவல ஊருக்குச் சொல்லலாம். உனக்க வாப்பாட்ட விசயத்த மம்மலி சொல்லுவான். என்னா . . ?” என்றபோது ஃபைசல் மௌனமாகத் தலையாட்டினான்.

“இன்ஷா அல்லா . . . எப்படியும் ஒரு வாரத்துல ரெடி பண்ணறது மாதிரி பாப்போம். ஜித்தா . . . ஜித்தாவுல இருந்து பாம்பே . . . அங்க இருந்து திருவனந்தபுரம் . . . பாம்பே ஏர்போட்ல எமெர்ஜென்ஸி பாஸ்போர்ட்ட வாங்கிட்டு ரெசிது தருவான். அத பத்திரமா வச்சிக்கோ.”

“ம்.”

“வேற என்ன வாங்கணும் . . .”

“உம்மாக்கு ஒரு செயின் வாங்கணும். அக்காவுக்கு சாரி. அக்கா பிள்ளையளுக்கு டிரஸ். வாப்பாக்கு ஒண்ணு ரெண்டு பொருள் வாங்கணும். ஜாஸ்மீனுக்கு ஏதாவது புதுசா வாங்கணும்.” ஜாஸ்மீனுக்கு என அவன் சொல்லும்போது வெட்கப்பட்ட அவன் முகத்தைப் பார்க்காமல் குமரி இக்பால் தண்ணீர் குடித்துக் கொண்டிருந்தார்.

“பிரபு நீ நாளைக்கு அவன பலதுக்குக் கூட்டிட்டுப் போ. தேவையானத வாங்கிக்கோ. பைசாவ வீணடிக்காதே.” இக்பால் முடித்துக்கொண்டார்.

மதிய சாப்பாட்டிற்குப் பிறகு எல்லோரும் தூங்கத் தயாரான போது மகிரிபுக்கு வந்துவிடுவதாகக் கூறிவிட்டு பிழைப்பைப் பார்க்க பிரபு கிளம்பிப் போனான். பகல் தூக்கம் என்றாலும் அறைக் கதவைத் தாளிட்டு விளக்கை அணைத்தால் அறை இரவு போல மாறிவிடும். மம்மலியும் இக்பாலும் படுத்துக் கொள்ள ஃபைசல் தூங்காமல் புரண்டு புரண்டு கிடந்தான்.

இப்போது அவன் மனம் முழுவதும் ஜாஸ்மீன் நிறைந்து கிடந்தாள். இத்தனை நாட்களாக அவனுள் எழாத கற்பனைகள் எல்லாம் வரிசையாக வலம் வந்து அவனை வட்டமிட்டுக் கொண்டன. சவுக்கத்தும் நாசரும் ஜாஸ்மீன் பற்றி அபிநயத்துக் காட்டிய அபிநயத்தைக் குறித்த ஓர்மையில் அவன் தனக்குள்ளே சிரித்துக்கொண்டான். புகைப்படத்தின் வழியாகக் கண்ட ஜாஸ்மீனின் பெரிய கண்கள் அவனை வசீகரித்திருந்தது. புகைப் படத்துக்காக அவள் கண்களில் சுர்மா போட்டிருக்கிறாள். அந்த கண்கள் மீது அவனுக்கு வசீகரம் கூடிய ஈர்ப்பு முன்னமே இருந்தது. இந்த ஐந்தரை ஆண்டு அரபு வாழ்க்கையில் நிறையப் பெண்களின் கண்களை மட்டும்தான் பார்க்க முடிந்திருக்கிறது. துவைஜி வீட்டில் அருஷாவைத் தவிர்த்து ஒன்றிரெண்டு மகிரிபு பெண்களையும் எகிப்திய பெண்களையும் நல்ல நேர்த்தியான ஆடைகளோடு பார்த்திருக்கிறான். கண்கள்தான் வலிமையான பாலியல் உணர்வை உற்பத்தி செய்கிறதென்பதை அவன் பார்த்த பல கண்கள் அவனுக்குக் காட்டியிருக்கின்றன. ஆனாலும் ஜாஸ்மீனின் கண்கள் விபரிதமான ஈர்ப்பை உண்டாக்காமல் இதயத்தில் புகுந்து மனதில் கிடக்கும் பெண் நினைவுகளை எல்லாம் அப்புறப்படுத்திவிட்டு அவனைத் தேடி அலைவதாகத் தோன்றியது.

ஃபைசலே உறங்கலியா . . ?

மம்மலியின் சப்தத்தில் தான் கவனிக்கப்படுகிறோமோ என்ற எண்ணம் ஏற்பட்டபோது அவனுக்கு வெட்கம் உண்டானது. குமரி இக்பால் படுக்கையில் புரண்டுகொண்டே சொன்னார் "என்ன ஃபைசலே ஊர் ஓர்மையா . . ?"

அவன் மௌனமாகக் கிடந்தான்.

"ஃபைசலே ஐந்து வருசமாச்சில்லா . . . இந்தியா ரொம்ப மாறிட்டு. உன் ஊர்கூட புரட்டிப் போட்ட மாதிரி இருக்கலாம். என்ன இருந்தாலும் நம்ம நாடு நம்ம நாடுதான். ஃபைசலே பத்து நிமிசம் கண்ண மூடித்தூங்கு."

"உறக்கம் வரலே காக்கா."

"வராது. மனசு அங்கே உடம்பு இங்கே எங்கோட உறக்கம் வரும்."

கண்களை இருக்கமாக மூடிப் பார்த்தான். உறக்கம் வசப் படவில்லை. எமர்ஜென்ஸி பாஸ்போர்ட்டும் டிக்கெட்டும் கைகளில் வந்தபிறகு அவன் சரீரம் விவரிக்க இயலாத அதிர்வுக் குள் சிக்கிக்கிடந்தது.

மீண்டும் 'ஃபைசலே...' குமரி இக்பாலின் சப்தம்.

"ஊருக்குப் போன உடனே எதுக்கும் புது பாஸ்போர்ட்ட எடு. இந்த நாடே வேண்டாம்னு போன பலபேரு போன ரெண்டே மாசத்துல திரும்ப இங்கேயே வந்துடுவான். இங்கே வலிய விட சொகம் கூடுதலு. நம்ம சவுக்கத்துக்கு இந்தியா தான் பிடிக்கும். ஆனா அவன் பொண்டாட்டிக்கு அரேபியா தான் பிடிக்கும். நாமோ யோசிக்க முடியாத பல விசயங்கள் வாழ்க்கையில இருக்கு. நாமோ வாழ்றமா இல்லே... வாழ்க்கை நம்ம வாழுதான்னு யாருக்குமே தெரியாது. ஏர்போட்ல போய் இறங்கி, குடும்பக்காரனுவளயெல்லாம் பாப்பியே அந்த கிரக்கம். அவனுவள விட்டுத் திரும்ப வரலன்னா போயிடும். பாத்துக்கோ நல்லா யோசிச்சிக்கோ. பொண்டாட்டி பிள்ளைங்க எல்லாம் ஒரு மயக்கம்தான். பொண்டாட்டின்னு சொன்னதுமே ஒரு ஓர்மை. ஃபைசலே லைட்ட போடு. மம்மலி எழும்பு ஃபைசல்ட்ட பேசுவோம்." ஃபைசல் தனது படுக்கையின் மேலிருந்த சுவிட்சை போட்டுவிட்டபோது வசிப்பிடம் பிரகாசமானது.

"ஃபைசலே ஓசோ சொல்லுவாரு. கணவன் மனைவி உறவு ஒரு நெருக்கமான வெறுப்பு நிலைன்னு. அரேபியால இருக்க இந்தியாக்காரனுக்கு இந்த நெருக்கம் வெறுப்பு நிலைக்குப் போறதுக்கு முன்னால தப்புறதுக்கு வாய்ப்பு இருக்கு."

பொதுவாக குமரி இக்பால் நிறையப் பேசுவார். ஆனால் அவரின் இன்றைய பேச்சு முற்றிலும் மாறுபட்ட சூழ்நிலை யில் இருந்ததைப் புரிந்துகொண்டே மம்மலி சமையலறையில் போய் ஃபைசலைத் தண்ணி கொண்டுவர அனுப்பிவிட்டு குமரி இக்பாலிடம் சொன்னான்.

"இக்பாலாக்கா ஜாஸ்மீன் விசயமா ஒண்ணும் சொல்ல வேண்டாம். பையன் கற்பனையில கிடக்கான். பளிச்சினு கலச்சிப் போடாதிங்கோ."

"மம்மலி நான் அத பேசமாட்டேன். பாவம் சின்ன பையன். சிலதுகள புரியட்டும்."

ஃபைசல் தண்ணியோடு அறைக்குள் வந்துவிட்டபோது பிரகாசமான அறையிலிருந்து குமரி இக்பால் நின்றுகொண் டிருந்த ஃபைசலிடம்,

"ஃபைசலே இரி அரேபியாவுல ஒனக்க அனுபவம் கூடுதலாக்கும். இந்த பதினேழு வருசத்துல நான் பாக்காத பல ஆளுவள நீ பாத்துட்டே. எனக்கு கம்பெனி... கம்பெனிய விட்டா... பலது ரூம். இல்லைன்னா மம்மலி ரூம். எனக்கு

சூடு அவ்வளவா தெரியாது. ஆனா நீ ரியாத்துல சூட்ல கெடந்திருக்கே. தாஃய்புல, குளுருல கெடந்து செத்துப் பொழச்சவன். இந்த அனுபவங்களுக்குள்ள இருந்து வாழ்க்கைய கத்துக்கோ. பாத்திரம் முக்கியமா சோறு முக்கியமான்னு கேட்டா நிறைய பேருக்கு பளிச்சின்னு பதில் தெரியாது. ஒண்ணுக்குள்ள ஒண்ணு புகுந்து கெடக்கு ஃபைசலே."

நீண்டுகொண்டே போன பேச்சு அசர் பாங்கிற்குப் பிறகு முற்றுப் பெற்றது. இடைப்பட்ட பேச்சு முழுவதும் ஃபைசலைக் குறிவைத்து நிகழ்த்தப்பட்ட இறை அழைப்பாளர்களின் பயான்[1] போல அமைந்திருந்து. அசருக்குப் பிறகு மம்மலி கிளம்பிப் போகும்போது "இக்பாலாக்கா பயான் போதும். அவன் ஒண்ணு ஃபிரியாவட்டு. அபுஹுஸைன்ட்ட பேசிட்டு, டூட்டிக்கு போவதுக்கு முன்னால பூஃபியாக்கு வந்துட்டு போங்கோ என்னா . . ?"

"நீ . . . போடே . . ."

போதை வஸ்துவை உட்கொண்டவனைப் போல இக்பால் பேசிக்கொண்டிருந்தபோதே மம்மலி கிளம்பிப் போய்விட்டான். ஃபைசல் கட்டன் சாயா போட்டு எடுத்து வந்தான். குடித்துக் கொண்டே இக்பால் பேச்சைத் தொடர்ந்தார். வேறு வேறு பாடுகள். அவர் பேச்சு சுவாரஸ்யம் உள்ளவர். பேச்சுதான் பலமானது, வலிமையானது என்பார். ஆனால் இங்கு அரபிகள் பலருக்கும் பேச்சு பிடிக்காது. இந்தி குல்லும் கலம் கத்தீர் என்பார்கள். இந்தியர்கள் நிறையப் பேசக்கூடியவர்கள் என்று பொருள். இக்பால் சொல்லுவார் . . .

"ஃபைசலே இவனுவளுக்கு பேசதுக்கு ஒண்ணும் கிடையாது. சொல்லப்பட்டது என்ன நோக்கத்தோடு சொல்லப்பட்டது என்பதைத் தெரிந்துகொள்ளாத மடையர்கள். ஒட்டகத்தைக் கட்டிப் போடு. இறைவன்மீது நம்பிக்கை வை. ஒட்டகத்தை அவிழ்த்து விட்டுவிட்டு, இறைவன்மீது நம்பிக்கை வைக்காதே. இவைகளுக்குள்ளே புகுந்து போக தெரியாதவர்களால் வெளியேறவும் தெரியாது. எல்லாவற்றுக்குள்ளும் புகுந்து வெளியேற வேண்டும். அப்படி புகுந்து வெளியேறிக் கண்ணுக்குத் தெரியாத அனுபவங்களை சொந்தமாக்கிக்கொள்ளும்போது வெளிச்சமான பாதை நமக்கு முன்னே வந்துவிடும். மன்சூர் அல் ஹல்லாஜை நூறு முறை சவுக்கால் அடித்தவன்தான் களைத்துப்போனான். இப்போது மிஷிரி கிழவன் இருந்தால் அவன் பேச்சைக் கட்டுப்படுத்த முடியாது. ஃபைசலே துன்பத்தைக் கண்டு நடுங்கினால் துன்பத்தை வெறுத்தால்

1. உரை.

நமக்கு எந்த இன்பத்தையும் எதிர்பார்க்கும் உரிமை இல்லாமல் போய்விடும். இருக்கட்டும் இவர்களுக்கு பேசுவதற்கு அரசியல் கிடையாது. சினிமா கிடையாது. இலக்கியம் ஒருபாடு உண்டு. ஆனா இவனுவளுக்குத் தெரியாது. நாடகம் கிடையாது. டி.வி.யில சீரியல்கூட எகிப்து, லெபனான்ல இருந்து வரக்கூடியதுதான். பொறவு எப்படி பேசுவானுவோ. ஆனா நமக்கு ஒரு வாரம் மூச்சி உடாம அரசியல் பேசலாம். மூணுமாசம் சினிமா பேசலாம். எங்கிட்ட எவனாவது நாடகம் பத்தி பேசுனா வருச கணக்குல பேசுவேன். எனக்க புது நாடகம் நீங்காத நினைவுகள். பிரபுட்ட சொன்னா சிரிப்பான்."

ஃபைசல் சிரித்தான்.

"இப்போ ஜவ்வால்னு ஒண்ணு வந்திருக்கு தெரியுமா . . ?"

"ஜவ்வால்னா . . ?"

"ம் . . . செல்போன். எப்படியும் இன்னும் ஒரு வருசத்துல நம்ம நாட்லயும் வந்திரும். இப்போ ரெண்டுமாசமாச்சி . . . எனக்க அரபி வச்சிருக்கான். சின்ன போன் உழுவ மீன் கணக்க இருக்கு. எங்க வேணும்னாலும் வச்சிக்கிடெலாம். நான் பார்த்தேன். லேட்டஸ்ட் டெக்னாலஜி."

"இந்தியாவுல வந்துடுமா . . ."

"பின்னே வராம. நாமதானே உலகத்தின் பெரிய சந்தை. நம்மள்ளட்ட விக்காம உலகத்துல எவன் வியாபாரமும் முழுமை பெறாது. எவ்வளவு ஜனம் கெடக்கோம். அதிகபட்சமா ஒரு வருசத்துல வந்துரும்."

"எனக்கு ஒரு போன் வாங்கணும்."

"ஜவ்வாலா . . ."

"நீங்க வேற சாதா போன். கார்ட்லெஸ். வாப்பா ஒரு போனுக்கு ஊர்ல மூவாயிரம் கெட்டிப்போட்டிருக்காரு. மூணு வருசமாச்சி ஒருவேளை இப்போ லைன் கிடைக்கலாம். அதான் ஒண்ணு கொண்டு போகணும்."

"பலது கண்ணாடி பில்டிங்லே மத்த காசர்கோடு மலையாளி காக்கா வேலை பாக்க கடையில வாங்கலாம். வேற என்னவெல் லாம் வாங்கணும்னு ஓர்மை வச்சிக்கோ. போன் எனக்க செலவுல வாங்கலாம். மம்மலி உனக்கு ஒரு சீ.டி டெக் வாங்கித் தரணும்னு சொல்லிருக்கான். நேற்று ஊருக்குப் போன் பண்ணுனேன். நம்ம மாவட்டத்துல நல்ல மழையாம். மழை பாத்து நாலஞ்சி வருசமாச்சி. போன லீவு எனக்கு மார்ச் ஏப்ரல்ல. நல்ல வெயிலு. இன்ஷா அல்லா . . . அடுத்த லீவு

மழை காலத்துலதான். மழையில நல்லா நனையணும். எனக்கு இங்க பிடிக்கலே. ஃபைசலே ஆனாலும் ஒரு போதை மாதிரி உட முடியலே. வீட்ல பொண்டாட்டி, பிள்ளையோ சொந்த பந்தமெல்லாம் என்னைய விருந்தாளியா பாத்து பழகியாச்சி. எனக்க கல்யாணத்துக்கு மூணுமாச லீவு. அப்புறம் வருசத்துக்கு ஒருமாசம் லீவு. ஏழு வருசமா வருசத்துக்கு ஒரு தடைவ போயிட்டு வந்தேன். ஒவ்வொரு லீவுலயும் ஒரு நாடகம் போட்ருவேன். கம்பெனியில வருச லீவுல போகாம இருந்தா ஒரு மாசம் தனிச் சம்பளமும். போய் வர டிக்கெட் பைசாவுல பாதியுந் தந்திருவான். பொறவுதான் இரண்டு வருசத்துக்கு ஒருக்க லீவுல போக ஆரம்பிச்சேன். நாலு வருசத்துக்கு முன்னால வாப்பா மரிச்சாலே ஒருக்க அவசர லீவுல போனேன். ஊர்ல உள்ள புதிய ஆளுவள எனக்குத் தெரியாது. என்ன புதிய ஆளுவளுக்குத் தெரியாது. பள்ளி கொடிக் கெட்டுப் பார்த்து பதினாறு வருசமாச்சி. இப்போ கொஞ்சம் வஹாபியோ கொடி ஏத்தது ஹராம்னு சொல்லுதானுவளாம். ஃபைசலே சாயா மிச்சமிருக்கா . . .”

ஃபைசல் எழுந்து போய் கட்டன் சாயா கொண்டு வந்தான். ஏ.சி.யை அணைத்துக் கொண்டு வசிப்பிட அறையின் உள் கதவைத் திறந்துவிட்டபடி குமரி இக்பால் சிகரெட் பற்றிக் கொண்டார்.

“நான் இன்னைக்கு நல்ல பேசுற மூடுல இருக்கேன். நல்லவேளை நீ மட்டுந்தான் இருக்கா. பிரபுவோ, மொய்தீனோ இருந்தா என்ன பரியாசமடிப்பாணுவோ. நாலுவார்த்தை சேந்தால பேச உட மாட்டாணுவோ.”

கட்டன் சாயாவைக் குடித்துக்கொண்டார். “இன்னைக்கு ஷமிக்க அரபிய பாத்துட்டு இன்ஷா அல்லா எல்லாம் சரியானா நாளைக்கு உன்ன பலதுக்கு கூட்டிட்டு போயிடுறேன். நாளைக்கு காலையில டூட்டி முடிஞ்சி வந்தேன்னா நைட் பத்துமணிக்கு போனா போதும். சாயங்காலம் செங்கடலுக்குப் போலாம்.”

“காக்காக்கு ஒறங்கண்டமா . . .”

“ஒறக்கமா நான் ஒறங்கி ரொம்ப வருசமாச்சி. சும்மா படுத்துக் கெடப்பேன். உறக்கம் வராது. எதையாவது ஆலோசிச்சி ஆலோசிச்சி கெடப்பேன். போன லீவுல போனப்போ என் ஊட்டுக்காரிட்ட கேட்டேன். இங்கே ஒரு எலக்ட்ரிக் கடைய போட்டுட்டு இருந்துடலாம்னு பாக்கேன்னு. அவசொன்னா மொவன இப்போதான் இன்ஜினியரிங் காலேஜ்ல சேர்த்திருக் கோம். மொவ பெரிய பிள்ளையாயிருக்கா பாத்துக்கிடுங்கோன்னு.

பொறவு நான் ஒண்ணும் சொல்லலே. பிள்ளை குட்டின்னு குடும்பஸ்தன்கள் பெரிய தியாகிகள் தெரியுமா? இங்கேயும் ஒரு பாடு கூட்டாளியோ. நிறைய அரபியும் உண்டு. இங்க பொம்பளையள விட ஆம்பளைதான் நிறைய பைத்தியமா இருக்காணுவோ தெரியுமா? இங்கே துட்டு இல்லைன்னா ஆம்புள கல்யாணம் பண்ணிக்க முடியாது."

"ஆமா காக்கா. அல்ஹாசாவுல நான் நிறைய பேர பாத்திருக்கேன்."

"இங்கேயும் உண்டு. பெரிய பரிதாபம். நாலஞ்சி பொம்பளை பிள்ளையளுக்க வாப்பா ரொம்ப ஹேப்பியா வாழ்வான். நம்மள மாதிரி செண்டிமெண்டெல்லாம் கிடையாது. இங்கே நம்மாளுவோ டெய்லி பொண்டாட்டிட்ட போன்ல பேசி, காதல் வசனம் பேசி, அழுது, பிள்ளையள்ட்ட பேசி, சிரிச்சி, அழுதுன்னு மனசுல பாரத்த ஏத்திட்டுப் பரிதாபமா அலைவான். நம்ம ரஹ்மத்துல்லா கல்யாணம் பண்ணிட்டு லீவு முடிஞ்சி வந்து பத்து நாளு பைத்தியம் கணக்கத்தான் கிடந்தான். அப்புறந் தான் பயல தேத்தி எடுத்தது. இங்கே ஐரோப்பிய கலாச்சாரத்த பார்த்தா போட்டு மறச்சி வச்சிருக்கானுவோ. நம்ம ஊர்ல ஆலீம்கள் பெருமை பீத்துதானுவோ. ஒரு வீட்ல புகைப்படம் இருந்தா அந்த வீட்ட மலாய்கத்மாருவோ சபிப்பாங்கன்னு. ஆனா இவனுகளுக்க அரசாங்க அலுவலகத்துல எல்லாம் மன்னரோட படம் இருக்கு. இவனுவளுக்க ருவா நோட்லயும் மன்னரோட படம் இருக்கு. ஆனா எந்த மலாய்கத்மாருவளும் இவனுவள சபிச்சதுமாதிரி தெரியலே."

வாசல் கதவு தட்டும் சத்தம் கேட்டது. ஃபைசல் எழுந்து கதவைத் திறக்கும் முன்னால் லென்ஸ் வழியாகப் பார்த்து பிரபு என்பதை உறுதிபடுத்திக்கொண்டு கதவைத் திறந்தான். பிரபு அறைக்குள் நுழைந்ததும் இக்பாலின் இருப்பைப் பார்த்துக்கொண்டே "ம் . . . நாடக கதைபோல இருக்கே."

இக்பால் சிரித்துக்கொண்டே "ம் . . . நீங்காத நினைவு பற்றிப் பேசிட்டு இருக்கேன்."

"அது கதை முடியலல்லா . . ."

"ஏகதேசம் முடிஞ்சிட்டு."

பிரபுவிடம் கண் சாடைக்காட்டிவிட்டு "அந்த கதாநாயகிக் கும் கதாநாயகனுக்கும் கல்யாணம் நடக்குமா நடக்காதான்னு உள்ள நிலையில இருக்கு. இனி கிளைமாக்ஸ்தான் பாக்கி."

பிரபு சிரித்தான் "ஃபைசலே சாயா உண்டா?"

“உண்டு. நாலஞ்சி கப்பு சேத்துதான் போட்டேன். காக்கா பேச ஆரம்பிச்சாச்சி. இனி சாயாயும் சிகரெட்டுந்தானே. அதான் சேத்துப் போட்டேன்.”

“நீ இரி. நான் எடுத்துட்டு வாறேன்.” பிரபு சமையலறைக்குப் போய் சாயா எடுத்துக்கொண்டு வந்தான். படுக்கையில் சாய்ந்து கொண்டே இக்பால் வளையம் வளையமாகப் புகை விட்டார்.

“காக்கா நமக்கு இங்கே நாடகம் போட முடியுமா . . ?”

“முடியாது ஃபைசலே. கொன்னே போடுவானுவோ. துபாய்லனா போடலாம்.”

“ரூம்ல போட்டாலோ . . .”

“அதான் டெய்லி போடுதோமே. எங்கிட்ட ஒரு கதை. அது ஒரு சர்வதேசக் கதை.”

பிரபு சொன்னான் “இன்னும் மகிரிபுக்கு அரை மணி நேரந்தான் இருக்கு.”

“நான் பத்து நிமிசத்துல முடிச்சிடுறேன். நாடகமா போட முடியாது. படந்தான் பண்ண முடியும்.” பிரபு சிரிப்பைத் தொடங்கினான்.

“சிரிக்கே பைத்தியாரா. இது சர்வதேச கதை. தாஸீன் ஒரு கோழிப்பண்ணையில வேலை பாக்கான். ஜித்தா தாண்டி ஒரு ஒதுங்குன ஏரியா. கோழிப் பண்ணை அரபிக்க மகளுக்கும் தாஸீனுக்கும் காதல் வளருது. கண்களால ரெண்டுபேரும் பேசிக்குறாங்க. தாஸீன் அவ மொகத்த பாக்கணும்னு விரும்புறான்.”

“மொகத்த மட்டுந்தானே . . .”

“சீரியஸா பேசும்போது பரியாச மண்ணாங்கட்டி அடிக்காதே. பேசாம கேளு. தாஸீனுக்கு ஒரு நாள் அவ பர்தாவ விலக்கி மொகத்த காட்டுறா. பேரழகி. அழகுன்னா அழகு அப்படியொரு அழகு. கூருலீன்கள் போல தாஸீனுக்கு மயக்கம் கூடிப்போகுது. கோழிப்பண்ணையில அவள பாக்க முடியாத நேரங்கள்ல கோழியோட பேசுறான். பத்து முன்னூறு கோழி எல்லாம் ஐஸ்வரியமும் அழகும் கூடின வெள்ளைக் கோழிகள். எல்லாரும் சாப்பிடுங்கோன்னு தாஸீன் சொன்னா தான் கோழியெல்லாம் சாப்பிடும். அந்த அளவுக்கு அவனுக் கும் கோழியளுக்கும் நெருக்கம். கோழிகள் கூண்டுக்குள்ளேயே பறக்கும்.”

“இது பிரஞ்சி புரட்சிக்கு முன்னால வந்த கோழி கதை மாதிரி இருக்கே.”

“மயிரு புரட்சி. சேந்தாப்ல நாலு வார்த்தை பேச உடியாடே. ஒண்ணுல சிரிச்சி கெடுக்கே. இல்லன்னா எதையாவது கேட்டுக் கெடுக்கே.”

“காக்கா ...” என்றபடி பிரபு சீரியஸாக முகத்தை வைத்துக் கொண்டான்.

“கோழிக்கும் அவனுக்குமான உறவை அவ மாடியில நின்று பாக்குறா மயங்குறா. அவங்களோட லவ் டெவலப் ஆகுது. அவ இவன பாக்காத நேரம் சின்ன கற்களால அவ மேல எறிஞ்சி அவளோட கவனத்த தன் பக்கம் திருப்புவான். ஒரு நாள் அதே மாதிரி கல் எடுத்து அவ கவனத்த திருப்பதுக் காக அவ மேல எறியுறான். அவ பர்தாவ விலக்கிப் பாக்கா. ஆனா அது அவ உம்மா. இடைவேளை போடுறோம்.”

பிரபு பாத்ரூம் போய் அங்கு சிரித்துவிட்டு வந்தான். இடைவேளைக்குப் பிறகு தாஸீன் அரபிக் காதலியோட அவன் பாஸ்போர்ட்டு சகிதமா தப்பி பலது சிட்டிக்கு வர்ரான். பலதுல நண்பனோட ரூம்ல தங்குறான். அவளுக்குத் தலை வெட்டு பாஸ்போர்ட்ட ரெடி பண்ணிட்டு ரெண்டு பேரும் தப்பி இந்திய விமானத்துல பிரயாணத்த தொடங்குறாங்க. விமானம் பறக்குது. விமானம் சவுதி வான் வெளிய தாண்டி இந்திய வான் வெளிக்குள்ள பறக்குது. யா ரப்பேன்னு தாஸீன் மூச்சுவிடுதான். அவன் மூச்சியில விமானத்தோட செறவு ஆடுது. இப்போ சவுதி போலீஸ் அலாட்டாயி ஏர்போட் மூலமா விமானத்த சவுதிக்குத் திருப்பிக் கொண்டுவரச் சொல்றான். விமானி இந்திய ஏர்போட் அத்தாரிட்டிய தொடர்பு கொள்றான். இந்தியா ஏர்போட் அத்தாரிட்டி விமானத்த திருப்ப வேண்டாம். அப்படியே இந்தியாவுக்கு வரும்படி சொல்றான். விமானம் பம்பாயில இறங்குது. ரெண்டு பேரையும் விமான நிலையத்துல அரஸ்ட் பண்ணுறாங்க. அரசாங்கம் அந்த பொண்ண திரும்ப அனுப்ப முயற்சி பண்ணுது. மீடியாக்குத் தெரிஞ்சி மக்கள் அந்த பொண்ண திரும்ப அனுப்பக் கூடாதுன்னு நாடு முழுவதும் போராடுறாங்க. திரும்ப அனுப்பினா அந்த பொண்ணோட தலைவெட்டப் படலாம்னு செய்திகளில் விவாதம் நடக்குது.

இப்போ சவுதி இந்தியாவுக்கு எச்சரிக்கை கொடுக்குது. சட்டபடி அவள் எங்க பிரஜைன்னு சொல்லுது. ஆனா அந்த பொண்ணோ தாஸீன்தான் என் உலகம். எனக்கு எந்த நாடும் வேண்டாமுன்னு சொல்லி கதறுறா. இந்தியாவில்

இடம் தர முடியாவிட்டால் மனிதர்கள் அற்ற பிரதேசத்தில் எங்களை விடுங்கள் எனக் கோரிக்கை வைக்கிறாள். இதற்கிடையே இந்தியாவுக்கும் சவுதிக்கும் பிரச்சனை பெரிதாகி வித்தியாச மான சூழ்நிலை நிலவுது. உலகம் முழுவதும் இந்த விசயத்த உத்துப் பாக்குது. டோனி பிளேயர், ஹோஸ்னி முபாரக், யு எஸ்ல பில்கிளிண்டன்னு பல பாத்திரங்களைக் கொண்டு வர்றோம். ஐ.நா. தலையிடுது.

“எதுக்கு . . .”

குமரி இக்பால் வெப்ராளமாகப் பார்த்தார். ஃபைசல் நேரடிச் சிரிப்பைத் தவிர்க்கும் விதமாக பார்வையை விலக்கிக் கொண்டான்.

“உலகம் முழுவதும் இந்த காதல் விவாதமாகுது. இந்தியா அந்த பிள்ளைய சவுதிக்கு அனுப்பி வச்சிதா? திகார் ஜெயில்ல கெடக்க தாஸீன் என்ன ஆனான்? இப்படி பல நெருக்கடி கள் கதையில உண்டு. திகார் ஜெயில்ல பஷீரோட மதிலுகள் மாதிரி சில விசயங்கள் வருது. பிரபு இதுக்குத் தமிழ்ல ஒரு நல்ல ஹீரோ சொல்லு.”

“ராமராஜன் எப்படி . . .”

“போடே . . .”

“காக்கா நமக்கு இந்தக் கதைய வியாழக்கிழமை ராத்திரி சபையில பேசுவோம்.”

“எல்லாவனும் சேர்ந்து கொமைக்கதுக்கா. வேற வேல மயிரு இல்லாம திரியியே.”

“நேரமாச்சி கிளைமாக்ஸ் சொல்லுங்கோ.”

“கிளைமாக்ஸ் சஸ்பென்ஸா இருக்கட்டு. கதை லீக்காயிரும்டே.”

“கழுதை லீக்குதானே . . . ஆனா ஆயிட்டுப் போட்டு . . .”

இன்னும் நண்பர்கள் இருந்தால் நன்றாக இருந்திருக்கும். இக்பாலாக்காவை உண்டு இல்லை என்று ஆக்கிவிடலாம். ஆனாலும் வியாழன் இரவு இந்தக் கதையை சபையில் இழுத்து விட வேண்டுமென்று பிரபு மனதில் வைத்துக்கொண்டான்.

“காக்கா டைட்டில் என்னா . . ?”

“டைட்டில்தான் முக்கியம். உலக சினிமாவிலேயே இது வரைக்கும் எவனும் வைக்காத டைட்டில்.”

“அதச் சொல்லுங்கோ.”

“இன்ஷா அல்லா.”

“டைட்டில சொல்லுங்கோ.”

“அதாம்டே இன்ஷா அல்லாதான் டைட்டிலே.”

“காக்கா அவசியமில்லாம படச்சவன இழுக்காதீங்கோ. உங்காளுவோ பிரச்சனை பண்ணுவானுவோ. பலபேரு மாட்டிட்டு கெடக்கானுவோ பாத்துக்கிடுங்கோ. நமக்கு மொய்தீனும் சவுக்கத்தும் வரட்டு பேசி முடிவெடுப்போம்.”

“நல்லா இருப்பே பிரபு. அவனுவள்ட்ட இதப்பத்தி பேசாத தாயழியோ கலாரசனை இல்லாதவனுவோ. இது ஒரு சர்வதேசக் காதல் கதை. கதாநாயகிக்குப் பேரு அரூஷா. அரூஷான்னா அரபியில மணப் பொண்ணுன்னு அர்த்தம்.”

இவ்வளவு நேரமும் சிரித்துக்கொண்டிருந்த ஃபைசல் மொத்தமாக அதிர்ந்து போனான். அவனுக்கு வியர்க்கத் துவங்கியது. அவன் மெல்ல எழுந்து சமையலறைக்கு நகர்ந் தவன் மகிரிபுக்கு பாங்கு சொல்லும்வரை அறைக்குள் வரவே இல்லை. அசருக்குத் துவங்கிய பாடு மகிரிபுவரை கிட்டத்தட்ட இரண்டரை மணி நேரம் நீடித்துக்கொண்டிருந்தது. மகிரிபுத் தொழுகைக்காக குமரி இக்பாலும் ஃபைசலும் ரெடியாகிப் புறப்படும்போது பிரபுவிடம் குமரி இக்பால் சொன்னார்.

“பிரபு நீ ஸலா முடிஞ்சதும் ஷமி கடைக்கிட்டே வா. மொய்தீன் அல்லது ஆரிது வருவான். நாங்கோ நடக்கோம்.”

பிரபுவுக்கு அப்போதும் சிரிப்பு தீரவில்லை. அவன் சிரித்துக் கொண்டே தலையாட்டியபோது குமரி இக்பாலும் ஃபைசலும் அறையைவிட்டு வெளியேறிப் போனார்கள்.

22

தொழுகைக்காகக் கடைகள் எல்லாம் அடைக்கப்பட்டு நகரம் வெறிச்சோடிக் கிடந்தது. அங்கும் இங்குமாக பல பள்ளிவாசல்களில் தொழுகையில் ஓதப்படும் குர்ஆன் வசனங்களால் ஏற்பட்டிருந்த ஒலிகள் ஆகாய வெளி முழுவதும் ஒன்றன்பின் ஒன்றாகப் பறவைகளைப் போல பறந்துகொண்டிருந்தன. வணக்கம் கட்டாயமாக்கப் பட்ட நாடென்பதால் தொழுகை நேரத்தில் ஒற்றை மனிதர்களை வீதியில் காண முடியாது. தொழுகை அற்புதமான மனப் பயிற்சி என்பதை பிரபு பலமுறை அருகில் இருந்து பார்த்திருக்கிறான். மம்மலியோ மொய்தீனோ ஃபைசலோ ஒருமுறை கூட தன்னைத் தொழுகைக்கு வா என்று அழைக்கவில்லை என்ற கேள்வி இப்போதும் பிரபுவுக்கு மனதில் உண்டு. அறையில் அவர்கள் கூடித் தொழுவதைப் பலமுறை அருகில் இருந்து பார்த்திருக்கிறான். நிற்பதும் குனிவதும் பிறகு நெற்றியைத் தரையில் பதிப்பதுமான செயல்கள் எல்லாம் அவனுக்கு அத்துபடியாகிவிட்டது. முதலில் கையைக் கழுவி பிறகு வாய் கொப்பளித்து கட்டை விரலாலும் ஆட்காட்டி விரலாலும் மூக்கின் துவாரத்தை சுத்தப்படுத்தி கழுத்தின் அடிப்பகுதி வரையிலுமாக சேர்த்து முகம் கழுவி பிறகு கையை முழங்கைவரை கழுவி, தலைமுடியை நீரால் துடைத்து, காது மடலை நீரால் வருடி, கால் கழுவியென சுத்தப்படுத்தும் ஒழு முறையும் அவனுக்குப் பிடித்தமானதும் பரிச்சயமானது மாகவே இருந்தது. ஒருமுறை தொழுது பார்த்துவிட

வேண்டும் என்பது பிரபுவின் மன அடியாழத்தில் கிடந்த ஆசையாக இருந்தது. அறையில் யாருமற்ற ஒரு பொழுதில் தொழுதும் பார்த்தான். பிறகு ஒருமுறை சூடானியின் உணவு விடுதியில் மிஷிரி கிழவனிடம் பேசும்போது தொழுகை பற்றிக் கேட்டான. உணவு விடுதியின் கடைசி பெஞ்சில் இக்பாலோடும் மிஷிரி கிழவனோடும் அமர்ந்திருந்தபோது அவசரப் பணிக்காக இக்பால் எழுந்துபோன தருணத்தில் தனித்திருந்த கிழவனோடு பேச நேர்ந்தது. கிழவன் உற்சாகமாகி சூடானியிடம் ஒரு மால்பரோ சிகரெட்டைக் கேட்டு வாங்கிக்கொண்டான். பிரபு புகைப்பதில்லை. சூடானி சிகரெட்டைக் கொடுத்துக்கொண்டே

“பாவம். உன்னிடம் இந்த இந்தியன் சிக்கிக்கொண்டானா . . .” என்றபடி இரண்டு கைகளையும் மேலே தூக்கி “என் அன்புள்ள இறைவனே . . . ஏதும் அறியாத இந்த அப்பாவி இந்தியனை இந்த மிஷிரி கிழவனிடமிருந்து காப்பாற்ற வேண்டியது உன்னுடைய பொறுப்பு” என்றான்.

“முட்டாளே எங்களிடமிருந்து வேகமாகப் போய்விடு. பிரபு அந்த முட்டாளிடமிருந்து பார்வையை என் பக்கம் திருப்பு. நாம் பேசலாம்.” சிரித்துக்கொண்டே பிரபு கிழவனிடம் திரும்பினான்.

“பறவையாக, விலங்காக, இயற்கையாக மாறி இறுதியில் கருவில் இருக்கும் குழந்தையாக மாறிக்கொள்கிற வித்தை தொழுகையில் உண்டு. ஆனாலும் இதை பலரும் அறிந்திருக்க வில்லை. மனதை ஒருமுகப்படுத்தி நன்றாகத் தொழுதால் ஒவ்வொரு முறையும் நாம் புதிது புதிதாய் பிறந்து வர முடியும். நபியின் காலத்தில் எவரேனும் முஸ்லீமாகிவிட்டால் ஸஹாபாக் கள் முதன்முதலில் அவர்களுக்கு தொழுகையைத்தான் கற்றுக் கொடுப்பார்கள். தொழுகையின் அந்தஸ்து நம் உடலில் தலை யின் அந்தஸ்தைப் போன்றதாகும்.”

“உங்களோடு நான் தொழ இயலுமா . . .”

“ஏன் முடியாது. நீ இஸ்லாமியனாகிவிடு.”

பிரபு பதில் சொல்லும் முன்னால் இக்பால் வந்து பக்கத் தில் அமர்ந்துகொண்டபோது சூடானி இன்னொரு சூடானி யிடம் சொன்னான் “இரண்டு வலுவான பேச்சு பிரியர்களுக்கு மத்தியில் குர்பான் ஒட்டகம் போல ஒருவன் மாட்டிக் கிடக்கிறான் பார்.” சூடானிகளின் சிரிப்புச் சத்தம் கடைசி பெஞ்சிவரை கேட்டது.

பிரபு தமிழில் பேசினான் “இக்பாலாக்கா கிழவன் என்னை முஸ்லிமாக மாறச் சொல்லுகிறான்.”

இக்பால் சிரித்தபடி கிழவனிடம் “என்ன நண்பரே . . . அவன் அவனாக இருக்கட்டும். இது என்ன அரசியல் கட்சியா . . . இங்கு வா வாவென அழைக்க.”

“இல்லை. பிரபு தொழுகை பற்றிக் கேட்டான். என்னோடு தொழ இயலுமா என்று கேட்டான். அவன் அவனாக இருப்ப தில் எனக்கு ஆட்சேபனை இல்லை. அல்பகறாவின் அறுபத்து இரண்டாவது வசனம்போல அவன் நன்மைகளை செய்யட்டும் அவ்வளவுதான்.”

“அல்பகறாவின் அறுபத்து இரண்டாவது வசனம் என்ன சொல்கிறது” என்று பிரபு இக்பாலை பார்த்தான்.

“இறைவனையும் இறுதி நாளையும் நம்பி மனிதனை நற்கருமங்களில் ஈடுபடச் சொல்லுகிறது.”

“மனிதர்கள் என்றால் இஸ்லாமியர்கள் மட்டுமா . . .”

“இல்லை அது யூதர்களையும் கிறிஸ்தவர்களையும் மற்றவர் களையும் இணைத்துச் சொல்கிறது. பிரபு தொழுகை மனிதர்கள் அறிய முடியாத பல நுண் அர்த்தங்களைக் கொண்டிருக்கிறது. ஆனால் தொழுகையைப் பலரும் சம்பிரதாயக் கடமையாக செய்கின்றனர். அதன் உள் பொருளைப் புரிந்தவர்கள் குறைவு. ஆப்பிரிக்காவில் உள்ள பல கிறிஸ்தவர்கள் முஸ்லிம் பெயரில் பாஸ்போட் எடுத்துக்கொண்டு மக்காவில்கூட வேலை செய் கிறார்கள். மிஷிரியோ நானோ அனுமதி தர வேண்டிய அவசிய மில்லை. உனக்குத் தொழ வேண்டுமென்று விருப்பம் உண்டு மென்றால் தொழுதுகொள். மிஷிரி சொன்னது போல தொழுகையை ஒவ்வொரு முறையும் முடிக்கும்போது மனிதன் பிறக்க வேண்டும். பிறக்க முடியாதவனின் தொழுகை நிற்பதும் குனிவதும் நெற்றியை தரையில் பதிப்பதுமான செயல்களுடே நின்று போகிறது. வெறும் செயல்களால் பகட்டுகள் மட்டுமே உற்பத்தியாகும். தொழுகையில் பிறப்புதான் முக்கியம்.

“மிஷிரி கிழவனும் நீங்களும் ஒவ்வொரு முறையும் தொழுகையில் பிறக்கிறீர்களா . . .” என பிரபு சாதாரணமாகக் கேட்டான்.

“இவரை பற்றி எனக்குத் தெரியாது. ஆனால் நான் பிறக்க வில்லை. பிறக்க முயற்சித்துக் கொண்டிருக்கிறேன். நண்பரே நீங்கள் எப்படி இதயத்துக்குள்ளிருந்து பேச வேண்டும்.”

“நாம் தேநீர் பருகலாமா . . .”

இக்பால் சூடானி நோக்கிக் குரல் கொடுத்தார்.

"எப்படி யோசித்தாலும் எனக்கு பிறந்தது போல நினைவு வரவில்லை. இறைவன் நம்மை காக்கட்டும். பிரபு நன்றாகக் கேட்டான். நாம் இன்னும் படிக்க வேண்டும் இக்பால்."

தேநீர் கொண்டு வந்த சூடானி "நான் பேசலாமா" எனக் கேட்டுக்கொண்டே "நீங்கள் இன்னும் படிக்க வேண்டிய அவசியமில்லை. தவறாகப் படித்துக் கொண்டவைகளிலிருந்து வெளியேறினால் போதும். செல்வந்தனும் செல்வமும் எவ்வளவு மோசமானதோ அப்படிதான் அறிவாளியும் அறிவும். என்னை போன்ற முட்டாள்களைத்தான் இறைவனுக்கு ரொம்பவும் பிடிக்கும். எங்களிடம் தூக்கிச் சுமக்க அறிவோ செல்வமோ இல்லாததால் கையை வீசிக்கொண்டு போய்விடுவோம்" எனச் சொல்லிவிட்டு சூடானி சிரித்துக்கொண்டே போய்க்கொண் டிருக்கும்போது மிஷிரி கிழவன் கத்தினான்.

"ஏய்... மூளையில்லாத சூடானி. இமாம் ஷாபி என்ன சொல்லியிருக்கிறார் தெரியுமா... செல்வத்தை நீ காக்க வேண்டும். ஆனால் அறிவு உன்னை காக்குமென்று."

சூடானியும் அங்கிருந்து திரும்பக் கத்தினான். "ஏய்... மூளையுள்ள மிஷிரி கிழவனே இமாம் ஷாபி என்ன சொன்னார் என்பது எனக்குத் தெரியாது. தெரியாதென்பதால் எனக்குப் பிரச்சனை இல்லை. உமக்கு தெரியுமென்பதால்தான் பிரச்சனையே."

மிஷிரி மீண்டும் பதில் பேச முயன்றபோது இக்பால் குறுக்கிட்டு "விடுங்கள் நண்பரே. அந்த முட்டாள் நம்மை விட அறிவாளியாக இருக்கிறான்" என்றபோது மிஷிரி கிழவன் பயங்கரமாக சிரித்துவிட்டான். சிரித்துக்கொண்டிருந்த பிரபு மீண்டும் கேட்டான் "நான் உங்களோடு சேர்ந்து தொழலாமா?"

"வா தொழு. எனக்கொன்றும் மாறுபாடு கிடையாது. வேண்டுமானால் என்னோடு பள்ளிக்கும் வா." அதன் பிறகு இக்பால் தொழுகைக்குப் போகும்போது எப்போதாவது...

"என்னா பிரபு வாரியா..." என சிரித்துக்கொண்டேதான் போவார்.

ஷரஃபியா பள்ளிவாசலில் இமாம் ஸலாம் வாங்கித் தொழுகை நிறைவு செய்யும் சப்தம் பள்ளி மினரா ஒலிப் பெருக்கி மூலமாகக் கேட்ட பிறகுதான் பிரபு அறையிலிருந்து வெளியேறி ஷமியின் கடையை நோக்கி நடக்கத் துவங்கினான். இப்போதும் மனிதர்கள் நடமாட்டம் எதுவுமில்லை. தொழுகைக்கு செல்லாதவர்கள் அறைக்குள்ளோ, கடைகளின் உள்பக்கமோ மறைந்துகொள்வதைத் தவிர வேறு வழி கிடையாது.

இக்காமா என்கிற அடையாள அட்டை இரண்டு நிறத்திலானது. ஒன்று பச்சை, இன்னொன்று சிகப்பு. பச்சை அட்டை இஸ்லாமியர்களுக்குரியது. சிகப்பு அட்டை மற்றவர்களுக் குரியது என்றாலும் சிகப்பு அட்டைக்காரர்களும் தொழுகை நேரத்தில் பகிரங்கமாக நடமாட முடியாது. மனிதர்கள் நடமாட்டம் இல்லாமல் இருப்பது பிரபுவை பயப்படுத்தியது. யாராவது முத்தவ்வா பிடித்துக்கொண்டாலும் சிகப்பு இக்காமாவைக் கொஞ்சம் வெறுப்பாகப் பார்ப்பான். இப்போது பள்ளிவாசலிலிருந்து வெளியேறிய மனிதர்களால் கடைவீதி மெல்ல மெல்ல நிரம்பிக்கொண்டிருந்தது. ஊ.பி.காரர்களின் லூ . . . லூ . . . கடைகளைத் தாண்டி மக்கா பாலத்தின் கீழ் ஒரு வட்டமடித்து ரோட்டைத் தாண்டினால் ஷரஃபியா போஸ்ட் ஆபீஸ். அதன் பின்பக்கம்தான் பாகிஸ்தான் ஷமியின் ஏ.சி. கடை. எல்லோரும் வந்துவிட்டார்கள். மொய்தீனும் உண்டு. அவன் இயந்திரத்தில் வேலை இல்லை என்பதால் களைப்பில்லாமல் இருந்தான். பிரபு குமரி இக்பாலின் புதிய இன்ஷா அல்லா கதையைப் பேசலாமா என்று யோசித்தான். அதற்கான தருணம் இதுவல்ல என்பதைப் புரிந்துகொண்டு, நமுட்டுச் சிரிப்போடு வேறு விசயங்கள் பேசத் துவங்கினான்.

அரை மணி நேரத்திற்குப் பிறகுதான் அபுஹுசைன் வந்தார். நலன் விசாரிப்புகள் நீண்ட நேரம் நடைபெற்றது. இடையிடையே தனியாக பிரபு இன்ஷா அல்லா ஓர்மையில் சிரித்துக்கொண்டிருந்தான். சிரிப்பின் சத்தம் இக்பாலுக்கும் ஃபைசலுக்கும் புரிந்துபோனது.

"என்னடே . . . வட்டு மாதிரி சிரிக்கே."

இக்பால் கேட்டபோது பிரபு இன்னும் சிரித்தான். அபுஹுசைன் பிரபுவின் சிரிப்பைக்காட்டி என்னவென்று கேட்டபோது பிரபு மஜ்னூனாகி விட்டான் என்றார் இக்பால்.

இன்று புதன்கிழமை இரவு. நாளை மறுநாள் வெள்ளி, சனி இரண்டு நாள் அரசு விடுமுறை. ஞாயிறு காலை பத்து மணிக்கு எனது போலீஸ் சகோதரனின் ஏற்பாட்டில் பனிமாலிக் கில் ஒரு அரபி இதற்காகவே மறைமுக அலுவலகத்தை நடத்திக் கொண்டிருப்பதாகவும் அவனைத் தொடர்புகொள்ளச் சொல்லி யிருக்கிறார். நாளை நாம் அவனை சந்தித்துப் பேசலாமா என்றபோது இக்பாலின் வேண்டுதலால் உடனடியாகவே புறப்பட்டனர். பனிமாலிக்கில் அபுஹுசைனுக்கு அந்த அரபி யிடம் நல்ல மதிப்பு இருந்தது. வழக்கமாக இது போன்ற பணிக்கு இரண்டாயிரம் மூவாயிரம் ரியால் வாங்கிக்கொள் கிறவன் அபுஹுசைனின் பின்புலத்தால் அவன் கட்டணமாக

எழுநூறு ரியால் மட்டுமே பெற்றுக்கொண்டான். “மற்றவர்களைக் காட்டிலும் உனக்காக இதை முதன்மையாக செய்துவிடுகிறேன்” என்றான். இருவரும் கட்டி அணைத்துக்கொண்டனர். “இன்ஷா அல்லா ஞாயிற்றுக்கிழமை எமர்ஜென்ஸி பாஸ்போர்ட்டில் ஸ்டாம்பிங் செய்து லுஹர் ஸலாவுக்குப் பிறகு தந்துவிடுகிறேன். அந்த இரவுக்குள் அவன் இங்கிருந்து வெளியேற வேண்டும்.”

“இன்ஷா அல்லா பார்த்துக்கொள்கிறோம். ஏர்போட்டில் சகோதரனின் நண்பர்கள் சிலர் உண்டு. இறைவன் நாடினால் அங்கும் பிரச்சனை இல்லாமல் பார்த்துக்கொள்ளலாம்.”

பனிமாலிக்கிலிருந்து ஷரஃபியா வந்தவுடன் இக்பால் ஷமியின் ஏ.சி. கடை தொலைபேசியிலிருந்து பலதில் டிராவல் ஏஜென்ஸிக்குப் போன் பண்ணியபோது ஞாயிறு மாலை நாலு மணிக்கு ஸ்ரீலங்கா விமானம் ஜித்தாவிலிருந்து கொளும்பு சென்று அங்கிருந்து தொடர்பு விமானம் மூலமாக திருவனந்த புரம் போய்விடலாம் என்றபோது இக்பால் அபுஹுஸைனிடம் சொன்னார்.

“லா ... மாஃபி ... தயாரா சீத இந்தி ... கொய்ஸ் ... லங்கா தயாரா ... மாஃபி கொய்ஸ் ... பாதேன் முஸ்கிலா ...” (லங்கா பயணம் பிரச்சனையாக இருக்கலாம் நேரடி இந்திய விமானம் சரியானதாக இருக்கும்) என்று அபுஹுஸைன் சொன்ன போது மீண்டும் பலதில் ஜேம்ஸோடு பேசப்பட்ட பிறகு அதிகாலை நாலு மணிக்கு இந்திய விமானம் ஜித்தாவிலிருந்து பம்பாய் போகிறது. பம்பாயிலிருந்து மதியம் இரண்டு மணிக்குத் தொடர்பு விமானம் திருவனந்தபுரத்துக்கு உண்டு. இதை விட்டால் வேறு வழியில்லை என்ற தகவலை இக்பால் சொன்ன போது ஞாயிறு காலை ஸ்டாம்பிங் செய்தால் ஞாயிறு நள்ளிரவு 12 மணிக்கு முன்னால் அவன் நாட்டைவிட்டு வெளியேற வேண்டும். அதிகாலை நான்கு மணி என்றால் மறுநாள் ஆகிவிடும். பிறகு யோசனையோடு அபுஹுஸைன் தனது போலீஸ் சகோதரனோடு ஜவ்வாலில் தொடர்புகொண்டு விசயங்களை விளக்கி ஆலோசனைக் கேட்டபோது அவர் பனிமாலிக்கில் அரபியோடு பேசச் சொன்னார். அவனிடம் பேசியபோது “பிரச்சனை இல்லை. நான்கு மணி விமானத்தின் டிக்கெட்டை உறுதி செய்யுங்கள். இறைவன் நாடினால் ஞாயிறு இரவு 12 மணிக்கு முன்னமே குடியுரிமையை ரத்து செய்து விமான நிலையத்துக்குள் உன் அண்ணனால் அந்த இந்தியனை அமரவைத்துவிட முடியுமா ... தகவலை கேட்டுச் சொல்லுங்கள்” என்றான். மீண்டும் போலீஸ் சகோதரனோடு பேசப்பட்ட போது அவர் கொஞ்ச நேரத்தில் மறுபடியும் அழைப்பதாகச்

சொன்னான். ஷமியிடம் எல்லோருக்கும் எதாவது உணவு ஏற்பாடு செய்யும்படி சொல்லிவிட்டார். அபுஹுஸைனோடு பத்து நிமிட நேரத்தைச் செலவிட்டாலும் உணவு நிச்சயம். அறிவு ஞானம் அன்பு இவைகளின் வழியாக ஒரு மனிதனின் முகத்தில் திருப்தி ஏற்படுவதைவிட உணவின் வழியாக ஏற்படும் திருப்தி மிகையானது. உணவு இறைவனிடமிருந்து வரக்கூடியது. பசி மனிதனை மிருகமாக்கிவிடும் வல்லமை பெற்றிருப்பதால் ஒருவனைப் பசித்திருக்க சக மனிதன் விட்டுவிடக் கூடாது. நாளை இறுதி நாளில் இறைவன் கேட்பான். பூமியில் உன்னை ஆக்கினேனே. நீ என்ன செய்தாய் என்று. வணங்கினேன் என்பான் மனிதன்.

எனக்காகவா வணங்கினாய். எனக்காக வணங்குவது போல உனக்காக வணங்கிக் கொண்டாய் வேறு.

நோன்பு நோற்றேன்.

அதுவும் உனக்காகத்தான் செய்துகொண்டாய். உனது வணக்க வழிபாடுகளையெல்லாம் விட்டுவிடு. அவைகளெல் லாம் உன் நலனுக்காக நீ செய்து கொண்டது. எனக்காக பிறருக்கு என்ன செய்தாய் . . ?

பிறருக்கு என்ன செய்தாய் என்கிற அவனின் கேள்வியின் முன்னால் நம்மிடம் பதில் இல்லாமல் போய்விடக் கூடாது. பிறருக்கு சமூகத்துக்கு செய்கிற நன்மைகளால்தான் அவனிடம் உள்ள நியாயத்தராசில் நமது நன்மை தட்டு எடை கூடி தாழ்ந்து கிடக்கும். எவன் நன்மை தட்டு தாழ்ந்து கிடக்கிறதோ அவன் வெற்றிபெறுவான்.

இக்பால் கேட்டார் “யா . . . அபுஹுஸைனே . . . அப்படி யானால் வணக்க வழிபாடுகளெல்லாம் தேவை இல்லையா . . ?”

“நான் அப்படிச் சொல்லவில்லை. அது நாம் குளிப்பது போல நம்மை சுத்தப்படுத்திக்கொள்ள பிறருக்குச் செய்கிற பேருபகாரம் நாம் உண்பது போல. குளிக்காதவன் அழுக்காகிக் போவான். உண்ணாதவன் உருக்குலைந்து போவான்.”

தொலைபேசி மணி ஒலித்தது. இல்லையென்றால் பேச்சு இன்னும் நீண்டுபோயிருக்கும். அபுஹுஸைனின் போலீஸ் சகோதரன் போனில் “விமான நிலையத்தில் ஃபைசலை பனிரெண்டு மணிக்குள் குடியுரிமை ரத்து செய்து உட்கார வைத்துவிடலாம். எனவே இந்திய விமானத்தையே உறுதி படுத்துங்கள். நான் பனிமாலிக்கில் அரபியிடம் பேசிவிடுகிறேன்” என்றார்.

“எல்லா புகழும் இறைவனுக்கே...” என சத்தமாகச் சொல்லிக்கொண்டே உங்கள்மீதும் இறைவனின் சாந்தியும் சமாதானமும் உண்டாவதாக என அபுஹுசைன் முடித்துக் கொண்டபோது ஷமி உணவைக் கொண்டு வந்தான். வட்ட மிட்டு சாப்பிட்டுக்கொண்டே சின்னப் சின்னப் பேச்சி னிடையே ஃபைசல் மௌனமாக அமர்ந்திருந்தான். குமரி இக்பால் மேலும் ஒன்றிரெண்டு ஃபோன் அழைப்பின் மூலமாக ஃபைசலின் யாத்திரையைத் தகவலாகச் சொல்லிக்கொண் டிருந்தார். உணவை முடித்துக்கொண்டபோது பாகிஸ்தானி ஷமியும் அரபி அபுஹுசைனும் ஃபைசலைக் கட்டி அணைத்து முத்தமிட்டுக்கொண்டே விடைபெறும்போது திருமணம் முடித்து மீண்டும் எங்கள் நாட்டுக்கு வா. உனக்கான விசாவை நான் ஏற்பாடு செய்கிறேன் இறைவன் நாடினால் எனச் சொல்லிக் கொண்டே அபுஹுசைன் கிளம்பிப் போனார்.

மம்மலியின் ஷரபிஃயா அறை இரவு விருந்துக்குத் தாயாராகிக்கொண்டிருந்தது. பிரபுவும் மொய்தீனும் சவுக்கத் தும் எகிப்து அஷரபும் உண்டு. மம்மலி இன்னும் வரவில்லை. குமரி இக்பால் கம்பெனி நைட் டூட்டிக்கு ஷமியின் ஏ.சி. கடையிலிருந்தே காலை வருவதாக விடைபெற்றுப் போய் விட்டார். அவர் விடைபெற்று நகர்ந்ததும்தான் தாமாதம் பிரபு இக்பாலின் இன்ஷா அல்லா கதையைச் சொன்னான். ஷமியின் ஏ.சி. கடையிலிருந்து அறைக்கு வருவது வரைக்கும் வீதிகளில் சிரித்துத் தீரவில்லை. அவர்களின் சிரிப்பும் கும்மாள மும் கேட்டுக் கடந்து போன இரண்டு அரபிகள்.

நாலு இந்தியர்கள் பைத்தியம் பிடித்து ரோட்டில் நடந்து போகிறார்கள் எனப் பேசிக்கொண்டே கடந்துபோனார்கள்.

“ஃபைசலே எல்லாவன்ட்டையும் சொல்லு. உனக்க மம்மனிபா ரூமுக்குப் போனப் போட்டுச் சொல்லு. புரைமான் ஜெயில்ல கெடந்து நசிஞ்சி ஊருக்குப் போவான்னு நெனைச்சவனுவளுக்கு வயிறு எரியட்டு. எனக்குத் தெரிஞ்சி இந்த அரேபியா வாழ்க்கையில சிலபேரு வாழ்ந்திருக்கான். வாழ்க்கைன்னா கற்பனை செய்ய முடியாத வாழ்வு. ஆனா எத்தனையோ பேரு நாசமா போயிருக்கான். உனக்கு நல்ல நெசீபு இருந்தா இங்கே வராத. நம்ம நாட்லயே வாழணும்.”

ஃபைசல் சிரித்தான். அவனின் முகம் பொலிவு பெற்றிருந்தது. மொய்தீன் கழுவி எடுத்த கோழித்துண்டுகளை ஃபைசல் வாங்கி சவுக்கத்திடம் கொடுத்தபோது சவுக்கத் அதில் தேங்காய்ப் பாலை கலந்து சமைத்தான். வழக்கமான உணவுதான் என்றா லும் சிறப்பாக சமைக்கப்பட்டிருந்தது. எல்லோரும் ரசனையான

மனநிலையோடு சமையலறையில் ஒத்துக்கூடி நின்றனர். இப்படி யான கூடுதல் எப்போதும் நிகழ்வதில்லை. கடைசியாக மம்மலி யின் சகோதரியின் திருமணம் ஊரில் நடைபெற்ற அதே நாளில் மம்மலியின் விருந்துக்காக சமையலறையில் இப்படி யான ஒத்துக்கூடல் நடந்து ஒன்பது பத்து மாதங்களுக்குப் பிறகு சமையலறை இன்று இன்னொரு ரசனைக்குள் சிக்கிக் கிடக்கிறது. வழக்கமான நேரத்தைவிட அரைமணி நேரம் முன்னமே வந்த மம்மலியும்கூட வாங்கி வந்த பொருட்களோடு நேராக சமையலறைக்கு வந்து கூடுதலில் கலந்துகொண்டான்.

“சவுக்கத்தே என்ன ஸ்பெஷல்...”

“ஒக்கயும் ஸ்பெஷல்தான் மம்மலிக்கா. அல் அரபி ரோஸ்ட். தேங்காய் பால் கோழிக்கறி, அடி பொழியாயி புதியாப்புளே ஒண்ணு மினுங்கட்டு.”

புதுமாப்பிள்ளை என்ற வார்த்தை ஃபைசலுக்கு வெட்கத்தை உண்டு பண்ணியது. அந்த வெட்கத்தினூடாக ஜாஸ்மீனோடு அவன் அலங்கரிக்கப்பட்டு மணவறைப் பெரையில் உட்கார்ந் திருந்தான்.

இஷாவுக்குப் பிறகு ஃபைசலின் ரூஹ் ஷரபிஃயாவில் இல்லை. அது காற்றில் கலந்து இந்தியா போவதும் வருவது மாகப் பறந்து திரிந்தது. ஐயாயிரம் மையில் தொலைவைத் தனது ஞாபகப் பரப்பில் நொடிப் பொழுதில் கடந்து போயிருந் தான். குருசுப் பாறைக்கும், மணல் மேடுக்கும். அவனின் வீட்டுக்கும் தெருவுக்குமாக அவன் ஒவ்வொரு நொடிப் பொழுதும் போய்வந்து கொண்டிருந்தான்.

தடைபட்டுப்போன அவனின் திருமணத்தைக் குறித்து இன்னும் மம்மலி அவனிடம் சொல்லவில்லை. சொல்லவா வேண்டாமா என்பதுதான் மம்மலியின் சிந்தனையாக இருந்தது. அவனின் யாத்திரை கிட்டத்தட்ட உறுதியான தகவல் தெரிந்த நேரத்திலிருந்தே அது மனப்பாரமாக சுழன்று கொண்டிருக்கிறது. சமையறையிலிருந்து படுக்கை அறைக்கு வந்து உடைமாற்றிக் கொண்டபோதும் மம்மலி ஏதோ ஒரு புதிய மனச் சுழற்சிக் குள் சட்டென மீண்டு வர முடியாத அளவுக்குச் சிக்குண்டு படுக்கையில் சாய்ந்து கிடந்தான்.

சவுக்கத் அறைக் கதவைத் தள்ளியபடி “மம்மலிக்கா எந்து பற்றி..?”

“ஏய்... சிறிய தலவேதன. பத்து மினிட்.”

சவுக்கத் மீண்டும் சமையலறைக்குப் போய்விட்டான்.

மம்மலி பளிச்செனஎழுந்து அவனின் இளையவள் நசிமா வின் கல்யாணக் கேசட்டைப் படுக்கையின் கீழே கிடந்த தனது பெட்டிக்குள்ளிருந்து எடுத்து வீ.சி.ஆரில் தள்ளி ஓட விட்டான். சிவப்பு, பச்சை, மஞ்சள், கருநீலம் எனக் கோடு கோடாய் கலர்காராய் வெளிச்சம் தாண்டி படம் மைலாஞ்சி நிகழ்விலிருந்து ஓடத் துவங்கியது. பின்னணியில் கட்டைய மீறிய நாகூர் அனிபாவின் வெங்கலக்குரல் 'அருள் மழை பொழிவாய் றகுமானே ...' பாடலில் கம்பீரமாகக் கேட்டுக் கொண்டிருந்தது. வீடும் வாசலும் முற்றமும் உறவுகளுமாகக் காட்சியில் ஓடிக்கொண்டிருந்ததைக் கொஞ்சநேரம் பார்த்துக் கொண்டிருந்தான். இளைய கடைக்குட்டி தங்கை பிர்தௌஸா பானு காட்சியில் நசிமாவுக்கு அருகிலிருந்தாள். நசிமாவை விட ஒரு வயதுதான் இளையவள். தனக்கான கடமையில் அவள் மட்டுந்தான் பாக்கி. நல்லதுபோல அவளுக்கான வாழ்க்கையை அமைத்துக் கொடுத்துவிட்டால் கனவுகளில் வாப்பாவின் ஐஸ்வரிய முகத்தைப் பார்த்துவிடலாம். போன லீவில் ஊருக்குப் போகும்போதே உம்மா சொன்னாள்,

"வாப்பா இப்போ உனக்கொரு கல்யாணத்த முடிப்போம். பொறவு இளையவளுக்கு ரெண்டு வருசம் கழிச்சி பாக்கலாம்."

"தங்கச்சிக்கு முடிச்சிட்டு பார்க்கலாம். இப்போ வேண்டாம்" என அப்போது மறுத்துவிட்டான்.

தொலைக்காட்சியில் பிர்தௌஸாபானுவின் அண்மைக் காட்சியை பாஸ் செய்துவைத்தபோது காட்சி நின்றது. பிர்தௌஸாபானு முக்காடிட்டு முழு நிலவு போல இருக்கிறாள். நீண்ட நேரம் காட்சியைப் பார்த்துக்கொண்டிருந்தான் மம்மலி.

வழக்கமாக இரவுச் சாப்பாடு ஒரு மணியாகிவிடும். ஒரு பத்து நிமிடம் புகைத்துக்கொண்டே படுக்கை அறைக்கு வெளியே நின்று பேசினாலும் ஒன்றரைமணிக்கெல்லாம் படுக்கைக்குப் போய்விடுவார்கள். படுக்கை அறையில் விளக்கு எரிவதில்லை. மம்மலி படுத்த மாத்திரத்திலே தூங்கிவிடுவான். வட்டமிட்டு அமர்ந்திருந்த உற்சாகமான ஒத்துக்கூடல் மனநிலையிலிருந்து மம்மலி மாறுபட்டிருந்தான். என்னவென்று அவனுக்கும் புரிய வில்லை.

சவுக்கத் சொன்னான் "மம்மலிக்கா ... மனசில என்னமோ இருக்கு."

"ஒண்ணுமில்லே."

சவுக்கத்தும் பிரபுவும் மொய்தீனும் சேர்ந்து கூட்டாக ஃபைசலின் வினோத இருப்பைப் பார்த்துக்கொண்டே

ஜாஸ்மீனைக் குறித்தப் பேச்சுக்களைத் துவங்கியபோது மம்மலி எரிச்சல்பட்டுக்கொண்டே,

“அதவிடு பிரபு. காலையில பத்துமணிக்கு நீ ஃபைசலே கூட்டிட்டு பலது மார்கெட்ல போய் நல்ல சூட்கேஷ் வாங்கு. வேற என்னமும் வேனுமுன்னா கேட்டுக்கோ. வேணும்னு உள்ளதா வாங்கட்டு.”

“காக்கா வாப்பாட்ட போன் பேசணும்.”

“காலையில நான் பேசி விசயத்த சொல்லுதேன். சாயங் காலம் நம்ம பூஃபியா பக்கத்துல உள்ள போன் பூத்ல இருந்து பேசலாம் உனக்க ருவாயெல்லாம் எனக்க பொட்டியில இருக்கு. எல்லாத்தையும் செலவாக்காத. கொஞ்ச ருவா கையில கொண்டு போ.”

மம்மலி எழுந்து கையைக் கழுவிக்கொண்டு படுக்கை யறைக்குப் போய்விட்டான். மம்மலியின் பதிவில்லாத வெளிப் பாடு எல்லோருக்கும் ஒருமாதிரியாக இருந்தது. மொய்தீன் தான் சொன்னான்.

ஒரு வேளை மம்மலிக்காக்கு ஃபைசல் ஊர் போகிற பிரிவு வருத்தமாக இருக்கலாம். எனவே கச்சேரியை நாம் நாளை வியாழன் இரவு வைத்துக் கொள்ளலாம். இருட்டான படுக்கை அறைக்குள் ஒவ்வொருவராக நுளைந்து படுத்துக் கொண்டபோது எதிரில் மம்மலியின் படுக்கையும் அசைவு களோடு இருந்தன. அது போலவே ஃபைசல் தூக்கம் பிடிக்காமல் புரண்டுகொண்டே கிடந்தான். இருட்டு அறையில் மம்மலி கண்களை விரியத்திறந்து வைத்து தூங்காமல் வெறித்தபடி கிடந்தான்.

இங்கு இரவும் பகலுமான வாழ்க்கை. மம்மலிக்குத் தூக்கம் குறைவுதான். பொதுவாக இங்கு கடைகள் அலுவலகம் எல்லாம் காலை பத்து பத்தரை மணிக்கு மேல்தான் இயங்கத் துவங்கும். காலை ஏழு மணி எட்டு மணிக்கெல்லாம்கூட மனித நடமாட்டம் இருக்காது. ஆனாலும் மம்மலி அதிகாலை நாலரை மணிக்கே எழுந்து போய்விடுவான். காலை சுபஹ் தொழுகை முடிந்த உடன் சில வயதான வாடிக்கையாளர்கள் பூஃபியா வுக்கு வந்துவிடுவார்கள். மம்மலி காலை நாலு நாலரை மணிக் கெல்லாம் பூஃபியா வந்துவிட்டான் என்றால் பெரிய பாத்திரம், பாத்திரம் என்றால் அதுவும் ஒரு இயந்திரம்தான். அந்த பாத்திரத்தில் அவன் பச்சை முட்டைகளை ஆட்காட்டி விரலால் சுண்டி உடைப்பது பார்க்க ரசனையானது. இன்னொரு பாத்திரத்தில் முட்டை வறுவல் செய்து வைப்பான். சேன்ட்விச்

தயார் செய்வதற்கான ஆதாரப் பொருட்களாக இவை பயன் படும். பச்சையாகத் தின்கிற சில இலைகள் உண்டு. இந்த இலைகளை மொய்தீனும் அவன் அண்ணன் ஆரிதுவும் பச்சை யாக நிறைய தின்பதால் நண்பர்களால் அவர்கள் ஆடுகள் என அழைக்கப்பட்டனர். இந்த இலைகள் ருசியும் சத்தும் நிறைந்ததோடு உடம்பின் கொழுப்பைக் கரைத்துவிடும் மருத்துவ குணமும் உடையது. பத்து இருபது நிமிடங்களில் இவைகளைத் தயார் செய்து. ஹீட்டரில் சூடு தண்ணீர் வைத்துப் பாலை கொதிக்க வைத்து பூஃபியாவின் இடது பக்கத்தில் வரிசையாக இருந்த ஆறேழு ஃபிரிட்ஜ்களில் தண்ணீர் ஜூஸ் பாட்டிலென எடுத்து நிரப்பி சுத்தப்படுத்தி வைத்தால் அவனின் ஆரம்ப வேலைகள் முடிந்துவிடும். எல்லாம் முடியும் தருணங்களில் பந்தக் ஸாதாவின் பக்கத்திலுள்ள மஸ்ஜிதில் சுபஹ் தொழுகைக் கான பாங்கு சத்தம் கேட்கவும் சரியாக இருக்கும். சுபஹ் தொழுகை விடியலின் கால அளவைப் பொறுத்து மாறுபடும். சில மாதங்களில் காலை நாலு ஐம்பதுக்கு பாங்கு சொல் வார்கள். மற்ற சில மாதங்களில் காலை ஐந்து நாப்பதுக்கு பாங்கு. தொடர்ச்சியாக இந்த கால அளவு ஐந்து ஐந்து மணித்துளிகளாக ஒராண்டுக்குள் கூடியும் குறைந்தும் வரும் என்பதால் இந்த மாறுதலுக்கு ஏற்பவே மம்மலி தனது பணி யின் துவக்கத்தை வைத்துக்கொள்வான். சுபஹ் பாங்கு அழைப்பு வந்த உடனே பூஃபியாவின் ஏ.சி.யை ஆன் செய்து கண்ணாடிக் கதவைச் சாத்திக்கொண்டு பள்ளிக்குப் போய்விட்டு வேக வேகமாக வந்தால் பூஃபியாவுக்குள் மெல்லிய குளிர் பரவி நிற்கும்போது உண்டாகும் சுகத்தைச் சொல்ல முடியாது. சின்னவன், பெரியவன், ஆண், பெண் என யார் கடைக்கு வந்தாலும் புன்னகையை முகத்தில் படர விட்டுக்கொண்டே,

"அஸ்ஸலாமு அலைக்கும்" ஸலாம் சொல்லுவான். அரபியில் "நண்பர்களே வாருங்கள். வந்து அமருங்கள். இறைவன் உங்கள்மீதும் என்மீதும் பேரருள் புரிவானாக" என்பான்.

அரபிகள் பலரும் மம்மலியின் ஐஸ்வரியமான அழைப்பில் அகமகிழ்ந்து போவார்கள். எல்லாம் அப்துல்லாவிடம் கற்றுக் கொண்டது. அரபிகளின் உபசரிப்பு பண்பாட்டை மம்மலி பல நேரங்களில் சிலாகித்துச் சொல்லுவான். அரபிகளிடம் சில விசயங்கள் பிடித்தமானதாக இல்லாவிட்டாலும் உபசரிப் பில் அவர்களை மிஞ்ச இந்த உலகில் யாருமில்லை என்பது தான் மம்மலியின் அபிப்ராயமாக இருந்தது. ஏழை பணக்காரன் யாராக இருந்தாலும் உண்ணும்போதும் பருகும்போதும் கண்ணில் கண்ட மனிதர்களையெல்லாம் அழைத்து இணைத்துக்

கொள்கிற அவர்களின் அற்புத மனம் மம்மலிக்கு ரொம்பவும் பிடித்தமானது. உனக்கும் எனக்குமாக இறைவனிடமிருந்து வருகிற உணவை உன்னைப் பார்க்க வைத்து நான் மட்டும் உண்பது பாவமானது. எனது பாத்திரத்தில் உள்ள உணவை நீயும் என்னோடு பகிர்ந்துகொள் என அப்துல்லாஹ் சொல்லிக் கொடுத்த இந்த வார்த்தை அட்சரம் பிசகாமல் அவன் மனதில் அப்பிக்கிடக்கிறது.

ஒருமுறை குமரி இக்பாலின் பலது அறையில் அரேபியா பற்றிய பாடு உக்கிரமாகப் பேசப்பட்டபோது மம்மலி பேச்சின் உச்சமாக அரபியில் சொன்னான்.

சதீக் யார் என்ன சொன்னாலும் நான் இந்த நாட்டை நேசிக்கிறேன். மனிதர்களில் மோசமானவர்கள் இருப்பதைப் போல இங்கும் மோசமானவர்கள் இருக்கலாம். நான் சந்தித்ததில் பலர் நல்லவர்கள் நீங்கள் சந்தித்ததில் பலர் மோசமானவர் களாக இருக்கலாம். ஒவ்வொரு மனிதர்களும் அவர் அவர் கண்கள் வழியாகத்தான் இந்த உலகத்தைப் பார்க்க முடியும். இந்த உலகம் மோசமானது அல்ல. ஒரு வேளை மோசமான மனிதர்கள் நிரம்பிய உலகமாக இருக்கலாம்.

பலது அறையில் அன்றைய இரவு குமரி இக்பாலின் கைதட்டல் பலமாகக் கேட்டது. குமரி இக்பால் மம்மலி வார்த்தைகளில் ஈர்க்கப்பட்டுச் சொன்னார்.

“மம்மலி வசன உதவின்னு உன் பேர போடுவேன். என் அடுத்த நாடகத்துல இதுதான் முக்கியமான டைலாக்.”

பலவற்றையும் சிந்தித்துக் கிடந்த மம்மலியின் படுக்கை அசைவுகளின் ஒலி அவனையே எரிச்சலூட்டியது. வழக்கமாகப் படுத்த மாத்திரத்திலேயே துங்கிவிடும் தான் இன்று ஏன் தூங்காமல் கிடக்கிறோம் என்று யோசித்தான். தனக்குள் புகுந்துகொண்டு ஒபத்திரம் செய்யும் இந்த சிந்தனை இறைவனின் நாட்டமா அல்லது சைத்தானின் கூறா என்பது தெரியாமல் அவன் தனக்குள்ளேயே படச்சரப்பே உன் காவல் என்றவன் கண்ணை மூடிக்கொண்டே இறைவன் நாடிவிட்டான். நடக்கும் . . . நடக்கும் . . . நடக்கும் . . . திக்கிர் போல சொல்லிக் கொண்டே கிடந்தான். உறக்கம் வருவதற்கான எந்த சாத்திய மும் அவனுள் இன்று இல்லை. உறங்கிவிட வேண்டும் என்று தான் விரும்பினான். ஆனாலும் நினைவுகள் இழுத்தடித்துக் கொண்டு போனது. செங்கடல் அலையில் உருண்டு புரளும் ஈச்சங் குலைபோல மனம் இன்னும் புரளுதலை நிறுத்தவில்லை.

ஒப்பந்தக் கம்பெனியின் பலதியா விசாவில் வேலை பார்த்த இரண்டரை வருடங்களில்கூடதான் இப்படி ஒரு இரவை சந்தித்திருக்கிறோமா என்பது அவனுக்குத் தெரியவில்லை.

பத்து வருடங்கள் ஓடிவிட்டன. ஓட்டம் என்றால் சாதாரண ஒட்டமல்ல... மரணக் கிணறினுள் சுற்றும் வாகனம்போல இடைவிடாத ஓட்டம். நேற்றுபோல எல்லாம் நினைவில் கிடக்கிறது. அரேபியா பற்றி எதுவும் தெரியாது. வெறும் கனவுகள் மட்டுமே மனதில் கிடந்த பிராயம். அப்போது மதராசில் ரங்கனாதன் தெருவில் கீழக்கரைக்காரனின் ஏஜென்டு அலுவலகம் இருந்தது. திருவிதாங்கோடு பதர்ஸமான் அனுப்பி வைத்தார். மம்மலியோடு சேர்த்து மொத்தம் பதினோருபேர். ராமசாமிதான் தலமைதாங்கி அழைத்துவந்தான். மதராசுக்கும் அதுதான் முதல் பயணம் உம்மா புளிச்சோறு கட்டித்தந்தாள். பள்ளி பக்கத்தில் ஊர் கூடி நின்றது. வாப்பா திருவள்ளுவர் பஸ் ஸ்டாண்டுவரை வந்து பஸ் ஏற்றிவிட்டார். மதராசில் அடையாரில் மெடிக்கல் முடிந்து ரயில் மூலமாக பம்பாய் வந்து பம்பாயிலிருந்து விமானம். நடுப்பகலில் சவுதியா விமானம் ஜித்தாவில் கொண்டு வந்து கொட்டியது. என்ன வேலை யார் முதலாளி எதுவும் தெரியாது. ஒன்றிரெண்டு நாட்களுக்குப் பிறகு மெல்ல மெல்ல தெரிய ஆரம்பித்தது. அது ஒரு ஒப்பந்தக் கம்பெனி என்றும் பலதியா விசாவில் முன்சிபாலிட்டி பணிக்கு தான் வந்துள்ளோம் என்பதையும் அறிந்துகொண்டான். இப்போதைய பூஃபியா முன்னால்தான் மம்மலிக்கு அப்போது முதன்முதலாகக் குப்பை அள்ளுகிற பணி தரப்பட்டிருந்தது. அரபு நாட்டின் எல்லா வெயிலும் பலதியா பணிக்காரனுக்கு சொந்தமானது. சட்டையும் கால்சட்டையும் இணைத்துத் தைக்கப்பட்ட ஒரே உடையில் வியர்வைநீர் உடைக்குள்ளே கொட்டிக்கொட்டி உடை கனத்துப்போகும். வெக்கையில் செத்துப் பிழைக்கும் அந்த பணிக்குக் குறைவான சம்பளம் தான். தங்குமிடத்திலேயே இரண்டுவேளை உணவு பக்கவாட்டில் பொருத்தப்பட்டிருந்த ஏணி வழியாக ஏறிப் போனால் அடுக்குப்படுக்கையில் ஐந்தாவது படுக்கை மம்மலியினுடையது. பகலில் பூஃபியா முன்னால் ரோட்டில் குப்பை அள்ளும்போது பூஃபியாவின் முதலாளி அப்துல்லாஹ் உணவுகளை அவர் சாப்பிடுகிற நேரங்களில் மம்மலி மறுப்பு சொன்னாலும் கொடுப்பார். அவரிடமிருந்துதான் அவன் கொஞ்சம் கொஞ்சமாக அரபி மொழி கற்றுக் கொண்டான். ஒரு மாதங்களுக்குப் பிறகு ஒப்பந்த கம்பெனியின் தங்குமிடத்தில் துருக்கிப் ஃபோர் மேனின் வருகையையொட்டி பலதியா பணிக்காரர்கள் ஒன்று கூட்டப்பட்டனர்.

"*Who knows English*" என்றான்.

மம்மலி கூட்டத்திலிருந்து ஏதோ ஓர்மையில் கைதூக்கினான். துருக்கிப் ஃபோர்மேன் மம்மலியை உற்றுப்பார்த்து விட்டு ஒரு உத்தரவு சொல்லிவிட்டுப் போனான். அதன்படி மம்மலி இருபத்தி ஐந்து பேருக்குப் பொறுப்பாளராக மாறினான் சம்பளம் கூடுதலானது. பணியின் சுமை கொஞ்சம் குறைக்கப்பட்டது.

நாலாவது படுக்கை ஸ்ரீலங்கா அமானுல்லாவுக்கும் ஆறாவது படுக்கை பங்ளாதேஷி ராஷிக்கும் மம்மலியை பூஃபியா முன்னால் வேலை தொடர்பான வாக்குவாதத்தில் கூட்டுச் சேர்ந்து அடித்தபோது அப்துல்லாஹ் தலையிட்டுப் பிரச்சனை பெரிதானது. போலீஸ் வழக்காக மாறிய நேரத்தில் காவல் அதிகாரி மம்மலியிடம் கேட்டார். "நீ அவர்களை மன்னிக்கிறாயா அல்லது நான் தண்டனை வழங்கவா . . ."

மௌனமாக நின்ற மம்மலி பிறகு தனது மௌனத்தை வார்த்தையாக்கினான்.

"இறைவனுக்காக நான் இவர்களை மன்னிக்கிறேன்."

காட்சிகளைக் கவனித்துக்கொண்டிருந்த அரபி அபு அப்துல்லாஹ் மம்மலியை கிட்டே அழைத்து, கட்டித் தழுவி கன்னக்கவளில் முத்தமிட்டார். மம்மலிக்கு அது அவனின் வாப்பாவின் முத்தத்தை ஞாபகப்படுத்தியது. அகமகிழ்ந்து போன அரபி அப்துல்லாஹ்வுக்கு மம்மலியை ரொம்பவும் இஷ்டமாகிப்போனது. இரண்டரை வருடங்களுக்குப் பிறகு அரபி அப்துல்லாஹ்வின் ஏற்பாட்டில் பலதியா விசா கேன்ஸல் செய்யப்பட்டு ஊருக்குப்போய் ஆறுமாதங்களுக்குப் பிறகு புதிய விசாவில் அப்துல்லாஹ்வின் பூஃபியாவில் பணிக்குச் சேர்ந்தான்.

அரபி அப்துல்லாஹ் பெரிய குடும்பத்துக்காரன். "உழைத்து வாழ வேண்டும். உழைப்பு இறைவழிபாடுக்குச் சமமானது. உழைத்து உழைத்துக் காய்ப்பேறிய ஒரு ஏழையின் கரங்களை அண்ணல் நபி முத்தமிட்டார்கள் என்பதிலிருந்து உழைப்பின் அற்புதத்தைத் தெரிந்துகொள்ளலாம். நாம் உழைப்பின் மூலமாகத்தான் இறைவனின் அன்பைப் பெற முடியும்" என்பதான கொள்கையோடு மம்மலிக்கு பல விசயங்களையும் நிறைய தொடர்புகளையும் ஏற்படுத்திக் கொடுத்த அப்துல்லாஹ் தனது ஏழுபதாவது வயதில் ஒரு வெள்ளிக் கிழமை காலை சுபுஃஹ் தொழுகைக்குப் பிறகு இறந்துபோனார்.

இது மம்மலி பூஃபியாவில் வேலைக்குச் சேர்ந்து நாலாவது வருடத்தில் நடந்த நிகழ்வு. அப்துல்லாஹ்வின் மரணத்துக்குப் பிறகு அவரின் மூத்த மகள் ஹைபா, மம்மலியின் கபிலானாள். ஹைபா எப்போதாவது பூஃபியாவுக்கு வந்து பார்த்துவிட்டுப் போவாள். கடைவாடகை எல்லாம் மம்மலி கொடுத்துவிடுவான். ஹைபா சட்டரீதியான எல்லா விசயங்களுக்கும் ஓடி வந்து விடுவாள். ஹைபா கபிலான மறுமாதம் மம்மலி அவளை அழைத்துக் கணக்குகளை எல்லாம் அவளிடம் கொடுத்து மொத்தப் பணத்தையும் அவள் முன்னே வைத்தான்.

ஹைபா கண்கள் கலங்கிப் போய் இருந்தாள். "என்னுடைய வாப்பாவுக்கு நாங்கள் ஒன்பது பெண் மக்கள். எனது வாப்பா கண்ணியமான இஸ்லாமியன். உன்னை எங்கள் சகோதரனாகத் தான் சொல்லிவந்தார். நானோ எனது சகோதரிகளோ வந்தால் லாபத்தில் சிறிய பகுதியைத் தந்தால் போதுமானது."

"எப்போது வந்தாலும் உங்களுக்குத் தேவையானதை நீங்கள் எடுத்துக்கொள்ளலாம். அதைத்தான் நான் விரும்பு கிறேன்" என்றான் மம்மலி. இப்போது வரையிலும் ஹைபாவோ அவளுடைய சகோதரிகளோ அவர்களின் பிள்ளைகள் யார் வந்தாலும் சகல உரிமைகளோடும் நடந்துகொள்வார்கள். அவளுடைய நாலாவது சகோதரி சாராவின் கணவன் அபு அப்துல்லாஹ் (சாரா தனது குழந்தைக்கு வாப்பாவின் நினைவாக அப்துல்லாஹ் என்று பெயர் வைத்ததால் அவள் கணவன் அபுஅப்துல்லாஹ் எனப் பெயர் கொண்டிருந்தான்.) தொடக்கத் தில் சின்னச் சின்னப் பிரச்சனைகள் செய்தபோதும் ஹைபா வும் மற்ற சகோதரிகளும் பூஃபியாவுக்கு அபு அப்துல்லாஹ் வை அழைத்து வந்து மம்மலியிடம் மாலிஸ்[1] கேட்க வைத்துப் பிரச்சனைகளைத் தீர்த்துக் கொடுத்தனர். அபு அப்துல்லாஹ் கொஞ்சம் வறுமையில் இருக்கிறான் என்பதை அறிந்து கொண்ட மம்மலி இக்பாலோடு ஆலோசித்து அபு அப்துல்லாஹ் வுக்கு இரண்டு ரமலானுக்கு முன்னால் ஒரு கார் வாங்க பணம் கொடுத்ததும் அவன் வரும்போது குடும்பத் தேவை களுக்குப் பணம் கொடுப்பதையும் கேள்விப்பட்டு சாரா வந்து சொன்னாள்.

எனது தந்தை எங்களிடம் சொன்னதைப் போல நீ எங்கள் அகு[2] என்பதை உறுதி செய்துவிட்டாய். அபு அப்துல்லாஹ் எங்காவது சுற்றிக்கொண்டே இருப்பான். பூஃபியா முன்னால் காரில் போகும்போது பூஃபியாவில் கூட்டம் நிறைய இருந்தால்

---

1. மன்னிப்பு.
2. சகோதரன்.

காரை ஓதுக்கி நிறுத்திவிட்டு பூஃபியாவுக்கு வந்து மம்மலியின் கூட நின்று எல்லா வேலைகளையும் செய்து கொடுப்பான்.

மம்மலிக்கு பூஃபியா நல்ல வருமானத்தை தந்தது. தனது வருமானத்தில் நிறைவாக அப்துல்லாஹ்வின் குடும்பத்துக்கும் செலவிட்டுக் கொண்டிருந்தான். இந்த பூஃபியா வருமானத் தால்தான் மம்மலிக்கு மூன்று சகோதரிகளின் திருமணத்தை ஒவ்வொரு ஆண்டு கால இடைவெளியில் நாலு ஐந்து லட்சம் இந்திய ரூபாய் செலவிட்டு சிறப்பாக நடத்த முடிந்தது. அப்துல்லாஹ் மம்மலிக்கு உபசரிப்பு, அன்பு எனப் பலவற்றை யும் கற்றுக் கொடுத்தார். அவரைப் பார்த்தும் அவன் கற்றுக் கொண்டான். பூஃபியாவிலும்கூட மம்மலிக்கு அவர் கடையி னுள் எங்கோ ஒரு இடத்தில் இப்போதும் அமர்ந்திருப்பதைப் போலத்தான் தோன்றும். அவன் காலையில் வாசலைத் திறந்ததும் உள்ளே பார்த்து ஸலாம் சொல்லுவான்.

பிர்தௌஸாபானுவின் திருமணம் முடிந்துவிட்டால் இன்ஷா அல்லா உம்மாவை ஹஜ் செய்ய கூட்டிவர வேண்டும். ஹைபா முன்னமே சொல்லியிருக்கிறாள். தாயாரை அழைத்துக் கொண்டு வா. எல்லாம் நான் பார்த்துக்கொள்கிறேன். மம்மலி பார்க்கலாம் என்றிருக்கிறான்.

மம்மலி எழுந்து அறையில் வெளிச்சமிட்டான். நடு இரவில் வெளிச்சமிடுவது பதிவு அல்ல. வழக்கத்திலும் கிடையாது. எழுதப்படாத ஒப்பந்தம். யாராக இருந்தாலும் வசிப்பிடத்தில் அதைச் செய்ய கூடாது. மாறுபட்டு மம்மலி இன்று வெளிச்ச மிட்டு கடிகாரத்தைப் பார்த்தபோது அது மூன்றரை காட்டியது. கிட்டத்தட்ட இரண்டு மணி நேரம் தூங்காமல் கிடக்கிறோம் என்பதைப் புரிந்துகொண்டான். எதிர்ப் படுக்கையில் ஃபைசல் தூங்குவதைப் பார்த்துக்கொண்டே அவன் முகத்தை நோட்ட மிட்டுக்கொண்டே இதுவரையிலும் அவனைப் பார்க்காத ரசனையோடு பார்த்தான். பிறகு வசிப்பிடத்தை இருட்டாக்கிப் படுக்கையில் சாய்ந்த மம்மலி அவன் ரேடியம் கை கடிகாரத் தில் மணி நாலு நாற்பதுக்கு மெல்லிய பீப் ஒலி எழும் வரையிலும் தூங்கவில்லை.

23

தூக்கமற்ற முந்தைய இரவினுடைய தளர்ச்சி மம்மலியின் முகத்தில் கொஞ்சமும் இல்லாமலிருந் தது. பூஃபியாவைத் திறந்த உடனே தனக்கு ஏற்பட் டிருந்த பசியை மம்மலி தீர்த்துக்கொள்ளும் முயற்சியை முதலில் செய்துகொண்டான். பூஃபியா வில் மிக்ஷியைவிட சற்றே பெரிதான இயந்திரம் ஒன்று உண்டு. அதில் ஒவ்வொரு கேரட்டாக சுத்தப்படுத்தி கிட்டத்தட்ட இரண்டு கிலோவுக்கு மேலாகப் வரிசையாகப் போட்டுக்கொண்டே பெரிய பாத்திரத்தில் வடிந்த அதன் சத்தான சாறை வயிறு முட்டக் குடித்துவிட்டு எல்லா புகழும் இறைவனுக்கே என்றான். அப்பழுக்கில்லாத சுத்த மான கேரட் சாறு உடம்பில் புகுந்தபோது புது உற்சாகம் மெல்ல மெல்ல அவனுள் பாயத் துவங்கி யது. அதே உற்சாகத்தோடு மால்பரோவைப் பற்றி புகைத்துக்கொண்டான்.

அவன் பூஃபியாவைத் தொட்டு எதிரே இருந்த தங்க மார்கெட்டின் வெளிப்பக்கம் நாலாவது கடையில் தொலைபேசியகம் இயங்கிக்கொண் டிருந்தது. தொலைபேசி நிலையங்கள் முழுக்க அரபிகளால் நடத்தப்பட்டது. அஜ்னபிகள் யாரும் அங்கு வேலைக்கு அமர்த்தப்படுவதில்லை. இன்னும் திறக்காமலிருந்த தொலைபேசி நிலையத்தை வரிசை யாக மூன்று நான்கு முறை எட்டிப்பார்த்துக் கொண்டே இந்தியாவில் இப்போதைய நேரத்தை யோசித்துக் கொண்டான். ஃபைசலின் வீட்டில் போன் கிடையாது என்பதால் நான்கு வீடு தாண்டி தலைவர் ஜமால் சாகிபு வீட்டில்தான் போன்

செய்து விசயத்தைச் சொல்லி மீண்டும் பத்து நிமிடங்கள் கழித்துக் கூப்பிட்டால் ஃபைசலின் வாப்பாவிடம் பேசலாம். முதலில் ஃபைசலின் வாப்பாவிடம் பேசிவிட வேண்டும். பேசிவிட்டுக் கிடைக்கிற தகவலைப் பொறுத்தே தனது திட்டத்தை வடிவமாக்கும் எல்லா யுக்திகளையும் கையாள வேண்டும்.

பந்தக் ஸாதாவின் பின்பக்க மஸ்ஜிதிலிருந்து சுபஹ் பாங்கோசை கேட்டது. தொடர்ந்து சுற்றிலுமுள்ள எல்லாப் பள்ளிகளிலிருந்தும் வரிசையாகவும் தனித்தனியாகவும் ஒன்றோடு ஒன்று கலந்தும் ராகத்தோடும் ராகமற்றும் பாங்கோசை கேட்கத் துவங்கியதும் இரண்டு பக்கத்திலுமான கண்ணாடிக் கதவுகளை அடைத்துக்கொண்டு வெளியே வந்தான். பூஃபியாக்கு முன்னால் நின்ற ஆறோ ஏழோ பூனைகளுக்காக மீண்டும் உள் நுழைந்து ஒரு பாக்கெட் பால் கவரை உடைத்துக் கடை நடையில் பீச்சி அடித்துவிட்டு பள்ளிக்குக் கிளம்பிப் போனான். இங்கு பூனைகள் நம்முடைய நாட்டில் நாய்களைப் போலச் சுற்றித் திரிகின்றன. பின்னோக்கி நீண்டு கிடந்த காலத்தின் நினைவு களில் பூனையைப் பற்றி அப்துல்லாஹ் சொன்னது அவன் மனதில் பசுமையாகக் கிடந்தது.

“பூனைகள் பூமிக்கு வந்த நிகழ்வு தெரியுமா உனக்கு . . ?”

“தெரியாது.”

நூஹ் நபியின் கூட்டத்தில் உள்ளவர்கள் அவருக்குப் பெரிய அநியாயம் செய்து கொண்டிருந்தனர். ஒரு கட்டத்தில் அதனைத் தாங்க முடியாத நூஹ் நபி உள்ளம் உடைந்து அநியாயக்காரர்களை அழித்துவிட இறைவனிடம் வேண்டினார்.

அவர்களை ஒரு வெள்ளப் பிரளயத்தின் மூலம் அழிக்கப் போகிறேன். உம்மையும் உம்மை பின் தொடரும் சிலரையும் அந்த அழிவிலிருந்து பாதுகாப்பேன் என்று அல்லாஹ் கூறினான். பின்னர் நூஹ் நபியிடம் கப்பலைக் கட்ட உத்தரவிட்டான். அந்த கப்பலின் அளவைப் பற்றிப் பல கருத்துக்கள் உண்டு. ஆனாலும் கப்பலின் நீளம் 1980 அடிகள், அகலம் 990 அடிக ளென நம்பப்படுகிறது. கப்பலில் மூன்று தளங்கள் இருந்தன என்றும் ‘மஆரிஜீத் நுபுவ்வத்’திலும், கப்பலில் ஏழு தளங்கள் இருந்தன என்றும் தப்ஸீர் ‘முஆலிமுத் தன்ஜீ’லிலும் விளக்கம் மாறுபடுகிறது. அது இருக்கட்டும். கப்பலின் ஒரு தளம் நூஹ் நபியும் அவர்மீது விசுவாசம் கொண்ட சிலருக்கும் இன்னொரு தளம் விச ஜந்துகளுக்கும் பறவை இனங்களுக்கும் இன்னொரு தளம் கொடிய மிருகங்களுக்கும் கால்நடைகளுக்குமாக ஏற்பாடு செய்யப்பட்டது.

கப்பலில் தங்கியிருக்கும்வரை மனிதர்கள் உண்ணவோ பருகவோ கூடாது என்றும் ஜீவராசிகள் உடலுறவு கொள்ளக் கூடாது என்றும் அல்லாஹ் உத்தரவிட்டிருந்தான்.

அல்லாஹ் குறிப்பிட்ட நேரத்தில் வெள்ளப் பிரளயம் தொடங்கியதும் பூமி எது, கடல் எதுவென்றுத் தெரியாத அளவுக்கு நிலப்பரப்பு வெள்ளக் காடாகி கப்பல் மிதக்கத் துவங்கியது. இரண்டு மாதம் அல்லது ஐம்பது நாட்கள்வரை மிதந்த அந்த கப்பல் பூமியின் எல்லா பாகங்களிலும் வலம் வந்துகொண்டிருந்தது.

கப்பலிலிருக்கும்போது உடலுறவு கூடாது என்ற தடையிருந்தும்கூட எலிகள் உடலுறவு கொண்டதால் கப்பலில் நிறைய எலிகள் பெருத்துப் போயிருந்தன. கப்பலின் பொருட்களை எலி கூட்டம் நாசமாக்கியபோது நூஹ் நபி இறைவனிடம் இது குறித்து முறையிட்டார்கள். அப்போது இறைவன் கப்பலிலிருந்த புலியின் இரு புருவங்களுக்கிடையே தடவி விடுமாறு உத்தரவு சொன்னான். நூஹ் நபி அப்படி தடவிய போதுதான் புலியிலிருந்து பூனையின் ஒரு ஜோடி வெளிப்பட்டு எலிகளைக் காலி செய்ய ஆரம்பித்தன.

பூனை அவனுக்குப் பிடித்தமானது. அவனின் வாப்பா பூனைகளைக் குழந்தைகளைப் போலத்தான் வளர்த்தினார். மம்மலியின் உம்மாவுக்குப் பூனைகள் இஷ்டபடவில்லை என்றாலும் வாப்பாவுக்கும் பூனைக்குமான உறவை உம்மாவால் எதுவும் செய்திட இயலவில்லை. வாப்பாவின் மரணத்திற்குப் பிறகு பூனைகள்மீது பிர்தௌஸா பானு அதிகமான பிரியம் காட்டினாள். வாப்பாவின் கால்மாட்டில் சுற்றித் திரிந்த பூனைகள் அப்படியே பிர்தௌஸா பானுவின் கால்மாட்டுக்கு நகர்ந்துகொண்டன. போன லீவில் மம்மலி ஊருக்குப் போன போது அவளிடம் எட்டு பூனைகள் இருந்தன. அவள் சத்தத்திற்கு மட்டுமே தலையைத் தூக்கிப் பார்க்கும். அவள் சொல்வதை அனுசரிக்கும். உம்மாவைக் கண்டால் கொஞ்சம் தூரமாக விலகிக்கொள்ளும் பூனைகள் உம்மா கடந்து போனால் பிர் தௌஸாபானுவின் கால்மாட்டிற்கு வந்துவிடும்.

மம்மலி அப்போது சொன்னான் “என் கண்ணே ... உனக்கு வாப்பாக்க சுபாவம். அதான் பூனையெல்லாம் உன்கிட்ட ஒட்டிக்கிட்டு.”

வாப்பா சாப்பிடும்போது சுற்றிலும் அமர்ந்திருக்கும் பூனைகள் வாப்பா சோறை வாய்க்குக் கொண்டுபோகும்போது கையைத் தட்டி பிடித்து சோறை கேட்டு வாங்கித் தின்ற நாட்களுமுண்டு. வாப்பாவைப் போலவே அப்துல்லாவும்

பூனைகளை இஷ்டப்பட்டிருந்தார். பூஃபியாவைச் சுற்றி வரும் பூனைகளுக்கு எப்போதும் அவர் உணவு கொடுப்பதால் பூஃபியா வுக்கு உள்ளேயும் வெளியேயுமாக நிறையப் பூனைகள் அவருக் காகக் காத்துக் கிடக்கும். கடைக்கு வெளியே கிடந்த பூனைக் கூட்டத்தை மம்மலி ஒருமுறை ஃபோட்டோ எடுத்து பிர் தௌஸாபானுவுக்கு அனுப்பிவைத்திருந்தான். பிறகு உம்மா வோடு போனில் பேசும்போது உம்மா சொன்னாள்,

"அந்த ஃபோட்டோவப் பாத்து உனக்க தங்கச்சி சிரிச்ச சிரி இருக்கே படச்சவனே ... பத்து பவுன் நகை கெடச்சது போலத்தான்."

பூனைகள் எப்போதும் மம்மலிக்கு பிர்தௌஸாபானுவை நினைவூட்டிக் கொண்டிருந்ததால் அவன் பூனைகளுக்கு உணவு வழங்குவதில் எந்த தயக்கமும் கொண்டிருக்கவில்லை. புதிது புதிதாக அவன் பூஃபியா நடையை பூனைகள் எப்போதும் சூழ்ந்து கிடந்தன. பூனைகளுக்குப் பேசத் தெரியாதேயொழிய நாம் அதன் முகம் நோக்கிப் பேசினால் புரிந்துகொள்ளக் கூடிய அற்புதமான பிராணி.

மம்மலிக்கு இன்று சுபஹ் தொழுகை வசப்படவில்லை. மனதுக்குள் புரண்டு கிடக்கும் யோசனைகள் உருண்டு, உருண்டு அங்கும் இங்குமாய் ஓட்டம் காட்டியதால் மனதை வசப் படுத்தித் தொழ இயலாமல் இயந்திரமாய் வெறுமனே நின்று கொண்டிருந்தான். இமாம் ஸலாம் வாங்கியதும் வேகவேகமாக எழுந்து வந்தவன் கருப்பு அரபியின் டெலிபோன் கடையைத் தான் முதலில் நோட்டமிட்டான். அவன் திறப்பதற்கான நேரம் இன்னும் நிறைய இருக்கிறது. ஆனாலும் மனம் அவசரப் பட்டுவிடுகிறது. பலமுறை பார்த்துப் பார்த்து காத்திருந்த போதிலும் கறுப்பு அரபி இந்தியாவின் பத்து மணிக்குத்தான் தொலைபேசியகத்தைத் திறந்தான். பந்தக் ஸாதாவின் அருகே காரில் வரும்போதே அரபி பகுமானமாய் ரீமோட்டை இயக்க தொலைபேசிக் கடையின் ஷட்டர் தன்னைத்தானே தூக்கிக் கொண்டபோது மம்மலி பூஃபியாவின் சுற்றிலுமான கண்ணாடிக் கதவுகளை மீண்டும் அடைத்துக்கொண்டு வேகமாகப் போய் அரபிக்கு ஸலாம் சொல்லிவிட்டுப் படச்சவனே உன் நாட்டம் நீதான் எனக்கு துணை செய்யனும் என்றபடி போனை எடுத்துப் பேசியதில் போனில் ஜமால் சாகிபின் மனைவி ஐந்து நிமிடம் எனச்சொல்லித் துண்டித்துக்கொண்டாள். பிறகு பத்தாவது நிமிடத்தில் ஃபைசலின் வாப்பா வந்துவிட்டார்.

ஸலாம் சொல்லிவிட்டுப் பேச்சை துவங்கிய உடனே "ஃபைசல் ஞாயிற்றுக்கிழமை இங்கிருந்து கிளம்பி திங்கள்

மாலை நாலுமணிக்கு திருவனந்தபுரம் வருவான்" என்பதை மம்மலி சொல்ல பொறுக்கவில்லை அழுதுவிட்டார். ஐந்து ஐந்தரை வருடமாகிவிட்டது. மகனைத் தேடித் தேடித் தவித்த மனம். தேம்பித் தேம்பி, பிறகு மெல்ல மெல்ல ஆனந்தத்துக்கு வந்தார். மம்மலி ஃபைசலின் வாப்பாவின் ஆனந்தத்தை சில நொடிகள் சுவீகரித்துக்கொண்டே ஃபைசலின் திருமணத்தை பற்றிய பேச்சை முன் எப்போதுமில்லாத அளவுக்குத் தயக்கத் தோடு பேசத் துவங்கினான்.

"போனவாரமும் நான் போய் மீண்டும் பேசிப் பார்த்தேன். நடக்காது அது அவ்வளவுதான் வாப்பா. அந்த பெண்ணுக்கு வேறு சம்மந்தம் அமைந்துவிட்டது. இனி பேச ஒன்றும் இல்லை. நான் அவனுக்கு வேறு சம்மந்தம் பார்த்துக்கொண்டிருக்கிறேன்" எனச் சொல்லிக்கொண்டிருக்கும்போதே 'எல்லா புகழும் இறைவனுக்கு' என மனதுக்குள் புகழ்ந்துகொண்டான்.

"அவன் வந்த பொறவுதான் பேசி முடிவு செய்யலாமுன்னு நெனைக்கேன்."

மம்மலி தயங்கினான் பிறகு சரளமாகப் பேசத் துவங்கினான். தனது முந்தைய அனுபவங்கள் வயது முதிர்ந்த வாப்பாவைப் போல அவனைத் தேர்ச்சிப் பெற வைத்திருந்தது. தனியாளாய் நின்று தனது மூன்று சகோதரிகளின் திருமணத்தையும் பேசி முடித்து வெற்றிக் கண்டவன்.

"எனக்க இளையவளுக்கு நான் மாப்பிளை பாத்துட்டு தான் இருக்கேன். எனக்கு ஃபைசல பிடிச்சிருக்கு. எல்லாம் நல்லா சிறப்பாச் செய்யேன். நமக்கு ஒண்ணு நடத்தலாமா . . ?"

தொலைபேசி கொஞ்ச நேரம் அமைதியாக இருந்தது. இந்தியாவில் ஃபைசலின் வீட்டுக்கும் மம்மலி வீட்டுக்கும் பத்து மைல்கள் தொலைவு இடைவெளியிருந்தது. ஓரளவுக்கு மம்மலியின் குடும்பத்தை அவர்கள் அறிவார்கள்.

"நான் அவனுக்கு உம்மாட்ட ஒருவார்த்தை கேட்கட்டா. பின்னே மொவனுக்கு இஷ்டந்தானே."

"அது எனக்கு தெரியாது. அத நான் இனிதான் பேசணும். நீங்க சரின்னு சொன்னா பேசுவேன்."

"வாப்பா, மம்மலி அவனுக்க இஷ்டம் போல செய்யட்டு. நீயும் நல்ல உபகாரிதான். எனக்கு மறுப்பு கிடையாது. மொவனுக்கு இஷ்டமுன்னா நீயே பேசு."

"நீங்கோ எனக்கு ஊட்ல போய் தங்கச்சிய பாருங்கோ. உங்களுக்கெல்லாம் அவள பிடிக்கனும்லா. ஃபைசலுக்க

உம்மாவையும் கூட்டிக்கிட்டு போங்கோ. நான் சாயங்காலம் நம்ம நேரத்துக்கு ஐஞ்சு மணிக்கு உங்கள போன்ல கூப்பிடு தேன். நீங்க ஒண்ணு வந்துருங்கோ. எனக்க உம்மாட்டையும் நான் பேசுதேன்." பேச்சு நிறைவு பெற்றபின் பதட்டத்தோடு மம்மலி பூஃபியாக்கு வந்து திரும்பவும் சிகரெட்டை புகைத்துக் கொண்டு மௌனமாக இருந்தான்.

குமரி இக்பால் நைட்டூட்டி முடிந்து அதிகாலை நாலு மணிக்கே வந்திருப்பார். மம்மலிக்கு இந்த அரபு வாழ்வில் பல காரியங்களில் கூட்டுத் துணையாக நின்ற மனிதர். பிராயம் என்று பார்த்தால் மம்மலியைவிட இக்பால் பத்துப் பதினைந்து வயது மூத்தவர். சொந்தமோ இந்தியாவில் முன்னேப்பின்னே சந்தித்துக்கொண்டதோகூட இல்லை. ஆழமான இந்த நட்பு பூஃபியாவுக்கு வந்தபிறகு ஏற்பட்டதுதான். நண்பனாக பல நேரங்களில் கூடப்பொறப்பாக இக்பாலுக்கும் மம்மலிக்குமுள்ள நெருக்கம் எல்லாவற்றையும் பகிர்ந்துகொள்ளக் கூடியது.

பூஃபியா போனிலிருந்து குமரி இக்பாலின் அறைக்குப் போன் பண்ணியபோது "இப்போதான் ரூமுக்கு வந்தேன். ஏன் இந்த நேரத்தில கூப்பிடுறே?" கொஞ்சம் பதட்டமாகவே கேட்டார்.

"இக்பாலாக்கா நீ ஒண்ணு பூஃபியாக்கு வா. எனக்க மனசுல ஒரு எண்ணம் உண்டு. எனக்கு இப்போ உனக்க கூட்டு வேணும்."

"என்னடே ஏதாவது பிரச்சனையா . . ."

"நீ வா சொல்லுதேன். ரெண்டு நாளா மனசுல கெடக்கு. நீ புறப்பட்டு வா."

ஒரு மணி நேரத்திலெல்லாம் இக்பால் பூஃபியாக்குப் புறப்பட்டு வந்துவிட்டார். ஆளுக்கொரு டீ எடுத்துக்கொண்டு உட்கார்ந்து பேசத் துவங்கி எல்லாவற்றையும் இக்பாலோடு கொட்டிக் குவித்த போது,

"நல்ல விசயந்தான் மம்மலி கொள்ளாம்" என்றார் இக்பால்.

மம்மலி நேற்றிலிருந்து தனக்குள் புகைந்துகொண்டிருக்கும் தவிப்பு, இன்று காலை ஃபைசலின் வாப்பாவிடம் பேசியது, எல்லாம் பாடுகளாய் ஒன்றும்விடாமல் மீண்டும் மீண்டும் பேசினான். பிறகு பரஸ்பரம் இருவரும் புகைப்பிடித்துக்கொண்டு கொஞ்ச நேரம் பேசாமல் இருந்தனர். இடையில் ஒன்றிரெண்டு வாடிக்கையாளர்கள் வந்தபோது அவர்களை தனது வழக்க மான அனுகுமுறையோடு மம்மலி கவனித்து அனுப்பினான்.

இக்பால் இன்னொரு சாயா கேட்டு வாங்கிக் குடிக்கத் துவங்கினார்.

"மம்மலி இத நாமே நடத்தணும். எனக்க மனசும் அதத்தான் சொல்லுது. பணமெல்லாம் வச்சிருக்கியா..?"

"கொஞ்சம் உண்டு. நசிமா கல்யாணக் கடன் கொஞ்சம் கெடக்கு. மனசாட்சியில்லாத மத்த வாஹிதுட்டே சீட்ட பிடிக்கலாம். ஹைபாக்கிட்ட சொன்னா எதாவது பண்ணுவா. அட்ஜஸ்ட் பண்ணிடலாம்."

"பாத்துக்கலாம். பணம் பொறட்டது இந்தியாவுலதான் கஷ்டம். இங்க ரொம்ப சுலபமான விசயம்தான். எனக்க இந்த மாச சம்பளத்த எடுத்துக்கிடலாம். சரி இன்ஷா அல்லா முடிப்போம்."

பிரபுவும் ஃபைசலும் பலதுக்குப் போயிருக்கலாம். லுஹர் ஸலாவுக்கு முன்னால் ஒருவேளை பூஃபியாவுக்கு வரலாம். தொடக்கமாகத் திட்டமிட்டுக் கொண்டனர். லுஹர்ஸலாவுக்குப் பிறகு ஃபைசல் பூஃபியா வந்தால் அவனை அழைத்துக்கொண்டு குமரி இக்பால் பலது அறைக்குப் போக வேண்டும். பிரபுவை அறைக்கு அனுப்பிவிட்டு ஃபைசலோடு குமரி இக்பால் பக்குவமாக எல்லா விசயத்தையும் பேச வேண்டும். பேச்சின் முடிவை வைத்துக்கொண்டு நாம் முடிவு செய்யலாமென முழு பொறுப்பையும் இக்பாலுக்கு முன்னால் மம்மலி வைத்து விட்டான்.

"எனக்குத் தெரியாது. இறைவனுக்குப் பிறகு இனி எல்லாம் காக்கா பார்த்துக்கொள்ள வேண்டும்."

"ஒன்றும் கவலைப்பட வேண்டாம். இறைவன் இருக்கிறான். பார்த்துக்கொள்ளலாம்."

முன்னமே சொல்லிக்கொண்டதைப் போல பிரபுவும் ஃபைசலும் லுஹர் ஸலாவுக்கு பூஃபியா வந்துவிட்டார்கள். மம்மலி அபு அப்துல்லாஹ்வுக்கு போன் செய்து பூஃபியாவுக்கு வரச் சொல்லியிருந்தான். திட்டமிட்டபடி ஃபைசலும் இக்பாலும் இன்னொரு லிமோசினில் பலது அறைக்குப் போனார்கள்.

ஃபைசல் "எதற்கு" என்றான்.

"ஒன்றுமில்லை. வா... உன்னோடு ஒரு சின்ன வேலை." என அழைத்துப் போய்விட்டார். பிரபும் மம்மலியும் வாங்கிய

பொருட்களோடு ஷரபியா அறைக்குக் கிளம்பினார்கள். பிரபு "என்ன விசயம்" என்றபோது "நல்ல விசயம்தான். நாமோ சாயங்காலம் பேசிக்கொள்ளலாம். கொஞ்சம் பொறுமையாக இரு." பிரபு அதன் பிறகு அதுபற்றி பேசவில்லை. ஆனாலும் மம்மலியின் பதட்டம் பிரபுவின் மனதுக்குள் பல கேள்விகளை எழுப்பிக் குழப்பியது.

"பிரபு தேவையில்லாம கொளம்பாதே. நல்ல விசயந்தான் பேசலாம்" என்று மம்மலி முடித்துக்கொண்டபோது லிமோசின் பாலத்தின் மேலேறி கானல்நீரில் புகுந்து ஷரஃபியாவுக்கு முன்னே பாலத்தின் கீழே குளிரில் இறங்கி ஷரஃபியா அறைக்கு வந்தபோது ஃபைசலின் பொருட்களையெல்லாம் பிரபு லிமோசினிலிருந்து மம்மலியே எடுத்துக்கொண்டு அறைக்குள் போனான். அறைக்குள் ஏ.சி.யை ஆன் பண்ணிப் படச்சவனே என அமர்ந்துகொண்டபோது மம்மலி பிரபுவிடம் "என்னவெல் லாம் வாங்கினீர்கள்" என்றான்.

"பத்து பதினைஞ்சு ஸ்பிரே பாட்டில், அவன் வாப்பாக்கு அமெரிக்கா டார்ச், கொஞ்சம் டிரஸ், சூப்பரா ஒரு ஸாரி எடுத்திருக்கான். ஒரு ஐயன் பாக்ஸ் வாங்கினான். ஸல்லா . . ."

"என்ன சாரி . . ."

"நம்ம நாட்ல உள்ளதுதான் நல்ல விலை உண்டு."

"ம் . . . பவுனு ஒண்ணும் வாங்கலியா . . ."

"இல்லே. உங்கள்ட்ட சொல்லி வாங்கணும்னு சொன்னான்."

மம்மலி சிரித்துக்கொண்டே எழுந்தபோது "சாப்பாடு பண்ணிடலாமா" என்றான் பிரபு.

"கொஞ்சம் பொறு பிரபு. இக்பால் வரட்டு."

"என்னாச்சி ஒண்ணும் சொல்ல மாட்டேங்குறியோ. வழக்கத்தவிட நேரமே வந்திட்டிங்க. என்ன விசேஷம்?"

மம்மலி மீண்டும் சிரித்தான்.

பிரபுவுக்கு ஒன்றும் ஓடவில்லை. கூட சவுக்கத்தோ மொய்தீனோ இருந்தால் தமாஷ் செய்யலாம். தனிமையில் மாட்டிக்கொண்டோம். ஒன்றையும் யூகிக்க முடியவில்லை.

"பிரபு . . . மொய்தீன் இப்போ எங்கே இருப்பான் . . ?"

"லூலூ கடையில. ஒண்ணுல பாகிஸ்தானி லுக்மான்கூட. இல்லே ஹிந்தாவியாவுல கடையில இருப்பான்."

“அவன ஒண்ணு பிடி. லுக்மானுக்கு போனப்போட்டு பாரு. இல்லன்னா துருக்கிக்காரன் கடைக்குப் போடலாம்.”

பிரபு போன் பண்ணியபோது மூணாவது போனில் மொய்தீன் லுக்மானின் கடையிலிருந்தான் லுக்மான் போனை எடுத்துக்கொண்டே “என் நண்பன் இங்குதான் இருக்கிறான்” என்றான். லுக்மானிடம் நலன் விசாரித்துக்கொண்டே பின்னர் மொய்தீனிடம்

“நீ வேலைய முடிச்சிட்டா மம்மலிக்கா ரூமுக்கு வா.”

“பிரபு என்னோடு ஸாஇதி இருக்கிறான். லுக்மானும் நானும் அவனும் எம்பஸி போகலாம்னு கிளம்பித் தயாராக இருக்கிறோம்.”

“ஸாஇதியையும் லுக்மானையும் எதாவது காரணம் சொல்லி விட்டுவிட்டு ஷரஃபியா வா. எதோ விசேஷம் எனக்கின்னும் புரியவில்லை. நீ வருவியா . . ?”

“ம் . . .” என்றான்.

முக்கால் மணி நேரத்தில் மொய்தீன் அறைக்கு வந்துவிட்ட பிறகுதான் பிரபுவுக்குத் துணையானது. அறையில் பரவியிருந்த புரியாத சூழல் பிரபுவுக்கு மாறத் துவங்கியது. பிரபுவும் மொய்தீனும் சமையலறையில் போய் குசுகுசுத்துக் கொண்ட போது. வசல் கதவைத் திறந்துகொண்டு குமரி இக்பாலும் ஃபைசலும் அறைக்குள் வந்தார்கள். உள்ளே நுழைந்ததும் இக்பால் உற்சாகமாகச் சொன்னார்,

“மம்மலி ஒரு நல்ல விருந்துக்க ஏற்பாடு பண்ணு” என்றபடி வலது கையின் கட்டை விரலைத் தூக்கியபோது ஃபைசல் வழக்கத்துக்கு மாறாக வெட்கப்பட்டு நின்றுகொண் டிருந்தான். மம்மலியும் ஃபைசலும் பரஸ்பரம் கைகுலுக்கிக் கொண்டபிறகு கட்டி அணைத்துக்கொண்டு மெல்ல சிரிக்கத் துவங்கினார்கள்.

விசயம் அறிந்து சிரித்துக்கொண்டே மொய்தீன் குமரி இக்பாலின் காதில் மெல்லமாய்க் கேட்டான் “காக்கா அப்போ ஜாஸ்மீன் ?”

“அது முடிஞ்சி ஒரு மாசமாச்சி. அந்த மோட்டர என் புதிய கதையில டெவலப் பண்ணப்போறேன். டைட்டிலும் வச்சாச்சி காற்றில் கலையும் கனவுகள் கொள்ளாமா . . .”

மொய்தீன் ஒ... எனச் சிரித்துக்கொண்டே "நீங்க ஒரு கலைஞன் காக்கா. ஆன் தி ஸ்பாட்ல டைட்டிலோட ஒரு கதைய பிடிச்சியோ பாத்தியளா."

ஃபைசல் சிரித்துக்கொண்டாலும் எதுவும் பேசிக்கொள்ள வில்லை.

"மம்மலி நான் எல்லாம் பேசிட்டேன். சாப்பிட்டுட்டு அசருக்கு பொறவு ஃபைசலுக்க வாப்பாட்ட பேசுவோம். இன்னைக்கு வியாழன் இரவு எனக்க பலது ரூம்ல விருந்து. பிரபு எல்லார்ட்டையும் சொல்லு. இன்ஷா அல்லா இனி மம்மலியும் ஃபைசலும் மச்சான் மச்சினனுவோ. படச்சவன் எப்படி ஒவ்வொண்ணையும் பின்னுதான் பாத்தியா..."

"நீங்க கள்ளன்மாருவோ. கமுக்கமா கல்யாணத்த பேசி முடிச்சிட்டியோ. ம்... ஃபசைலே..."

மம்மலி பாத்ரூமுக்குப்போன இடைவெளியில் பிரபு மம்மலியின் பெட்டியிலிருந்த ஆல்பத்தில் பிர்தௌஸாபானு வின் புகைப்படத்தைக் காட்டிக் கொடுத்தபோது ஆல்பத்தைக் கையில் வாங்கிக்கொள்ளாமல் பார்த்தான். பிர்தௌஸாபானு அழகாக இருந்தாள். எப்போதோ பார்த்த முகத்தின் ஓர்மை. ஃபைசல் பார்க்காதவன் போல அபிநயத்துக்கொண்டே கண் களைக் கூர்தீட்டிப் பார்த்தான். ஒற்றை நொடியில் அருஷா, ஜாஸ்மீன் எல்லோரையும் பின்னுக்குத் தள்ளிவிட்டு பிர்தௌஸா பானு ஃபைசலின் முகம் பார்த்துச் சிரிக்கத் துவங்கினாள்.

24

ஞாயிற்றுக்கிழமை இரவு சரியாகப் பத்து மணிக்கு ஃபைசல் பிரபுவின் லிமோசினில் புறப் பட்டான். மம்மலியும் இக்பாலும் மொய்தீனும் காரிலிருந்தனர். கோபகுமாரின் அத்தான் ஜித்தா ஏர்போட்டில் வேலை செய்வதால் அவன் வருகை உதவியாக இருக்கட்டுமென இக்பால் சொல்லி அவனும் கூடவே வந்தான். வசிப்பிடம் கொஞ்சம் உணர்ச்சிகரமாக இருந்தது. எகிப்துஅஷரபு, பாலஸ்தினிமுர்ஷித், பாகிஸ்தானிஷமி, இம்ரான் எனப் பலரும் ஃபைசலை வழியனுப்ப வழக்கத்தை விட நேரமே வந்திருந்தனர். மிஷிரி கிழவன் தொலை பேசியில் விடை கொடுத்திருந்தார். மம்மனிபா அல்ஹாசாவிலிருந்து எட்டரை மணிக்கே போன் பண்ணியிருந்தான். உகண்டாவிலிருந்து சுலைமா னும் பேசினான். ஃபைசலுக்கு விடை கொடுக்கும் போது அஷரபு கட்டித் தழுவி அழுதுவிட்டான். இறைவன் நாடினால் நாம் இனியும் இந்த துனியா வில் சந்திக்கலாம் என்றபோது வழிந்தோடிய அஷரபின் கண்ணீர் எல்லோரையும் கலங்க வைத்திருந்தது. ஷமியும் இம்ரானும் முர்ஷித்தும் கட்டித்தழுவிக் கொண்டனர். சவுக்கத் எதுவும் பேசிக்கொள்ளாமல் அமைதியாக இருந்தான். ஆரிது துருக்கி முதலாளியின் அவசர அழைப்புக்காக ஃபைசலிடம் விடைபெற்று முன்னமே போயிருந் தான். ஊரிலிருந்து போன் பண்ணிய நாசரிடம் தகவல் சொல்லப்பட்டபோது நாசர் ஃபைசலை திருவனந்தபுரம் விமான நிலையத்தில் சந்திப்பதாக மம்மலியிடம் சொல்லியிருக்கிறான். ஷரஃபியாவி லிருந்து ஏர்போர்ட் முப்பது மையில் தொலைவில்

இருந்தது அரைமணி நேரந்தான் யாத்திரை. பத்தரை மணிக்கெல் லாம் ஏர்போர்ட்டுக்குள் நுளைந்துவிட்டனர். ஃபைசல் ஊருக்குப் புறப்படும் இன்றிலிருந்து இருபத்து நாலாவது நாள் அவன் கல்யாணத்துக்கு ஏற்பாடாகி இருந்தது. கல்யாணத் துக்கு இரண்டு நாள் முன்பாக பதினைந்து நாள் லீவில் மம்மலி ஊருக்கு போவதாகவும் ஏற்பாடு செய்திருக்கிறான்.

விமான நிலையத்துக்கு பாகிஸ்தானி ஷமியும் அரபி அபுஹுஸைனும் காரில் தனியாக வந்திருந்தனர். எல்லோரும் விமான நிலையத்தின் முன்னால் பத்து நிமிடம் பேசுவதற்கு எதுவுமில்லாமல் மௌனமாக நின்றுகொண்டிருந்தனர். கோப குமாரின் அத்தான் கண்ணாடியின் மறுபக்கம் நின்று கைகாட்டிக் கொண்டபோது கோபகுமார் ஃபைசலை அழைத்து அடை யாளம் காட்டினான். உணர்ச்சிபூர்வமாக இருந்த இடத்தின் நிலையை அடிக்கடி மாற்ற முயன்ற இக்பாலின் முயற்சிகள் வெற்றிபெறவில்லை. ஃபைசலின் கண்கள் கலங்கிப்போயிருந் தது. பிரபு எதுவும் பேசிக்கொள்ளவில்லை. சரியாக மணி பதினொண்ணு பத்துக்கு ஷமியின் அரபி ஃபைசலை விமான நிலையத்துக்குள் அழைத்துப் போகத் தயாரானபோது பரஸ்பரம் மீண்டும் கட்டி அணைத்துக்கொண்டனர். அதில் பல மனிதர் களை வாழ்வில் இனி சந்திக்க முடியுமா என்பது தெரியவில்லை. பாலஸ்தீனியும் மிஷிரி அஸரபும் ஷரஃபியா அறையில் கட்டி யணைத்து முத்தமிட்ட ஈரம் இன்னும் காயவில்லை. பாலஸ்தீனி வாசலில் வந்து சொன்னான்.

“நண்பனே ... வாழ்வில் இனி நாம் சந்திப்போமா இல்லையா என்பது எனக்குத் தெரியவில்லை. உனக்காக நானும் எனக்காக நீயும் பிராத்தித்துக்கொள்வோம். மா ... ஸலாமா ...”

அஷரபு காரின் கண்ணாடியை இறக்கிக்கொண்டு அவன் தலையை உள் நுழைத்து மீண்டும் முத்திமிட்டுக் கொண்டான். இந்தியா போவதைக் குறித்து சந்தோசத்தையும் மீறிய வருத்தம் இப்போதுதான் ஃபைசலின் முகத்தில் அப்பிக் கிடந்தது.

ஷமியின் அரபி விமான நிலைய போலிஸிடம் பேசிக் கொண்டு அவரும் ஃபைசலோடு விமான நிலையத்துக்குள் போனார். கோபகுமாரின் அத்தானும் இணைந்துகொண்டதைத் தூரமாக நின்ற இக்பாலும் மம்மலியும் பிரபுவும் கண்ணாடி வழியாகப் பார்த்துக்கொண்டே இருந்தனர். பத்துநிமிடத்துக் குள் கண்ணாடி வழியாகத் தெரிந்துகொண்டிருந்த காட்சி களிலிருந்து அவர்கள் கடந்துபோனப் பிறகு பிரபு தனது பார்வையை மாற்றிக்கொண்டே கொஞ்சம் நகர்ந்து போனவ னுக்கு என்னமோ போல இருந்தது.

பிரபு ஃபைசலை சாதாரணமாகத்தான் கருதியிருந்தான். அவனுக்குள்ளே இவ்வளவு ரகசியங்களா என்பதும் அந்த ரகசியத்தின் சில பகுதிகள் தனக்குள்ளே தெறிப்பாய் வந்து விழும் என்றும் அவன் இரண்டு தினங்களுக்கு முன்னால்வரை கருதியிருக்கவில்லை. வாழ்க்கை எப்படி நொடிப் பொழுதில் மாறிப் போய்விடுகிறது என்பதைக் குறித்தும் மம்மலியின் தங்கைக்கும் ஃபைசலுக்குமான திருமணம் முடிவானதென எல்லாம் மலைப்பாகவே இருந்தது.

மூன்று தினங்களுக்கு முன்னால் அந்த வியாழன் மதியம் சாப்பிட்டுவிட்டு எல்லோரும் போய்விட்டார்கள். மொய்தீனையும் சவுக்கத்தையும் இக்பாலின் பலது அறைக்கு வரச் சொல்லி விட்டு மம்மலியும் இரவு பூஃபியாவைப் பூட்டிவிட்டு அங்கே வந்துவிடுவதாகப் போனான். மிஷிரியும் வந்துவிடுவான். அசருக்குப் பிறகு ஃபைசலை அழைத்துக் கொண்டுபோய் மேலும் சில பொருட்கள் வாங்கிக்கொண்டு இரவு பத்து மணிக்கு இக்பாலின் பலது அறையின் முப்பத்து ஏழாவது மாடிக்கு இருவரும் போகவேண்டும் என்கிற திட்டப்படி

கிளம்பியபோதே ஃபைசல் சொன்னான் "பிரபு பலதை நன்றாகச் சுற்ற வேண்டும். இக்பாலாக்காவின் முப்பத்தி ஏழாவது மாடி அறைக்கும் எனக்குமான கடைசி இரவு இதுதான் என்று நினைக்கிறேன்."

பிரபு சற்று தாமதமாகச் சிரித்துக்கொண்டே,

"எனது அரபுலக அனுபவத்தை வைத்துக்கொண்டு சொல்வதாக இருந்தால் நீ சொல்வதை உறுதிப்படுத்த இயலாது. இனி நீ மம்மலியின் சகோதரியின் கணவன்... மம்மலி அவன் கபீல் ஹைபாவிடம் சொல்லி உனக்கு பேப்பர் சரிசெய்வது சிரமமானது அல்ல. அப்படி ஒரு நிலை வந்தால் மூன்று மாதமோ நான்கு மாதமோ பிறகு நீ இங்கு வரக்கூடும்."

"வாய்ப்பே இல்லை. நான் இங்கு வரமாட்டேன். இறைவன் நாடினால் இனி பிர்தௌஸாபானுவோடு ஹஜ் செய்ய வருவேன். சுதந்திரமில்லாத இந்த நாட்டில் என்னால் இனி வாழ முடியாது."

"பார்க்கலாம்" என்றான் பிரபு.

பலதிலுள்ள கண்ணாடி மாளிகையின் பதினாலாவது மாடியில் லிமோசினைப் பார்க் செய்துவிட்டு பிரபுவும் ஃபைசலும் லிஃப்டில் தரையிரங்கும்போது,

"ஃபைசல்... ஜாஸ்மீன சுத்தமா மறந்திட்டியா..?" பிரபு கேட்டபோது பதில் எதுவும் பேசாமல் அவன் மௌனமாக நின்ற நிலையிலேயே லிஃப்ட் வேகமாக இறங்கிக்

கொண்டிருந்தது. மெல்ல சிரித்துக்கொண்டிருந்தான். முகம் முன் எப்போதுமில்லாத அளவுக்கு சந்தோசமானதாக இருந்தது.

"மறந்துடுவேன் பிரபு. இன்னொருத்தனோட மனைவிய மனசுல வச்சிக்க முடியாதுல்லா."

"இல்லே நீ அந்த போட்டோவ அப்படி கொண்டு நடந்தியே அதான்."

லிஃப்ட் தரையிரங்கி கதவைத் திறந்துகொண்டபோது இருவரும் வெளியே வந்தனர்.

"பிரபு இந்த அரபு வாழ்க்கையில என்கிட்ட நிறைய விசயங்களுக்கு பதிலே இல்லே. ஜாஸ்மீன விட்டுட்டு வேற எதாவது பேசலாம். மொதல்ல ஆளுக்கொரு புரோஸ்ட் சாப்பிட லாம். அப்புறம் கோல்ட் மார்கெட்ல பிர்தௌஸா பானுவுக்கு அழகான ஒரு செயின் வாங்கணும். ம்... இஷா வுக்குப் பிறகு செங்கடலுக்குப் போலாமா..?"

"சதீக் இன்னும் ரெண்டு நாள். உங்கூட எங்க வேணும் னாலும் போலாம்."

இருவரும் நடந்து ஃபுரோஸ்ட் கடைக்கு வந்தனர். ஃபுரோஸ்ட் கடையில்தான் ஃபைசல் ஒரு பிலிப்பைனியை பார்த்தபோது, இது அவனாக இருக்குமோவென ஏற்பட்ட உணர்வால் உடல் நடுங்கியபோது அதிர்ச்சியை மீறிய ஆச்சிரியத்தை தனக்குள்ளே அமுக்கி வைத்துக்கொண்டே பிலிப்பைனியைப் பார்த்தபோது இது அவன்தான் என்று அவனுக்கு சந்தேகமாக இருந்தது. பட்டெனப் புரியவில்லை. ஆனாலும் அவன் முகம் தனக்குள்ளே புகுந்துகொண்டு முறுக்கி ஓடுவதை அவனால் உணர முடிந்தது. அவன் ஒரு பிலிப்பைனி பெண்ணோடு உட்கார்ந்திருந்தான். அவள் சம்பிரதாயத்துக்காக ஃபர்தா அணிந்திருந்தாள். எட்டாவது மேசையில் அமர்ந்திருந்த பிலிப்பைனியைக் காட்டி ஃபைசல் பிரபுவிடம் சொன்னான்.

"பிரபு அந்த பிலிப்பைனி எனக்கு ரொம்ப தெரிஞ்சவன் மாதிரி இருக்கான். நான் முன்னமே சொன்னேனே. துவைஜி வீட்டுல சந்திச்ச பிலிப்பைனியாக இருக்கலாம்."

"ஃபைசல் பிலிப்பைனி எல்லாவனும் ஒரே மாதிரித்தான் இருப்பாங்க."

"ஒரு பிலிப்பைனி எங்கிட்ட இந்தியக்காரன்ங்க எல்லாவரும் ஒரே மாதிரிந்தான் இருக்கிங்கன்னு சொன்னான். ஆனாலும் நமக்குத் தனித்தனி முகம் இருக்குதுல்லே. அவன் முகம் ரொம்பப் பழகுன முகமா தெரியுது. அவன் முகம்

என்னால் மறக்க முடியாது. என் உள்ளுணர்வு என்னை குழப்ப மடையச் செய்கிறது. நீ அவனோடு போய் பேசிப் பாரேன்."

பிரபுவும் கவனித்தான் பிலிப்பைனியுடன் மூன்று, நான்கு வயதில் ஒரு குழந்தையும் இருந்தது. பெண்ணின் முகம் தெரிய வில்லை. இங்கிருந்து பார்க்கையில் அவள் பிலிப்பைனியின் எதிராக அமர்ந்திருந்தாள்.

"பிரபு என்னால் உறுதியாகச் சொல்ல முடிகிறது. அவன் துவைஜி வீட்டிலிருந்து தப்பிப்போன பிலிப்பைனிப் போலத் தெரிகிறான். அவனாகத்தான் இருக்க வேண்டும். அவன் முகம் எனக்கு நல்ல நினைவில் இருக்கிறது. இது அவனாகத்தான் இருக்க வேண்டும்."

"அவனிடம் எப்படி கேட்பது . . ?"

"துவைஜி வீட்டிலிருந்து தப்பியவனா என்று கேள். துவைஜி யின் பெயரைச் சொல்லு. நான் அவன் முக மாற்றத்தைக் கவனிக்கிறேன்."

தயக்கத்தோடுதான் பிரபு எழுந்து போனான். பிலிப்பைனி யிடம் சதிக் என கைநீட்டியபோது அவனும் கை நீட்டிக் கொண்டான். பிரபுவுக்கு அரபியில் ஞானம் இருந்தது. தினந் தோறும் பல அரபிகளோடு பேசக்கூடியவன். வட்டாரப் பகுதி யின் நீட்டல், சுருக்கம், உச்சரிப்புத் தன்மை பலவும் அவனுக்கு அத்துப்படி. காட்டரபிகளின் மொழி அழகை நெல்லைத் தமிழையும் சென்னைத் தமிழையும் முன்வைத்து ஒப்பிட்டுப் பேசுவான். பாண்டிச்சேரி என்றாலும் அவன் பேசுவதைப் பார்த்து அவனைப் பலரும் குமரி மாவட்டத்துக்காரன் என்றே சொல்லுவார்கள். தனது மொழி அனுபவத்தின் வழியாகத் தெளிவான பிலிப்பைனிகளின் உச்சரிப்பு தொனியிலேயே அரபியில் பிரபு பேச்சைத் துவங்கினான்.

"என்னிடம் ஒரு கேள்வி இருக்கிறது சதிக். கேட்கலாமா . . ."

பிலிப்பைனி ஆச்சரியமாகப் பார்த்துக்கொண்டிருக்கும் போதே "நீ துவைஜி வீட்டிலிருந்து முன்பு ஒருமுறை தப்பி வெளியேறியவனா . . ." பிலிப்பைனி அதிர்ந்து முகம் வெளிறிப் போனான்.

"லா . . . லா . . . அன மாபி . . ."

அவன் பதட்டப்படுகிறான் என்பது பிரபுவுக்குப் புரிந்தது.

"ஃபி . . . ஃபி . . . இன்ந்த . . ."

"என்னோடு ஒரு நண்பன் இருக்கிறான். அவனைப் பார்த்து விட்டு பிறகு பேசு." பிரபு ஃபைசலைக் கிட்டே அழைத்தான்.

“இவனைத் தெரியுமா உனக்கு?”

பிலிப்பைனி “தெரியவில்லை” என்றான்.

“இவன் ஃபைசல். இந்தியன். இந்த முகத்தை நன்றாக பாரேன் . . .”

அவன் ரொம்ப நேரம் மௌனமாக இருந்தான்.

“உன்னோடு எந்த பிரச்சனையும் இல்லை. அவன் இன்னும் இரண்டு நாளில் இந்தியா போகிறான். நீ தயங்க வேண்டாம்” என்றபோது பிலிப்பைனி சற்று தாமதித்துப் பிறகு எழுந்து ஃபைசலை “நண்பனே எனக் கட்டிக்கொண்டான்.” பிரபுவிடம் சொன்னான் “இப்போது எனக்குத் தெரிகிறது இவன் அருஷா வின் காதலன். நாங்கள் கொடுமையான ஒரு இடத்திலிருந்தோம். நான் ஃபைசலை ஏமாற்றினேன். எனக்கு அப்போது வேறு வழி இல்லாமல் இருந்தது. நான் அதை மனப்பூர்வமாகச் செய்யவில்லை.”

பிரபு ஃபைசலிடம் கேட்டான் “அருஷா யார் . . ?”

“பிறகு சொல்கிறேன்.”

பிலிப்பைனி ஃபைசலின் கையைப் பற்றிக்கொண்டே “இது ஜாக்குலின். நான் துவைஜி வீட்டில் வைத்தே இவளைப் பற்றி உன்னிடம் பேசி இருக்கிறேன். இப்போது எனது மனைவி. இது என் குழந்தை. உனக்கொரு செய்தி என்னிடம் உள்ளது. நீ இங்கு இருப்பாய் என்று எதிர்பார்க்கவில்லை. நீண்ட நாட்களாக நான் துவைஜி உன்னை ரகசியமாகக் கொலை செய்திருப்பான் என்றுதான் நினைத்தேன். நீ வருவதற்கு முன்பு துவைஜியின் மனைவியை திருட்டுத்தனமாகப் பார்த்தான் என்பதற்காக ஒரு நைஜிரியாக்காரனைக் கொன்று புதைத்து விட்டான். பிறகு நைஜிரியாக்காரனின் பாஸ்போர்ட்டை அவன் காணாமல் போய்விட்டதாகப் போலீஸில் ஒப்படைக்க என்னையும் அழைத்துக்கொண்டு போனான். இது மனிலாவா . . . நான் என்ன செய்ய முடியும். இது அவன் நாடு.”

பிரபு பிலிப்பைனியிடம் சப்தத்தை மெதுவாக குறைத்துப் பேசச் சொன்னான். அவன் மீண்டும் துவைஜி வீட்டுக் கதைகளைப் பேசத் துவங்கினான். பேச்சு முடிந்து நின்ற ஒரு மௌன இடைவெளியில் “இவனுக்கான செய்தியைச் சொல் நண்பா.”

“அருஷாவைக் கடந்த வருடம் சந்தித்தேன். இங்குதான் சூடான் எம்பஸி பக்கம் அவள் வசிப்பிடம். ஒரு அரபி வீட்டில் கத்தாம்மாவாக வேலை செய்கிறேன் என்றாள். அந்த

அரபி துவைஜி போல இல்லை. துனியாவிலுள்ள சிறந்த மனிதர்களில் ஒருவனாக இருக்கிறானாம். பங்காளி மார்கெட்டில் ஒரு முறை அவளை சந்தித்த பிறகுதான் நீ தப்பிப் போனது தெரியும். அவளோடு நிறைய பேச முடியவில்லை. சில நிமிடம்தான் பேச முடிந்தது. உடனிருந்த மகிரிபி பெண்மணி 'சுரா சுரா' என்று அவசரப்படுத்தினாள். அவள் இப்போதும் உன் நினைவாகத்தான் இருக்கிறாள் அவள் உன்னைக் கணவனாகத்தான் கருதுகிறாளாம். திருமணம் செய்துகொள்ள மாட்டாளாம். துவைஜி வீட்டில் நீயும் அவளும் கணவன் மனைவியாகத்தான் வாழ்ந்தீர்களாம்."

பிரபு அதிர்ந்து நின்றான். ஃபைசலுக்கும் பதட்டமாகத் தான் இருந்தது. பிலிப்பைனி ஃபைசலின் கரத்தைப் பிடித்து முத்தமிட்டுக் கொண்டான். தனது குழந்தையிடமும் முத்த மிடச் சொன்னான். முத்தமிட்ட குழந்தையின் தலைமுடியைக் கோதிவிட்டுக்கொண்டே ஃபைசல்

"உன்னை சந்திப்பேன் என்று கனவிலும்கூட நினைக்க வில்லை. இன்னும் இரண்டு நாளில் நான் இந்தியா போகிறேன். இறைவன் நாட்டப்படிதான் நாம் சந்தித்துக் கொண்டது. உன் மீதான பகைமை எனக்கு இப்போது இல்லை. நான் எனது வேண்டுகோள் ஒன்றை உன்னிடம் சமர்ப்பிக்கிறேன்."

"ம் ... தாராளமாக உனக்காக நான் அதை நிறைவேற்றக் கடமைப்பட்டுள்ளேன்."

"ஒருவேளை நீ இனி அருஷாவை சந்தித்தால் என்னைப் பார்த்ததாகச் சொல்ல வேண்டாம். நீயாகவே அவளைத் திருமணம் செய்யச் சொல்லி வற்புறுத்த வேண்டும். செய்வாயா ..."

பிலிப்பைனி மௌனமாக நின்றான்.

"என்னிடம் இப்போது பாஸ்போர்ட், இக்காமா எதுவும் கிடையாது. எனக்கா நீ இதை செய்ய வேண்டும்."

"முயற்சிக்கிறேன்."

ஃபைசல் வாங்கியிருந்த பொருளிலிருந்த கடிகாரத்தை பிலிப்பைனியின் குழந்தைக்குப் பரிசளித்தான். பிலிப்பைனி நீண்ட நேரம் அந்த இருக்கையில் அமர்ந்திருந்தான். பிறகு விடைபெற்றுப் போனான்.

ஃபுரோஸ்ட் சாப்பிடும்போது ஃபைசலும் பேசிக்கொள்ள வில்லை. பிரபுவும் பேசிக்கொள்ளவில்லை. கடையைவிட்டு வெளியேறிக் கண்ணாடி மாளிகையின் அடியில் நின்று கொண்டே இஷா ஸலாவரை இருவரும் பேச்சற்ற நிலையி

லேயே இருந்தனர். எந்த பொருளும் வாங்கிக்கொள்ளாமல் பிறகு இருவரும் செங்கடல் கரைக்கு வந்துவிட்டனர். புரோஸ்டி னால் உண்டான உடல் வெப்பத்தைக் கடல் காற்று சற்று ஆசுவாசப்படுத்தியது. செங்கடலின் அலைச் சத்தமும் அரபு பைய்யன்கள் காலி பெப்ஸி பாட்டிலை உதைத்து புட்பால் விளையாடிக் கொண்டிருந்த சத்தமும் கேட்டுக்கொண்டே இருந்தது.

"ஃபைசலே . . . நீ ஆளு பெரிய கில்லாடி தாண்டே . . ."

"பிரபு இத யார்ட்டையும் பேசாத. நாளைக்கு நான் இங்க இருந்து போனதுக்குப் பிறகும் சரி."

"சே . . . சே . . . நான் ஒண்ணும் இத பெரிய சீரியஸா எடுத்துக்கலே. ஒவ்வொருத்தருக்கு பின்னாடியும் இது போல நிறைய இருக்கலாம். ஆனா உங்கிட்ட இத என்னால நம்ப முடியல."

துவைஜி வீட்டில் நுழைந்ததிலிருந்து அவனிருந்து தப்பி வெளியேறியது வரையிலான விசயங்களை வரிசைப்படுத்தி னான். முன்னமே பிரபுவிடம் அவன் பல தருணங்களில் பேசிய பல விசயங்களின் தொடர்ச்சியைச் சொல்லிக்கொண்டே போனான். முன்னமே மறைக்கப்பட்டிருந்த அரூஷாவின் பக்கங்கள்மீது கட்டப்பட்டிருந்த முடிச்சுகள் மெல்ல மெல்ல அவிழ்ந்து விழுந்தன.

"ஃபைசல் பங்காளி மார்கெட்ல போய் ரவுண்டு அடிப்போமா . . ."

"எதுக்கு . . ." என்றபடி ஃபைசல் பிரபுவின் பக்கம் திரும்பிப் பார்க்காமலே இருந்தபோது பெப்சி டாப்பாவை உதைத்து விளையாடிய சிறுவர்கள் கூக்குரலிட்டனர்.

இருவரும் பேசிக்கொள்ள எதுவுமில்லாமல் ரொம்ப நேரம் அமர்ந்திருந்தனர். பெப்சி டின் கால்களில் உதைப்பட்டு உருளும் சத்தமும் அரபி பைய்யன்களின் கூக்குரலும் மீண்டும் மீண்டும் கேட்டுக்கொண்டிருந்தன.

"ஃபைசலே . . ."

"ம் . . ."

"அரூஷா போல ஜாஸ்மீன் போல பிர்தௌஸாபானு வோட உன் கற்பனை உலகம் எப்படி இருக்கு."

"இல்லை. அவளோடு எனக்கு எந்தக் கற்பனை உலகமும் இல்லை."

"உண்மையிலேயே இல்லையா . . ."

"பிர்தௌஸாபானு பற்றிப் பேசவேண்டாம்."

"நாம் பேச வேண்டாம்தான். அவள் நம்முடைய பிரியத்திற்குரிய மம்மலியின் சகோதரி அல்லவா."

ஃபைசல் அரபி மொழியில் சொன்னான்.

"நண்பனே மீண்டும் நான் உன்னிடம் கேட்பது இதுதான். எப்போதாவது எந்த தருணத்திலாவது யாரிடமும் இதைப் பகிர்ந்துகொள்ளாதே."

"எதை . . ."

"அரூஷா விசயத்தை . . ."

பிரபு சிரித்துக்கொண்டிருந்தான் அவன் சிரிப்புக்கு இணை யான சிரிப்பை ஃபைசல் வெளிப்படுத்தாமலிருப்பதைப் புரிந்து கொண்டே பிரபு . . .

"இன்ஷா அல்லா . . ." என்று பதில் சொல்லிக்கொண்டான்.

நேரம் இரவு பத்துமணியை நெருங்கிக் கொண்டிருந்ததை பிரபு நினைவூட்டிக்கொண்டே "செயின் அழகான செயின் வாங்க வேண்டுமென்றாய்."

"நாளை வாங்கலாம்."

"பிர்தௌஸாபானுவுக்கு வேறு என்ன வாங்கப் போகிறாய். அவளுக்குப் பூனைகள்மீது நிறைய இஷ்டமாம். வேண்டு மென்றால் ஒரு அரபிய பூனைக் கொண்டு போ." சுற்றிலு மான எல்லா சத்தங்களையும் மீறியிருந்தது இப்போது அவர் களின் சிரிப்பு சத்தம்.

ஃபைசல் மல்பரோவைப் பற்றிக்கொண்டு செங்கடலில் பார்வையை நிலைகுத்தி வைத்துக்கொண்டிருந்தான்.

"ம் . . . நீ பெரிய ஹீரோவாகத்தான் இருக்கிறாய். பாவம் அரூஷா."

"அதைப் பற்றிப் பேசாதே. விடு பிரபு."

"சரி மெல்ல கிளம்பலாம். இன்று இரவு இக்பாலின் அறையில் உனக்கான நிச்சயத்தார்த்த விருந்து. முஸ்கிலா கபீர் ஃபைசல் ஹாத கல்லிவல்லி . . . யா அல்லா . . . தால்" பிரச்சனை பெரியதுதான் ஆனாலும் விட்டுத்தள்ளுவோம் சொல்லியபடி பிரபு எழுந்துகொண்டான்.

முப்பத்து ஏழாவது மாடி அறையின் கண்ணாடி ஜன்னலுக்கு வெளியே இன்று முழு நிலவு என்பதால் நிலவை ரசிப்பதாகச் சொல்லி நீண்ட நேரம் ஜன்னல் பக்கத்தில்

ஃபைசல் நின்றுகொண்டபோது ஏ.சி.யின் குளிர் வெளியேறு வதாகச் சொல்லி ஆத்திரப்படும் மம்மலி இன்று எதுவும் சொல்ல வில்லை. தடாலடியான சிறப்பான விருந்தின் இடைவெளி யில் மம்மலி ஃபைசலுக்கு ஒரு பவுனில் தங்க மோதிரம் அணிவித்துக் கொடுத்தான். சம்பிரதாயம் முடிந்த பிறகும் ஜன்னல் பக்கம் நின்றுகொண்ட ஃபைசலின் மனம் முழுவதும் அருஷா குடியேறியிருந்தாள் "படச்சவனே . . . ரஹ்மானே . . . என் பாவங்களை மன்னிச்சிடு . . . ரஹ்மானே . . ." ஃபைசல் கைகளை முகத்தில் தடவி கண்களைத் தொட்டுக் கைகளை முத்திக்கொண்டவன் பிறகு கண்ணாடி ஜன்னலை மூடிக் கொண்டு விருந்தின் கொண்டாட்டங்களில் கலந்துகொண் டான். விருந்து களை கட்டத் துவங்கியபோது மொய்தீன் மெல்ல குமரி இக்பாலின் இன்ஷாஅல்லா கதையைக் கிளப்பி விட முப்பத்து ஏழாவது மாடி அறை சிரிப்பும் கும்மாளத்தி லிருந்தும் விடுபட நீண்ட நேரம் ஆனது.

இரவு முழுவதும் நடைபெற்ற கொண்டாட்டத்தின் தளர்ச்சி யில் காலை பத்து மணிவரை யாரும் எழும்பவில்லை. பிரபுவும் ஃபைசலும் மெல்ல எழுந்து புறப்பட்டு வெளியே வந்தனர். பிரபு லிமோசின் டிரைவர் என்பதால் அவனுக்கு நகரின் எல்லாப் பகுதிகளும் பரிச்சயமானது. பலதிலிருந்து புறப்பட்ட இருபதாவது நிமிடத்தில் சூடான் எம்பஸி அருகே வந்துவிட்டான். வெள்ளிக்கிழமை காலை என்பதால் நகரம் வெறிச்சோடிக் கிடந்தது மனித நடமாட்டமற்று. வெப்ப பிரதேசத் தின் எல்லாக் கூறுகளோடும் பறவைகளின் கூட்டுச்சத்தம் போல ஏ.சி. இயந்திரத்தின் கூட்டுச்சத்தம் ஆகாய வெளியில் ஒரு பேரிரைச்சலாகக் கேட்டுக்கொண்டிருக்கிறது.

ஹிந்தாவியாவுக்கும் கருந்தினாவுக்கும் இடையிலிருந்த சூடான் எம்பஸி முன்னால் பிரபுவின் வாகனம் வட்டமடித்து. பிலிப்பைனி சொன்ன அடையாளத்தின்படி "ஈச்சமரம் வளர்ந்த வீடு. பெரிய மதில் சுவர் முன்னால் குடிநீர்த் தொட்டி. பிலிப்பைனி சொன்னது சரியென்றால் இதுதான் வீடு" என்றான்.

ஃபைசலின் மனம் படபடத்தது. பதட்டம் கூடுவதைப் பார்த்து பிரபு வண்டியை ஓரம் கட்டி நிறுத்தினான்.

"பிரபு நீ வண்டியை எடு. நாம் போய்விடுவோம். நான் காணாமல் போனவன் அப்படியே இருக்கட்டும்." அவன் பதட்டத்திலிருந்து விடுபடவில்லை. தெருவில் மனித நடமாட்ட மில்லாமலே இருந்தது. பெரிய மதில் சுவருக்கு மேலே கறுப்புக் கண்ணாடிகள் பொருத்தப்பட்ட அறைகள் ஈச்சமர இலைகளின் இடை வெளியில் தெரிந்தது. துவைஜியின் வீட்டில் அவள் கண்ணாடியை விலக்கி முகம் காட்டிய ஓர்மையினூடாக

ஃபைசல் பதட்டமாக அமர்ந்திருந்தான். கடந்துபோன ஒன்றிரண்டு பெண்கள் அருஷா போலத் தெரிந்தார்கள்.

பிரபு எதுவும் பேசிக்கொள்ளாமல் பங்காளி மார்க்கெட்டை நோக்கி வாகனத்தை இயக்கத் துவங்கினான். ஃபைசலின் கண்கள் சிவந்து கலங்கிப் போயிருந்தது. அவன் கரங்களால் முகம் பொத்தியிருந்தான். சூடான் எம்பஸி கட்டிடத்தின் முகப்பில் திரும்பிய வாகனம் பங்காளி மார்கெட்டை நோக்கிப் போகிறது. சில பெண்கள் கடந்து போகிறார்கள். பிரபுவின் லிமோசின் அவன் பார்வையைக் கடத்திக்கொண்டுபோனது. பிரபு பேசவில்லை. ஃபைசல் அமைதியடையட்டும் என விட்டுவிட்டான். பங்காளி மார்கெட்டைக் கடந்து மீண்டும் பலது வரும்வரை இருவரும் பேசவில்லை.

சாலையின் தூரத்தில் பெருவெள்ளம் விலகி விலகிப் போய்க்கொண்டே இருந்தது. மக்கா பாலத்தின் மீது லீமோசின் நூற்று நாற்பது கிலோமீட்டர் வேகத்தில் எந்தச் சலனமும் இல்லாமல் போய்க்கொண்டிருந்தது. ஜித்தா துறைமுகம் அருகே பாலத்திலிருந்து இறங்கி இடப்பக்கமாகத் திரும்பி செங்கடல் கரை வழியாக பிரபு வாகனத்தை ஓட்டினான். இரவு என்றால் இருபக்க மின் விளக்குகளும் சொர்க்கத்தின் சாலைபோலப் பிரகாசமாக இருக்கும். வெளியே கொடும் அனல்காற்று வீசுவதைப் பார்க்க முடிந்தது. காரினுள் வலுவான ஏ.சி. இயந்திரம் பரப்பி இருந்த இதமான குளிரிலும் ஃபைசலின் பதட்டம் இன்னும் அடங்கவில்லை. நெருக்கமான ஒருவரின் மரணத்துக்குப் போய் வந்தவனைப்போலவே இருந்தான். பாப்மக்காவின் சாலையில் திரும்பி வட்டமிட்டுக்கொண்டே பலதின் பிரதான சாலையில் தலைவெட்டும் பள்ளியைக் கடந்துபோனான். பிரபு வேண்டுமேன்றே நகரத்தைச் சுற்று கிறான். முன்பொருமுறை வெள்ளிகிழமை ஜீம்மாவுக்கு ஒரு பாகிஸ்தானியின் தலை துண்டிக்கப்பட்டதை வாழ்வில் அறிந்திராத நடுக்கத்தோடு கண்டு பயந்து நடுங்கிய நினைவு கள் அவனை ஆக்கிரமித்துக்கொண்டன. சுற்றி நேரம் கடத்தி இக்பாலின் அறைக்கு முன்னால் வந்துவிட்டபோதும் இருவரும் பேசிக்கொள்ளவில்லை. முப்பத்து ஏழாவது மாடி. கடலின் மறுபக்கம் ஆகாயம் இருப்பதைப்போல அந்தக் கட்டிடத்தின் மேலே ஆகாயம் இருந்தது. லிமோசினிலிருந்த தண்ணீரைக் குடித்துக்கொண்டு ஃபைசல் சொன்னான்.

“பிரபு எல்லாம் மறக்கணும். எனக்கு மறக்க நிறைய இருக்கு.”

“எல்லோருக்கும் இருக்கு ஃபைசல். அதை விடு.”

லிப்ட் இருவரையும் முப்பத்து ஏழாவது மாடிக்கு தூக்கிப் போனது.

அன்று அசருக்குப் பிறகு மேலும் சில பொருட்கள் வாங்கிக் கொண்டு ஷரஃபியா வந்து சேர்ந்திருந்தனர். பிரபுவின் தலைக்கு மேலே விமானங்கள் பறந்து கொண்டிருந்தன. விமானத்தின் பெரும் சப்தம் பிரபுவைக் குலைத்துப்போட்டது. உலகின் பெரிய விமான நிலையங்களில் இதுவும் ஒன்று. நூற்றுக்கணக் கான முறை பிரபு வந்து போயிருக்கிறான். பக்கத்திலேயே ஹஜ் விமான நிலையம் தனியாக உள்ளது. ஃபைசலை வழியனுப்புவதற்கான இந்த வருகை இழப்பின் வலியை மனம் முழுவதும் பரப்பியிருந்தது.

ஷமியின் அரபி வாசலில் நின்ற அரபி போலிஸைக் கட்டியணைத்துக்கொண்டே வெளியே வந்தார். பின்னாலே கோபகுமாரின் அத்தான் கைகாட்டினார்.

“எல்லாம் சரியாகிவிட்டது. விமானத்திற்கான காத்திருப்பில் ஃபைசல் இருக்கிறான். யா . . . அல்லா . . . சுரா . . . சுரா . . .”

அரபி சுரா சுரா என்றதன் அர்த்தம், நாம் விரைவாகக் கிளம்பலாம் என்பதுதான். எல்லோரும் விமான நிலையத்தின் கண்ணாடிக் கதவுகளை ஏக்கமாய் பார்த்துக்கொண்டே பிரபு வின் லிமோசினை நோக்கிப் போனார்கள். ஷமியும் அரபி அபுஹுசைனும் அவர்கள் வந்த காரில் கிளம்பினார்கள்.

லிமோசின் கிளம்பி விமான நிலையத்திலிருந்து வெளியேறி யதும் குமரி இக்பால் கேட்டார்.

“என்னா பிரபு ஒரு மாதிரியா இருக்கே . . .”

“ஒன்றுமில்லை.”

குமரி இக்பால் பிரபுவை விட்டுவிட்டு மம்மலியிடம் பேசத் துவங்கினார்.

“மம்மலி காலையில நாலரை மணிக்கு எடுத்தாம்னா நம்ம டைமுக்கு பதினொன்னே காலுக்கெல்லாம் பம்பாயில உட்டுருவான். இரண்டு மணிக்கு பம்பாயில இருந்து புறப்பட்டா நாலுமணிக்கெல்லாம் திருவனந்தபுரம். திருவனந்தபுரம் ஏர்போட்ல நாசர் நிப்பானா . . .”

“இன்ஷா அல்லா . . .”

❍ ❍ ❍

அஜ்னபி 335